ಕಾರ್ಗಿಲ್‌ನಲ್ಲಿ ಹದಿನೇಳು ದಿನಗಳು

ರವಿ ಬೆಳಗೆರೆ

ಭಾವನಾ
ಪ್ರಕಾಶನ

2, 80 ಅಡಿ ರಸ್ತೆ, ಬನಶಂಕರಿ 2ನೇ ಹಂತ
ಪದ್ಮನಾಭ ನಗರ, ಬೆಂಗಳೂರು –560070
bhavanaprakashana@gmail.com
www.ravibelagere.com
ದೂರವಾಣಿ : 9448051726

KARGILNALLI HADINELU DINAGALU:

War reporting by Ravi Belagere,

Bhavana Prakashana, Padmanabha Nagar,

Bangalore - 560070

Pages	: **140 + iv**
Price	: **160/-**
ಪುಟಗಳು	: ನೂರ ನಲವತ್ನಾಲ್ಕು
ಹಕ್ಕುಗಳು	: ಲಲಿತ ಬೆಳಗೆರೆ
ಬೆಲೆ	: ನೂರಾ ಅರವತ್ತು ರುಪಾಯಿಗಳು
ಪ್ರತಿಗಳು	: ಮೂರು ಸಾವಿರ
ನಾಲ್ಕನೆಯ ಮುದ್ರಣ	: **2023** ನವೆಂಬರ್
ಮುದ್ರಣ	: ಲಕ್ಷ್ಮೀ ಮುದ್ರಣಾಲಯ, ಬೆಂಗಳೂರು

ಮುನ್ನುಡಿ

ಆಡಬೇಕಾದ ಮಾತುಗಳೆಲ್ಲವನ್ನೂ ಈ ಪುಸ್ತಕದ ಪುಟಗಳು ಆಡಲಿವೆ. ಒಬ್ಬ ಪತ್ರಕರ್ತನಾಗಿ ಯುದ್ಧದಂತಹ ಒಂದು ಮಾನವ ನಿರ್ಮಿತ ಅನ್ಯಾಯವನ್ನ, ಅನಾಹುತವನ್ನ ಅತ್ಯಂತ ಹತ್ತಿರದಿಂದ ನೋಡಿ ಬಂದವನು ನಾನು. ಇವತ್ತಿಗಾದರೂ ಆ ಸೈನಿಕರ ಸಾವು, ನೋವು, ಆಕ್ರಂದನಗಳನ್ನು ನನ್ನಿಂದ ಮರೆಯಲಾಗಿಲ್ಲ.

ಆದರೆ ತುಂಬ ಸುಖದ ದಿನಗಳಲ್ಲಿ ಒಬ್ಬ ಮನುಷ್ಯ ಅರಿತುಕೊಳ್ಳಲಾಗದ ಸತ್ಯಗಳು, ಅವನಿಗೆ ಯುದ್ಧ ಭೂಮಿಯಂತಹ ಕಣ್ಣೆದುರಿನ ನರಕಗಳಲ್ಲಿ ಅರ್ಥವಾಗಿ ಹೋಗುತ್ತವಂತೆ. ಪತ್ರಿಕೆಯ ಮಟ್ಟಿಗೆ ನನ್ನ ಕಾರ್ಗಿಲ್ ಯಾತ್ರೆ ಒಂದು ದೊಡ್ಡ **break** ಅನ್ನುವವರಿದ್ದಾರೆ. ಅದು ಹೌದೋ ಅಲ್ಲವೋ; ಆ ಮಾತು ಬೇರೆ. ವೈಯುಕ್ತಿಕವಾಗಿ ನನ್ನ ಬದುಕಿಗೆ, ಚಿಂತನೆಗೆ ಮತ್ತು ನನ್ನ ವರ್ತನೆಗೆ ಖಚಿತವಾಗಿಯೂ ಒಂದು ತಿರುವು ನೀಡಿದ್ದು ಕಾರ್ಗಿಲ್.

ಯಾವತ್ತಾದರೊಂದು ದಿನ ಪತ್ರಿಕೋದ್ಯಮಕ್ಕಿಂತ ತೀವ್ರವಾಗಿ ನಾನು ಜಗತ್ತಿನ ಮಿಲಿಟರಿ ಹಿಸ್ಟರಿಯನ್ನೇ ಬರೆಯಲು ಕುಳಿತರೆ ಆಶ್ಚರ್ಯವಿಲ್ಲ. ಅಷ್ಟೊಂದು ಸಾಮಗ್ರಿಯ ಬುತ್ತಿ ಕಟ್ಟಿಕೊಟ್ಟಿದೆ ಕಾರ್ಗಿಲ್. ಅಲ್ಲಿಂದ ಹಿಂತಿರುಗಿದ ಮೇಲೆ ನೆನಪು ಮಾಡಿಕೊಂಡರೆ, ನಾನು ವೈಯುಕ್ತಿಕವಾಗಿ **thanks** ಹೇಳಬೇಕಾದವರ ಪಟ್ಟಿ ದೊಡ್ಡದಿತ್ತು ಅನಿಸುತ್ತದೆ.

ಕಾರ್ಗಿಲ್ ಕದನ ಭೂಮಿಯಲ್ಲಿ ನನ್ನ ಕಂಡು, ಗುರುತಿಸಿ, ಆಪ್ಯಾಯತೆಯಿಂದ ಮಾತನಾಡಿದ ಕನ್ನಡ ನೆಲದ ಅಧಿಕಾರಿಗಳಿಗೆ, ವೀರ ಸೈನಿಕರಿಗೆ ನನ್ನ ನೆನಕೆಗಳು ಸಲ್ಲುತ್ತವೆ. ಅಂತೆಯೇ ಮೇಜರ್ ಪುರುಷೋತ್ತಮ್ ನೀಡಿದ ನೆರವನ್ನು ನಾನು ಮರೆಯಲಾರೆ. ಶ್ರೀನಗರದಂತಹ ಅಪಾಯಕಾರಿ ಜಾಗದಲ್ಲಿ ನನ್ನನ್ನು ಮನೆಯಲ್ಲಿಟ್ಟುಕೊಂಡು ಕಾಪಾಡಿದ ಅಮಿತ್ ವಾಂಚೂ ಕುಟುಂಬ, ಕಾಶ್ಮೀರದ ಇನ್ಸ್‌ಪೆಕ್ಟರ್ ಜನರಲ್ ಆಫ್ ಪೊಲೀಸ್ ರಾಧಾ ವಿನೋದ ರಾಜ್, ಯುದ್ಧ ಭೂಮಿಯಲ್ಲಿ ನನ್ನೊಂದಿಗಿದ್ದ ಪತ್ರಕರ್ತ ಮಿತ್ರರಾದ ಅರುಣ ನಾಂಗ್ಲಾ, ಸಮೀರನ್, ಜಗದ್ವಿಖ್ಯಾತ ಫೊಟೋಗ್ರಾಫರ್ ರಘುರಾಯ್, ಮಧು ಟ್ರೆಹಾನ್, ನನಗೊಂದು ಜೀಪು ಓಡಿಸಲು ಕೊಟ್ಟ ಕಾರ್ಗಿಲ್‌ನ ಫರೂಕ್ ಮಿಯಾ ಮುಂತಾದವರಿಗೆಲ್ಲ ನನ್ನ ನೆನಕೆಗಳು ಸಲ್ಲುತ್ತವೆ.

ನನ್ನ ಹದಿನೇಳು ದಿನಗಳ ಗೈರುಹಾಜರಿಯಲ್ಲಿ ಪತ್ರಿಕೆಯನ್ನು ನನಗಿಂತ ಸಮರ್ಥವಾಗಿ ಹೊರತಂದ ನನ್ನ ಸಿಬ್ಬಂದಿ ವರ್ಗಕ್ಕೆ-

ನನ್ನ ಹುಚ್ಚಾಟಗಳನ್ನೆಲ್ಲ ಸಹಿಸಿಕೊಂಡು ನಗುನಗುತ್ತಲೇ ನನ್ನನ್ನು ಎದುರು ನೋಡುವ ನನ್ನ ಲಲಿತೆಗೆ, ಮಕ್ಕಳಿಗೆ-

ಮತ್ತು 'ಹಾಯ್ ಬೆಂಗಳೂರ್!'ನ ಓದುಗ ದೊರೆಗೆ ನಾನು ಋಣಿ. -ರವಿ ಬೆಳಗೆರೆ

ಅರ್ಪಣೆ

ಯುದ್ಧಕ್ಕೆ ಹೋದ ಮಗ
ಗೆದ್ದು ಬರಲಿ ಅಂತ ಹಾರೈಸಿ
ಅವನಿಗಾಗಿ ಕಾಯುತ್ತ ಹೊಸ್ತಿಲ ಬಳಿ
ಕುಳಿತೇ ಇದ್ದಾಳಲ್ಲ?
ಆ ಅಮಾಯಕ ತಾಯಿಗೆ ,
ಮತ್ತು
ಸತ್ಯ ಗೊತ್ತಾದ ಮೇಲೆ ಒಳ
ಮನೆಯಲ್ಲಿ ಒಬ್ಬಳೇ ಬಿಕ್ಕುತ್ತಿದ್ದಾಳಲ್ಲ?
ಆ ಹೆಣ್ಣುಮಗಳಿಗೆ
ಈ ಪುಸ್ತಕ ಅರ್ಪಿತ

-ರವಿ ಬೆಳಗೆರೆ

ಕಾರ್ಗಿಲ್‌ನ ಹೆಬ್ಬಾಗಿಲಲ್ಲಿ

ಬೆಂಗಳೂರಿನ ಒಂದು ವಿಮಾನ, ಹೀಗೆ ನನ್ನನ್ನು ಅನಾಮತ್ತಾಗಿ ಎತ್ತಿ ತಂದು ಮೂರು ಸಾವಿರದಾ ಇನ್ನೂರೈವತ್ತು ಕಿಲೋ ಮೀಟರುಗಳ ದೂರಕ್ಕೆ, ಒಂದು ಸರೋವರದ ಪಕ್ಕದಲ್ಲಿರುವ ಪುಟಾಣಿ ಕೋಣೆಯ ಗಾಜಿನ ಕಿಟಕಿಯ ಮುಂದೆ- ಕೆಲವೇ ಗಂಟೆಗಳೊಳಗಾಗಿ ಕೂಡಿಸಿಬಿಡುತ್ತದೆ ಅಂತ ಖಂಡಿತ ಅಂದುಕೊಂಡಿರಲಿಲ್ಲ.

ಇನ್ನು ತುಂಬ ದೂರವೇನಿಲ್ಲ; ಈಗ ನಾನಿರುವ ಜಾಗದಿಂದ ಕೆಲವೇ ಕಿಲೋಮೀಟರುಗಳ ದೂರದ ತನಕ ತೆವಳಿ ಹೋದೆನೆಂದರೆ;

ನನ್ನ ಪ್ರೀತಿಯ ಓದುಗ ದೊರೆಯೇ; ಬಾಂಬ್ ದಾಳಿಯ ಧೂಳು ನನ್ನನ್ನು ಆವರಿಸಿಕೊಂಡಿರುತ್ತದೆ. ಮೂಗಿನಲ್ಲಿ ಗಂಧಕದ ವಾಸನೆ. ಹತ್ತಿ ತುರುಕಿಕೊಂಡಿರುವ ಕಿವಿಗಳ ಟಿಂಪ್ಯಾನಿಮ್‌ನ ಮೇಲೆ ಷೆಲ್ ಸ್ಫೋಟದ ಅಬ್ಬರ. ನನಗೆ ಗೊತ್ತು; ಅಲ್ಲಿ ಜೀವಕ್ಕೆ ಅಪಾಯವಿದೆ. ಆದರೂ ನಿರ್ಧಾರ ತೆಗೆದುಕೊಂಡಿದ್ದೇವೆ. ನಾನು ಮತ್ತು ನನ್ನ ತಮ್ಮನಂಥ ಹುಡುಗ ಆರ್.ಟಿ.ವಿಠ್ಠಲಮೂರ್ತಿ ಕಾರ್ಗಿಲ್ ಯುದ್ಧ ಭೂಮಿಯ ಹೊಸ್ತಿಲಿಗೆ ಬಂದು ಕುಳಿತಿದ್ದೇವೆ. ಭಾರತದ ನಕಾಶೆ ತೆರೆದು ನೋಡಿ; ಕರೆಕ್ಟಾಗಿ ನಾವು ಪಾಕಿಸ್ತಾನದಿಂದ ಕೆಲವೇ ಅಂಗುಳಗಳ ದೂರದಲ್ಲಿದ್ದೇವೆ.

ನಾನು ಸಾಹಸದ ಬಗ್ಗೆ ಮಾತಾಡುತ್ತಿಲ್ಲ. ಆ ಕೆಲಸ ನಮ್ಮ ವರದಿಗಳು ಮಾಡುತ್ತವೆ. ಅದಲ್ಲ ಸಂಗತಿ; ಕೇವಲ ಮೂರೂ ಮುಕ್ಕಾಲು ವರ್ಷಗಳಿಗೆ ಮುಂಚೆ ಬೆಂಗಳೂರಿನ ಬೆಳಕಿಲ್ಲದ ಬೀದಿಗಳಲ್ಲಿ ಕುರುಡುಗಣ್ಣಿನ ಮೊಬೈಕು ಓಡಿಸುತ್ತ, ಅಸಂಬದ್ಧ ಕನಸುಗಳನ್ನೇ ಮಡಚಿ ತಿಂದು, ಹೊಸ ಹಸಿವೆಯೊಂದಿಗೆ ಆಕಳಿಸುತ್ತ ಪ್ಯಾಲಿಯಂತೆ ಓಡಾಡುತ್ತಿದ್ದ ರವಿ ಎಂಬ ಬೆಳಗೆರೆ- ಕೇವಲ ಮೂರೂ ಮುಕ್ಕಾಲು ವರ್ಷಗಳ ಅವಧಿಯಲ್ಲಿ; ಕಾರ್ಗಿಲ್ ಎಂಬ ಭೀಕರ ರಣರಂಗದ ಹೆಬ್ಬಾಗಿಲಿನಲ್ಲಿ ತನ್ನ ಹೆಗಲ ಚೀಲವಿಳಿಸಿ ಕದನ ಕೋಟೆಯ ಚಿಲುಕ ತಟ್ಟುವ ಮೊದಲ ಕನ್ನಡಿಗ ಪತ್ರಕರ್ತನಾಗುತ್ತಾನೆ ಅಂತ ಯಾರು ಅಂದುಕೊಂಡಿದ್ದರು? ಯಾವ ಕಾರ್ಗಿಲ್ ಬಗ್ಗೆ, ಯಾವ ದ್ರಾಸ್ ಬಗ್ಗೆ, ಯಾವ ಜೋಜಿಲ್ಲಾ, ಕುಪವಾರಾ, ಉಡಿ, ಗುರೇಜ್‌ಗಳ ಬಗ್ಗೆ ಇದೇ ನಾನು-ನೀವು ಬೆಚ್ಚಗೆ ಬೆಂಗಳೂರಿನಲ್ಲಿ ಕುಳಿತು ಝೀ ಟೀವಿಯಲ್ಲಿ, ಸ್ಟಾರ್ ಪ್ಲಸ್‌ನಲ್ಲಿ, ಟೈಮ್ಸ್ ಆಫ್ ಇಂಡಿಯಾದ ಪುಟಗಳಲ್ಲಿ

ವಿವರಗಳನ್ನು ಹುಡುಕುತ್ತಿದ್ದೆವೋ ನಿನ್ನೆ ಮೊನ್ನೆಯ ತನಕ; ಅವೆಲ್ಲವೂ ಇವತ್ತು ನನಗೆ ಕೆಲವೇ ನಿಮಿಷಗಳ ಪ್ರಯಾಣದ ಫಾಸಲೆಯಲ್ಲಿವೆ. ನಾನು ಭಾರತದ ಕಿರೀಟ ಭೂಮಿ ತಾಕುತ್ತಿದ್ದೇನೆ.

ಹೀಗೆ ನಾನು ಭಾರತದ ಗಡಿಗೆ ಬಂದಿರುವುದು ಮೂರನೆಯ ಬಾರಿ. ಮೊದಲ ಬಾರಿಗೆ ಹಿಮಾಲಯದ ಮಂಜು ಪರ್ವತ ಹತ್ತಿದಾಗ ನನಗಿನ್ನೂ ಇಪ್ಪತ್ತು ವರ್ಷ ವಯಸ್ಸು. ಮನಸ್ಸಿನಲ್ಲಿ ಹುಡುಗಿಯಿದ್ದಳು. ಅವಳು ಬಿಟ್ಟುಹೋದ ಹೆಜ್ಜೆ ಗುರುತುಗಳಿದ್ದವು. ಕಣ್ಣುಗಳಲ್ಲಿ, ಕನಸುಗಳಲ್ಲಿ ದೇವರಿಗೋಸ್ಕರ ಒಂದು ಹುಡುಕಾಟವಿತ್ತು. ಬದರೀನಾಥದ ನೆತ್ತಿ ಹತ್ತಿ ನಿಂತು ಗಡಿಯಾಚೆಗಿನ ಚೀನಾ ಸೈನಿಕರ ಡೇರೆಗಳನ್ನು ಕಣ್ತುಂಬ ನೋಡಿಬಂದಿದ್ದೆ. ಆ ಇಸವಿಯ ಹೆಸರು**1977.**

ಆಮೇಲೆ ತುಂಬ ದಿನ ನನ್ನೊಳಗೆ ನಾನೇ ಅಲೆಯುತ್ತಿದ್ದೆ. ನೆಪಕ್ಕೊಂದು ಊರು. ಹೊಟ್ಟೆಪಾಡಿಗೊಂದು ನೌಕರಿ. ಬಳ್ಳಾರಿಯಿಂದ ಧಾರವಾಡಕ್ಕೆ ಹೋದೆ. ಮತ್ತೆ ಬಳ್ಳಾರಿಗೆ ಬಂದೆ. ಆಂಧ್ರಕ್ಕೆ ನೆಗೆದೆ. ನಕ್ಸಲೈಟರು ತುಂಬಿದ ಅಗ್ನಿಗಾನದ ಕಾಡುಗಳಲ್ಲಿ ನನ್ನದು ಒಬ್ಬಂಟಿ ಚೀತ್ಕಾರ. ಎಲ್ಲೋ ಒಂದು ಕಡೆ ಬದುಕಿನ ಬಾಗಿಲು ತೆರೆದುಕೊಂಡೀತೆಂಬ ಹಪಹಪಿ. ಪದೇ ಪದೇ ಉದ್ಯಾನ ನಗರಿ ಬೆಂಗಳೂರಿನ ಬಾಗಿಲು ಬಡಿದೆ. ಉಹೂಂ, ತೋಟ ನಗಲಿಲ್ಲ. ಹುಬ್ಬಳ್ಳಿಯೆಂಬ ತಂಬಾಕು ನಗರಿಯ ನಿಶಾಚರ ಗಲ್ಲಿಗಳಲ್ಲಿ ನಿಕೃಷ್ಟಾತಿ ನಿಕೃಷ್ಟ ಬದುಕು ಬದುಕಿಬಿಟ್ಟೆ. ಬೆಂಗಳೂರಿಗೆ ಅದೇನನ್ನಿಸಿತೋ? 'ಬಂದು ಬಿಡು ಮಗೂ' ಅಂದಂತಾಯಿತು. **1994**ರ ವರ್ಷವದು. ಬೆಂಗಳೂರಿಗೆ ಬಂದು ಗೂಡು ಹುಡುಕುತ್ತಿದ್ದವನನ್ನು ಮತ್ತೆ ಇದ್ದಕ್ಕಿದ್ದಂತೆ ಗಡಿ ಕರೆಯಿತು. ಜೊತೆಗೆ ಮುರಳಿಯಿದ್ದ. ಪ್ರಯಾಣಕ್ಕೊಂದು ಗಮ್ಯವಿತ್ತು. ಅದೆಲ್ಲೋ ಅರುಣಾಚಲ ಪ್ರದೇಶದ ಬೆಟ್ಟ ಶಿಖರಗಳ ತುದಿಯಲ್ಲಿ ಮುರಳಿಗೊಂದು ಗೂಡಿತ್ತು. ಅಲ್ಲಿ ಹೋಗಿ, ತವಾಂಗ್ ಜಿಲ್ಲೆಯ ಅಂಚಿನಲ್ಲಿ ನಿಂತು ಕಣ್ಣಾರಳಿಸಿದರೆ **once again** ಅವೇ ಚೈನೀ ಸೈನಿಕರ ಕಡು ಹಸಿರು ಡೇರೆಗಳು. ಇದೇ ನೆಲದ ಮೇಲೆ, ವೀರಯೋಧ ಬ್ರಿಗೇಡಿಯರ್ ಜಾನ್.ಪಿ.ದಳವಿ ತನ್ನ ದೇಹದ ಒಂದೊಂದೇ ನೆತ್ತರ ಬೊಟ್ಟುಗಳನ್ನು ಮಂಜಡರಿದ ನೆಲಕ್ಕೆ ಕೆಡವುತ್ತಾ ಹೆಜ್ಜೆಗೊಮ್ಮೆ 'ಜೈಹಿಂದ್' ಅನ್ನುತ್ತಿದ್ದ. ಆ ನೆಲಕ್ಕೊಂದು ನಮಸ್ಕಾರ. ಆ ಗಡಿ ಭೂಮಿಗೊಂದು ಸಾಷ್ಟಾಂಗ. ಅಷ್ಟೆ ನಾನು ಮಾಡಬಹುದಾಗಿದ್ದುದು. ಆಗ ನನ್ನ ವಯಸ್ಸು ಮೂವತ್ತಾರು.

ಇವತ್ತು ಹಾಗಲ್ಲ!

ಇದು ಬೇರೆಯದೇ ದಿರಿಸು. ಬೇರೆಯದೇ ಜನ್ಮ. ನನ್ನ ಪಾತ್ರವೇ ಬೇರೆ. ಇಲ್ಲಿ ನಾನು ಯಾತ್ರಿಕನಲ್ಲ. ನನಗೆ ಡಾಲ್ ಸರೋವರದ ನುಣುಪಿನ ಮೇಲೆ 'ಷಿಕಾರಾ' ಎಂಬ ದೋಣಿಯ ಮೇಲೆ ಕುಳಿತು, ಲೇಕ್‌ನ ಕೆನ್ನೆ ಸವರ ಬೇಕಿಲ್ಲ. ಕಾಶ್ಮೀರಿ ಹುಡುಗಿಯ ಕಡುಗಪ್ಪು ಕಣ್ಣುಗಳಲ್ಲಿ ಕವಿತೆ ಅರಸಬೇಕಿಲ್ಲ.

ನನಗೊಂದು ಬೇರೆಯದೇ ಆದ ಜವಾಬ್ದಾರಿಯಿದೆ. ಇಲ್ಲಿನ ಭಯಾನಕ ಅಗ್ನಿಗಾನಕ್ಕೆ ನನ್ನದೊಂದು ಆಕ್ರೋಶ ಬೆರೆತ ಹುಚ್ಚು ಕೇಕೆ ಸೇರಿಸಬೇಕಿದೆ. ಈಗಷ್ಟೇ ಶ್ರೀನಗರದ ಮಿಲಿಟರಿ ಬೇಸ್ ಹಾಸ್ಪಿಟಲಿನಲ್ಲಿ ಮೈ ತುಂಬ ಗುಂಡು ಗಂಧಕದ ಚೂರು ನುಗ್ಗಿಸಿಕೊಂಡು, ಸಾವು ಬದುಕುಗಳ

ನಡುವಿನ ಹೋರಾಟ ಮಾಡುತ್ತಿರುವ ನನ್ನ ದೇಶದ ಗಂಡು ಯೋಧರ ಕಣ್ಣುಗಳಲ್ಲಿ ಬದುಕುವ ಆಸೆ ಕಂಡು ಬಂದಿದ್ದೇನೆ. "ನಿಮ್ಮುನ್ನ ನೋಡಿದಿನಲ್ರಿ? ಅಷ್ಟು ಸಾಕು. ನಮ್ಮ ತಂದಿ ತಾಯೀನ ನೋಡಿಧಾಂಗಾತು!" ಅಂದ ಅಚ್ಚ ಕನ್ನಡಿಗ ಯೋಧನೊಬ್ಬನ ಮುಂಗೈ ಮೇಲೆ ನನ್ನದೊಂದು ಪುಟ್ಟ ಕಣ್ಣೀರ ಹನಿ ಕೆಡವಿ ಬಂದಿದ್ದೇನೆ. ಈಗಷ್ಟೆ ದೊಡ್ಡದೊಂದು ಶಕ್ತಿಮಾನ್ ಟ್ರಕ್ ಹತ್ತಿಕೊಂಡು ನಗುನಗುತ್ತಲೇ ಕಾರ್ಗಿಲ್‌ನ ಕಡೆಗೆ ತೆರಳಿಹೋದ ನೂರಾರು ಸಿಪಾಯಿಗಳಿಗೆ ಕೈ ಬೀಸಿ, ಶುಭ ಹಾರೈಸಿ ಬಂದಿದ್ದೇನೆ. ಅವರಿಗೂ ಗೊತ್ತು; ಕಾರ್ಗಿಲ್ ತನಕ ಸಾವಿರಾರು ಕಿಲೋ ಮೀಟರುಗಳ ದೂರದಿಂದ ದಾಪುಗಾಲಿಕ್ಕಿಕೊಂಡು ಶರವೇಗದಲ್ಲಿ ಬಂದುಬಿಡಬಹುದು. ಕಾರ್ಗಿಲ್‌ನಿಂದ ಮುಂದಕ್ಕೆ ಪ್ರತಿ ಇಂಚೂ ನೂರಾರು ಕಿಲೋ ಮೀಟರುಗಳ ಪ್ರಯಾಣಕ್ಕೆ ಸಮಾನ! ನನಗೂ ಗೊತ್ತು; ನಾಳೆಯಿಂದ ಬಿಚ್ಚಿಕೊಳ್ಳುವ ಪ್ರತಿ ಮುಂಜಾವೂ ನನ್ನ ಪಾಲಿಗೊಂದು ಹೊಸ ಜನ್ಮ. ಇಲ್ಲಿ ಸಾವೆಂಬುದು ವಿಕ್ಟೋರಿಯಾ ಆಸ್ಪತ್ರೆಯ ಮಂಚದ ಮೇಲೆ ಮನುಷ್ಯನನ್ನು ತಣ್ಣಗೆ ತಬ್ಬಿಕೊಂಡು ಕರೆದೊಯ್ಯುವ ತಾಯಿಯಂತಹುದಲ್ಲ. ಒಂದು ಷೆಲ್ ಬಿತ್ತೆಂದರೆ ನೂರಾರು ತಲೆಗಳು ಸಿಡಿದುಹೋಗುತ್ತವೆ. ಚೀತ್ಕಾರಗಳು ಕೂಡ ಪೂರ್ತಿಯಾಗಲಾರವು. ಕಾರ್ಗಿಲ್ ನಮ್ಮ ಬದುಕಿನ ಪರಿಕಲ್ಪನೆಯನ್ನೇ ಬದಲಿಸಿ ಹಾಕುತ್ತದೆ.

ಬೆಂಗಳೂರಿನಿಂದ ಹೊರಡುವಾಗ ಮನಸ್ಸು ಹೀಗಿರಲಿಲ್ಲ. ಕಣ್ಣುಗಳಲ್ಲಿ ಒಂದು ಹೆಮ್ಮೆಯಿತ್ತು. ದನಿಯಲ್ಲಿ ಧಿಮಾಕು. ಕನ್ನಡದ ಯಾವುದೇ ಪತ್ರಿಕೆಗಿಂತ ಮುಂಚಿತವಾಗಿ, ಮೊದಲಿಗನಾಗಿ ಯುದ್ಧ ವರದಿ ತರಲು ಕಾರ್ಗಿಲ್‌ಗೆ ಹೊರಟಿದ್ದೇನೆ! ಸುಮ್ನೆ ಮಾತೇನ್ರೀ? ಲಕ್ಷಾಂತರ ರುಪಾಯಿಗಳ ವ್ಯವಹಾರ. ದುಡ್ಡು ಬಿಡಿ; ಹೇಗೋ ಹೊಂಚಬಹುದು. ಆದರೆ ಗಟ್ಸು? ಒಬ್ಬ ಜರ್ನಲಿಸ್ಟ್‌ನ ಜೀವಮಾನದಲ್ಲಿ ಒಂದು **war report** ಮಾಡುವ ಅವಕಾಶ ಎಷ್ಟು ಜನಕ್ಕೆ ದೊರಕೀತು? ಯುದ್ಧ ವರದಿ ಬರೆಯುವುದೆಂದರೆ ತಮಾಷೆಯಲ್ಲ. **Living in the war field!** ಅದರ ರೋಮಾಂಚನಗಳನ್ನೆಲ್ಲ ಅನುಭವಿಸಿ ಬರುತ್ತೇನೆ ಎಂಬ ಪೊಗರಿತ್ತು. ಅದೆಲ್ಲ ಬಿಡಿ; ಏನಿಲ್ಲ ಎಂತಿಲ್ಲ ಮೂರೂ ಮುಕ್ಕಾಲು ವರ್ಷಗಳ ಹಿಂದೆ ಕಣ್ತೆರೆದುಕೊಂಡ 'ಹಾಯ್ ಬೆಂಗಳೂರ್' ಎಂಬ ಪುಟ್ಟ ಪತ್ರಿಕೆಯ ಒಬ್ಬ ತಲೆಕೆಟ್ಟ ಎಡಿಟರು, ಹೀಗೆ ರಾತ್ರೋರಾತ್ರಿ ನಿರ್ಧಾರ ಕೈಗೊಂಡು ಕಾಶ್ಮೀರದ ತುದಿಯ ಕಾರ್ಗಿಲ್ ಯುದ್ಧಭೂಮಿಗೆ ಹೊರಟು ನಿಲ್ಲುತ್ತಾನೆಂದರೆ ಅದೇನೂ ಸಣ್ಣ ಸಂಗತಿಯಲ್ಲ. 'ಪ್ರಜಾವಾಣಿ'ಯಂತಹ ದೈತ್ಯ ಸಂಸ್ಥೆ ಮನಸ್ಸು ಮಾಡಿದರೆ ಇಬ್ಬರಲ್ಲ -ಇಪ್ಪತ್ತು ಜನರನ್ನು ಕಾರ್ಗಿಲ್‌ಗೆ ಕಳಿಸಬಹುದಿತ್ತು. ಆದರೆ ಹೀಗೆ ದರವೇಶಿಗಳಂತೆ ಒಂದು ದಿಕ್ಕು ಹುಡುಕಿಕೊಂಡು ಮೂರೂವರೆ ಸಾವಿರ ಕಿಲೋಮೀಟರುಗಳ ತನಕ ತೆವಳಿ ಬರುವ ಹರಕತ್ತು ಅದಕ್ಕಿರುವುದಿಲ್ಲ. ಅದೊಂದು ದೊಡ್ಡ ಹಡಗು. ಅಲ್ಲಿ ಹತ್ತು ಜನ ರಜೆ ಹಾಕಿದರೂ ಮರುದಿನ ಪತ್ರಿಕೆ ಪ್ರಿಂಟಾಗುತ್ತದೆ. ನನ್ನದು ಹಾಗಲ್ಲ; ಅದು ಬೀದಿ ಬದಿಯ ಹಾವಾಡಿಗನ ಕಸರತ್ತು. ದೊಂಬರವನು ತಂತಿಯ ಮೇಲೆ ನಡೆದಂತಹುದು. ಚೂರು ಆಯ ತಪ್ಪಿದರೂ ಗುರುವಾರದ ಪರಿಸ್ಥಿತಿ ಮಿಸರಬಲ್! ಆದರೂ ಹೊರಟಿದ್ದೇನೆ ನೋಡಿ? ಸಾಹಸವೆಂದರೆ ನಂದು ಕಣ್ರೀ.

ಬೆಂಗಳೂರಿನ ವಿಮಾನ ನಿಲ್ದಾಣದಲ್ಲಿ ಹೆಗಲಿಗೆ ಬ್ಯಾಗು-ಕೆಮೆರಾ ಏರಿಸಿಕೊಂಡು ವಿಮಾನದ ಕಡೆಗೆ ನಾನು -ವಿಠ್ಠಲಮೂರ್ತಿ ನಡೆಯುತ್ತಿದ್ದರೆ ನಮ್ಮ ನಡಿಗೆಯಲ್ಲೊಂದು ಹೆಮ್ಮೆಯಿತ್ತು. ಬಾಗಿಲಲ್ಲೇ ಉಳಿದುಹೋದ ನಿವೇದಿತಾ, ಸೋಮನಾಥ್ ಮತ್ತು ವೀರೇಶ್ ಕೂಡ ಅಷ್ಟೇ ಹೆಮ್ಮೆಯಿಂದ ಗಾಳಿಯಲ್ಲಿ ಬೆರಳು ಕದಲಿಸುತ್ತಿದ್ದರು. **"Oh! You are going to Kargil?Great!"** ಅಂದ ಗಗನ ಸಖಿ ಒಂದು **extra** ನಗೆ ತುಳುಕಿಸಿದ್ದಳು. "ಅಷ್ಟು ದೂರದ ಬೆಂಗಳೂರಿನಿಂದ ಬಂದಿದ್ದೀರಾ?" ಅಂತ ಶ್ರೀನಗರದ ಮಿಲಿಟರಿ ಅಧಿಕಾರಿಗಳು ಕೂಡ ಸಂತೋಷ ಪಟ್ಟರು.

ಆದರೆ ಮೈ ಡಿಯರ್ ರೀಡರ್;

ಕಾರ್ಗಿಲ್‌ಗೆ ಕೆಲವೇ ಕಿಲೋಮೀಟರುಗಳ ಸಮೀಪದಲ್ಲಿ, ಇಲ್ಲಿನ ಖಜ್ಜರ್ ಎಂಬ ಮಂಜಿನ ಹೆಬ್ಬಂಡೆಯ ಸಮ್ಮುಖದಲ್ಲಿ ಪುಟ್ಟದೊಂದು ಕೋಣೆಯ ಮುರುಕು ಕುರ್ಚಿ, ಮುದುರಿದ ಟೇಬಲ್ಲಿನ ಮುಂದೆ ಕುಳಿತು ಈ ತನಕ ನೋಡಿದುದನ್ನೆಲ್ಲ ನಿನಗೋಸ್ಕರ - ಈ ವಾರಕ್ಕಾಗುವಷ್ಟು ಬರೆದುಬಿಡೋಣ ಅಂದುಕೊಂಡು ಕುಳಿತಿರುವಾಗ ಏನನ್ನಿಸುತ್ತಿದೆ ಗೊತ್ತೆ?

ನನ್ನ ಸಾಹಸವೊಂದು ಚಿಲ್ಲರೆ ಕಸರತ್ತು. ನನ್ನ ಹೆಮ್ಮೆಗೆ ಏನೇನೂ ಅರ್ಥವಿಲ್ಲ. 'ನಮ್ಮ ಜೀವಕ್ಕೆ ಏನೇ ಹಾನಿಯಾದರೂ, ಅದಕ್ಕೆ ಭಾರತ ಸರ್ಕಾರವಾಗಲೀ, ಭಾರತದ ಸೇನಾಧಿಕಾರಿಗಳಾಗಲೀ ಕಾರಣರಲ್ಲ' ಎಂದು ಬರೆದುಕೊಟ್ಟಿರುವ ಮುಚ್ಚಳಿಕೆ ಅರ್ಥಹೀನ. ಈ ವರದಿಗಾಗಿ, ಭಾರತದ ಗಡಿ ತಲುಪುವುದಕ್ಕಾಗಿ ನಾವು ಮಾಡುತ್ತಿರುವ ರೋಮಾಂಚನಗಳು ಕೇವಲ ಬಾಲಿಶ. ಕಾರ್ಗಿಲ್‌ನ ಹೆಬ್ಬಾಗಿಲಲ್ಲಿ ಕುಳಿತು ಅಕ್ಷರಗಳೊಂದಿಗೆ ಆಡುತ್ತಿರುವ ನಾನು -**I am a silly fellow!** ಆ ಪರಿ ಬೀಗುವುದಕ್ಕೆ ಕಾರಣವೇ ಇಲ್ಲ.

ಏಕೆಂದರೆ ಇಲ್ಲಿ ನಿಜವಾದ ಸಾಹಸಿಗಳ, ನಿಜವಾದ ದೇಶಪ್ರೇಮಿಗಳ, ನಿಜವಾದ **guts** ಉಳ್ಳವರ ಸಾವಿರಾರು ಜನರ ಪಡೆಗಳೇ ನೆರೆದಿವೆ. ನೀವು ಸೋನ್‌ಮಾರ್ಗ್‌ನ ಮಿಲಿಟರಿ ಬೇಸ್‌ನಲ್ಲಿ ಹರಡಿಕೊಂಡ ಡೇರೆಗಳಲ್ಲಿ ಪುಟಿಯುತ್ತಿರುವ ರಣೋತ್ಸಾಹವನ್ನು ನೋಡಬೇಕು. ಇಲ್ಲಿನ ಒಬ್ಬೊಬ್ಬ ಯೋಧನಿಗೂ ಒಂದೊಂದು ಪಾಕಿಸ್ತಾನವನ್ನು ಮಡಚಿ ಸದೆಬಡಿದು ಮೂಲೆಗಿಕ್ಕುವ ಆತ್ಮವಿಶ್ವಾಸವಿದೆ. ಸೆಟೆದು ನಿಂತ ಫಿರಂಗಿಗಳಲ್ಲಿ ಇಡೀ ಆಕಾಶವನ್ನೇ ಜಗ್ಗಿ ನೆಲಕ್ಕಿಳಿಸುವ ಹಟವಿದೆ. ಅವರಿಗೆ ಗೊತ್ತು; ಕಾರ್ಗಿಲ್ ದಾಟಿ ಟೈಗರ್ ಪರ್ವತದ ಕಡೆಗೆ ಒಂದು ಹೆಜ್ಜೆಯಿಡುವುದೆಂದರೆ, ಅದು ಸಾವಿನೊಂದಿಗೆ ಷೇಕ್ ಹ್ಯಾಂಡ್ ಮಾಡಿದಂತೆಯೇ. ಶಿಖರಗಳ ತುದಿಯಲ್ಲಿ ಕುಳಿತಿರುವ ಪಾಕಿ ದುಷ್ಮನ್ ನಮ್ಮ ಪಡೆಗಳನ್ನು ನೋಡನೋಡುತ್ತಲೇ ತರಿದು ಹಾಕಿ ಬಿಡುತ್ತಿದ್ದಾನೆ. ನಲವತ್ತೈದು ಕೇಜಿ ತೂಕದ ಒಂದು ಷೆಲ್ ಬಿತ್ತೆಂದರೆ; ಆಸುಪಾಸಿನಲ್ಲಿರುವ ನಮ್ಮ ಯೋಧರ ದೇಹಗಳು ದಫನಕ್ಕೆ ಸಿಕ್ಕುವುದಿಲ್ಲ.

ಆದರೂ ಹೋಗುತ್ತಿದ್ದಾರೆ!

ದ್ರಾಸ್‌ನ ಬೆಟ್ಟ ಹತ್ತುತ್ತಿರುವವರ ಕಾಲುಗಳು ಕಂಪಿಸುತ್ತಿಲ್ಲ. ಅವರಿಗೆ ಅವರ ಮನೆಗಳು

ನೆನಪಾಗುತ್ತಿಲ್ಲ. ಮಕ್ಕಳು ಮರೆತುಹೋಗಿದ್ದಾರೆ. 'ನಿನಗೆ ಊರಿಂದ ಟೆಲಿಗ್ರಾಂ ಬಂದಿದೆ' ಎಂಬುದಾಗಿ ಮಿಲಿಟರಿ ಅಧಿಕಾರಿಯೊಬ್ಬರು ಅಲ್ಲಿದ್ದ ಯೋಧನಿಗೆ ಹೇಳಿದಾಗ, ಅವನು ಕೊಟ್ಟ ಉತ್ತರವೇನು ಗೊತ್ತೆ?

"ಇಟ್ಟರಿ ಸಾಬ್, ಯುದ್ಧ ಮುಗಿಸಿ ಬಂದು ಓದುತ್ತೇನೆ. ಹೊರಡುವ ಮೊದಲೇ ಓದಿಬಿಟ್ಟರೆ ಅಲ್ಲಿ ಮನಸ್ಸು ಗಲಿಬಿಲಿಗೊಳ್ಳುತ್ತದೆ. ಅದು ನಿಮ್ಮಲ್ಲೇ ಇರಲಿ!" ಅಷ್ಟು ಹೇಳಿದವನೇ ಆ ಯೋಧ ಸೋನ್ ಮಾರ್ಗ್‌ನ ತನ್ನ ಡೇರೆಯಿಂದ ಹೊರಕ್ಕೆ ನಡೆದು ಹೋಗಿಬಿಟ್ಟ. ಅಧಿಕಾರಿಯ ಕೈಲಿರುವ ಟೆಲಿಗ್ರಾಮು ಅಲ್ಲೇ ಉಳಿಯಿತು. ಸುಮ್ಮನೆ ಇಣುಕಿ ನೋಡಿದೆ:

MOTHER SERIOUS!

ಇಂಥ ಟೆಲಿಗ್ರಾಮುಗಳು ಅವೆಷ್ಟಿವೆಯೋ? ಆ ಯೋಧ ತಿರುಗಿ ಬಂದು ಅಮ್ಮನ ಟೆಲಿಗ್ರಾಮು ಓದುತ್ತಾನೋ? ಇಲ್ಲವೋ? ಯಾರು ಮೊದಲು ಸಾಯುತ್ತಾರೆ? ಇವನಾ? ಇವನ ತಾಯಿಯಾ?

ಇಂದು ಸಂಜೆ ಸೋನ್ ಮಾರ್ಗ್ ಬೇಸ್‌ನಲ್ಲಿ ಮತ್ತೊಂದು ಘಟನೆ ನಡೆಯಿತು. ಇಲ್ಲಿನ ಒಂದು ದೊಡ್ಡ ತುಕಡಿಯ ಉಸ್ತುವಾರಿ ವಹಿಸಿಕೊಂಡಿರುವ ಸ್ಫುರದ್ರೂಪಿ ಅಧಿಕಾರಿ ಜೋಗಾಸಿಂಗ್ ತಮ್ಮ ತುಕಡಿಯ ಪ್ರಮುಖ ಯೋಧನೊಬ್ಬನ ಆಗಮನಕ್ಕಾಗಿ ಕಾಯುತ್ತಿದ್ದರು. ಆ ಯೋಧ ಇಡೀ ತುಕಡಿಯಲ್ಲೇ ಅತ್ಯುತ್ತಮ ಷೂಟರ್. ಅವನ ನಿಶಾನೆ ಯಾವತ್ತೂ ತಪ್ಪುವುದಿಲ್ಲ. ಅಲ್ಲದೆ ಅವನಿಗೆ ಕಾರ್ಗಿಲ್‌ನ ಪ್ರತಿ ಬೆಟ್ಟ, ಪ್ರತಿ ತಿರುವು, ಪ್ರತಿ ಹೆಬ್ಬಂಡೆಯೂ ಗೊತ್ತು. ಅವನು ಬರಲೇ ಬೇಕು.

"ಎಲ್ಲಿಗೆ ಹೋಗಿದ್ದಾನೆ?" ಕೇಳಿದೆ.

"ತನ್ನೂರಿಗೆ. ರಜೆಗೆ ಅಂತ ಹೋದವನು ಎಂಥದೋ ಲಫಡಾ ಮಾಡಿಕೊಂಡ ಹಾಗಿದೆ. ಕೊಲೆ ಕೇಸಿನಲ್ಲಿ ಸಿಕ್ಕು ಬಿದ್ದು ಜೈಲಿಗೆ ಕಳಿಸಲ್ಪಟ್ಟಿದ್ದಾನೆ. ಅಂಥ ಪ್ರಮುಖ ಯೋಧ ಜೈಲಿನಲ್ಲಿ ಕೊಳೆಯೋದಾ? ಯುದ್ಧಕ್ಕಾಗಿ ಬಿಟ್ಟು ಕಳಿಸಿ ಅಂತ ನ್ಯಾಯಾಲಯಕ್ಕೆ ನಾವು ಅರ್ಜಿ ಹಾಕಿದ್ದೆವು. ಜೈಲಿನಲ್ಲಿರುವ ಪವನಸಿಂಗ್‌ನನ್ನು ಜಡ್ಜು ಕರೆದು ಕೇಳಿದರಂತೆ; ಏನು ಮಾಡ್ತೀ? ಜೈಲಿನಲ್ಲಿರ್ತೀಯೋ? ಯುದ್ಧಕ್ಕೆ ಹೋಗ್ತೀಯಾ?

"ಅವನಿಗೆ ಗೊತ್ತು; ಕೊಲೆ ಕೇಸಿನಲ್ಲಿ ಹೆಚ್ಚೆಂದರೆ ಹದಿನಾಲ್ಕು ವರ್ಷದ ಶಿಕ್ಷೆಯಾಗಬಹುದು. ಆದರೆ ಜೀವ ಉಳಿದಿರುತ್ತದೆ. ಯುದ್ಧ ಹಾಗಲ್ಲ; ಹದಿನಾಲ್ಕನೇ ದಿನ ಸುದ್ದಿ ಬರಬಹುದು; **Pawan is dead!** ಬಂದರೇನಂತೆ? ದೇಶಕ್ಕೋಸ್ಕರ ಸಾಯ್ತೇನೆ. ನನ್ನನ್ನು ಬಿಡಿ; ನಾನು ಹೊರಟೆ! ಅಂದನಂತೆ. ನ್ಯಾಯಾಲಯ ಅವನನ್ನು ತಾತ್ಕಾಲಿಕವಾಗಿ ಮೂರು ತಿಂಗಳ ಮಟ್ಟಿಗೆ ನಮ್ಮ ಸುಪರ್ದಿಗೆ ಕೊಟ್ಟಿದೆ. ಇವತ್ತು ಪವನ್‌ಸಿಂಗ್ ಬರುತ್ತಾನೆ. ಆಮೇಲೆ ಆ ಯುದ್ಧದ ಖದರೇ ಬೇರೆ!" ಅಧಿಕಾರಿ ಜೋಗಾಸಿಂಗ್ ವಿವರಿಸಿದರು.

ಕಾರ್ಗಿಲ್‌ನ ಹೆಬ್ಬಾಗಿಲಿನಲ್ಲಿ ಇಂಥ ಸಂಗತಿಗಳು ಅವೆಷ್ಟೋ? ಮದುವೆ ಮನೆಯಿಂದ ಅರ್ಧಕ್ಕೇ ಎದ್ದು ಬಂದವರಿದ್ದಾರೆ. ನಿಜವಾದ ತ್ಯಾಗಿಗಳು ಅವರು. ನಿಜವಾದ ಹೆಮ್ಮೆ ಅವರದು.

ನಿಜವಾದ ಬಲಿದಾನಕ್ಕೆ ಗೊತ್ತಿದ್ದೂ ಅಣಿಯಾಗಿರುವವರು ಅವರು.

ನನ್ನದೇನಿದೆ?

ವಿಮಾನ ಹತ್ತಿ ವಿಮಾನವಿಳಿದಿದ್ದೇನೆ. ಯಾರೋ ಎಸೆದ ಗ್ರೆನೇಡು ಯಾರ ಮೇಲೋ ಬೀಳಲಿದೆ. ವರದಿ ಬರೆದುಕೊಂಡು ವಾಪಸು ಬರುವ ಗುಮಾಸ್ತೆ ನಾನು. ಇದೆಲ್ಲದರ ನಡುವೆ ನನಗೂ ಒಂದಷ್ಟು ಸಾರ್ಥಕತೆಯ ಅನುಭೂತಿ. ಯುದ್ಧ ಯೋಧರ ಮಹಾನ್ ಕಾಯಕಕ್ಕೆ ನನ್ನದೊಂದು ಚಿಕ್ಕ ಕೊಡುಗೆ. ಯಾವ ಯೋಧನ ಮುಖ ಕಂಡರೂ ಅವನ ಬಳಿಗೆ ಓಡುತ್ತೇನೆ. "ನಾನು ರವಿ, ಬೆಂಗಳೂರಿನವನು. ನಿಮಗೆ ಬೆಂಬಲ ಹೇಳಲು ಬಂದಿದ್ದೇನೆ. ಯುದ್ಧದಲ್ಲಿ ಅಷ್ಟರ ಮಟ್ಟಿಗೆ ನಾನೂ ಭಾಗಿ. ಅಣ್ಣಾ, ನಿನಗೆ ಒಳ್ಳೆಯದಾಗಲಿ. ಜೈಹಿಂದ್!" ಅಂತ ಹೇಳಿ ಕೈಕುಲುಕುತ್ತೇನೆ. ಕೆಲವೊಮ್ಮೆ ಏಕೋ ಗೊತ್ತಿಲ್ಲ; ಅನಾಮಿಕ ಯೋಧನ ಕೈ ಕುಲುಕುವಾಗ ಕಣ್ಣು ಒಸರಿಕೊಂಡು ಬರುತ್ತವೆ. ಆತನಿಗೆ ನಾನು ಋಣಿ. ಆತನ ಮುಂದೆ ನಾನು ಕ್ರಿಮಿ.

ನಾಳೆ ಕಾರ್ಗಿಲ್‌ನತ್ತ ಹೊರಡಬೇಕು. ಇಲ್ಲಿ ಸಾವಿರಾರು ನಿರ್ಬಂಧಗಳಿವೆ. ಹೆಜ್ಜೆ ಹೆಜ್ಜೆಗೂ ಆಪತ್ತು. ನನ್ನೊಂದಿಗೆ ಸ್ಥಳೀಯ ಪತ್ರಕರ್ತ ಮುಜಮ್ಮಿಲ್ ಇದ್ದಾನೆ. ವಿಠ್ಠಲಮೂರ್ತಿಯ ಉತ್ಸಾಹಕ್ಕೆ ಸಮುದ್ರದ ಅಲೆಯ ತಾಕತ್ತಿದ್ದಂತಿದೆ. ಮೊದಲ ಕಂತಿನ ವರದಿ ಅವನೇ ನಿಮಗೆ ತಲುಪಿಸುತ್ತಾನೆ.

ಕಾರ್ಗಿಲ್ ತಲುಪುವ ತನಕ ನನಗೆ ನೆಮ್ಮದಿಯಿಲ್ಲ. ತಲುಪಿದ ಮೇಲೆ ಏನಾಗಲಿದೆಯೋ ಗೊತ್ತಿಲ್ಲ. ಈಗ ನಾನಿರುವ ಸ್ಥಳದಿಂದ ಮುಂದಕ್ಕೆ ಹತ್ತು ಕಿಲೋಮೀಟರು ಸಾಗಿದರೆ-ಅಲ್ಲಿಗೆ ಭಾರತದೊಂದಿಗಿನ ಎಲ್ಲ ಸಂಪರ್ಕಗಳು ಕಡಿದು ಹೋಗುತ್ತವೆ. ಫೋನು, ಫ್ಯಾಕ್ಸು-ಉಹುಂ, ಯಾವುದೂ ಸಿಕ್ಕುವುದಿಲ್ಲ. ಮತ್ತೆ ಲದಾಕ್ ತಲುಪುವ ತನಕ ನನಗೂ-ನಾಗರೀಕತೆಗೂ ಸಂಬಂಧವಿರುವುದಿಲ್ಲ. ಯಾವತ್ತು ವಾಪಸು ಬರುತ್ತೇನೋ ಗೊತ್ತಿಲ್ಲ. ಹಿಂತಿರುಗಿ ಬಂದ ದಿನ ಒಮ್ಮೆ ಮೈ ದಡವಿ 'ಗುಡ್‌ಬಾಯ್' ಅಂದು ಬಿಡಿ.

ನಿಮಗೆ ನಾನು ಋಣಿ.

ಇಲ್ಲಿ ಭಾರತೀಯನೆಂಬುದೇ ಅವಮಾನ!

ಎಷ್ಟು ದಿನ, ಎಷ್ಟು ಹೊತ್ತು, ಎಷ್ಟು ವಾರ ಇಲ್ಲಿರಬೇಕಾಗುತ್ತದೋ ಗೊತ್ತಿಲ್ಲ. ಇಲ್ಲೊಂದು ಹೊಟೇಲಿನ ಕೋಣೆಯಲ್ಲಿ ಬ್ಯಾಗು ಚೆಲ್ಲಿ ಕುಳಿತಿದ್ದೇನೆ. ಸಂಜೆ ಏಳಾದರೂ ಇಲ್ಲಿ ಸೂರ್ಯ ಮುಳುಗುವುದಿಲ್ಲ. ಬೆಳಗಿನ ಜಾವ ಐದಕ್ಕೇ ಬಿಸಿಲು ಫಳಫಳ. ಹೊಟೆಲಿನ ಎದುರಿಗಿರುವ ಜಗತ್ಪ್ರಸಿದ್ಧ ಡಾಲ್ ಸರೋವರದಿಂದ ಗಾಳಿ ಬೀಸಿ ಬಂದು ಬೆವೆತ ಎದೆ ಮತ್ತು ಮನಸ್ಸುಗಳನ್ನು ತಣ್ಣಗೆ ಮಾಡದೆ ಹೋದರೆ ಈ ಊರು ಬೆಂಗಳೂರಿಗಿಂತ (ಸದ್ಯಕ್ಕೆ) ದುರ್ಭರ. ಅಂದ ಹಾಗೆ, ಈ ಊರಿನ ಹೆಸರು ಶ್ರೀನಗರ್. ಕಾಶ್ಮೀರದ ರಾಜಧಾನಿ. ಒಂದು ತುಂಡು ಬ್ರೆಡ್ಡಿಗೆ ಮೂರು ರುಪಾಯಿ. ಆಟೋ ಹತ್ತಿದರೆ ನೂರು ರುಪಾಯಿ. ಇದೇ ಊರಿನಲ್ಲಿ, ಇನ್ನೊಂದು ವಾರ ಉಳಿದುಕೊಂಡರೆ ನಾನು ತಂದಿರುವ ಅಷ್ಟೂ ಹಣ ಮುಗಿದು ಹೋಗುತ್ತದೆ. ಹೋಗಲಿ! ಇದೇ ಊರಿನಲ್ಲಿ ಇನ್ನೊಂದು ವಾರ ಉಳಿದುಕೊಂಡರೆ ನನ್ನ ಭಾರತೀಯ ಮನಸ್ಸು ಮುರಿದು ಹೋಗುತ್ತದೆ. ಅದಕ್ಕಿಂತ ದೊಡ್ಡ ದುರಂತವಿರಲಾರದು.

ಶ್ರೀನಗರವೆಂಬ ಭೂಭಾಗ ಭಾರತದಲ್ಲಿದೆ ಎಂಬುದಕ್ಕೆ ಇಲ್ಲಿ ನನಗೆ ಸಿಗುತ್ತಿರುವ ಏಕೈಕ ಪುರಾವೆಯೆಂದರೆ; ಊರಿನ ಬೀದಿ ಬೀದಿಗಳಲ್ಲಿ ತುಪಾಕಿ ಹಿಡಿದು ನಿಂತಿರುವ ಭಾರತೀಯ ಸೈನಿಕರು; ಅಲ್ಲೊಂದು ಇಲ್ಲೊಂದು ಹಿಂದಿ ಸಿನೆಮಾದ ಹಾಡು ಮತ್ತು ತೀರ ಅಪರೂಪಕ್ಕೆ ಕಾಣ ಸಿಗುವ ಕಾಶ್ಮೀರಿ ಪಂಡಿತನ ಒಂದು ಭಯಗ್ರಸ್ತ ಮುಖ. ಇಲ್ಲಿ ಭಾರತೀಯನೆಂದು ಹೇಳಿಕೊಳ್ಳುವುದೇ ಅವಮಾನ. 'ಐ ಲವ್ ಮೈ ಇಂಡಿಯಾ' ಎಂಬ ಹಾಡು ಗುನುಗಿದರೆ ಹತ್ತು ಆಕ್ರೋಶದ ಕಣ್ಣುಗಳು ನಿಮ್ಮತ್ತ ತಿರುಗಿ ನೋಡುತ್ತವೆ. ಇಡೀ ಶ್ರೀನಗರದಲ್ಲಿ ಎಲ್ಲಿ ಹುಡುಕಿದರೂ ಒಂದೇ ಒಂದು ಭಾರತದ ಬಾವುಟ ಕಾಣ ಸಿಗುವುದಿಲ್ಲ. ಅದರ ಬದಲಿಗೆ ಹತ್ತೆಂಟು ಬಸ್ಸುಗಳ ಮೇಲೆ ಪಾಕಿ ಲಾಂಛನ. ಗೋರಿಯೊಳಗೆ ಕಾಲಿಟ್ಟು ನಿಂತ ಕಾಶ್ಮೀರಿ ಮುಸಲ್ಮಾನ ವೃದ್ಧ, "ನಾನು ಸತ್ತರೆ ನನ್ನ ಹೆಣದೊಂದಿಗೆ ಪಾಕಿಸ್ತಾನದ ಧ್ವಜ ಹೂತು ಬಿಡಿ" ಅನ್ನುತ್ತಾನಂತೆ! ಇಡೀ ಶ್ರೀನಗರವನ್ನೇ ಹಿಡಿದು ಹೂಳಬೇಕು ಅನಿಸುತ್ತದೆ.

ಅದು ಬಿಟ್ಟರೆ ಈ ಶ್ರೀನಗರ ಎಂಬ ಊರು ಅಕ್ಷರಶಃ ಭೂಲೋಕ ಸ್ವರ್ಗದಂತಹುದು.

ಇಲ್ಲಿನ ಹವೆಗೆ ಗಂಧರ್ವ ಸ್ತ್ರೀಯೊಬ್ಬಳ ಚಾಂಚಲ್ಯಭರಿತ ಮೋಹಕತೆಯಿದೆ. ಜೂನ್ ತಿಂಗಳಲ್ಲಿ ಹೀಗೆ ಚುರುಗುಟ್ಟುವ ಬಿಸಿಲಿನಲ್ಲಿ ಕೆನ್ನೆ ಕೆಂಪೇರಿಸಿಕೊಳ್ಳುವ ಕಾಶ್ಮೀರದ ಕಣಿವೆ, ಅಕ್ಟೋಬರ್ ಕಾಲಿಟ್ಟಿತೆಂದರೆ ಸಾಕು ಮೈತುಂಬ ಮಂಜಿನ ಚಾದರ ಹೊದ್ದು ಆಕಾಶದೊಂದಿಗೆ ಆಲಿಂಗನಕ್ಕೆ ಬೀಳುತ್ತದೆ. ನಿಜಕ್ಕೂ ಇದೊಂದು **wonderful land.** ಇಲ್ಲಿನ ಸಿಂಧೂ ನದಿ, ಜೆಹ್ಲಮ್(ಝೀಲಮ್) ಹೊಳೆ, ಈ ಕಣಿವೆಯನ್ನು ಛೇದಿಸಿ ನುಗ್ಗುವ ಚೆನಾಬ್, ರಾವಿ, ಝುಸ್ಕರ್-ಇಲ್ಲಿನ ಅದ್ಭುತ ಕೊಳಗಳು, ಸರೋವರಗಳು, ಇಲ್ಲಿನ ಹುಡುಗಿಯರ ಕೆನ್ನೆಗೆಂಪು, ಹುಡುಗರ ಕಡುಗಪ್ಪು ಗಡ್ಡ, ಹೊಳೆವ ಕಣ್ಣು....ಎಲ್ಲ ಸುಂದರ.

ಆದರೆ ಕಾಶ್ಮೀರ ಕೊಳ್ಳದ ಪ್ರಜೆಗಳ ಮನಸ್ಸು ಮಾತ್ರ ಪಾಕಿಸ್ತಾನದ ಕಡೆಗೇ! ಕ್ರಿಕೆಟ್‌ನಲ್ಲಿ ಭಾರತ ಸೋತರೆ ಇಲ್ಲಿ ಹೊಡೆಯುವ ಪಟಾಕಿಗಳ ಸದ್ದು ನಿಮ್ಮ ಕಿವಿ ತಿಂದುಹಾಕುತ್ತವೆ. ಕ್ರಿಕೆಟ್‌ನಲ್ಲಿ ಪಾಕಿಸ್ತಾನ್ ಗೆದ್ದ ದಿನ ಇಲ್ಲಿ ಮನೆ ಮನೆಯಲ್ಲೂ ಹಬ್ಬ. ಪ್ರತಿ ತುತ್ತೂ ಬಿರಿಯಾನಿ. ಅವತ್ತು ಶ್ರೀನಗರದ ಪ್ರಜೆಯ ಪಾಲಿಗೆ ಬಡಾದಿನ್!

ಕಾರ್ಗಿಲ್ ಯುದ್ಧದ ಬಗ್ಗೆ ಮಾತನಾಡಲು ಹೋದರೆ,

"ಇನ್ನೇನಿದೆ? ನಾಳೆ ನಾಡಿದ್ದರಲ್ಲಿ ಪಾಕಿ ಸೈನಿಕರು ಕಾರ್ಗಿಲ್‌ನಿಂದ ಇಳಿದು ಬಂದು ಈ ಕೊಳ್ಳದ ಮೇಲೆ ಹಸಿರು ಧ್ವಜ ಹಾರಿಸುತ್ತಾರೆ. ವಿಜಯ ಅವರದೇ!" ಎಂಬಂತೆ ಮಾತನಾಡುತ್ತಾರೆ. ಪಕ್ಕದಲ್ಲಿ ಕುಳಿತ ಜರ್ನಲಿಸ್ಟು ಮಾತನಾಡುತ್ತಿದ್ದರೆ, ಆತ ಕೆಲಸ ಮಾಡುತ್ತಿರುವುದು ಭಾರತದ ಪತ್ರಿಕೆಗೋ, ಪಾಕಿಸ್ತಾನದ ಪತ್ರಿಕೆಗೋ ಎಂಬ ಆತಂಕ ಮೂಡುತ್ತದೆ. ನಿನ್ನೆ ನಾನಿರುವಂತೆಯೇ ಒಬ್ಬ ಕಾಶ್ಮೀರಿ ಸೈನಿಕನ ಪಾರ್ಥಿವ ಶರೀರ ಕಾರ್ಗಿಲ್‌ನಿಂದ ಶ್ರೀನಗರಕ್ಕೆ ಬಂದು ತಲುಪಿತು. ಇಲ್ಲಿನ ಮುಖ್ಯ ಮಂತ್ರಿ ಅದಕ್ಕೆ ಗೌರವ ಸೆಲ್ಯೂಟ್ ನೀಡಿ ಪುಷ್ಪ ಗುಚ್ಛವಿರಿಸಿದ. ಆದರೆ ಹೊರಗೆ ಜನ ಮಾತಾಡಿಕೊಂಡಿದ್ದೇನು ಗೊತ್ತೇ? "ಸಾಲಾ ಇಂಡಿಯನ್ ಮರ್‌ಗಯಾ! ಇನ್ನು ನೋಡ್ತಿರಿ. ಕಾರ್ಗಿಲ್‌ನಿಂದ, ದ್ರಾಸ್‌ನಿಂದ ಸಾವಿರಾರು ಹೆಣದ ಪೆಟ್ಟಿಗೆಗಳು ಬರುತ್ತಲೇ ಇರುತ್ತವೆ! ಒಂದು ಸಲ ಪಾಕ್ ಟೀವಿ(**PTV**) ಹಾಕಿ ನೋಡಿ; ಅಲ್ಲಿ ಈ ಭಾರತೀಯರು ಎಷ್ಟು ಜನ ಸತ್ತರು ಅಂತ ಸರಿಯಾಗಿ ಲೆಕ್ಕ ಕೊಡುತ್ತಾರೆ!"

ಇದು ಕಾಶ್ಮೀರಿಯ ಮನಸ್ಸು.

ಹಾಗಂತ ಎಲ್ಲ ಕಾಶ್ಮೀರಿಗಳೂ ಪಾಕಿಸ್ತಾನದ ಪರವಾಗಿದ್ದಾರೆ ಅಂದುಕೊಳ್ಳಬೇಡಿ. ಇನ್ನೂ ಕೆಲವರಿದ್ದಾರೆ. ಅವರಿಗೆ ಪಾಕಿಸ್ತಾನದ ಗೊಡವೆ ಬೇಡ. ಭಾರತದ ಅಧಿಪತ್ಯ ಬೇಡ. ಅವರಿಗೆ ಸ್ವತಂತ್ರ ಕಾಶ್ಮೀರ ಬೇಕು. ಅಮೆರಿಕದ ದುಡ್ಡು ಬೇಕು. ಅವರದು ಮತ್ತೊಂದು ತೆರನಾದ ಸ್ವಾರ್ಥ!

ಒಂದು ಕಾಲಕ್ಕೆ, ಈಗ್ಗೆ ಕೇವಲ ಹತ್ತು ವರ್ಷಗಳಿಗೆ ಮುಂಚೆ, ಇದೇ ಕಾಶ್ಮೀರಿ ಮುಸಲ್ಮಾನ ಜನ ಪಾಕಿ ಪ್ರಚೋದಿತ ಉಗ್ರಗಾಮಿಗಳನ್ನು ಕೈಹಿಡಿದು ತಮ್ಮ ತಮ್ಮ ಮನೆಗಳೊಳಕ್ಕೆ ಕರೆದುಕೊಂಡರು. ಆಶ್ರಯ ಕೊಟ್ಟರು. ಹಣ ಕೊಟ್ಟರು. ಬಂದೂಕು ಖರೀದಿಸಿ ಕೊಟ್ಟರು. ಆಗ

ಕಾಶ್ಮೀರದ ಕೊಳ್ಳದ ತುಂಬ ಮುಸಲ್ಮಾನರ ಜೊತೆ ಜೊತೆಯಲ್ಲೇ ಕಾಶ್ಮೀರಿ ಪಂಡಿತರಿದ್ದರು. ಒಡನಾಟವಿತ್ತು. ಬಾಂಧವ್ಯಗಳಿದ್ದವು. ಆದರೆ ಈ ಬಾಂಧವ್ಯ ಕೆಡಿಸದೆ ಹೋದರೆ-ಇಲ್ಲಿ ಉಗ್ರಗಾಮಿಗಳಿಗೆ ಕೆಲಸವಿಲ್ಲ. ಒಬ್ಬೊಬ್ಬರಾಗಿ ಕಾಶ್ಮೀರಿ ಪಂಡಿತರನ್ನು ತೆಗೆಯುತ್ತ ಬಂದರು. ಒಂದೊಂದೇ ಮನೆ ಸುಟ್ಟರು. ಉಳಿದ ಪಂಡಿತ ಕುಟುಂಬಗಳು ಗುಡಿ ಚಾಪೆ ಸುತ್ತಿಕೊಂಡು ದಿಲ್ಲಿಗೆ ಓಡಿ ಹೋದರು. **510** ಕುಟುಂಬಗಳಿದ್ದ ಜವಾಹರ ನಗರ್(ಶ್ರೀನಗರದ ಒಂದು ಬಡಾವಣೆ)ದಲ್ಲಿ ಇವತ್ತು ಉಳಿದಿರುವುದು ಕೇವಲ ಐದು ಪಂಡಿತ ಕುಟುಂಬಗಳು. ಅವರ ಪೈಕಿ ಒಬ್ಬ ನನ್ನ ಗೆಳೆಯ. ನನ್ನ ಸದ್ಯದ ಆಶ್ರಯದಾತ. ಆತನ ಹೆಸರು ಅಮಿತ್ ವಾಂಚೂ. ಅವರ ಅಜ್ಜನನ್ನು ಕೆಲವೇ ವರ್ಷಗಳಿಗೆ ಮುಂಚೆ ಪಾಕಿ ಉಗ್ರಗಾಮಿಗಳು ಗುಂಡಿಕ್ಕಿ ಕೊಂದರು. ಸಮಾಧಿ ಶ್ರೀನಗರದ ಒಂದು ಚೌಕದಲ್ಲಿದೆ.

ಇಷ್ಟಾಯಿತಲ್ಲ? ಪಂಡಿತ್‌ಜೀಗಳು ಕೊಳ್ಳ ಬಿಟ್ಟು ಓಡಿ ಹೋದ ಮೇಲೆ ಮತ್ತೆ ಉಗ್ರಗಾಮಿಗಳಿಗೆ ನಿರುದ್ಯೋಗ! ಅವರಿಗೆ ಯಾರನ್ನಾದರೂ ಕೊಲ್ಲಲೇ ಬೇಕು. ಯಾವುದಾದರೂ ಹುಡುಗಿಯ ಮಾನಭಂಗ ಮಾಡಲೇ ಬೇಕು. ಕೊಲ್ಲಲು ಪಂಡಿತರಿಲ್ಲ. ಪೀಡಿಸಲು ಪಂಡಿತರ ಮನೆಯ ಹುಡುಗಿಯರಿಲ್ಲ. ಸಹಜವಾಗಿಯೇ, ಅವರ ಕಣ್ಣು ತಿರುಗಿದ್ದು ಕಾಶ್ಮೀರಿ ಮುಸಲ್ಮಾನ ಹೆಂಗಳೆಯರ ಮೇಲೆ! ಅವತ್ತು ಯಾವ ಕಾಶ್ಮೀರಿ ಮುಸಲ್ಮಾನ, ಪಾಕ್ ಬೆಂಬಲಿತ ಉಗ್ರಗಾಮಿಗಳನ್ನು ಕೈ ಹಿಡಿದು ಕರೆತಂದಿದ್ದನೋ, ಅದೇ ಕಾಶ್ಮೀರಿ ಮುಸಲ್ಮಾನ-ಇವತ್ತು ತನ್ನದೇ ಮನೆಯ ಬೆಡ್‌ರೂಮಿನಲ್ಲಿ ಉಗ್ರಗಾಮಿಯ ರಾಕ್ಷಸ ರೂಪ ನೋಡಿ ತತ್ತರಿಸಿ ಹೋಗುತ್ತಿದ್ದಾನೆ. ಅವನ ವಿರುದ್ಧ ಉಸಿರೆತ್ತಿದರೆ ತನ್ನ ಪ್ರಾಣಕ್ಕೇ ಅಪಾಯ. ತಾನೇ ಕೊಡಿಸಿದ ಬಂದೂಕು, ತನ್ನದೇ ಪ್ರಾಣ ತೆಗೆಯುತ್ತದೆ. ಹೀಗಾಗಿ ಕಾಶ್ಮೀರಿ ಮುಸಲ್ಮಾನ ಮತ್ತೆ ಭಾರತ ಸರ್ಕಾರದ ಕಡೆಗೆ ಸಹಾಯಕ್ಕಾಗಿ ಕೈ ಚಾಚಿದ. ತಾನೇ ಮುಂದೆ ನಿಂತು ಉಗ್ರಗಾಮಿಗಳನ್ನು ಹಿಡಿದುಕೊಟ್ಟ. ಪ್ರತಿನಿತ್ಯ ಇಲ್ಲಿನ ಲಾಲ್ ಚೌಕ್‌ನಲ್ಲಿ ಸಿಡಿಯುತ್ತಿದ್ದ ಗ್ರೆನೇಡ್‌ಗಳ ಸದ್ದಿಗೆ ಅವನು ಬೇಸತ್ತು ಹೋಗಿದ್ದ. ಹಸಿರುಕೊಳ್ಳದ ತುಂಬ ಹೆಣಗಳನ್ನು ಕಂಡು ಓಕರಿಕೆ ಬಂದು ಹೋಗಿತ್ತು. ಪಾಕಿಸ್ತಾನದ ಸಹವಾಸ ಸಾಕಾಗಿ ಹೋಗಿತ್ತು. ತಾನೇ ಖುದ್ದಾಗಿ ನಿಂತು ಉಗ್ರಗಾಮಿ ಚಳವಳಿ ಸದೆ ಬಡಿದ. ಅಂಥ ಕಾಶ್ಮೀರಿಗಳ ಮಕ್ಕಳೇ ಇವತ್ತು ಭಾರತದ ಪೊಲೀಸ್ ಇಲಾಖೆಯಲ್ಲಿ ಟಾಸ್ಕ್ ಫೋರ್ಸ್‌ನ ಸಿಬ್ಬಂದಿಯವರಾಗಿ ಕೆಲಸ ಮಾಡುತ್ತಿದ್ದಾರೆ, ಒಂದು ಕಾಲದ ತಮ್ಮ ಉಗ್ರಗಾಮಿ ಗೆಳೆಯರನ್ನು ಬಲಿ ಹಾಕುತ್ತಿದ್ದಾರೆ.

ಇಷ್ಟಾಗುವ ಹೊತ್ತಿಗೆ ಹತ್ತು ವರ್ಷ ಕಳೆದೇ ಹೋಯಿತಲ್ಲ?

ಶ್ರೀನಗರ ಸರ್ವನಾಶಕ್ಕೆ ಸಮೀಪವಾಗಿ ಹೋಯಿತು. ನಿಮಗೆ ಬಹುಶಃ ಗೊತ್ತಿರಬೇಕು. ಈ ನೆಲದಲ್ಲಿ ಸೇಬು ಮತ್ತು ಬದಾಮ್‌ನಂತಹವುಗಳನ್ನು ಬಿಟ್ಟರೆ ಮತ್ತೇನೇನೂ ಬೆಳೆಯುವುದಿಲ್ಲ. ಇಲ್ಲಿಗೆ ಪ್ರತಿಯೊಂದೂ ಹೊರಗಿನಿಂದ ಬರಬೇಕು. ಅವುಗಳನ್ನು ತರಿಸಿಕೊಳ್ಳಬಲ್ಲ ತಾಕತ್ತು ಕಾಶ್ಮೀರಿ ಪ್ರಜೆಗೆ ಬರಬೇಕೆಂದರೆ; ಈ ಕೊಳ್ಳಕ್ಕೆ ನಾವು ಭಾರತೀಯರೇ ಬರಬೇಕು. ಪ್ರವಾಸಿಗರೇ

ಬರಬೇಕು. ನಾವು ಖರ್ಚು ಮಾಡದಿದ್ದರೆ ಕಾಶ್ಮೀರಿಯ ಮನೆಯ ಒಲೆ ಉರಿಯುವುದಿಲ್ಲ.

ಹತ್ತು ವರ್ಷದಿಂದ ನಾವು ಬಂದಿಲ್ಲ. ಇಲ್ಲಿ ಪ್ರವಾಸೋದ್ಯಮ ಸತ್ತು ಮಲಗಿದೆ. ಕಾಶ್ಮೀರಿಯ ಮುಖದಲ್ಲಿ ಮೊದಲಿನ ಕೆಂಪು ಉಳಿದಿಲ್ಲ. ಆತನ ಷಿಕಾರಾಗಳು, ಹೌಸ್ ಬೋಟ್‌ಗಳು, ಆಟೋಗಳು, ಟ್ಯಾಕ್ಸಿಗಳು, ಹೋಟೇಲುಗಳು- ಎಲ್ಲ ಖಾಲಿ ಬಿದ್ದಿವೆ. ಮನೆಯಲ್ಲಿ ಬಿರಿಯಾನಿ ಬೇಯುತ್ತಿಲ್ಲ. ಹೀಗಾಗಿ ಕಾಶ್ಮೀರಿ ಮನುಷ್ಯ ಬಳಲಿಹೋಗಿದ್ದಾನೆ. ಅವನಿಗೆ ಅನ್ನ ಬೇಕು. ಅದು ಭಾರತದಿಂದಲೇ ಬರಬೇಕು.

ಆದರೆ ಅವನಿಗೆ ಮ್ಯಾಚಿನಲ್ಲಿ ಪಾಕಿಸ್ತಾನವೇ ಗೆಲ್ಲಬೇಕು! ಕಾರ್ಗಿಲ್ ಯುದ್ಧದಲ್ಲಿ ಭಾರತವೇ ಸೋಲಬೇಕು!

ಇಂತಹ ವಿದ್ರೋಹಿ ಮನುಸ್ಸುಗಳೇ ತುಂಬಿಕೊಂಡಿರುವ ಕಾಶ್ಮೀರದಲ್ಲಿ ನಮ್ಮೂರಿನ, ನಮ್ಮ ರಾಜ್ಯದ ಶಿವಬಸಯ್ಯ ಕುಲಕರ್ಣಿಯೋ, ಬೆಳಗಾವಿಯ ಇನ್ನೊಬ್ಬ ಯೋಧನೋ, ಕೊಡಗಿನ ಮೇದಪ್ಪನೋ-ಅದು ಹೇಗೆ ಹುಮ್ಮಸ್ಸಿನಿಂದ ಯುದ್ಧ ಮಾಡಬಲ್ಲ? ಅವನ ಗೆಲುವಿಗೆ ಮೆಚ್ಚುಗೆಯ ಚಪ್ಪಾಳೆ ತಟ್ಟುವವರೇ ಇಲ್ಲದಿದ್ದಾಗ ಅವನಲ್ಲಿ ಉತ್ಸಾಹವಾದರೂ ಎಲ್ಲಿಂದ ಬಂದೀತು? ಇಲ್ಲಿ ಜನರಷ್ಟೇ ಅಲ್ಲ; ಇಲ್ಲಿನ ನಿಸರ್ಗವೂ ಪ್ರತಿಕೂಲ. ನಮ್ಮ ಭಾರತೀಯ ಸೈನಿಕ ಕೇವಲ ತನ್ನ ಮನೋಬಲ ನಂಬಿಕೊಂಡು ಮುಂದಕ್ಕೆ ಕದಲುತ್ತಿದ್ದಾನೆ. ಕೇವಲ ತನ್ನ ತಾಯ್ನಾಡಿನೆಡೆಗಿನ ಪ್ರೀತಿಯಿಂದಾಗಿ ಎಲ್ಲವನ್ನೂ ಸಹಿಸಿಕೊಳ್ಳುತ್ತಿದ್ದಾನೆ.

ಅವನು ಗೆಲ್ಲಬೇಕು.

ಅವನ ಬೆನ್ನ ಹಿಂದೆ ನಾವಿರಬೇಕು. ನಮ್ಮ ಬೆಂಬಲವಿರಬೇಕು. ಆತ ವಾಪಸು ಬಂದ ನಿಮಿಷದಲ್ಲಿ, ಇದೇ ಕಾಶ್ಮೀರದ ಕೊಳ್ಳದ ತುಂಬ ಆತನನ್ನು ನಾವು ಸಾಲು ನಿಂತು ಸ್ವಾಗತಿಸಬೇಕು. ಆತನ ಬಲಿದಾನಕ್ಕೆ ಸಾರ್ಥಕ್ಯ ಒದಗಿಸುವಂತಹ ಒಂದು ಸಮಾಜದ ನಿರ್ಮಾಣ ಮಾಡಬೇಕು. ಇಲ್ಲದಿದ್ದರೆ, ನಾವು ಕಾಶ್ಮೀರವನ್ನು ಶಾಶ್ವತವಾಗಿ ಕಳೆದುಕೊಳ್ಳುವ ದಿನ ದೂರವಿಲ್ಲ.

ಅದೇ ನನ್ನ ಆತಂಕ!

ಶ್ರೀನಗರ
18.6.1999

ಯುದ್ಧ ಭೂಮಿಯ ಮಧ್ಯೆ ಕುಳಿತು...

ಪ್ರಿಯ ಓದುಗರೇ,

ಅಂದುಕೊಂಡಂತೆಯೇ ಈ ಸಂಚಿಕೆಯ ಬರಹ-ವರದಿಗಳು ಕಾಶ್ಮೀರ ಕೊಳ್ಳದ ನಾನಾ ಪ್ರದೇಶ, ಹೋಟೇಲು, ಅಡಗು ತಾಣ ಮತ್ತು ಮಿಲಿಟರಿ ಕ್ಯಾಂಪ್‌ಗಳಿಂದ ರೂಪುಗೊಂಡು ಬೆಂಗಳೂರು ತಲುಪುತ್ತಿವೆ.

ಯುದ್ಧದ ವರದಿ ಬರೆಯುವುದು ತೀರ ಕಷ್ಟದ ಕೆಲಸ. ನನ್ನ ಹದಿನಾರು ವರ್ಷಗಳ ಪತ್ರಿಕೋದ್ಯಮ ಒಂದು ತೂಕದ್ದಾದರೆ; ಈ ಯುದ್ಧ ವರದಿಯ ಅನುಭವದ್ದೇ ಇನ್ನೊಂದು ತೂಕ. ದ್ರಾಸ್(Drass)ನಂತಹ ಅಪಾಯಕಾರಿ ಯುದ್ಧ ಕ್ಷೇತ್ರದಲ್ಲಿ ನಿಂತು, ಕೈಯಲ್ಲಿ ಪೆನ್ನು-ಪ್ಯಾಡು ಹಿಡಿದುಕೊಂಡು ಸುದ್ದಿಗಾಗಿ ಓಡಾಡುವುದು ಬಹುಶಃ ನನ್ನ ಜೀವಮಾನದ ಕೊನೆಯ ಅತಿರೇಕವಾದೀತು. ದ್ರಾಸ್‌ನಿಂದ ನನ್ನ ಗೆಳೆಯ ವಿಠ್ಠಲಮೂರ್ತಿ ಶ್ರೀನಗರದ ಸಮತಲಕ್ಕೆ ಇಳಿದು ಹೋಗುತ್ತಿದ್ದಾನೆ. ಅವನ ಕೈಯಲ್ಲಿ ಈ ಭಯಾನಕ ಯುದ್ಧದ ಮೊದಲ ಪ್ರತ್ಯಕ್ಷ ವರದಿ ಮತ್ತು ನಾವಿಬ್ಬರೂ ಸೇರಿ **expose** ಮಾಡಿದ ಸುಮಾರು 180 ಚಿತ್ರಗಳನ್ನು (ಫಿಲ್ಮ್‌ಗಳನ್ನು) ಕಳಿಸುತ್ತಿದ್ದೇನೆ. ಮುಂದೆ ಕಾರ್ಗಿಲ್ ತಲುಪಬೇಕು. ಅಲ್ಲಿಂದ ಬಟಾಲಿಕ್.

ಇಲ್ಲಿ ಫೋನ್‌ಗಳಿಲ್ಲ. ಇದ್ದ ಒಂದೇ ಫೋನಿನ ಸಂಪರ್ಕ ಕತ್ತರಿಸಿ ಹಾಕಲಾಗಿತ್ತು. ಏಕೆಂದರೆ ಕಾರ್ಗಿಲ್ ಭೇಟಿಗಾಗಿ ವಾಜಪೇಯಿ ಬಂದಿದ್ದರು. ಅವರ ಬಗ್ಗೆ ಯಾರಾದರೂ ಫೋನು ಬಳಸಿ ವರ್ತಮಾನ ಕೊಟ್ಟುಬಿಟ್ಟರೆ ಅಪಾಯ. ಈ ಕಾರಣಕ್ಕಾಗಿ ದ್ರಾಸ್-ಕಾರ್ಗಿಲ್ ಸೆಕ್ಟರ್‌ನಲ್ಲಿ ಫೋನು ಡೆಡ್! ವಾಜಪೇಯಿ ಹಿಂತಿರುಗಿದ ಮೇಲೆ ಮತ್ತೆ ಫೋನಿಗೆ ಜೀವ ಬಂದಿದೆ. ಆದರೆ ಈ ಷೆಲ್ ದಾಳಿಯ ಮಧ್ಯೆ ಅದು ಕೂಡ ಕಭೀ ಹಾಂ...ಕಭೀ ನಾ!

ಮುಖ್ಯವಾಗಿ, ಇಡೀ ಭಾರತ-ಪಾಕ್ ಯುದ್ಧದ ವರ್ಣನೆಯನ್ನು ಇಂತಹ ಒಂದೇ ಒಂದು ವರದಿಯಲ್ಲಿ ಪೂರ್ತಿಯಾಗಿ ಮಾಡಲು ಸಾಧ್ಯವಿಲ್ಲ. ನಾನು ಈ ಬಾರಿ ಕೇವಲ ದ್ರಾಸ್ ಸೆಕ್ಟರ್‌ನ, ಅದರಲ್ಲೂ ಟೋಲೋಲಿಂಗ್ ಯುದ್ಧದ ವರದಿಗೆ ಹೆಚ್ಚಿನ ಮಹತ್ವ ನೀಡಿದ್ದೇನೆ. ಇಡೀ ಯುದ್ಧದ ಪರಿಕಲ್ಪನೆ ಮೂಡಿಸಲು ಇಂತಹ ಐದಾರು ವರದಿ ಬರೆಯಬೇಕಾದೀತು.

ಇವತ್ತಿನ ಮಟ್ಟಿಗೆ ನಾನು ಬೆಂಗಳೂರಿಗೆ ಹಿಂತಿರುಗುವ ಯೋಚನೆಯಲ್ಲಿಲ್ಲ. ಕನಿಷ್ಟ

ಇನ್ನೊಂದು ವಾರದ ಕೆಲಸವಿದೆ. ಬಟಾಲಿಕ್ ತಲುಪುವ ಹೊತ್ತಿಗೆ ಏನೇನು ನೋಡಲಿದ್ದೇನೋ? ಮುಂದಿನ ಸಂಚಿಕೆಯಲ್ಲಿ ಅದೆಲ್ಲದರ ಪೂರ್ತಿ ವಿವರಗಳು ನಿಮಗೆ ದೊರೆಯುತ್ತವೆ. ಇವತ್ತಿನ ಮಟ್ಟಿಗೆ ಕಾರ್ಗಿಲ್ ತಲುಪುವುದು ಖಚಿತವಾಗಿದೆ. ಅಲ್ಲಿಂದ ಮುಂದಕ್ಕೆ ಬಟಾಲಿಕ್. ಆಮೇಲೆ ಲೇ-ಲದಾಕ್. ಏನೇನಾಗಲಿದೆಯೋ ಗೊತ್ತಿಲ್ಲ.

ಕನ್ನಡ ಪತ್ರಿಕೋದ್ಯಮದಿಂದ ಈ ಗಡಿಗೆ ಬಂದಿರುವವರು ನಾವೇ ಎಂಬ ಹೆಮ್ಮೆಯೊಂದು ನನಗಿತ್ತು. ಅದು ಹಾಳು ಬಿದ್ದು ಹೋಗಲಿ. ಇಲ್ಲಿ ಕನ್ನಡದ ಯೋಧರು ಮಾಡುತ್ತಿರುವ ಸಾಹಸಗಳನ್ನು ನೋಡಿದ ಮೇಲೆ, ಅವರ ಮುಂದೆ ನಾನು ಮತ್ತು ನನ್ನ ಹೆಮ್ಮೆ ಎಷ್ಟು **silly** ಎಂಬುದು ಮನವರಿಕೆಯಾಗುತ್ತಿದೆ. ಇಲ್ಲಿನ ಅಧಿಕಾರಿಗಳಾದ ಎಂ.ಬಿ. ರವೀಂದ್ರನಾಥ್, ಕೊಡಗಿನ ಕಾರಿಯಪ್ಪ, ಬಳ್ಳಾರಿಯ ಮಂಜುನಾಥ, ತುಮಕೂರಿನ ಶಿವರಾಜ್, ಬೆಳಗಾವಿಯ ಬಸವರಾಜ, ಸದಾಶಿವ, ಛಪಗಾಂವ ಮುಂತಾದವರೆಲ್ಲ ನಮ್ಮ ಹೆಮ್ಮೆಯ ಯೋಧರು. ಅವರೆಲ್ಲ ನಮ್ಮನ್ನು ಕಂಡು **excite** ಆಗುತ್ತಿದ್ದಾರೆ. ನಿಮ್ಮೆಲ್ಲರ ಪರವಾಗಿ ಅವರಿಗೆ ನಮ್ಮ ಬೆಂಬಲ ಸೂಚಿಸಿದ್ದೇನೆ.

ಹೀಗೆ ಯುದ್ಧ ವರದಿ ಮಾಡ ಮಾಡುತ್ತಲೇ, ಅವಕಾಶವಾದಾಗೆಲ್ಲ ನಾನು ಮತ್ತು ವಿಠ್ಠಲಮೂರ್ತಿ ಕಾಶ್ಮೀರದ ಇತರೆ ಗಡಿ ಪ್ರದೇಶಗಳಾದ ಉಡಿ, ಬಾರಾಮುಲ್ಲಾ ಮತ್ತು ಕುಪವಾಡಾಗಳಲ್ಲಿ ಸುತ್ತಾಡಿ ಬಂದಿದ್ದೇವೆ. ಅದರ ವಿವರಗಳನ್ನು ವಿಠ್ಠಲಮೂರ್ತಿ ನಿಮಗೆ ಒದಗಿಸಲಿದ್ದಾನೆ.

ಉಳಿದಂತೆ, ಕಾಶ್ಮೀರ ಕಣಿವೆಯ ಉಗ್ರಗಾಮಿ ಚಳವಳಿ, ಇಲ್ಲಿನ ರಾಜಕಾರಣ, ಕಾಶ್ಮೀರಿ ಮನಸ್ಸುಗಳ ಪರಿಚಯ, ಇಲ್ಲಿನ ಕವಿತೆ, ಪತ್ರಿಕೋದ್ಯಮ, ಜನ ಜೀವನ ಇತ್ಯಾದಿಗಳ ವಿವರಗಳನ್ನು ವಾಪಸು ಬಂದಮೇಲೆ ಕೂತು ಸಾದ್ಯಂತವಾಗಿ ಹೇಳುತ್ತೇನೆ.

ಕಣ್ಣಾರೆ ಯುದ್ಧ ನೋಡಿ ಬಂದ ಮೇಲೆ ನನ್ನ ವ್ಯಕ್ತಿತ್ವವೇ ಬದಲಾಗಿ ಹೋಗಿದೆಯೆನಿಸುತ್ತಿದೆ. ಅಥವಾ ಇದು ಕೇವಲ ಸ್ಮಶಾನ ವೈರಾಗ್ಯವೋ?

ಅದೇನೇ ಇರಲಿ;

ಈ ಯುದ್ಧದ ಗೆಲುವು ನಮ್ಮದಾಗಲಿ. ಗಡಿಯುದ್ದಕ್ಕೂ ಭಾರತದ ಪತಾಕೆ ಪಟ ಪಟಿಸಲಿ. ಅದಕ್ಕಾಗಿ ಹಾರೈಸೋಣ.

ಉಳಿದ ಚರ್ಚೆ ಸಮಕ್ಷಮ.

ಅಲ್ಲಿಯ ತನಕ-

ಜೈ ಹಿಂದ್!

ಟೋಲೋಲಿಂಗ್ ಮೇಲೆ ಕನ್ನಡದ ಯೋಧ!

ಒಂದು ಷೆಲ್ ನೆಲಕ್ಕೆ ಬಿತ್ತು.

ರಪ್ಪನೆ ಬೋರಲು ಮಲಗಿ ಎರಡೂ ಕೈಗಳಿಂದ ತಲೆಯ ಹಿಂಭಾಗ ಮುಚ್ಚಿಕೊಂಡೆ. ಕನಿಷ್ಠ ಮೂರು ನಿಮಿಷ ಏಳುವಂತಿಲ್ಲ. ಇನ್ನೊಂದು ಷೆಲ್ ಬಿದ್ದೇ ಬೀಳುತ್ತದೆ. ಅಡಗಿಕೊಳ್ಳಲು ಹತ್ತಿರದಲ್ಲೆಲ್ಲೂ ಬಂಕರ್ ಇಲ್ಲ. ಬೀಳಲಿರುವ ಷೆಲ್ ಕರೆಕ್ಟಾಗಿ ನನ್ನ ಮೇಲೆಯೇ ಬಿದ್ದರೆ?

ಜೈ ಹಿಂದ್!

ಇದು ದ್ರಾಸ್(Drass)ನ ಯುದ್ಧ ಭೂಮಿ. ಇಲ್ಲಿ ಯುದ್ಧವೆಂದರೆ, ಮನುಷ್ಯ ಕ್ರೌರ್ಯದ ಪರಮಾವಧಿ ಚಿತ್ರ. ಇಲ್ಲಿ ಯುದ್ಧವೆಂದರೆ, ಎರಡು ರಾಷ್ಟ್ರಗಳ ಭವಿತವ್ಯ ನಿರ್ಧರಿಸುವ ಸುದೀರ್ಘ ವಿಷಾದ. ಈಗಾಗಲೇ ದ್ರಾಸ್‌ನ ನೆಲ ಐದು ನೂರು ಸೈನಿಕರ ಹಸೀ ನೆತ್ತರು ಕುಡಿದಿದೆ. ಐದು ನೂರಾ ಒಂದನೆಯದು ನಂದಾ? ಅವನದಾ?

ವಿಠ್ಠಲಮೂರ್ತಿಯ ಕಡೆಗೆ ನೋಡಿದೆ. ಪಶ್ಚಿಮ ದಿಕ್ಕಿಗೆ ಸಾಷ್ಟಾಂಗ ಹಾಕಿ ಬೋರಲು ಮಲಗಿದ್ದ. ಅವನ ಕೆಮೆರಾ ಹೊಟ್ಟೆಯ ಕೆಳಗೆ ಅಪ್ಪಚ್ಚಿಯಾಗಿತ್ತು. ಎದ್ದು ನಿಂತರೆ, ಇಬ್ಬರೂ ಧೂಳಿನಲ್ಲಿ ಈಜಿ ಬಂದವರಂತೆ ಕಾಣುತ್ತೇವೆ. ಸಣ್ಣಗೆ ನಗುತ್ತೇವೆ. ಇನ್ನೂ ಬದುಕುಳಿದಿದ್ದೇವೆ ಎಂಬ ಸಂತೋಷ ಸಣ್ಣದಲ್ಲ. ಅದಕ್ಕಿಂತ ಹೆಚ್ಚಾಗಿ, ಇಂಥದೊಂದು ಅನುಭವಕ್ಕೆ ಈಡಾದೆವಲ್ಲ ಎಂಬ ರೋಮಾಂಚನ. ಈ ಯುದ್ಧ ಯಾವತ್ತು ನಿಲ್ಲುತ್ತದೆ ಮತ್ತು ಎಲ್ಲಿಗೆ ಮುಗಿಯುತ್ತದೆ ಅಂತ ಹೇಳುವುದು ಎಷ್ಟು ಕಷ್ಟವೋ; ದ್ರಾಸ್‌ನ ಯುದ್ಧ ಭೂಮಿಯಲ್ಲಿ ಷೆಲ್ ದಾಳಿಗೆ ಸಿಕ್ಕ ಮನುಷ್ಯ ಎಷ್ಟು ತುಣುಕುಗಳಾಗಿ ಪರಿವರ್ತಿತನಾಗುತ್ತಾನೆ ಎಂಬುದನ್ನು ಹೇಳುವುದೂ ಅಷ್ಟೇ ಕಷ್ಟ. ದ್ರಾಸ್‌ನ killing fields are deadly!

ಇಲ್ಲಿಗೆ ನಾನು ತಲುಪಿ ಎರಡು ದಿನಗಳಾಗುತ್ತ ಬಂದಿವೆ. ಇಡೀ ದ್ರಾಸ್ ಪಟ್ಟಣ(?)ದಲ್ಲಿ ಒಂದೇ ಒಂದು ಅಂಗಡಿಯಿಲ್ಲ. ಮನೆಯಲ್ಲಿ ದೀಪವಿಲ್ಲ. ಬೀದಿಗಳಲ್ಲಿ ಸೈನಿಕರು ಮತ್ತು ಬಂದೂಕುಗಳ ಹೊರತಾಗಿ, ಹಕ್ಕಿ ಕೂಡ ಇಲ್ಲ. ಆದರೂ ಇಲ್ಲಿ ಆಗೊಂದು-ಈಗೊಂದು ಪಾಕಿಸ್ತಾನಿ ಷೆಲ್ ಬೀಳುತ್ತಲೇ ಇದೆ. ಭಾರತದ ನಾನಾ ಮೂಲೆಗಳಿಂದ ಬಂದಿರುವ, ಬರುತ್ತಿರುವ ಸುಮಾರು ಹತ್ತು ಸಾವಿರ ಸೈನಿಕರು ಇಲ್ಲಿ ಕದನಕ್ಕೆ ತೊಡಗಿದ್ದಾರೆ. ಈ ತನಕ ದ್ರಾಸ್ ಸೆಕ್ಟರ್ ಒಂದರಲ್ಲೇ ನೂರಾರು ಜನ ಭಾರತೀಯ ಯೋಧರು ಗತಪ್ರಾಣರಾಗಿದ್ದಾರೆ. ಪಾಕಿಸ್ತಾನಿ ಸೈನಿಕರ

ಹೆಣಗಳನ್ನು ಲೆಕ್ಕ ವಿಡುವುದಿರಲಿ; ಟೋಲೋಲಿಂಗ್ ಮತ್ತು ಮಷ್ಕೋ ಪರ್ವತಗಳ ನೆತ್ತಿಯ ಮೇಲೆ, ಮಂಜಿನ ಹಾಸಿಗೆಯಲ್ಲಿ ಮಲಗಿರುವ ಆ ಸೈನಿಕರ ಶವಗಳನ್ನು ಕೂಡ ವಾಪಸು ಒಯ್ಯಲು ನಮ್ಮ ಯೋಧರು ಬಿಡುತ್ತಿಲ್ಲ. "ರೆಹನೇ ದೋ!(ಅಲ್ಲೇ ಇರಲಿ ಬಿಡಿ) ಮೇಲೆ ತುಂಬ ಮಂಜಿದೆ. ಹೆಣಗಳು ಇಷ್ಟು ಬೇಗ ಕೊಳೆಯುವುದಿಲ್ಲ!" ಅಂದವರು ಬ್ರಿಗೇಡಿಯರ್ ಅಮರ್ ಔಲ್.

"ಟೋಲೋಲಿಂಗ್ ಪರ್ವತ ಭಾರತದ ಕೈವಶವಾಯಿತು" ಎಂಬ ರೋಮಾಂಚಕ ಸುದ್ದಿ ಕೇಳಿದ ಪ್ರಥ'ಮ ಪತ್ರಕರ್ತ ತಂಡ ನಮ್ಮದು. ಸುದ್ದಿ ಹೇಳಿದವರ ದನಿಗಳಲ್ಲಿ ರೋಮಾಂಚನವಿರಲಿಲ್ಲ. ಅವರ ಕಣ್ಣುಗಳಲ್ಲಿ ನೀರಿದ್ದವು. ಒಂದೇ ಒಂದು ಟೋಲೋಲಿಂಗ್ ಶಿಖರ, ಅದರಲ್ಲೂ ಭಾರತದ ಸುಪರ್ದಿಯಲ್ಲಿ ನೂರಾರು ವರ್ಷಗಳಿಂದ ಇದ್ದ ಶಿಖರ, ಅದನ್ನು ವಶಪಡಿಸಿಕೊಳ್ಳುವುದಕ್ಕಾಗಿ ನಾವು ಕಳೆದುಕೊಂಡ ಪ್ರಾಣಗಳೆಷ್ಟು?

"ಮೊದಲು ನಮ್ಮ ಕರ್ನಲ್ ಕುಶಾಲ್ ಥಾಕೂರ್ ಟೋಲೋಲಿಂಗ್ ಪರ್ವತವನ್ನು ಕೆಳಗಿನಿಂದ ಮುತ್ತಿಕೊಂಡರು. ಮೇಲೆ ಪರ್ವತದ ತುದಿಯ ಸಮೀಪದಲ್ಲಿ ಪಾಕಿ ದುಷ್ಮನ್ ಕುಳಿತಿದ್ದಾನೆ. ಅವನಿಗದು ಅತ್ಯಂತ ಸುರಕ್ಷಿತ ತಾಣ. ಹಾಗೆ ಬಂದು ಕುಳಿತು ಎಷ್ಟು ದಿನಗಳಾದವೋ? ಕೆಲವು ಕಡೆ ಸಿಮೆಂಟಿನ ಭದ್ರ ಬಂಕರ್‌ಗಳನ್ನು ಕಟ್ಟಿಕೊಂಡಿದ್ದಾನೆ. ಒಂದು ಇಡೀ ತುಕಡಿಯನ್ನು ಹೊಡೆದು ಬರಬಾದ್ ಮಾಡುವಷ್ಟು ಮದ್ದುಗುಂಡು ಶೇಖರಿಸಿಟ್ಟುಕೊಂಡಿದ್ದಾನೆ. ಅವನು ತೀರಾ ಟೋಲೋಲಿಂಗ್ ಪರ್ವತದ ನೆತ್ತಿಯ ಮೇಲಿಲ್ಲ. ನೆತ್ತಿಯ ಮೇಲೆ ಕುಳಿತಿದ್ದಿದ್ದರೆ ನಮ್ಮ ವಿಮಾನ ದಳದವರು ಒಂದೇ ಒಂದು ಬಾಂಬ್ ಸ್ಫೋಟಿಸಿ ಕತೆ ಮುಗಿಸಿಬಿಡುತ್ತಿದ್ದರು. ಪಾಕಿ ದುಷ್ಮನ್ ಬೆಟ್ಟದ ಪೊಟರೆಯಲ್ಲಿ ಅಡಗಿದ್ದಾನೆ. ಟೋಲೋಲಿಂಗ್ ಹತ್ತಿರಕ್ಕೆ ಹೋದರೆ ಸಾಕು, ತಲೆಯ ಮೇಲಿಂದ ಗುಂಡಿನ ಸುರಿಮಳೆ ಸುರಿಸುತ್ತಾನೆ. ಅಂಥದರಲ್ಲೂ ಉಪಾಯ ಮಾಡಿ ಸಾಯಂಕಾಲದ ಹೊತ್ತಿಗೆ ನಮ್ಮ ಕರ್ನಲ್ ಕುಶಾಲ್ ಥಾಕೂರ್ ತಮ್ಮ ಸೈನಿಕರೊಂದಿಗೆ ಹೋಗಿ ಒಂದು ಕಡೆಯಿಂದ ಮುತ್ತಿಕೊಂಡರು. ರಾತ್ರಿಯ ಹೊತ್ತಿಗೆ ನನಗೆ ಇಶಾರೆ ಸಿಕ್ಕಿತು.

"ನನ್ನ ಹೆಸರು ಎಂ.ಬಿ. ರವೀಂದ್ರನಾಥ್. ಟೋಲೋಲಿಂಗ್ ಪರ್ವತವನ್ನು ಅಂತಿಮವಾಗಿ ವಶಪಡಿಸಿಕೊಂಡ ತುಕಡಿ ನನ್ನದಾಗಿತ್ತು!"

ಆತ ಮಾತು ನಿಲ್ಲಿಸಿದರು.

"ಆಪ್ ಕಾ ನಾಮ್ ಪೂರಾ ಬತಾಯಿಯೇ"

(ನಿಮ್ಮ ಹೆಸರು ಪೂರ್ತಿ ಹೇಳಿ) ನಾನು ವಿನಂತಿಸಿದೆ.

"ಎಂ.ಬಿ.ರವೀಂದ್ರನಾಥ್. 'ಎಂ' ಫಾರ್ ಮಾಗೋಡ್. 'ಬಿ' ಫಾರ್ ಬಸಪ್ಪ" ಅಂದರು ಆತ.

"ಗಾಂವ್ ಕಾ ನಾಮ್ ಬತಾಯಿಯೇ"

(ನಿಮ್ಮ ಊರಿನ ಹೆಸರು ಹೇಳಿ) ನಾನು ಕೇಳಿದೆ.

"ದಾವಣಗೆರೆ!"

ಲೆಫ್ಟಿನೆಂಟ್ ಕರ್ನಲ್ ರವೀಂದ್ರನಾಥ್‌ರೊಂದಿಗೆ...

"ದಾವಣಗೆರೆ ಮೆ ಕಹಾಂ?"

(ದಾವಣಗೆರೆಯಲ್ಲಿ ಎಲ್ಲಿ?) ಮತ್ತೆ ಕೇಳಿದೆ.

"ವಿದ್ಯಾನಗರ್!" ಆತ ನಗುತ್ತ ಉತ್ತರಿಸಿದರು.

"ನನ್ನ ಹೆಸರು..." ತಡವರಿಸಿದೆ.

"ಗೊತ್ತು! ನೀವು ರವಿ ಬೆಳಗೆರೆ. 'ಹಾಯ್ ಬೆಂಗಳೂರ್'ನ ನಟೋರಿಯಸ್ ಎಡಿಟರ್. ನಿಮ್ಮ ಪತ್ರಿಕೆಯನ್ನು ನಾನು ಹೊಸದುರ್ಗದಲ್ಲಿ ಓದಿದ್ದೇನೆ. ಇಲ್ಲೀ ತನಕ ಬಂದಿದ್ದೀರಲ್ಲ? I am happy" ರವೀಂದ್ರನಾಥ್ ನಗುತ್ತಿದ್ದರು. ನನ್ನ ಕಣ್ಣುಗಳಲ್ಲಿ ನೀರಿದ್ದವು.

ನಮ್ಮ ಕರ್ನಾಟಕದ, ನಮ್ಮ ದಾವಣಗೆರೆಯ ಮಾಗೋಡು ಬಸಪ್ಪನವರ ಮಗ ರವೀಂದ್ರನಾಥ್! ಆತ ಭಾರತದ ತುತ್ತುದಿಯಲ್ಲಿರುವ ಟೋಲೋಲಿಂಗ್ ಪರ್ವತದ ತುದಿಯ ಪೊಟರೆಯಲ್ಲಿ ಅಡಗಿ ಕುಳಿತಿರುವ ಪಾಕಿಸ್ತಾನದ ಯಮಸದೃಶ ದುಷ್ಮನ್‌ನ ಇಡೀ ತುಕಡಿಯನ್ನು ನಿರ್ನಾಮ ಮಾಡಿ ಆ ಪರ್ವತವನ್ನು ವಶಪಡಿಸಿಕೊಂಡ ಭಾರತೀಯ ತುಕಡಿಯೊಂದರ ಮುಖ್ಯಸ್ಥ! ಆತ ಯೂನಿಫಾರ್ಮ್‌ನಲ್ಲಿ ಇರದೆ ಹೋಗಿದ್ದಿದ್ದರೆ, ಖಂಡಿತ ಆ ಯೋಧನನ್ನು ಅಪ್ಪಿಕೊಂಡು ಬಿಡುತ್ತಿದ್ದೆ.

"ಆಮೇಲೇನಾಯಿತು ಹೇಳಿ ರವೀಂದ್ರನಾಥ್?" ಕೇಳಿದೆ.

"ಒಂದೆರಡು ದಿನದ ಮಾತಲ್ಲ ಬೆಳಗೆರೆ. ಅದು ಇಪ್ಪತ್ತು ದಿನಗಳ ಯುದ್ಧ. **Hand to**

hand fight. ಏನೇನಾಯಿತು ಅಂತ ಹ್ಯಾಗೆ ಹೇಳಲಿ? ಮೊದಲು ಕರ್ನಲ್ ಕುಶಾಲ್ ಥಾಕೂರ್ ಹೋಗಿ ಪರ್ವತ ಮುತ್ತಿಕೊಂಡರು. ಅಲ್ಲಿ **base** ಸ್ಥಾಪಿಸಿದಂತಾಯಿತಲ್ಲ? ನಾನು ನನ್ನ ಪಡೆಯೊಂದಿಗೆ ಪರ್ವತ ಹತ್ತತೊಡಗಿದೆ. ನಿಮಗೆ ಗೊತ್ತಿರಲಿ; ಟೋಲೋಲಿಂಗ್ ಪರ್ವತ ಸಮುದ್ರ ಮಟ್ಟದಿಂದ ಹದಿನೈದು ಸಾವಿರ ಅಡಿ ಎತ್ತರದಲ್ಲಿದೆ. ನಾವು ಏನಿಲ್ಲವೆಂದರೂ ಆರು ಸಾವಿರ ಅಡಿ ಹತ್ತಬೇಕು. ಮೇಲಿಂದ ಗುಂಡಿನ ಭೋರ್ಗರೆತ. ಹೊರಡುವ ಮುನ್ನ ನನ್ನ ತಂಡದ ಹುಡುಗರಿಗೆ ಕೊಡಬೇಕಾದ ಸಲಹೆಗಳನ್ನೆಲ್ಲ ಕೊಟ್ಟೆ. ಹುಶಾರಾಗಿರಿ ಅಂದೆ. ಈ ದೇಶ ಪ್ರಾಣ ಕೇಳುತ್ತಿದೆ. ಸಾಯಲು ಹಿಂಜರಿಯಬೇಡಿ ಅಂದೆ. "ಆ ಮಾತೇ ಇಲ್ಲ ಕರ್ನಲ್ ಸಾಬ್. ನಮಗಿನ್ನು ಹೊರಡಲು ಅನುಮತಿ ಕೊಡಿ. ಮತ್ತೆ ಭೇಟಿಯಾಗೋದೆಂದರೆ ಟೋಲೋಲಿಂಗ್ ಪರ್ವತದ ತುದಿಯ ಮೇಲೆಯೇ!" ಅಂದ ಒಬ್ಬ ಹುಡುಗ. ಅವನ ಹೆಸರು ಯಶ್‌ವೀರ್. ಆ ಹುಡುಗನ ಕಣ್ಣುಗಳಲ್ಲಿದ್ದ ಆವೇಶ ನನಗೆ ಈ ಕ್ಷಣಕ್ಕೂ ನೆನಪಿದೆ.

"ಅವತ್ತು ಜೂನ್ 12ನೇ ತಾರೀಕಿನ ರಾತ್ರಿಯಾಗಿತ್ತು. ನಾನು ಬೆಟಾಲಿಯನ್ ಸಮೇತ ಪರ್ವತ ಹತ್ತತೊಡಗಿದೆ. **Base**ನಲ್ಲಿ ತೋಪುಗಳೊಂದಿಗೆ ನಿಂತಿದ್ದ ಕರ್ನಲ್ ಕುಶಾಲ್ ಥಾಕೂರ್ ಬೆಟ್ಟದ ತುದಿಯ ಪೊಟರೆಯಲ್ಲಿದ್ದ ದುಷ್ಮನ್‌ನೊಂದಿಗೆ ಯುದ್ಧ ಮಾಡುತ್ತಲೇ ಇದ್ದರು. ಹಾಗೆ ಅವರು ಪಾಕಿ ದುಷ್ಮನ್‌ನನ್ನು ಮಾತಿಗಿಳಿಸಿಕೊಂಡು **engage** ಮಾಡಿರುವಾಗಲೇ ನಮ್ಮ ಬಟಾಲಿಯನ್ ಸರಸರನೆ ಬೆಟ್ಟ ಹತ್ತಬೇಕು. ಶತ್ರುವಿನ ಗಮನವೆಲ್ಲ **base**ನಲ್ಲಿರುವ ಕುಶಾಲ್ ಥಾಕೂರ್ ಕಡೆಗಿದೆ. ನಮ್ಮ ಹುಡುಗರು ಉಡಗಳಂತೆ ಬೆಟ್ಟದ ಕಡಿದಾದ ಬಂಡೆಗಳನ್ನು ಕಚ್ಚಿಕೊಂಡು ನೂರಾರು ಅಡಿಗಳ ಎತ್ತರಕ್ಕೆ ರಾತ್ರೋ ರಾತ್ರಿ ಹತ್ತುತ್ತಿದ್ದಾರೆ. ಅಂಥ ಕೆಲಸವೆಲ್ಲ ರಾತ್ರಿಗಳಲ್ಲೇ ಮಾಡಿ ಮುಗಿಸಬೇಕು. ನಿಮಗೆ ದ್ರಾಸ್ ಸಮೀಪದ ಟೋಲೋಲಿಂಗ್‌ನಲ್ಲಿ ಎಂಥ ಚಳಿಯಿರುತ್ತದೆ ಅಂತ ಗೊತ್ತಿರಬೇಕಲ್ಲ? ದ್ರಾಸ್ ಅನ್ನೋದು, ಜಗತ್ತಿನಲ್ಲೇ ಎರಡನೆಯ ಅತ್ಯಂತ ಶೀತಲ ಪ್ರದೇಶ. ಏಷಿಯಾದಲ್ಲಿ ಮೊದಲನೆಯದು. ಯಶ್‌ವೀರ್ ಅಂಥದರಲ್ಲೂ ಬೆಂಕಿಯುಂಡೆಯಂತೆ ಬೆಟ್ಟ ಹತ್ತುತ್ತಿದ್ದ. ಹಗಲಾಯಿತೆಂದರೆ, ಬೆಟ್ಟದ ಯಾವುದಾದರೂ ಪೊಟರೆಯಲ್ಲಿ ನಾವು ತಲೆಮರೆಸಿಕೊಂಡು ಕೂಡಬೇಕು. ಒಂದು ಇಂಚು ಮೇಲಕ್ಕೆ ತೆವಳಿದರೂ ಅದು ನಮ್ಮ ಪಾಲಿಗೆ ಒಂದು ಕಿಲೋ ಮೀಟರು ಕ್ರಮಿಸಿದಂತಹುದು.

"ಹಾಗೆ ನಾವು ಹತ್ತುತ್ತ ಹೋದಂತೆಲ್ಲ ಟೋಲೋಲಿಂಗ್ ತುದಿಯ ಪೊಟರೆಯಲ್ಲಿರುವ ಪಾಕಿ ದುಷ್ಮನ್‌ಗೆ ಸಮೀಪವಾಗತೊಡಗಿದೆವು. ನಾವು ದುಷ್ಮನ್‌ಗೆ ತೀರ ಹತ್ತಿರಾದ ಕೂಡಲೇ ಕೆಳಗಿನ **base camp**ನಿಂದ ತೋಪು ಹಾರಿಸುವುದನ್ನು ನಿಲ್ಲಿಸಿ ಬಿಡುತ್ತಾರೆ. ಏಕೆಂದರೆ, ಅವರು ಹಾರಿಸಿದ ತೋಪು ನಮ್ಮ ಸೈನಿಕರಿಗೇ ಬೀಳುವ ಸಾಧ್ಯತೆಯಿದೆ. ಕೆಳಗಿನಿಂದ ಕುಶಾಲ್ ಥಾಕೂರ್ ಗುಂಡು ಹಾರಿಸುವುದನ್ನು ನಿಲ್ಲಿಸಿದ ಕೂಡಲೆ ಮೇಲೆ ಪೊಟರೆಯಲ್ಲಿರುವ ದುಷ್ಮನ್ ಗಾಬರಿಯೆದ್ದು ಹೋದ. ಅವನು "ನೀಚೆ ದೇಖೋ" ಎಂದು ಕೂಗಿರಬೇಕು. ಯಾವಾಗ ಗುಂಡಿನ ದಾಳಿ ನಿಂತಿತೋ, ಕೆಳಗಿನಿಂದ ಮತ್ತೊಂದು ಬಟಾಲಿಯನ್ ಹತ್ತಿ ಬಂದಿದೆ ಮತ್ತು ಅವನಿಗದು ತೀರ

ಸಮೀಪದಲ್ಲಿದೆ ಎಂಬುದು ಗೊತ್ತಾಗಿ ಬಿಟ್ಟಿರುತ್ತದೆ. ಕೊಂಚ ಹೊತ್ತಿನಲ್ಲೇ ಅವನ ರೈಫಲ್‌ಗಳು ನಮ್ಮೆಡೆಗೆ ತಿರುಗಿಬಿಟ್ಟವು. ಒಂದೇ ಸಮನೆ ಗುಂಡಿನ ಸುರಿಮಳೆ. ಅಂಥದರಲ್ಲೂ ನಾವು ಮೇಲಕ್ಕೆ ತೆವಳಿದೆವು. ಕೆಳಗಿನಿಂದಲೇ ಗುಂಡು ಹಾರಿಸಿ ಪ್ರತ್ಯುತ್ತರ ಕೊಟ್ಟೆವು.

"ಏನುಪಯೋಗ? ದುಷ್ಮನ್ ತನಗೆ ಪಸಂದಾದ **protected** ಜಾಗದಲ್ಲಿದ್ದಾನೆ. ಅವನಿಗೆ ಸರಿಯಾಗಿ ಗುರಿಗೆ ಸಿಕ್ಕುವಂತಹ ಸ್ಥಳದಲ್ಲಿರುವವರು ನಾವು. ನನ್ನ ಕಣ್ಣೆದುರಿನಲ್ಲೇ ನಮ್ಮ ಬಟಾಲಿಯನ್‌ನ ವೀರರು ನೆಲಕಚ್ಚತೊಡಗಿದರು. ಅಲ್ಲಿ ಸಾವಿಗಾಗಿ ಮರುಗುತ್ತ ಕೂಡಲಾರಲಾಗದು. ಮುಂದಕ್ಕೆ ತೆವಳಲೇ ಬೇಕು. "ಜೋ ಭೀ ಹೋನೆ ದೋ ಸಾಬ್. ಅಪನಾ ಮುಲಾಖಾತ್ ಟೋಲೋಲಿಂಗ್ ಕೆ ಟಾಪ್ ಮೆ ಹೋಗಾ!" (ಆದದ್ದಾಗಲಿ ಸಾಹಿಬ್. ನಮ್ಮ ಮರುಭೇಟಿ ಟೋಲೋಲಿಂಗ್‌ನ ತುದಿಯಲ್ಲೇ ಆಗಲಿದೆ!) ಹಾಗಂತ ಕೂಗಿದ ಯಶ್‌ವೀರ್ ಅತ್ಯಂತ ವೀರಾವೇಶದಿಂದ ಮೇಲಕ್ಕೆ ತೆವಳುತ್ತಾ ಗುಂಡು ಹಾರಿಸುತ್ತಲೇ ಇದ್ದ. ಅವನ ಕೈಲಿದ್ದ ಇನ್ಸಾಸ್ **(INSAS-Indian Small Arm Riffle System)** ತುಪಾಕಿ ಬೆಂಕಿಯುಗುಳುತ್ತಲೇ ಇತ್ತು. ಮೇಲಿನಿಂದ ಪಾಕಿ ಸೈನಿಕರ ಆರ್ತನಾದ ಕೇಳಿಸತೊಡಗಿತು.

"ನಮ್ಮ ಗೆಲುವು ನಿಶ್ಚಿತವಾಗತೊಡಗಿತು. ಏಕೆಂದರೆ, ನನ್ನ ಹಿರಿಯ ಅಧಿಕಾರಿಗಳ ಯುದ್ಧ ತಂತ್ರ **(strategy & planning)** ಚೆನ್ನಾಗಿತ್ತು. ಕೆಳಗಿನಿಂದ ಕುಶಾಲ್ ನೀಡಿದ ನೆರವು ಅದ್ಭುತವಾಗಿತ್ತು. ಎಲ್ಲಕ್ಕಿಂತ ಮಿಗಿಲಾಗಿ ನಮ್ಮ ತಂಡದ ಯೋಧರ ನಿರ್ಧಾರಗಳು ಅಚಲವಾಗಿದ್ದವು. ಕೊನೆಯ ದಿನ ನಾವು ಸತತವಾಗಿ ಏಳು ಗಂಟೆಗಳ ಕಾಲ **hand to hand** ಶತ್ರುವಿನೊಂದಿಗೆ ಹೋರಾಡಿದೆವು. ನಮ್ಮ ತಂಡದ ಯೋಧರು ತುದಿ ತಲುಪತೊಡಗಿದರು. ಪಾಕಿ ಬಂಕರುಗಳಲ್ಲಿ ಕ್ರಮೇಣ ಮೌನ. ಮೊಟ್ಟ ಮೊದಲು ಟೋಲೋಲಿಂಗ್‌ನ ತುದಿ ತಲುಪಿದ ನಮ್ಮ ಹುಡುಗರು ವಿಜಯದ ಕೇಕೆ ಹಾಕಿದರು. ಅದರಲ್ಲಿ ಯಶ್‌ವೀರ್‌ನ ದನಿಗಾಗಿ ಕಿವಿ ತೆರೆದೆ. ನಂತರ ಸರಸರನೆ ತೆವಳುತ್ತ ಮೇಲಕ್ಕೆ ಹೋದೆ.

"ಅಲ್ಲಿ ಮಲಗಿದ್ದ ಯಶ್‌ವೀರ್! ಮೈತುಂಬ ಗುಂಡುಗಳ ರಂಗೋಲಿ. ಆ ಹುಡುಗ ತನ್ನ ಮಾತು ತಪ್ಪಿರಲಿಲ್ಲ. ಟೋಲೋಲಿಂಗ್‌ನ ತುದಿಯಲ್ಲೇ ಭೇಟಿಯಾಗಿದ್ದ. ಆದರೆ ತನ್ನ ಬಟಾಲಿಯನ್‌ನ ಮುಖ್ಯಸ್ಥನಿಗೆ ಒಂದು ಸೆಲ್ಯೂಟ್ ಹೊಡೆಯಲಾಗದ ಸ್ಥಿತಿಯಲ್ಲಿ ಮಲಗಿದ್ದ. ಅವನ ಶವಕ್ಕೊಂದು ಗೌರವ ತುಂಬಿದ ನಮಸ್ಕಾರ ನಾನೇ ಮಾಡಿದೆ. ನಮ್ಮ ಯಶ್‌ವೀರ್ ಹುತಾತ್ಮನಾಗಿದ್ದ !

"**I paid the price for my country.** (ದೇಶಕ್ಕಾಗಿ ನಾನು ಪ್ರಾಣ ಕಂದಾಯ ಕಟ್ಟಿಯಾಗಿತ್ತು. ಟೋಲೋಲಿಂಗ್ ಕಾರ್ಯಾಚರಣೆಯಲ್ಲಿ ಭಾರತೀಯ ಸೈನ್ಯದ ಮೇಜರ್ ಅಧಿಕಾರಿ, ಕರ್ನಲ್ ವಿಶ್ವನಾಥನ್, ಇಬ್ಬರು ಜೂನಿಯರ್ ಕಮೀಶನ್ಡ್ ಅಧಿಕಾರಿಗಳು **(JCO)** ಮತ್ತು ಎಂಟು ಜನ ಸೈನಿಕರು ಪ್ರಾಣ ತ್ಯಾಗ ಮಾಡಿದ್ದರು. ನಮ್ಮ ಅಧಿಕಾರಿಗಳೇ ಮೊದಲು ಸತ್ತರು. ಹೇಡಿಗಳಂತೆ ಅವರು ಹಿಂದೆ ಉಳಿಯಲಿಲ್ಲ. ಕಡೆಯಲ್ಲಂತೂ ನಮ್ಮ ಬಟಾಲಿಯನ್‌ನ

ಅಷ್ಟೂ ಯೋಧರು ಕೇವಲ 10x10 ಮೀಟರುಗಳ ಜಾಗದಲ್ಲಿ ಸತ್ತು ಮಲಗಿದ್ದರು.

"ಆದರೆ ಟೋಲೋಲಿಂಗ್ ಪರ್ವತ ನಮ್ಮ ವಶದಲ್ಲಿತ್ತು. ಪಾಕಿ ಬಂಕರುಗಳನ್ನು ನಾವು ನಾಶ ಮಾಡಿದ್ದೆವು. ದುಷ್ಮನ್‌ನ ಶವಗಳ ರಾಶಿಯೇ ಅಲ್ಲಿ ಬಿದ್ದಿತ್ತು. ಮತ್ತೆ ಕೆಲವು ದೇಹಗಳು ಎಲ್ಲೆಂದರಲ್ಲಿ ತುಂಡು ತುಂಡಾಗಿ ನಾಲೆಗಳಲ್ಲಿ, ಕೊರಕಲುಗಳಲ್ಲಿ ಛಿದ್ರಛಿದ್ರವಾಗಿ ಬಿದ್ದಿದ್ದವು. ಕೈಗೆ ಸಿಕ್ಕಷ್ಟು ಶವಗಳನ್ನು ಅಲ್ಲೇ ಧಪನು ಮಾಡಿದೆವು. ಶತ್ರುಗಳೇ ನಿಜ. ಆದರೆ, ಅವರೂ ಯೋಧರೇ ಅಲ್ಲವೆ?

ಹೆಮ್ಮೆಯ ಟೋಲೋಲಿಂಗ್ ಹಾಗೆ ವಶವಾಗಿತ್ತು!" ದಾವಣಗೆರೆಯುವರಾದ ಮಾಗೋಡು ಬಸಪ್ಪನವರ ಪುತ್ರ ರವೀಂದ್ರನಾಥ್, ತಮ್ಮ "ರಾಜ್‌ರಿಫ್" (ರಾಜಪುತಾನಾ ರೈಫಲ್ಸ್)ನ ವೀರಗಾಥೆ ಹೇಳಿ ಮುಗಿಸಿದರು.

ಕೈಲಿದ್ದ ನೋಟ್ಸು ತೊಯ್ದುಹೋಗಿತ್ತು.

ಆದರೂ ಕಣ್ಣೀರು ಬಾಕಿ ಬಾಕಿ!

ಬಂಕರಿನಲ್ಲಿ ಬಿಟ್ಟುಬಂದದ್ದು...

ದ್ರಾಸ್ ಸೆಕ್ಟರ್ (Drass sector)ನ ಅನೇಕ ಪರ್ವತಗಳಲ್ಲಿ ಆಗಿರುವ ದುರಂತ ಗೊತ್ತೇ?

ಪ್ರತಿ ಚಳಿಗಾಲಕ್ಕೂ ಇಲ್ಲಿನ ಸರಹದ್ದಿನಲ್ಲಿರುವ ಎರಡೂ ದೇಶದ ಗಡಿ ಕಾವಲು ಬಂಕರುಗಳನ್ನು ಎರಡೂ ಸೇನೆಗಳವರು ತೆರವು ಮಾಡಿ ವಾಪಸು ಹೋಗಿಬಿಡುತ್ತಾರೆ. ದ್ರಾಸ್ ಎಂಬುದು ಚಳಿಗಾಲದಲ್ಲಿ ದೊಡ್ಡ ನರಕ. ಇದು ಜಗತ್ತಿನಾದ್ಯಂತ ಎಲ್ಲೆಲ್ಲಿ ಮಾನವ ಆವಾಸ ಯೋಗ್ಯ ಸ್ಥಳಗಳಿವೆಯೋ, (ಅಂಟಾರ್ಕ್‌ಟಿಕಾದಂತಹ ಮಂಜು ಭೂಮಿಗಳನ್ನು ಬಿಟ್ಟು) ಆ ಪೈಕಿ ಎರಡನೇ ಅತ್ಯಂತ ಚಳಿಯ ಪ್ರದೇಶವಾಗಿದೆ. ಹೀಗಾಗಿ ಇಲ್ಲಿನ ಬೆಟ್ಟಗಳಲ್ಲಿರುವ ಬಂಕರುಗಳನ್ನು ಎರಡೂ ದೇಶದವರು ಚಳಿಗಾಲದಲ್ಲಿ ಖಾಲಿ ಮಾಡಿ ಹೋಗಿ, ಮತ್ತೆ ಮೇ ತಿಂಗಳಲ್ಲಿ ಹಿಂತಿರುಗುತ್ತಾರೆ.

ಆದರೆ ಕಳೆದ ಬಾರಿ ಖಾಲಿ ಮಾಡಿದವರು, ಹಾಗೆ ಬರುವಾಗ ಬಂಕರಿನ ತುಂಬ ಲಾರಿ ಲೋಡುಗಟ್ಟಲೆ ಮದ್ದು, ಗುಂಡು, ಗ್ರೆನೇಡ್, ಷೆಲ್ಲು ಮುಂತಾದವುಗಳನ್ನು ಅಲ್ಲೇ ಬಿಟ್ಟು ಬಂದುಬಿಟ್ಟಿದ್ದರು! ಚಳಿ ಮುಗಿದು ಮತ್ತೆ ವಾಪಸು ಬಂದಾಗ ಹೇಗಿದ್ದರೂ ಬೇಕಾಗುತ್ತವಲ್ಲ? ಇಲ್ಲೇ ಇರಲಿ ಎಂಬ ಭಾವನೆ ನಮ್ಮವರದು. ಆದರೆ ಚಳಿ ಮುಗಿಸಿ ಬರುವುದಕ್ಕೆ ಮೊದಲೇ ಪಾಕಿ ದುಷ್ಮನ್ ಬಂದು ಆ ಬಂಕರುಗಳಲ್ಲಿ ಕೂತು ಬಿಟ್ಟಿದ್ದ. ಅವನ ಕೈಗೆ ನಮ್ಮ ಸೈನ್ಯದ ಅಷ್ಟೂ ಮದ್ದುಗುಂಡು ಸಿಕ್ಕಿಬಿಟ್ಟಿದೆ. ಅದರ ಅರಿವಿಲ್ಲದೆ ಬೆಟ್ಟ ಹತ್ತಲು ಹೋದ ನಮ್ಮ ಪ್ರಜೆಗಳನ್ನು ಅವನು, ನಮ್ಮ ಮದ್ದುಗುಂಡಿನಿಂದಲೇ ಹೊಡೆದು ಕೊಂದುಬಿಟ್ಟ. ಅಂಥ ಮೊದಲ ಸುತ್ತಿನ ಕದನದಲ್ಲಿ ಸತ್ತವರೇ ನಮ್ಮ ಶಿವಬಸಯ್ಯಾ ಕುಲಕರ್ಣಿಯಂತಹ ನಿರ್ಭಾಗ್ಯ ಯೋಧರು!

ಒಂದೇ ಮಂತ್ರವೆಂದರೆ ಜೈ ಹಿಂದ್!

"ಡ್ರಾಸ್ ಸೆಕ್ಟರ್ ಒಂದರಲ್ಲೇ ನಮ್ಮ 55 ಯೋಧರನ್ನು ನಾವು ಕಳೆದುಕೊಂಡಿದ್ದೇವೆ" ಎಂಬುದಾಗಿ ಮಿಲಿಟರಿ ಅಧಿಕಾರಿಗಳು ಹೇಳುತ್ತಾರೆ. ಆದರೆ, ಈ ಸಂಖ್ಯೆ ಸರಿಯಾದುದಲ್ಲ. ಏಕೆಂದರೆ, ಶ್ರೀನಗರದಿಂದ ಡ್ರಾಸ್ ತನಕ ಬೆಟ್ಟ ಹತ್ತಿಕೊಂಡು ಹೋದ ನಮಗೆ ಲಾರಿಗಳಲ್ಲಿ ಒಂದೇ ಸಮನೆ ಯೋಧರ ಶವದ ಪೆಟ್ಟಿಗೆಗಳು ಇಳಿಯುವುದು ಕಾಣಿಸುತ್ತಿತ್ತು. ಅನೇಕ ಸಲ ಯೋಧರ ಶವಗಳು ಹೇಗೆ ಛಿದ್ರವಾಗಿರುತ್ತವೆಯೆಂದರೆ, ಅವುಗಳನ್ನು ಜೋಡಿಸಿ ಹಿಂದಕ್ಕೆ ಕಳಿಸುವುದೂ ಆಗುವುದಿಲ್ಲ. ಅಂಥ ಹತಭಾಗ್ಯರನ್ನು ಅಲ್ಲಲ್ಲೇ ದಫನು ಮಾಡಿಬಿಡುತ್ತಾರೆ. ಆದರೆ ಭಾರತೀಯ ಸೇನೆಯ ವೈಶಿಷ್ಟ್ಯವೆಂದರೆ, ಹುತಾತ್ಮರ ಶವಗಳನ್ನು ಇಲ್ಲಿ ಅತ್ಯಂತ ಗೌರವದಿಂದ ಸಂಸ್ಕರಿಸಲಾಗುತ್ತದೆ.

ಈ ವಿಷಯದಲ್ಲಿ ಪಾಕಿ ಯೋಧರಿಗಿಂತ ದುರದೃಷ್ಟವಂತರಿಲ್ಲ. ಏಕೆಂದರೆ- ಈ ಯುದ್ಧ ನಡೆಯುತ್ತಿರುವುದು ಭಾರತದ ಗಡಿಯ ಒಳಗಡೆ. ಅಂದರೆ ಸರಹದ್ದಿನ (Line Of Control) ಒಳಕ್ಕೆ ಸುಮಾರು ಎಂಟ್ಹತ್ತು ಕಿಲೋ ಮೀಟರುಗಳಷ್ಟು ಆಳಕ್ಕೆ ಪಾಕಿ ಯೋಧ ನುಸುಳಿ ಬಂದುಬಿಟ್ಟಿದ್ದಾನೆ. ಇಲ್ಲಿ ಸತ್ತರೆ ಅವನ ಹೆಣಕ್ಕೆ ವಾರಸುದಾರರಿಲ್ಲ. ಯುದ್ಧ ನಿಯಮದ ಪ್ರಕಾರ ಶತ್ರು ಸೈನಿಕನ ಶವವನ್ನು ನಾವು ಹಿಂತಿರುಗಿಸಬೇಕು. ಆದರೆ ಮೊದಲ ಹಂತದಲ್ಲಿ ನಮ್ಮ ಸೈನಿಕರು ಸೆರೆ ಸಿಕ್ಕಾಗ, ಅವರ ಕಿವಿ, ಮೂಗು, ಜನನೇಂದ್ರಿಯಗಳನ್ನು ಎಷ್ಟು ವಿಕಾರವಾಗಿ ಕತ್ತರಿಸಿ ಪಾಕಿಗಳು ಭಾರತಕ್ಕೆ ಕಳಿಸಿದ್ದರೆಂದರೆ, ಆ ನಂತರ ಯುದ್ಧ ನಿಯಮಗಳನ್ನು ನಾವೂ ಮರೆಯಬೇಕಾಗಿ ಬಂದಿದೆ. ಈಗ ಪಾಕಿ ಹೆಣಗಳನ್ನು ಯಾರೂ ಸಂಸ್ಕರಿಸುವುದಿಲ್ಲ. ಅವು ರಣರಂಗದಲ್ಲೇ ಬಿದ್ದಿರುತ್ತವೆ. ಪಾಕಿ ಸೈನ್ಯದ ಅಪ್ಪಣೆಯೆಂದರೆ, ಯಾವ ಕಾರಣಕ್ಕೂ, ನಮ್ಮ "ಸೈನ್ಯದ ಅಧಿಕಾರಿಗಳ" ಹೆಣಗಳನ್ನು ಭಾರತದ ಗಡಿಯೊಳಗೆ ಬಿಟ್ಟು ಬರಬೇಡಿ. ಸೈನಿಕರ ಹೆಣ ಸಿಕ್ಕು ಬಿಟ್ಟರೆ ಪಾಕಿಸ್ತಾನ ನೇರವಾಗಿ ಯುದ್ಧಕ್ಕಿಳಿದಿದೆ ಅಂತ ಗೊತ್ತಾಗಿ ಬಿಡುತ್ತದೆ. ಹೀಗಾಗಿ ಎಷ್ಟೇ

ಕಷ್ಟವಾದರೂ ಹೆಣಗಳನ್ನು ಹೊತ್ತು ತನ್ನಿ ಎಂದು ತಿಳಿಸಲಾಗಿದೆ. ಷೆಲ್ ದಾಳಿ ನಡೆದಾಗ ಪಾಕಿಗಳು ಓಡಿ ಹೋಗುತ್ತಾರೆ. ಕೆಲವರು ಸಾಯುತ್ತಾರೆ. ಹಾಗೆ ಸತ್ತವರನ್ನು ಎತ್ತಿಕೊಂಡು ಹೋಗಲು ಮತ್ತೆ ಪಾಕಿಗಳು ಬರುತ್ತಾರೆ. ಆಗ ಮತ್ತೆ ಷೆಲ್ ದಾಳಿಯನ್ನು ಭಾರತೀಯರು ಮಾಡುತ್ತಾರೆ. ಪರಿಣಾಮ? ವಶಪಡಿಸಿಕೊಂಡ ಜಾಗದಲ್ಲೆಲ್ಲ ಪಾಕಿ ಹೆಣಗಳ ರಾಶಿ! ಅವುಗಳ ಪೈಕಿ ಅನೇಕ ಶವಗಳ ಮೇಲೆ ಮಿಲಿಟರಿ ಯೂನಿಫಾರ್ಮ್ ಇಲ್ಲ. ಅದರರ್ಥ- ಪಾಕಿ ಯೋಧರ ಜೊತೆಗೆ ಅಫಘಾನಿ ಉಗ್ರಗಾಮಿಗಳೂ ಸೇರಿಕೊಂಡಿದ್ದಾರೆ ಎಂದರ್ಥ. ಆದರೆ ಈ ತನಕ ವಶವಾಗಿರುವ ಆಯುಧಗಳೆಲ್ಲ ಪಾಕ್‌ನ ಆರ್ಡಿನೆನ್ಸ್ ಫ್ಯಾಕ್ಟರಿಯಲ್ಲೇ ತಯಾರಾದಂಥವು. ಎರಡು **AK-56** ರೈಫಲ್‌ಗಳು, ಐದು ಯೂನಿವರ್ಸಲ್ ಮೆಷಿನ್ ಗನ್‌ಗಳು, ಎರಡು ಸರದಷ್ಟು ಕಾಡತೂಸುಗಳು, ಒಂದು ಲಾಂಚರ್, ಒಂದು ಬೂಸ್ಟರ್ ರೇಡಿಯೋ ಸೆಟ್- ಇಷ್ಟನ್ನು ಟೋಲೋಲಿಂಗ್ ಒಂದರಲ್ಲೇ ವಶಪಡಿಸಿಕೊಳ್ಳಲಾಗಿದೆ. ಟೋಲೋಲಿಂಗ್ ಮೇಲೆ ಸತ್ತು ಮಲಗಿದ ಪಾಕಿಗಳ ಪೈಕಿ ಒಬ್ಬನ ದೇಹವನ್ನು 'ಸುಬೇದಾರ್ ಸೈಯದ್ ಮಹ್ಮದ್ ಷಾಹ್' ಎಂದು ಗುರುತಿಸಲಾಗಿದೆ.

"ಪಾಕಿ ಸೈನ್ಯದಲ್ಲಿ ಸಾಹಸಿಗಳಿಗೆ ಕೊರತೆಯಿಲ್ಲ. ಆದರೆ ಸಾಹಸಿಗಳೆಲ್ಲ ಕೇವಲ ಸೈನಿಕರು. ಸಾಹಸಿಗಳಲ್ಲದವರು ಸೈನ್ಯದ ಅಧಿಕಾರಿಗಳಾಗಿದ್ದಾರೆ! ಹೀಗಾಗಿ ಯುದ್ಧದ ಮುಂಚೂಣಿಯಲ್ಲಿ ಅವರಿರುವುದಿಲ್ಲ. ಮೊದಲು ನಮಗೆ ಕೇವಲ ಸೈನಿಕರ, ಪ್ಯಾದೆಗಳ ಹೆಣಗಳು ಸಿಕ್ಕುತ್ತವೆ. ತೀರ ಕೊನೆಯಲ್ಲಿ ಒಬ್ಬಿಬ್ಬರು ಅಧಿಕಾರಿಗಳ ಶವ ಹುಡುಕಿ ತೆಗೆಯುತ್ತೇವೆ. ಡರ್ಟಿ ಫೆಲೋಸ್! ಇನ್ನು ಕೆಲವರು ಓಡಿಹೋಗುತ್ತಾರೆ. ಟಿಮಿಡ್ ಫೆಲೋಸ್!" ಇದು ಭಾರತೀಯ ಸೈನ್ಯಾಧಿಕಾರಿಗಳು ನೀಡುವ ವಿವರಣೆ.

"ಆದರೆ ಅಫಘಾನದಿಂದ ಮತ್ತು ಇತರೆ ಇಸ್ಲಾಮಿಕ್ ರಾಷ್ಟ್ರಗಳಿಂದ ಬರುವ ಉಗ್ರಗಾಮಿಗಳು ಭಯಾನಕ. ಅವರದು ಯಾವತ್ತಿಗೂ ಮುಗಿಯದ ರಕ್ತದಾಹ. ಎಂಥ ಪರಿಸ್ಥಿತಿಯಲ್ಲೂ ಕಾಲೂರಿ ನಿಂತು ಯುದ್ಧ ಮಾಡುತ್ತಾರೆ. ಏಕೆಂದರೆ, ಅವರಿಗೆ ಬಾಲ್ಯದಿಂದಲೂ "ನಮ್ಮ ದುಷ್ಮನ್ ಯಾರು?" ಅಂದರೆ, "ಭಾರತ! ಮತ್ತು ಹಿಂದೂ!" ಎಂಬುದಾಗಿ ಹೇಳಿಕೊಟ್ಟಿರುತ್ತಾರೆ. ಅವರ ದೃಷ್ಟಿಯಲ್ಲಿ ಅದು ಧರ್ಮಯುದ್ಧ.

"ಇಂಥವರನ್ನು ಭಾರತದ ಮುಸಲ್ಮಾನರಿಗೆ ಹೋಲಿಸಬೇಡಿ. ನಮ್ಮ ಸೇನೆಯಲ್ಲೇ ಸಾವಿರಾರು ಮುಸ್ಲಿಮರಿದ್ದಾರೆ; ಭಾರತಕ್ಕಾಗಿ ಪ್ರಾಣ ಕೊಟ್ಟವರು. ಅವರಿಗೆ ಸೈನ್ಯಕ್ಕೆ ಸೇರಿದ ದಿನದಿಂದ ಹೇಳಿಕೊಟ್ಟ ಒಂದೇ ಮಂತ್ರವೆಂದರೆ ಜೈಹಿಂದ್!"

ಹಾಗಂತ ವಿವರಿಸಿದವರು ಒಬ್ಬ ಮಿಲಿಟರಿ ಅಧಿಕಾರಿ.

ಒಂದು ತುಣುಕು ಬೆಟ್ಟಕ್ಕಾಗಿ

ಟೋಲೋಲಿಂಗ್ ಎಂಬುದು ಪರ್ವತ.

ಅದಕ್ಕೆ ಆ ಹೆಸರು ಕೊಟ್ಟದ್ದು ಒಂದು ಪುಟ್ಟ ಝರಿ. ಅದರ ಹೆಸರೇ ಟೋಲೋಲಿಂಗ್. ಭಾರತದ ದ್ರಾಸ್-ಕಾರ್ಗಿಲ್ ಸೆಕ್ಟರ್‌ನ ಹತ್ತಾರು ಪರ್ವತಗಳ ಪೈಕಿ ಟೋಲೋಲಿಂಗ್ ಕೂಡ ಒಂದು. ಅದರ ಎತ್ತರ ಹದಿನೈದು ಸಾವಿರ ಅಡಿ. ಅಂಥ ಪರ್ವತಗಳ ಶ್ರೇಣಿಯೇ ಭಾರತ-ಪಾಕ್ ಗಡಿಯಲ್ಲಿದೆ. ಆ ಪೈಕಿ ಒಂದೇ ಒಂದು ಟೋಲೋಲಿಂಗ್ ಶತ್ರು ವಶವಾದರೆ ಏನಂತೆ? ಕೇವಲ ಒಂದಿಷ್ಟು ಹಿಮಕ್ಕಾಗಿ, ನೀರ್ಗಲ್ಲುಗಳಿಗಾಗಿ, ಹೆಬ್ಬಂಡೆಗಳಿಗಾಗಿ ಕೆಲವು ಚದರ ಕಿಲೋ ಮೀಟರುಗಳಿಗಾಗಿ ಇಷ್ಟು ಜನರ ಪ್ರಾಣ ಹೋಗಬೇಕೆ? ಇಷ್ಟು ಖರ್ಚು? ಇಂಥ ಉನ್ಮಾದ?

ಹಾಗಂತ ಕೇಳಿ ನೋಡಿ?

"ಒಂದೇ ಒಂದು ಟೋಲೋಲಿಂಗ್ ಪಾಕಿಗಳ ವಶಕ್ಕೆ ಹೋದರೆ ಅನಾಹುತವಾಗಿ ಹೋದೀತು ರವೀ. ಅದರ ತುದಿಯಲ್ಲಿ ಕೂತ ಪಾಕಿ, ನಮ್ಮ ದೇಶದ ಮತ್ತು ಕಾಶ್ಮೀರದ ಅತ್ಯಂತ ಪ್ರಮುಖ, ಆಯಕಟ್ಟಿನ ರಸ್ತೆಯನ್ನು ಆಕ್ರಮಿಸಿಕೊಂಡು ಬಿಡುತ್ತಾನೆ. ಶ್ರೀನಗರದಿಂದ ಲೇ ಲದಾಕ್ (Leh-Ladak) ತನಕದ ನ್ಯಾಷನಲ್ ಹೈವೇ ಆಲ್ಫಾ-1ನ್ನು ಅವನ ಹಿಡಿತಕ್ಕೆ ತೆಗೆದುಕೊಂಡು ಬಿಡುತ್ತಾನೆ. ಅಲ್ಲಿಗೆ ಮುಗೀತು. ಶ್ರೀನಗರಕ್ಕೂ ಲೇ ಲದಾಕ್‌ಗೂ ಸಂಪರ್ಕ ತಪ್ಪಿಹೋಗಿಬಿಡುತ್ತದೆ. ನಿಮಗೆ ಗೊತ್ತಿರಬೇಕು; ಲದಾಕ್ ನಮ್ಮ ಪಾಲಿಗೆ ಮಿಲಿಟರಿ ಕೇಂದ್ರ. ಲೇ ಎಂಬುದು ನಮ್ಮ ದೇಶದ ಅತಿ ಮುಖ್ಯ ನಗರ. ಇವೆರಡರ ಜೊತೆಗೆ ಸಂಪರ್ಕ ತಪ್ಪಿಹೋದರೆ ಮುಗಿದೇ ಹೋಯಿತು. ದ್ರಾಸ್, ಕಾರ್ಗಿಲ್, ಬಟಾಲಿಕ್ ಮುಂತಾದವೆಲ್ಲ ಪಾಕಿಗಳ ಪಾಲಾಗಿ ಹೋಗುತ್ತವೆ.

ಇಂಥ ಒಂದು ಹೆದ್ದಾರಿಗಾಗಿ, ಒಂದು ಸರಹದ್ದಿಗಾಗಿ, ಬೆಟ್ಟದ ತುದಿಗಾಗಿ ನೂರಾರು ಜನ ಸತ್ತಿದ್ದಾರೆ. ಕೋಟ್ಯಂತರ ರುಪಾಯಿ ಕರಗಿಹೋಗಿದೆ. But still, ದೇಶಕ್ಕಾಗಿ, ಅದರ ಗೌರವಕ್ಕಾಗಿ...

ಇದ್ಯಾವ ಲೆಕ್ಕ?" ಹಾಗಂತ ವಿವರಿಸಿದವರು ಮೇಜರ್ ಪುರುಷೋತ್ತಮ್.

ಬೊಫೋರ್ಸ್ ಗುಡುಗಿದ ಕ್ಷಣದಲ್ಲಿ...

ವಶಪಡಿಸಿಕೊಂಡಿರುವುದು, ವಶಪಡಿಸಿಕೊಳ್ಳಬೇಕಾಗಿರುವುದು ಕೇವಲ ಒಂದು ಟೋಲೋಲಿಂಗ್ ಅಲ್ಲ. ದ್ರಾಸ್, ಬಟಾಲಿಕ್, ಕಾರ್ಗಿಲ್‌ಗಳ ಸುತ್ತ ಘನ ಘೋರ ಕದನಗಳು ನಡೆಯುತ್ತಿವೆ. ಟೋಲೋಲಿಂಗ್ ಪಕ್ಕದಲ್ಲೇ ಒಂದು ಪರ್ವತವಿದೆ. ಅದಕ್ಕೆ ಹೆಸರಿಲ್ಲ. ಮಿಲಿಟರಿಯವರು ಇಟ್ಟ ಹೆಸರು-ಪಾಯಿಂಟ್ **5140.** ಅದರ ಪಕ್ಕದ ಶಿಖರದ ಹೆಸರು 'ಹಂಪ್'. ದ್ರಾಸ್‌ನಲ್ಲಿ ನಿಂತರೆ ಎಲ್ಲವೂ ಸ್ಪಷ್ಟವಾಗಿ ಕಾಣುತ್ತವೆ. 'ಪಾಯಿಂಟ್ **5140**' ಅಂದರೆ, ಅದು **5140** ಮೀಟರುಗಳ ಎತ್ತರದಲ್ಲಿದೆ ಅಂತ ಅರ್ಥ. ಈ ಮೂರೂ ಶಿಖರಗಳು ಎರಡೆರಡು ಕಿಲೋಮೀಟರುಗಳ ಅಂತರದಲ್ಲಿವೆ. ದ್ರಾಸ್ ಯುದ್ಧದಲ್ಲಿ ಈ ಮೂರನ್ನೂ ವಶಪಡಿಸಿಕೊಳ್ಳಲಾಗಿದೆ. ಹೀಗಾಗಿ ಶ್ರೀನಗರ್-ಲೇ ಲಡಾಕ್ ಹೈವೇ ಸದ್ಯಕ್ಕೆ ಸುರಕ್ಷಿತವಾಗಿದೆ.

ಆದರೂ ದ್ರಾಸ್‌ನಲ್ಲಿ ನಿಂತು, "ಸದ್ಯಕ್ಕೆ ದುಷ್ಮನ್ ಎಲ್ಲಿದ್ದಾನೆ" ಅಂತ ಕೇಳಿ ನೋಡಿ;

"ಅವನು ಸುತ್ತಲೂ ಇದ್ದಾನೆ. ಈ ಕ್ಷಣದಲ್ಲೂ ಅವನಿಗೆ ನೀವು ಕಾಣುತ್ತಿದ್ದೀರಿ. ಅದನ್ನು ಆತ ತನ್ನ ಬೆನ್ನಲ್ಲೇ ಇರುವ ಸರಹದ್ದಿನ **(Line Of Control)** ಆಚೆಗಿರುವ ಪಾಕಿಗಳಿಗೆ ತನ್ನ

Radio set ಮೂಲಕ ತಿಳಿಸುತ್ತಾನೆ. ಅಷ್ಟೇ! **Line Of Control**ನ ಆಚೆಯಿಂದ ಪಾಕಿಗಳು ಫಿರಂಗಿಗಳ ಮೂಲಕ ಷೆಲ್ ಸಿಡಿಸುತ್ತಾರೆ. ಒಂದೊಂದು ಷೆಲ್ ನಲವತ್ಮೂರು ಕೇಜಿ ತೂಕವಿರುತ್ತದೆ. ಅದು **35** ಕಿಲೋಮೀಟರು ದೂರದಿಂದ ಹಾರಿ ಬರುತ್ತದೆ. ಐದು ನೂರು ಅಡಿ ಎತ್ತರಕ್ಕೆ ಹಾರಿ, ಪಾಕಿಗಳು ಎಲ್ಲಿಗೆ ಗುರಿಯಿಟ್ಟಿದ್ದಾರೋ-ಕರೆಕ್ಟಾಗಿ ಅಲ್ಲಿಗೇ ಬಂದುಬೀಳುತ್ತದೆ. ಒಂದು ಶಕ್ತಿಯುತ ಷೆಲ್ ಬಿದ್ದರೆ ಅದರ ಸುತ್ತ **35** ಮೀಟರುಗಳ ತನಕ ಏನೆಂದರೆ ಏನೂ ಉಳಿಯುವುದಿಲ್ಲ. **Smash!** ಸುಮಾರು ಎರಡು ಕಿಲೋ ಮೀಟರುಗಳ ತನಕ ಅದರ ಪರಿಣಾಮವಿರುತ್ತದೆ. ಷೆಲ್‌ನಿಂದ ಸಿಡಿಯುವ ಒಂದು ತುಣುಕು**(Splinter)** ಸಲೀಸಾಗಿ ಒಬ್ಬನ ರುಂಡ ಕತ್ತರಿಸಿ ಹಾಕುತ್ತದೆ. ಒಂದು ಷೆಲ್‌ನಲ್ಲಿ ಅಂಥ ನೂರಾರು ತುಣುಕುಗಳು. ಅವುಗಳನ್ನು ಸೀಸದಿಂದ, **scrap** ಕಬ್ಬಿಣದಿಂದ ಅತ್ಯಂತ ಮೊನಚಾಗಿ ತಯಾರಿಸಲಾಗಿರುತ್ತದೆ. ಬಿದ್ದ ಷೆಲ್ ಸಿಡಿಯಲೇ ಬೇಕಿಲ್ಲ. ಕೇವಲ ಷೆಲ್ ಮೈಮೇಲೆ ಬಿದ್ದರೂ ಸಾಕು; ನೀವು ಸತ್ತಿರುತ್ತೀರಿ. ಅದರ ತೂಕ ಕೆಲ ಬಾರಿ **43** ಕೇಜಿ!

ಅಂಥ ಷೆಲ್‌ಗಳನ್ನು ಗಡಿಯಾಚೆಯಿಂದ ಹಾರಿಸುತ್ತಿರೋದು ಪಾಕಿ ಒಬ್ಬನೇ ಅಲ್ಲ. ಈಚೆಯಿಂದ ನಾವೂ ಹಾರಿಸುತ್ತಿದ್ದೇವೆ. ನಿನ್ನೆ ಮಷ್ಕೋ ಕಣಿವೆಯಲ್ಲಿ ನಾವು ಕೊಂದ ಪಾಕಿ ಸೈನಿಕರ ಶವಗಳನ್ನು ಒಯ್ಯಲು ಪಾಕಿಗಳು ಬರುತ್ತಿದ್ದಾರೆ ನೋಡಿ. ಇಗೋ ಈಗೊಂದು ಬೊಫೋರ್ಸ್ ಗುಡುಗಲಿದೆ. **"Come on, Be ready!"** ಅಂದರು ಆರ್ಟಿಲರಿ ಅಧಿಕಾರಿ ಸಿಂಗ್.

ನಮ್ಮ ದುರಿಗಿನ ಬೊಫೋರ್ಸ್ ತೋಪು ಗುಡುಗಿತು. ಅಷ್ಟೆ! ಕಿವಿ ಗಡಚಿಕ್ಕಿಹೋದವು. ಕಣ್ಣಿಗೆ ಏನೇನೂ ಕಾಣಿಸದಂತಹ ಧೂಳು. ಮೂಗಿನ ತುಂಬ ದಟ್ಟವಾದ ಗಂಧಕದ ವಾಸನೆ. ಫಿರಂಗಿಯ ಸದ್ದಿನ ಹೊಡೆತಕ್ಕೆ ಕಿವಿಯ ತಮಟೆ ಅಲ್ಲಾಡಿ ಹೋಗುತ್ತದೆ. ನೆನಪಿರಲಿ; ಇದು ಕೇವಲ ಫಿರಂಗಿ ಹಾರಿಸಿದ ಸದ್ದು!

ಅದು **35** ಕಿಲೋಮೀಟರು ಪ್ರಯಾಣಿಸಿ, **500** ಅಡಿ ಎತ್ತರದಿಂದ ನೆಲಕ್ಕೆ ಬಿದ್ದು ಸ್ಫೋಟಿಸಿದಾಗ ಆಗಬಹುದಾದ ಶಬ್ದ, ಧೂಳು, ಪರಿಣಾಮ ಮತ್ತು ಅಲ್ಲಿ ಮನುಷ್ಯರಿದ್ದರೆ ಅವರ ಪರಿಸ್ಥಿತಿ- **just imagine!**

ಪಾಕಿಗಳು ದ್ರಾಸ್ ಮತ್ತು ಕಾರ್ಗಿಲ್‌ಗಳ ಮೇಲೆ ಅದೆಂಥ ಪರಿ ಬೇಕಾಬಿಟ್ಟಿಯಾಗಿ ದಾಳಿ ಮಾಡಿದ್ದಾರೆಂದರೆ, ಅವರು ಎಸೆದ ಷೆಲ್‌ಗಳಿಗೆ ಸುಮಾರು ಒಂದು ಸಾವಿರ ಕತ್ತೆ, ಹಸು ಮತ್ತು ಕುರಿ ಕಣಿವೆಯುದ್ದಕ್ಕೂ ಸತ್ತು ಬಿದ್ದಿವೆ. ಇವತ್ತು ದ್ರಾಸ್‌ನಲ್ಲಿ ಒಂದೇ ಒಂದು ಪ್ರಾಣಿ ಬದುಕುಳಿದಿಲ್ಲ.

ಪಳಗಲಿದೆ ಟೈಗರ್ ಹಿಲ್ಸ್

ಟೋಲೋಲಿಂಗ್, ಪಾಯಿಂಟ್ 5140, ಹಂಪ್ ಮುಂತಾದ ಶಿಖರಗಳಷ್ಟೇ ಅಥವಾ ಅವುಗಳಿಗಿಂತ ಕೊಂಚ ಜಾಸ್ತಿ ಪ್ರಮುಖವಾದ ಪರ್ವತವೆಂದರೆ, ಟೈಗರ್ ಹಿಲ್ಸ್. ಅದಿನ್ನೂ ಶತ್ರುವಿನ ವಶದಲ್ಲಿದೆ. ಅದೇ ರೀತಿ ಪಾಯಿಂಟ್ 5060 ಎಂಬ ಪರ್ವತ ದುಷ್ಮನ್‌ನ ಹಿಡಿತದಲ್ಲಿದೆ. ಅದು ದ್ರಾಸ್‌ನಿಂದ ಆರು ಕಿಲೋಮೀಟರಿನ ದೂರದಲ್ಲಿದೆ.

ವಶಪಡಿಸಿಕೊಳ್ಳುವ ಕೆಲಸ ಸಲೀಸಾದದ್ದೇನಲ್ಲ. ಪಾಕಿ ಸೈನಿಕರ ಜೊತೇಲಿ ಅಫಘಾನಿ ಉಗ್ರಗಾಮಿ ಕುಳಿತಿದ್ದಾನೆ. ಕೆಲವೆಡೆ ಅವನ ಸಂಖ್ಯೆಯೇ ಜಾಸ್ತಿ. ಅವನು ಚಳಿಗಾಲಕ್ಕೆ ಮೊದಲೇ ಯುದ್ಧ ಸಿದ್ಧತೆ ಮಾಡಿಕೊಂಡಿದ್ದಾನೆ. ನಾವು ಮದ್ದು-ಗುಂಡು, ಆಹಾರ, ಬೆಚ್ಚನೆ ಬಟ್ಟೆ ಎಲ್ಲವನ್ನೂ ಈಗ ಜೋಡಿಸಿಕೊಳ್ಳಬೇಕು. ಆದರೂ ನಮ್ಮ ಫಿರಂಗಿಗಳ pounding ಭಯಾನಕವಾದ ಬಿರುಸಿನಲ್ಲಿದೆ. ಬೆಟ್ಟಗಳಲ್ಲಿನ ದುಷ್ಮನ್ ತತ್ತರಿಸುತ್ತಿದ್ದಾನೆ. ಟೈಗರ್ ಹಿಲ್ಸ್‌ನಲ್ಲಿರುವವರಿಗೆ ಅತ್ತ ಪಾಕ್ ಕಡೆಯಿಂದ ಸರಬರಾಜು ದೊರಕದಂತೆ ಮಾಡಲಾಗಿದೆ. ಇನ್ನು ಕೆಲವೇ ದಿನಗಳಲ್ಲಿ ಟೈಗರ್ ನಮ್ಮ ವಶಕ್ಕೆ ಬರುತ್ತದೆ. ಅದಕ್ಕಾಗಿ ದ್ರಾಸ್-ಕಾರ್ಗಿಲ್ ಸೆಕ್ಟರಿನಲ್ಲಿ ಮತ್ತೊಂದು ಮಾರಣಹೋಮ ನಡೆದುಹೋಗಲಿದೆ.

ಉಳಿದಿರುವುದು ಕೆಲವೇ ಗಂಟೆ!

ಯಾಕೆ ಬದುಕಿದ್ದೇವೆಂದರೆ...?

ತಲೆಯಿನ್ನೂ ಗಿಮ್ಮೆನ್ನುತ್ತಲೇ ಇದೆ. ಕಾಲುಗಳು ಸೋತು ಸೋತು ಚಾಚಿಕೊಳ್ಳುತ್ತಿವೆ. ಮೂಗಿನಲ್ಲಿ ಅವತ್ತು ದಾಖಲಾದ ಗಂಧಕದ ವಾಸನೆ ಇವತ್ತಿಗೂ ಮರೆವಾಗುತ್ತಿಲ್ಲ. ನಾನು ಒಯ್ದಿದ್ದ ಮೂರು ಹೊಚ್ಚ ಹೊಸ ಪ್ಯಾಂಟುಗಳು ಮತ್ತೆ ತೊಟ್ಟುಕೊಳ್ಳುವ ಸ್ಥಿತಿಯಲ್ಲಿಲ್ಲ. ಆ ಬೂಟುಗಳು ಮನುಷ್ಯರವು ಅಂತ ಅನ್ನಿಸುವುದೇ ಇಲ್ಲ. ಆಸ್ಟ್ರಿಚ್ ಪಕ್ಷಿಯ ಪಾದಗಳಿಗೆ ಮಾಡಿಸಿಟ್ಟಂತಹ ಷೇಪಿಗೆ ತಿರುಗಿವೆ. ಕನ್ನಡಕದ ಒಂದು ಗಾಜು ಒಡೆದುಹೋಗಿದೆ.

ಆದರೆ ಮನಸ್ಸು ಮಾತ್ರ ಪ್ರಫುಲ್ಲ ಪ್ರಫುಲ್ಲ. ಕಾರ್ಗಿಲ್‌ನ ಪರ್ವತದ ಸಮ್ಮುಖಕ್ಕೆ ತೆರಳಿದ ಅವನೇ ಬೇರೆ; ಇಲ್ಲಿಗೆ ವಾಪಸು ಬಂದು ಕುಳಿತು ಪತ್ರಿಕೆಗೆ ಬರೆಯುತ್ತಿರುವ ಇವನೇ ಬೇರೆ ಅನ್ನಿಸುವಂತಾಗಿ ಬಿಟ್ಟಿದೆ. ಇದು ಯುದ್ಧ ಭೂಮಿಯ ವೈರಾಗ್ಯವೇ ಇರಬಹುದು. ಮತ್ತೆ ಯಥಾಪ್ರಕಾರ ನಾನು ಬೆಂಗಳೂರಿನ ಗಲ್ಲಿಗಳನ್ನು ಸುತ್ತುತ್ತಾ, ಮುಕೇಶನ ವಿರಹ ಬಾಧೆ ಮುಲುಕುತ್ತಾ, ಯಾವುದೋ ರೌಡಿಯ ಮುಂದೆ, ಮಠಾಧೀಶನ ಹಿಂದೆ, 'ಹೀಗಿದ್ದೀನ್ ನೋಡಿ' ಎನ್ನುವ ಅನಾಮಧೇಯನ ಪಕ್ಕದಲ್ಲಿ ಕುಳಿತು ನೋಟ್ಸು ಮಾಡುತ್ತಾ, ಹೊಚ್ಚ ಹೊಸ ಯಡಬಟ್ಟುಗಳನ್ನು ಮಾಡಿಕೊಳ್ಳುತ್ತಾ, ನಿಮ್ಮ ಮುಂದೆ 'ಸ್ಸಾರೀ ಸಾರ್' ಅಂತ ಹಲ್ಕಿರಿಯುತ್ತಾ, ಇನ್ಯಾವುದೋ ಒಂದು ಮೂರ್ಖಾತಿ ಮೂರ್ಖ ಸಾಹಸಕ್ಕೆ ಕೈಚಾಚುತ್ತಾ ಉಳಿದು ಹೋಗಬಹುದು. **All that is fine.**

ಆದರೆ ಕಾರ್ಗಿಲ್‌ನ ಪರ್ವತದ ಸಮ್ಮುಖದಲ್ಲಿ ನಿಂತು ಆ ಘನಘೋರ ಕದನದ ಹತ್ತು ದಿನಗಳನ್ನು ಕಣ್ಣಾರೆ ಕಂಡು ಬಂದ ನಂತರ ನನ್ನ ಒಟ್ಟಾರೆ ವ್ಯಕ್ತಿತ್ವದ ಆಳಾಂತರಾಳದಲ್ಲಿ ಎಂಥದೋ ಬದಲಾವಣೆ, ಕಡೇ ಪಕ್ಷ ಒಂದು ಬದಲಾವಣೆಯ ಪ್ರಕ್ರಿಯೆ ಪ್ರಾರಂಭವಾಗಿಬಿಟ್ಟಿದೆ ಅನ್ನಿಸತೊಡಗಿದೆ.

ಅವತ್ತು ಬಹುಶಃ ಮಂಗಳವಾರವಾಗಿತ್ತು. ಭಾರತದ ಸೇನೆಯ ಕೆಲವು ತುಕಡಿಗಳಲ್ಲಿ ಮಂಗಳವಾರದಂದು ಒಂದು ವಿಶೇಷ ಪೂಜೆ ನಡೆಯುತ್ತದೆ. ಹಾಗೆ ಪೂಜೆ ಮಾಡಿದ ತುಕಡಿಯೊಂದರ ಪೂಜಾರಿ ನನ್ನ ಬೊಗಸೆಗೆ ಪ್ರಸಾದವೊಂದನ್ನು ಸುರಿದು "ಖಾಲೋ ಭಾಯ್, ಪತಾ ನಹೀ ಕೌನ್ ಕಬ್ ಮರೇಗಾ!" (ತಿಂದು ಬಿಡು ತಮ್ಮಾ, ಯಾರಿಗ್ಗೊತ್ತು? ಯಾರು

ಯಾವಾಗ ಸಾಯುತ್ತೀವೋ?) ಅಂತ ತಮಾಷೆಯಾಗಿ ಹೇಳಿ ಮುಂದಕ್ಕೆ ಹೊರಟು ಹೋದ. ಬೊಗಸೆಯಲ್ಲಿ ಲಾಡು ಕಾಳಿನಂತಹ ಪ್ರಸಾದವಿತ್ತು. ತಕ್ಷಣ ಏನು ಮಾಡಬೇಕೋ ತೋಚಲಿಲ್ಲ. ಮಿಲಿಟರಿ ಡೇರೆಗಳಿಂದ ಅನತಿ ದೂರದಲ್ಲಿ ಹರಿಯುತ್ತಿದ್ದ ರಭಸದ ಹೊಳೆಯ ದಂಡೆಗೆ ಹೋಗಿ ಬಂಡೆಗಲ್ಲೊಂದರ ಮೇಲೆ ಕುಳಿತೆ. ಯಾರಿಗ್ಗೊತ್ತು? ಯಾರು ಯಾವಾಗ ಸಾಯುತ್ತೇವೋ? ಎಂದ ಆತನ ಮಾತುಗಳು ನನ್ನಲ್ಲಿ ಕರಗತೊಡಗಿದ್ದವು. ಸಾವಿನ ಮನೆಯ ತನಕ ನಾನಾಗೇ ನಡೆದುಕೊಂಡು ಬಂದು, "ಯಾವಾಗ ಬಾಗಿಲು ತೆಗೆಯುತ್ತೀ ಸಾವೇ?" ಎಂದು ಕಂಪಿಸುವ ದನಿಯಲ್ಲಿ ಕೇಳಿದರೆ ಸಾವಾದರೂ ಏನುತ್ತರ ಕೊಟ್ಟೀತು. ಸಾವು ಬಲವಂತಕ್ಕೆ ಬರುವಂತಹುದಲ್ಲ. ಇನ್‌ಫ್ಲುಯೆನ್ಸಿಗೆ ಮಣಿದು ದೂರ ಉಳಿಯುವಂತಹುದೂ ಅಲ್ಲ. ಅದಕ್ಕೆ ಜಾತಕದ ಹಂಗಿಲ್ಲ. ಅಂಗೈಯಲ್ಲಿರುವ ಆಯುಷ್ಯದ ಗೆರೆಯನ್ನು ಅದು ಗೌರವಿಸುವುದೂ ಇಲ್ಲ. ಅದೊಂದು ತೆರೆ. ಅದೊಂದು ಅಲೆ. ಸುಮ್ಮನೆ ಮಲಗಿಕೊಂಡು ಆಕಾಶದೊಳಗಿನ ಚಿಕ್ಕೆ ನೋಡುವ ಮನುಷ್ಯನಿಗೆ ಯಾವಾಗ ನಿದ್ರೆ ಬಂದುಬಿಡುತ್ತೆ ಅಂತ ಹ್ಯಾಗೆ ಹೇಳಲು ಸಾಧ್ಯ? ಸಾವು ಕೂಡ ಅಷ್ಟೆ. ಅದರ ಮರ್ಜಿ ಅದರದು. ಅದೇ ಅಂತಿಮ!

ಇದೇ ಕಾರ್ಗಿಲ್‌ನಲ್ಲಿ ಹತ್ತು ವರ್ಷಕ್ಕೆ ಮುಂಚೆ ಯುದ್ಧ ನಡೆದಿದ್ದು, ಅವತ್ತು ನಾನು ಹೀಗೇ ಬ್ಯಾಗೆತ್ತಿಕೊಂಡು ಬಂದು ಇದೇ ಬಂಡೆಯ ಮೇಲೆ ಕುಳಿತಿದ್ದಿದ್ದರೆ-ಹೀಗೆಲ್ಲ ಯೋಚಿಸುತ್ತಿದ್ದೆನಾ? **No chance.** ಅವತ್ತು ಹತ್ತು ವರ್ಷಗಳಷ್ಟು ಕಡಿಮೆ ವಿವೇಕವಿತ್ತು. ಕಡಿಮೆ ಸಹನೆಯಿತ್ತು, ಕಡಿಮೆ ಒಳ್ಳೆಯತನವಿತ್ತು. ನಲವತ್ತು ದಾಟಿದ ತೇಕು ಮನಸ್ಸಿಗೂ ಇರಲಿಲ್ಲ. ಅವತ್ತು ಇಷ್ಟೊಂದು ಸಿಗರೇಟು ಸೇದುತ್ತಿರಲಿಲ್ಲ. ನನ್ನಂಥ ನಾನು ಕೂಡ ಸತ್ತು ಹೋಗಬಹುದು ಎಂಬ ಕಲ್ಪನೆಯೇ ಬಹುಶಃ ಇರುತ್ತಿರಲಿಲ್ಲ. ಎರಡು ಪಿಂಟ್ ರಮ್ ಕುಡಿದು ಬಂದೂಕು ಎದೆಗೇರಿಸಿಕೊಂಡು 'ಕೌನ್ ಹೈ ಸಾಲಾ ಪಾಕಿಸ್ತಾನೀ?' ಎಂದು ಚೀರಿ ಬೆಟ್ಟವೇರುತ್ತಿದ್ದೆನೇನೋ? **God knows.**

ಇವತ್ತು ಹಾಗಿಲ್ಲ. ದಿನಕ್ಕೆ ನಲವತ್ತರ ಲೆಕ್ಕದಲ್ಲಿ ವರ್ಷಗಟ್ಟಲೆ ಸೇದಿದ ಸಿಗರೇಟುಗಳು ಕಾರ್ಗಿಲ್‌ನ ನೆಲಕ್ಕೆ ಕಾಲಿಟ್ಟ ಕೂಡಲೆ ಇಡೀ ಗಂಟಲನ್ನೊಂದು **ash tray** ಥರಾ ಮಾಡಿ ಉಸಿರು ಬಿಗಿಯತೊಡಗುತ್ತವೆ. ಎತ್ತರಕ್ಕೆ ಹೋದಂತೆಲ್ಲ ಗಾಳಿಯಲ್ಲಿ ಆಕ್ಸಿಜನ್ ಕಡಿಮೆಯಾಗುತ್ತದೆ. ದೇಹದ ಅಷ್ಟೂ ರಕ್ತ ಕತ್ತಿನಿಂದ ಕೆಳಕ್ಕೇ ಉಳಿದು, ಮಿದುಳಿಗೆ ರಕ್ತ **supply** ಆಗುತ್ತಿಲ್ಲವೇನೋ ಎನ್ನಿಸಿ ವಿಲವಿಲನೆ ಒದ್ದಾಡುವಂತಾಗುತ್ತದೆ. ನೂರು ಹೆಜ್ಜೆ ದಡಬಡಿಸಿ ನಡೆದರೆ ರಪ್ಪನೆ ಕುಕ್ಕರಿಸಿ ಬಿಡೋಣವೆನ್ನಿಸುವಂತಹ ಸುಸ್ತು. ಹೃದಯಾಘಾತವಾದಾಗ ಹೀಗೇ ಆಗುತ್ತಾ?

ಗೊತ್ತಿಲ್ಲ. ಹಸಿವು ಮಾತ್ರ ಅಗಾಧವಾಗಿ ಆಗುತ್ತೆ. ಕೊಬ್ಬಿದ ಕಾಶ್ಮೀರಿ ಕುರಿಯ ಹದವಾದ ಮಾಂಸದಿಂದ ಹಿಡಿದು, ಜಗಿಯಲಿಕ್ಕೂ ಆಗದಷ್ಟು ಬಲಿತ ಎತ್ತಿನ ಮಾಂಸವನ್ನೂ ಸೇರಿಸಿ, ಕಟಿಕಟಿ ಒಣಗಿದ ಬ್ರೆಡ್ಡನ್ನು ನೀರಲ್ಲಿ ನೆನೆಯಿಟ್ಟುಕೊಂಡು ತಿಂದದ್ದರ ತನಕ-ಈ ನಾಚಿಕೆಯಿಲ್ಲದ, ತಳವಿಲ್ಲದ, ಸಂಯಮವಿಲ್ಲದ ಹೊಟ್ಟೆ ಏನೇನು ತಿಂದಿದೆಯೋ? ಇನ್ನೊಂದು

ಕ್ಷಣ, ದಿನ ಅಥವಾ ವಾರದೊಳಗಾಗಿ ನಾನು ಸತ್ತೇ ಹೋಗುತ್ತೇನೆ ಅಂತ ಖಚಿತವಾದಾಗಲೂ(?) ಮನುಷ್ಯನಿಗೆ ಈ ಪರಿಯ ಹಸಿವಾಗುತ್ತಾ? ಈ ಪರಿಯ ಚಳಿಯಾಗುತ್ತಾ? ಬೂಟಿನ ಲೇಸು ಹರಿದು ಹೋದದ್ದಕ್ಕೆ, ಪ್ಯಾಂಟಿನ ಅಂಡು ಹರಿದು ಹೋದದ್ದಕ್ಕೆ, ಕನ್ನಡಕ ಮುರಿದು ಹೋದದ್ದಕ್ಕೆ ಮತ್ತು ಜೇಬಲ್ಲಿದ್ದ ದುಡ್ಡು ಕಳೆದು ಹೋದದ್ದಕ್ಕೆ- ನಿಜಕ್ಕೂ ಅಷ್ಟೊಂದು ಬೇಜಾರಾಗುತ್ತಾ? ಬದುಕು ಎಷ್ಟೊಂದು **contrast**ಗಳ, ತದ್ವಿರುದ್ಧಗಳ ಸಂಕಲನವಲ್ಲವೆ?

ಬಟಾಲಿಕ್ ಸಮೀಪದ ಸೇತುವೆಯ ಸಮೀಪದಲ್ಲಿ ಬಿದ್ದ ದೊಡ್ಡದೊಂದು ಪಾಕಿಸ್ತಾನಿ ಷೆಲ್ ಸಿಡಿಯುವುದಕ್ಕೆ ಕೇವಲ ಇಪ್ಪತ್ತು ನಿಮಿಷಗಳಿಗೆ ಮುಂಚೆ ನಾವು ಅಲ್ಲಿಂದ ಮುಂದಕ್ಕೆ ಹೊರಟಿದ್ದೆವು. ಹೊರಡುವುದು ಇಪ್ಪತ್ತೇ ನಿಮಿಷ ತಡವಾಗಿದ್ದಿದ್ದರೆ?

ಹೌದೂ, ಜಗತ್ತಿಗದು ಗೊತ್ತಾಗುತ್ತದಾ? ನನಗೆ ಹೆಸರಿದೆ. ಅಲ್ಲಿಯವರಿಗದು ಗೊತ್ತಿಲ್ಲ. ಅವರು ಸತ್ತವನ ಎದೆಯ ಮೇಲಿನ ಬ್ಯಾಡ್ಜಿಗಾಗಿ, ಭುಜದ ಮೇಲಿನ ನಂಬರಿಗಾಗಿ ಹುಡುಕುತ್ತಾರೆ. ನನಗೆ ನಂಬರಿಲ್ಲ. ಜೇಬಿನಲ್ಲೊಂದು ಐಡೆಂಟಿಟಿ ಕಾರ್ಡಿದೆ. ಬಾಂಬು ಎಷ್ಟು ಬಿಸಿಯಾಗಿರುತ್ತದೋ ಯಾಂವ ಬಲ್ಲ? ಕಾರ್ಡು ಪ್ಲಾಸ್ಟಿಕ್ಕಿನದು: ಕರಗದೆ ಇರುತ್ತದಾ? ಮುಖ ಚೆದುರದೆ ಉಳಿಯುತ್ತದಾ? ಕೆಮೆರಾ ವೀರೇಶನದು. ಅಕಸ್ಮಾತ್ ಅದು ಒಡೆದು ಹೋಗದೆ ಇದ್ದರೆ, ಅವನಿಗದನ್ನು ಯಾರು ಹಿಂತಿರುಗಿಸುತ್ತಾರೆ? ಇಷ್ಟಕ್ಕೂ ನಾನು ಸತ್ತ ಸುದ್ದಿ ಯಾರಿಗಾದರೂ ಗೊತ್ತಾಗುವುದು ಹೇಗೆ? ಅಕಸ್ಮಾತ್ ಗೊತ್ತಾಗದೆ ಇದ್ದರೆ? ಅದೇ ಒಳ್ಳೆಯದು.

ಇಲ್ಲಿನ ಅನೇಕ ಸೈನಿಕರು ಹಾಗೇ ಸಾಯುತ್ತಾರೆ. ಅವರು ಬದುಕಿರುವುದಕ್ಕೆ ಯಾವುದೇ ಸಾಕ್ಷಿ ಉಳಿಯದಷ್ಟು ಘೋರವಾಗಿ ಸಿಡಿದು ಹೋಗುತ್ತಾರೆ. ದೇಹ ನುಚ್ಚು ನೂರು. ಅದನ್ನೆಲ್ಲ ಜೋಡಿಸಿ, **collect** ಮಾಡಿ, ಹೊಲೆದು, ಒಂದು ಷೇಪಿಗೆ ತಂದು, ಕಾಫಿನ್ ಬಾಕ್ಸಿನಲ್ಲಿಟ್ಟು, ಅದಕ್ಕೊಂದು ಬಾವುಟ ಸುತ್ತಿ 'ಇಗೋ ತಗೊಳ್ಳಿ; ನಿಮ್ಮವನು ಡೆಡ್!' ಎಂದು ಸತ್ತವನ ಮನೆಯವರಿಗೆ ಒಪ್ಪಿಸುವ ಸಹನೆ ಯಾರಿಗಿರುತ್ತದೆ? ಹಾಗೆ ಒಪ್ಪಿಸಿಕೊಳ್ಳುವ ಪುಣ್ಯ ಮತ್ತು ಫೆಸಿಲಿಟಿ ಎಷ್ಟು ಜನಕ್ಕಿರುತ್ತದೆ? ಛಿದ್ರಗೊಂಡ ದೇಹವನ್ನು ಅಲ್ಲಲ್ಲೇ, ಸಿಕ್ಕಷ್ಟೇ ಪುಣ್ಯ ಎಂಬ ಲೆಕ್ಕದಲ್ಲಿ ಒಟ್ಟು ಮಾಡುತ್ತಾರೆ. ಅಲ್ಲೇ ಒಂದು ಸಣ್ಣ ಹಳ್ಳ ತೋಡುತ್ತಾರೆ. ಅಲ್ಲೇ ಮಣ್ಣು ಮಾಡುತ್ತಾರೆ. ಗುರುತಿಗೊಂದು ಕಲ್ಲು ನೆಡುತ್ತಾರೆ. ಸುತ್ತ ನಿಂತು ಒಂದು ಮೌನ ಸೆಲ್ಯೂಟ್ ಸಂದಾಯ ಮಾಡುತ್ತಾರೆ. ಬೆನ್ನ ಹಿಂದೆ ನಿಂತ ಕಮಾಂಡರ್ **"Move!"** ಅಂತ ಅರಚುತ್ತಾನೆ. ಇವರು ಹೊರಡುತ್ತಾರೆ. ಮತ್ತೊಂದು ಷೆಲ್ ಅಲ್ಲೇ ಎಲ್ಲೋ ಸಿಡಿಯುತ್ತದೆ. ಫಿನಿಶ್! ಅವರೆಲ್ಲ ಆ ಸೈನಿಕನ ಸಾವಿನ ದುಃಖ ಮರೆತಿರುತ್ತಾರೆ. ಏಕೆಂದರೆ, ಅವರನ್ನು ಬದುಕು ಕಾಡತೊಡಗಿರುತ್ತದೆ.

ನನ್ನನ್ನು ಕಾಡತೊಡಗಿದ್ದು ಅದಷ್ಟೇ ಅಲ್ಲ. ಸತ್ತ ಮೇಲೆ ನನ್ನನ್ನು ಯಾರು ಹೂಳುತ್ತಾರೆ? ಯಾಕೆ ಸೆಲ್ಯೂಟ್ ಸಂದಾಯ ಮಾಡುತ್ತಾರೆ? ಆ ಸುದ್ದಿ ಯಾರು ಯಾರಿಗೆ ತಲುಪಿಸುತ್ತಾರೆ? ಯಾರು ಸಂತಾಪ ಸಭೆ ಏರ್ಪಡಿಸಿದರೆ, ಯಾರು ಬಾಯಿಗೆ ಕೈ ಅಡ್ಡ ವಿಕ್ಕಿಕೊಂಡು ಎದೆಯೊಳಗೇ

ಉಮ್ಮಳಿಕೆ ಅದುಮಿಕೊಂಡು ಕುಂತಲ್ಲೇ ಕಣ್ಣೀರಾಗಿ ಬಿಡುತ್ತಾರೆ? ಅದನ್ನು ಕಟ್ಟಿಕೊಂಡು ನನಗೇನಾಗಬೇಕಿದೆ? ನಾನು ಸತ್ತಿದ್ದೇನೆಂಬುದು ನನಗೆ ಮನವರಿಕೆಯಾದರೆ ಸಾಕು! ಏಕೆಂದರೆ, ಎಷ್ಟೋ ಸಲ ಬದುಕಿದ್ದೂ ಸತ್ತಂತಾಗಿರುವವರು ನಾವು. ಮತ್ತೊಂದು ದಿಕ್ಕಿನಿಂದ ನೋಡಿದರೆ-ನಾವು ಬದುಕಿದ್ದೇವೆ ಎಂಬುದಕ್ಕಿಂತ, ನಾವು ಸತ್ತಿದ್ದೇವೆ ಎಂಬುದಕ್ಕೆ ಪುರಾವೆ ಒದಗಿಸುವುದೇ ಸುಲಭ. ಇವತ್ತಿನ ತನಕ ನಾವು ಯಾಕೆ ಬದುಕಿದ್ದೇವೆಂದರೆ; ಸಾವಿಗೆ ನಾವು ನೆನಪಾಗಿಲ್ಲ. ನಾವು ಅದಕ್ಕೂ ಬೇಕಾಗಿಲ್ಲ. ನಮ್ಮದೇನಿದ್ದರೂ ಈ ಬದುಕೆಂಬ ಬದುಕು ಗಿರಮಿಟ್ಟು ತಿರುವಿದೆ. ಗಿರಗಿಟ್ಲೆಯಾಡಿಸಿದೆ. ನೀನುಂಟು, ಮೂರು ಲೋಕವುಂಟು ಅಂತ ನಂಬಿಸಿದೆ. ಎತ್ತಿಕೊಂಡು ಕುಣಿದಿದೆ. ಸಡನ್ನಾಗಿ ಬೇಸರಗೊಂಡು ಎತ್ತಿ ಪಾತಾಳಕ್ಕೆಸೆದಿದೆ. ನಮ್ಮಂಥವರ ಬದುಕಿನ ಗ್ರಾಫುಗಳಿಗೆ ಸಮಾನಾಂತರ ರೇಖೆಗಳಲ್ಲಿ ಚಲಿಸಿಯೇ ಗೊತ್ತಿಲ್ಲ. ಅವು ಒಮ್ಮೆ ಟೋಲೋಲಿಂಗ್ ಪರ್ವತ ಹತ್ತಿಸಿದರೆ, ಮತ್ತೊಮ್ಮೆ ಜೋಜಿಲ್ಲಾ ಕಣಿವೆಗೆ ಕೆಡವುತ್ತವೆ. ಸಾವು ನಿಜಕ್ಕೂ ದಯಾಮಯಿ. ಅದು ನಮ್ಮನ್ನು ಬದುಕಿನ ನಿಷ್ಕಾರುಣ್ಯದ ಕೈಗೆ ಕೊಟ್ಟು ಮರೆತಿದೆ.

"ಜಿಸೆ ಮೌತ್ ನೇ ನ ಪೂಛಾ
ಉಸೆ ಜಿಂದಗೀ ನೆ ಮಾರಾ!" ಅನ್ನುತ್ತಾನೆ ಕವಿ.

ಅದು ನಿಜ: ಯಾವನನ್ನು ಸಾವು ತಿರುಗಿ ನೋಡಲಿಲ್ಲವೋ-ಅವನನ್ನು ಬದುಕು ಚೆಂಡಾಡಿದೆ.

ನನ್ನಂಥ ಎಪ್ಪತ್ತೈದು ಕೇಜಿ ತೂಕದ ಗಡವನನ್ನು ಕೊಲ್ಲಲು ನಲವತ್ತೂರು ಕೇಜಿ ತೂಕದ ಪಾಕಿಸ್ತಾನಿ ಷೆಲ್ಲೇ ಬೇಕಾಗಿಲ್ಲ. ಹತ್ತು ಎಕ್ಸ್‌ಟ್ರಾ ಸಿಗರೇಟು ಸಾಕು. ಬಚ್ಚಲ ಮನೆಯಲ್ಲಿ ಕಾಲು ಜಾರಿದರೂ ಸಾಕು. ಬೆಂಗಳೂರಿನ ಭಯಾನಕ ರಸ್ತೆಗಳ ಮೇಲೆ ತಪ್ಪುವ ಮೊಬೈಕಿನ ಬ್ಯಾಲೆನ್ಸೇ ಸಾಕು. ಒಂದು ದೊಡ್ಡ ಮೋಸ ಸಾಕು. ಚಿಕ್ಕದೊಂದು ಆತ್ಮವಂಚನೆ ಸಾಕು. ಆಮೇಲೇನಿದೆ? ಯಾರೋ ಅಳುತ್ತಾರೆ. ಯಾರೋ ಅಳಲಾಗದಾಗುತ್ತಾರೆ. ಯಾರದೋ ಭಾಷಣ. ಅಲ್ಲಲ್ಲಿ ಸುದ್ದಿ. ಒಂದಿಷ್ಟು **obituary.** ಆಮೇಲೆ ಆಗಾಗ ನೆನಪು. "ಅವನಿದ್ದಿದ್ರೆ ಹೀಗಿರ್ತಿತ್ತು. ಅವನು ಹಾಗಂತಿದ್ದ. ಅವನು ಹೀಗೆ ಬರೀತಿದ್ದ. ಇರಬೇಕಿತ್ತು ಕಣಯ್ಯಾ ಬಡ್ಡೀಮಗ. ಉಳಿದದ್ದೇನೆ ಇರಲಿ; ಇಂಥ ಹುಚ್ಚಾಟಕ್ಕೆ ಅವನೇ ಸರಿ!" ಹೀಗೆ **dribble down** ಆಗೀ ಆಗೀ ಕಡೆಗೊಂದು ದಿನ ಎಲ್ಲರಿಗೂ ಮರೆತು ಹೋಗಿರುತ್ತೇನೆ. ಎಲ್ಲೋ ಒಂದು ಬಿಕ್ಕಳಿಕೆಯಷ್ಟೆ, ನಗುವುದನ್ನು ಮರೆತು ನನಗೋಸ್ಕರ ಸೌಜನ್ಯದ ಮೌನದಲ್ಲಿ ನರಳುತ್ತ ಉಳಿಯಬಹುದು.

ಸಾವೆಂದರೆ ಸಾಲಾ, ಅಷ್ಟೇ ತಾನೆ? ಅಂಥ ಸಾವಿರಾರು ಸಾವುಗಳ ಜಾತ್ರೆ ಇಲ್ಲಿ ನೆರೆದಿದೆ. ಒಮ್ಮೆ ಅದರ ಹೆಸರು ದ್ರಾಸ್ ಅದರೆ ಇನ್ನೊಮ್ಮೆ ಮೊಘುಲ್‌ಪುರಾ. ಮತ್ತೊಮ್ಮೆ ಕಾರ್ಗಿಲ್. ಮುಂದಕ್ಕೆ ನಡೆದರೆ ಬಟಾಲಿಕ್. ಮುಂಗಾಲ ಮೇಲೆ ನಿಂತು ನೋಡಿದರೆ ಲೇಹ್. ಅದರಾಚೆಗೆ ಲಡಾಕ್. ಎಲ್ಲವೂ ಸಾವಿನ ಅಡ್ಡೆಗಳೇ. ಎಲ್ಲೆಡೆಗೂ ಮರಣ ಮೇಜವಾನಿಯೇ. ಇಲ್ಲಿ ಬದುಕಿಗಿಂತ ಸಾವು ಸೋವಿ. "ಜೇಬಿನಲ್ಲಿ ತಿಂಡಿ ಪೊಟ್ಟಣವಿಟ್ಟುಕೊಂಡು ಬಟಾಲಿಕ್‌ನ ಬೆಟ್ಟ ಹತ್ತುವುದು

ವಿಪರೀತ ಕಷ್ಟ. ತಿಂಡಿ ಕಾಲು ಕೇಜಿಯಷ್ಟು ತೂಕದ್ದಾಗಿರುತ್ತದೆ. ಅದರ ಬದಲು, ಅಷ್ಟೇ ಗಾತ್ರದ ಪಾಕೀಟಿನಲ್ಲಿ ನೂರೈವತ್ತು ಕಾಡ ತೂಸು ಒಯ್ಯಬಹುದು. ಅದರ ತೂಕ ಮುಕ್ಕಾಲು ಕೇಜಿ. ಅದನ್ನೇ ಕೊಡಿ. ಜೇಬಲ್ಲಿಟ್ಟುಕೊಂಡು ಬೆಟ್ಟ ಹತ್ತತೀನಿ. ಅನ್ನವಿಲ್ಲದೆ ಆರು ದಿನ ಬದುಕಿರಬಲ್ಲೆ. ಆದರೆ ಬುಲೆಟ್ಟಿಲ್ಲದೆ ಬದುಕಿರಲಾರೆ. ನನಗೆ ಅವರ್‍ಯಾರನ್ನೋ ಕೊಲ್ಲಬೇಕಿದೆ. ಬುಲೆಟ್ಟಿಲ್ಲದಿದ್ದರೆ ಅವರು ಕೊಲ್ಲುತ್ತಾರೆ. ಅನ್ನವಿಲ್ಲದೆ ಸತ್ತರೆ ಅವಮಾನವಾಗಲಾರದು. ಬುಲೆಟ್ಟಿಲ್ಲದೆ ಸಾಯುವವನು ಯೋಧನೇ ಅಲ್ಲ. ಭಾಂಭೋತ್; ಔರ್ ಥೋಡಾ ಗೋಲಿ ದೇ ದೇ!" ಇದು ಕೊಲ್ಲುವವನು ಆಡುವ ಮಾತು. ದ್ರಾಸ್‌ನಲ್ಲಿ ಕಾರ್ಗಿಲ್‌ನಲ್ಲಿ ಕೊಲ್ಲುವವನಿಗೂ ಸಾಯುವವನಿಗೂ ಅಂಥ ವ್ಯತ್ಯಾಸವೇನಿಲ್ಲ. ಯಾರು ಮೊದಲು? ಎಂಬುದಷ್ಟೇ ಮುಖ್ಯ. ಇಲ್ಲಿ ಸಾವು ಟೀವಿಯ ಮೇಲಿನ ಚಿತ್ರದಂತಹುದು. ಒಂದು ಬಟನ್ ಒತ್ತಿದರೆ ಚಿತ್ರ ಮೂಡುತ್ತದೆ. ಅದನ್ನೇ ಇನ್ನೊಮ್ಮೆ ಒತ್ತಿದರೆ ಮಾತ್ರ ಖಲಾಸ್.

ಇಂಥ ನೂರಾರು ಸಾವಿನ ಚಿತ್ರಗಳನ್ನು ನೋಡೀ ನೋಡೀ ಮನಸ್ಸು ಅದೆಷ್ಟು ಕರಕಲಾಗಿ ಹೋಗಿದೆಯೆಂದರೆ; ಕಾರ್ಗಿಲ್ ತನಕ ಹೋಗುವವರೆಗೆ ನಾನು ಏನೇನು ಬದುಕಿದೆನೋ-ಅದಷ್ಟೆ ನಿಜವಾದ ಬದುಕು. ಅಲ್ಲಿಂದ ಹಿಂತಿರುಗಿದ ನಂತರ ಏನು ಬದುಕಿದರೂ ಅದು ಬೋನಸ್ಸು. ಅವತ್ತೇ, ಅಲ್ಲೇ ಸತ್ತಿದ್ದಿದ್ದರೆ....?

ಅದಕ್ಕೂ ಅಳಬೇಕಿರಲಿಲ್ಲ. ಬದುಕಿದ ನಲವತ್ತೂ ಚಿಲ್ರೆ ವರ್ಷಗಳಲ್ಲಿ ಅತ್ಯುತ್ತಮ ಅನ್ನ, ಅತ್ಯುತ್ತಮ ಗೆಳೆತನ, ಅತ್ಯುತ್ತಮ ದುಃಖ, ಅಗಾಧ ಹಸಿವು, ಅಬಂಡೆಂಟ್ ಸೆಕ್ಸು, ರಾಶಿ ರಾಶಿ ಬರವಣಿಗೆ, ಕಮ್ಮಗಿನ ಗೆಳೆತನ, ಅರ್ಹತೆಗೆ ಮೀರಿದ ಖ್ಯಾತಿ, ಅನವಶ್ಯಕ ಶಿಕ್ಷೆ - ಎಲ್ಲವನ್ನೂ ಅನುಭವಿಸಿಯಾಗಿದೆ. ಯಾವ ಕ್ಷಣದಲ್ಲಿ ಸತ್ತರೂ ದುಃಖವಿಲ್ಲ. ಅನುಭವಿಸಿದ ಸುಖಕ್ಕೂ-ಸಾಯುತ್ತಿರುವ ದುಃಖಕ್ಕೂ **quits!**

ಇನ್ನು ಸಾವಿನ ಕುರಿತು ಯೋಚಿಸುವುದು ಬೇಡ. ಯೋಚಿಸಬೇಕಾಗಿರುವುದು ಕೇವಲ ಬದುಕಿನ ಕುರಿತು. ಅದನ್ನು ಹಸನು ಮಾಡಿಕೊಳ್ಳುವುದರ ಕುರಿತು. ಮಗುವಿನ ಕೈಯೊಳಗಿನ ಚಕ್ಕುಲಿಯನ್ನು ಕಾಗೆ ಕಿತ್ತೊಯ್ಯುವ ಹಾಗೆ ತಾಯಿ ಜೋಪಾನ ಮಾಡಿದಂತೆ; ನಾನಿನ್ನು ಈ ಬದುಕನ್ನೂ ಅದರ ನವಿರನ್ನೂ ಜೋಪಾನ ಮಾಡಬೇಕು. ಸಣ್ಣ ಸಣ್ಣ ದುಃಖ, ಕ್ಷುಲ್ಲಕ ಶತ್ರುತ್ವ, ಎಲ್ಲೋ ಬಾರದ ಕುಹಕ, ಇನ್ಯಾವುದೋ ಸುಖದ ಅರಸಾಟ, ಎಲ್ಲೋ ಸಿಗುವ ಬಂಗಾರಕ್ಕಾಗಿ ಕನಸು, ಇನ್ಯಾರದೋ ಎದೆಗೆ ಬಾಣವಿಕ್ಕುವ ಚಡಪಡಿಕೆ ಅದೆಲ್ಲ ಸಾಕು. ಈ ಬದುಕು ಇನ್ನಷ್ಟು ಸಾರ್ಥಕವಾಗಬೇಕು. ಮತ್ತಷ್ಟು ಅರ್ಥಪೂರ್ಣವಾಗಬೇಕು. ಇನ್ನು ನಲವತ್ತು ವರ್ಷಗಳ ನಂತರವಾದರೂ ಸರಿ;ನನ್ನೊಳಗೆ ಹೊಸದೊಂದು ಸೂರ್ಯೋದಯವಾಗಬೇಕು. ಹಿಮಾಲಯದ ಬೆಟ್ಟಗಳಿಂದ ನಾನು ಕೇಳಿಕೊಂಡು ಬಂದಿರುವುದು ಅದಷ್ಟನ್ನೇ.

ತೀರ ಇಳಿದು ಬರುವಾಗ, ಅಲ್ಲಿನ ಅಗ್ನಿಶಾಮಕ ದಳದ ಯೂನಿಟ್‌ನ ಮುಂದೆ ಒಂದು ಬೋರ್ಡಿತ್ತು; ಅದನ್ನು ಮನಸಾರೆ ಓದಿಕೊಂಡು ಬಂದಿದ್ದೇನೆ. ನಿಮ್ಮ ಮನಸ್ಸಿಗೆ ಹಿಡಿಸೀತು

ಎಂಬ ಕಾರಣಕ್ಕೆ ನೆನಪಿಟ್ಟುಕೊಂಡಿದ್ದೇನೆ. ಏನು ಗೊತ್ತಾ? "ಭಗವಂತಾ, ನನಗೆ ಶಕ್ತಿ ಕೊಡು. ಎಲ್ಲಿ ಬೆಂಕಿ ಬಿದ್ದು ದಾವಾನಲ ಹರಡಿದರೂ ಆ ಸುದ್ದಿ ಮೊದಲಿಗೆ ನನಗೇ ತಲುಪುವಂತೆ ಮಾಡು. ಭುಗಿಲೆದ್ದ ಸ್ಥಳಕ್ಕೆ ಮೊಟ್ಟಮೊದಲು, ಅತ್ಯಂತ ವೇಗವಾಗಿ ತಲುಪುವಂತೆ ಮಾಡು. ಅಲ್ಲೊಂದು ಪುಟ್ಟ ಪಾಪು, ಒಂದು ವೃದ್ಧ ಜೀವ ನನ್ನಿಂದಾಗಿ ಉಳಿಯುವಂತೆ ಮಾಡು. ಎಲ್ಲ ಬೆಂಕಿ ನಂದಿಸುವ ಶಕ್ತಿ ನನಗೆ ಕೊಡು. ಅಕಸ್ಮಾತ್ ಆ ಬೆಂಕಿ ನನ್ನನ್ನೇ ನುಂಗಿತೋ? ನನ್ನ ಹೆಂಡತಿ ಮಕ್ಕಳು ನಿನ್ನ ತಣ್ಣನೆಯ ಕೈಗಳಲ್ಲಿ ಕಡೆತನಕ ನೆಮ್ಮದಿಯಾಗಿರುವಂತೆ ನೋಡಿಕೋ. ಈ ಬದುಕಿಗೆ ಅಷ್ಟು ಸಾಕು!"

ಸಾಕು ಸಾಕು.

ಕಾರ್ಗಿಲ್‌ನ ಯುದ್ಧ ಭೂಮಿ ಎಂಥವರಿಗೂ ಸಾವಿನ ದರುಶನ ಮಾಡಿಸುತ್ತದೆ. ಬದುಕಿನ ಬಾಗಿಲು ಕಾಣಿಸುವಂತೆ ಮಾಡುತ್ತದೆ. ಅದರ ಬೆಳಕು ಎರಡೂ ರಾಷ್ಟ್ರಗಳ ನಾಯಕರಿಗೆ ಕಾಣಿಸಲಿ. ಹಠಕ್ಕೆ ಬಿದ್ದ ಧರ್ಮಾಂಧರಿಗೆ ಗೋಚರಿಸಲಿ. ಅದೇ ಬೆಳಕು ನನಗೂ ಒಂದಿಷ್ಟಿರಲಿ. ನಿಮಗೂ ಒಂದಿಷ್ಟಿರಲಿ! ಅಷ್ಟು ಸಾಕು.

ಇಂಥ ಎಲ್ಲ ಕನವರಿಕೆಗಳೊಂದಿಗೆ ಬಟಾಲಿಕ್‌ನ ಬೆಟ್ಟವಿಳಿದು, ಶ್ರೀನಗರ ತಲುಪಿ, ವಿಮಾನಗಳಲ್ಲಿ ಕಟ್ಟಿ ಹಾಕಿಸಿಕೊಂಡು ಕುಳಿತು ಬೆಂಗಳೂರಿನ ಏರ್‌ಪೋರ್ಟಿನ ನುಣುಪು ನೆಲಕ್ಕೆ ಕಾಲಿಟ್ಟೆ.

ಬಾಗಿಲಲ್ಲೇ ಇದಿರಾಗಿ "ದೊಡ್ಡಪ್ಪಾ. ...." ಅಂತ ತಬ್ಬಿಕೊಂಡವಳು, ನಮ್ಮ ಉಮೇಶ ಮತ್ತು ವಿದ್ಯಾರ ಮಗಳು ಪೂರ್ವಿ. ಅಂಗಳದಲ್ಲಿ ನಿಂತ ಲಲಿತೆಯ ಕಣ್ಣುಗಳಲ್ಲಿದ್ದುದು ಯಾವ ಪ್ರವಾಹದ ನೀರೋ? ನನ್ನ ಹಿರಿಯ ಗೆಳೆಯರಾದ ವಿಶ್ವೇಶ್ವರಪುರದ ಶಂಕರ್, ವೆಂಕಟೇಶ್, ಡಾ.ಉಮೇಶ್, ಅವರ ಶಿಷ್ಯ ಕುಲಕರ್ಣಿ, ನಾಗರಾಜ ರೆಡ್ಡಿ, ಜಯನಗರದ ಬಿ.ವಿ.ರಮೇಶ್, ನಮ್ಮ ವೀರೇಶ್, ಆಫೀಸಿನ ಹುಡುಗರು ಮತ್ತು ಮುಖವಷ್ಟೇ ಗುರುತು ಸಿಕ್ಕು ಹೆಸರು ನೆನಪಾಗದ ಎಷ್ಟೋ ಓದುಗರು.....

ಅವರೆಲ್ಲರ ಮುಖದಲ್ಲೂ ಬದುಕಿನ ಬೆಳಕಿತ್ತು.

ಆಗ ರಾತ್ರಿ ಹನ್ನೊಂದು ದಾಟಿತ್ತು.

ಬಾಂಬು ಬಿದ್ದ ಬಯಲಿನಲ್ಲಿ

ಪ್ರಿಯ ಓದುಗರೇ,

ಇದು ಹತ್ತು ದಿನಗಳ ಯುದ್ಧ ಭೂಮಿಯ ಯಾತನೆಯ ಮೊದಲ ಕಂತು. ದ್ರಾಸ್-ಬಟಾಲಿಕ್ ಸೆಕ್ಟರುಗಳಲ್ಲಿ ಮಡಿದ ಭಾರತದ ಧೀರ ಯೋಧನಿಗೆ ನನ್ನ ಮೊದಲ ಅಶ್ರುತರ್ಪಣ. ಆ ಹತ್ತು ದಿನಗಳನ್ನು ಯುದ್ಧ ಭೂಮಿಯಲ್ಲಿ ಹೇಗೆ ಕಳೆದೆನೋ? ಗೊತ್ತಿಲ್ಲ. ಕನಿಷ್ಟ ಪಕ್ಷ ನಾಲ್ಕು ಸಲ ಪ್ರಾಣಾಪಾಯದಿಂದ ಕೂದಲೆಳೆಯಲ್ಲಿ ಪಾರಾದೆ. ಆಕ್ಸಿಜನ್‌ನ ಕೊರತೆಯಿಂದ ಏದುಸಿರು ಬಿಟ್ಟೆ. ಮನುಷ್ಯ ಬದುಕಲು ಸಾಧ್ಯವೇ ಇಲ್ಲದಂತಹ ಬಂಕರುಗಳಲ್ಲಿ ಬದುಕಿ ಬಂದೆ. ನಿಸರ್ಗ ನಿರ್ಮಿಸಿದ **natural** ಬಂಕರುಗಳಲ್ಲಿ, ಕಾಲು ಚಾಚಿ ಕುಳಿತಿದ್ದೆ. ಅಲ್ಲಿ ಸಾಲು ಸಾಲು ಶವದ ಪೆಟ್ಟಿಗೆಗಳನ್ನು ನೋಡಿದೆ. ರಕ್ತದಲ್ಲಿ ತೊಯ್ದ ಭಾರತದ ಪತಾಕೆ ಕಂಡು ಕಣ್ಣೀರಿಟ್ಟೆ. ಸರಹದ್ದಿನಲ್ಲಿ ದೊರೆತ ಕನ್ನಡದ ಹುಡುಗರಿಗೆ ನಾನು ಒಯ್ದಿದ್ದ ನೀರು ಕೊಟ್ಟೆ. ಸಿಗರೇಟು ಕೊಟ್ಟೆ. ತಿಂಡಿ ಕೊಟ್ಟೆ. ಪ್ರೀತಿ ಕೊಟ್ಟೆ. ಮತ್ತು ಅವರ ತ್ಯಾಗಕ್ಕೊಂದು ಅರ್ಥ ಬರುವಂತೆ ಬದುಕುವುದಾಗಿ ಭರವಸೆ ಕೊಟ್ಟು ಬಂದೆ.

ಈಗ ಬೆಂಗಳೂರಿಗೆ ಬಂದು ಕುಳಿತಿರುವಾಗ, ಯುದ್ಧ ದೃಶ್ಯಗಳಿಂದ ಕಲಕಿ ಹೋಗಿರುವ ಮನಸ್ಸನ್ನಿಟ್ಟುಕೊಂಡು ಏನು ಬರೆಯುತ್ತೇನೋ, ಏನಿಲ್ಲವೋ ಎಂಬ ಸ್ಥಿತಿಯಲ್ಲಿದ್ದೇನೆ.

ಅಲ್ಲಿ ಕಳೆದ ಹತ್ತು ದಿನಗಳ ಪ್ರತಿ ನಿಮಿಷವೂ ರೋಚಕ. ಅಷ್ಟೇ ಯಾತನಾದಾಯಕ. ನಮ್ಮ ಯೋಧ ಬೆಟ್ಟಗಳ ತುದಿಯಲ್ಲಿ ನಿಂತು ಕೇವಲ ಶತ್ರು ಸೈನ್ಯದೊಂದಿಗಲ್ಲ; ಅಲ್ಲಿನ ಚಳಿಯೊಂದಿಗೆ ಹೋರಾಡಬೇಕು. ಹಸಿವಿನೊಂದಿಗೆ, ಒಬ್ಬಂಟಿತನದೊಂದಿಗೆ, ಭಯದೊಂದಿಗೆ, ನೆನಪುಗಳೊಂದಿಗೆ ಮತ್ತು ಪ್ರತಿ ಕ್ಷಣ ಸಾವಿನೊಂದಿಗೆ ಹೋರಾಡಬೇಕು. "ಸ್ನಾನ ಮಾಡಿ ಒಂದು ತಿಂಗಳಾತರೀ. ನನ್ನ ಹೆಂಡತಿಗೆ ಮೂರು ಪತ್ರ ಬರದೇನಿ. ಪೋಸ್ಟ್ ಮಾಡ್ಲಿಕ್ಕೆ ಸಾಧ್ಯ ಆಗಿಲ್ಲ. ನೀವು ಶ್ರೀನಗರಕ್ಕೆ ಹೋದಾಗ ಇವನ್ನಷ್ಟು ಪೋಸ್ಟಿಗೆ ಹಾಕ್ತೀರೇನ್ರೀ?" ಎಂದು ಕೇಳಿದ ಈರಪ್ಪ ತಿರುಕಪ್ಪ ಮಾದರ ಎಂಬ ಕನ್ನಡದ ಯೋಧನ ಕೈಯಿಂದ ಆ ಪ್ರೇಮ ಸಂದೇಶಗಳನ್ನು ಎಷ್ಟು ಜತನದಿಂದ ಹಿಡಿದುಕೊಂಡು ಬಂದೆ ಗೊತ್ತೇ? ಅವುಗಳನ್ನು ಶ್ರೀನಗರದ ಪೋಸ್ಟಿನ ಡಬ್ಬಿಗೆ ಹಾಕುವಾಗ ನನ್ನ ಯಾವುದೋ ಜನ್ಮದ ಅಗೋಚರ ತಂಗಿಗೆ, ಅವಳ ಮದುವೆ ಮನೆಯಲ್ಲಿ ನಿಂತು ನೆತ್ತಿಯ ಮೇಲೆ ಅಕ್ಕಿಕಾಳು ಹಾಕಿದಂತಾಯಿತು.

ಯುದ್ಧದ ಬಗ್ಗೆ ಥಿಯರಿಗಳನ್ನು ಬರೆಯುವುದು ಬೇರೆ; ಬಾಂಬು ಬಿದ್ದ ಬಯಲಿನಲ್ಲಿ ಸುದ್ದಿ ಹುಡುಕುವುದು ಬೇರೆ. ಗಲಿಬಿಲಿಗೊಂಡ ಮನಸ್ಸು ಕೊಂಚ ಸ್ಥಿರವಾದರೆ, ಮುಂದಿನ ವಾರಗಳಲ್ಲಿ ಮತ್ತೊಂದಿಷ್ಟು ಅನುಭವ, ಇನ್ನೊಂದಿಷ್ಟು ವಿವರಗಳನ್ನು ಬರೆದೇನು.

ಆ ಹುಡುಗ ನಾಗರಹಾವಿನ ಹಾಗಿದ್ದ. ಕಣ್ಣುಗಳಲ್ಲಿ ಅಸಾಧ್ಯ ಎಚ್ಚರವಿರುತ್ತಿತ್ತು. ಅವನನ್ನು ತಿಂಗಳುಗಟ್ಟಲೆ **train up** ಮಾಡಿದವನೇ ನಾನು. ಅಕಸ್ಮಾತ್ ಯುದ್ಧಕ್ಕೆ ಹೋದರೆ, ಈ ಹುಡುಗ ಶತ್ರುಗಳ ಪಾಲಿಗೆ ಯಮಸದೃಶನಾಗಿ ಬಿಡುತ್ತಾನೆ ಅನಿಸುತ್ತಿತ್ತು. ಯುದ್ಧಕ್ಕೆ ಅವನನ್ನು ಕರೆದುಕೊಂಡು ಹೋದದ್ದೂ ಆಯಿತು. ಆದರೆ ರವಿಯವರೇ, ಆ ಹುಡುಗ ನನ್ನ ಪಕ್ಕದಲ್ಲಿ ತೆವಳುತ್ತಿರುವಾಗಲೇ ಮೊದಲ ಗುಂಡಿಗೆ ಎದೆಯೊಡ್ಡಬೇಕಾಯಿತು. ಮಧ್ಯರಾತ್ರಿಯ ಸಮಯವದು. "ಗೋಲಿ ಲಗ್ ಗಯಾ ಸಾಹಿಬ್" (ಗುಂಡು ಬಿದ್ದು ಬಿಡ್ತು ಸಾರ್) ಅಂದ. ಅನ್ನುತ್ತಲೇ ತೆವಳಿದ. ತೆವಳುತ್ತಲೇ ನೆತ್ತಿಯ ಮೇಲಿನ ಶತ್ರುವಿನತ್ತ ಗುಂಡು ಹಾರಿಸಿದ. ತನ್ನ ದೇಹಕ್ಕೆ ಕೊನೆಯ ಗುಂಡು ಬೀಳುವ ತನಕ, ಕೈಗಳು ಮರಗಟ್ಟಿ ಹೋಗುವ ತನಕ ಗುಂಡು ಹಾರಿಸುತ್ತಲೇ ಇದ್ದ. ನನಗೆ ದುಃಖವಾದದ್ದು ಅದಕ್ಕಲ್ಲ ರವೀ, ಆ ಹುಡುಗನನ್ನು, ನಾನೇ ತರಬೇತು ನೀಡಿ ಕಳಿಸಿದ ಹುಡುಗನನ್ನು, ಅವನು ಸತ್ತ ನಂತರ-ಎರಡು ಗಂಟೆಗಳ ಕಾಲ- ಅವನ ಹೆಣವನ್ನು ನನ್ನ ದೇಹಕ್ಕೆ ಶತ್ರುವಿನ ಗುಂಡು ತಾಕದಂತೆ **shield** ಥರಾ ಉಪಯೋಗಿಸಬೇಕಾಗಿ ಬಂತು. ತಮ್ಮನ ಹೆಣ ಅಡ್ಡವಿಟ್ಟುಕೊಂಡು ಅಣ್ಣ ಬದುಕಿ ಬಂದಂತಹ ಘಟನೆಯದು. **I feel sorry!**" ಅಂದವರು ಮೇಜರ್ ಪರಾಶರ್. ಅವರು ಬಟಾಲಿಕ್ ಪಕ್ಕದ ಶಿಖರವೊಂದನ್ನು ವಶಪಡಿಸಿಕೊಂಡು ಬಂದಿದ್ದರು.

ಇಂಥ ದಾಖಲೆಗಳು ಅವೆಷ್ಟೋ ನನ್ನ ನೋಟ್ಸುಗಳಲ್ಲಿ ನರಳುತ್ತ ಮಲಗಿವೆ. ಎಲ್ಲವನ್ನೂ ಒಂದೇ ಉಸುರಿಗೆ ಹೇಳಿ ಮುಗಿಸುವ ಅವಸರ ನನಗಿಲ್ಲ. ಅದು ಸಾಧ್ಯವೂ ಇಲ್ಲ.

ಈ ವಾರದ ಕಂತೆ ಓದಿಕೊಳ್ಳಿ.

ನಂಗೊತ್ತಿಲ್ಲ; ಮತ್ತೆ ಕಾರ್ಗಿಲ್ ಕರೆದರೆ, ಬಟಾಲಿಕ್ ಬಯಸಿದರೆ ಮತ್ತೆ ಹೊರಟೆ. ನನ್ನ ಪಾಲಿಗದು ಪ್ರವಾಸವಲ್ಲ. ಪವಿತ್ರ ಯಾತ್ರೆ.

ಸೋಜಾ ಸಾಲೇ...

ಯುದ್ಧ ರಂಗದಲ್ಲಿ ಕೇವಲ ಭೀಭತ್ಸವೊಂದೇ ಅಲ್ಲ; ಅಲ್ಲಿ ಹಾಸ್ಯದ ಹೊನಲೂ ಹರಿಯುತ್ತದೆ. ಸಾವಿಗೆ ಇನ್ನು ಮೂರೇ ಗೇಣು ಎಂಬಂತಹ ಜಾಗದಲ್ಲಿ ಕುಳಿತುಕೊಂಡ ಯೋಧರು ಆಗಿಷ್ಟು ಈಗಿಷ್ಟು ಪಕ್ಕೆ ಕದಲುವಂತೆ ನಗುತ್ತಲೇ ಇರುತ್ತಾರೆ. ಕಾರ್ಗಿಲ್‌ನ ಆಚೆಗೆ ಅಧಿಕಾರಿಯೊಬ್ಬರ ಡೇರೆಯ ಮುಂದೆ ಪತ್ರಕರ್ತರದೊಂದು ಚಿಕ್ಕ ಗುಂಪು ಆ ಅಧಿಕಾರಿಯೊಂದಿಗೆ ಹರಟುತ್ತ ಕುಳಿತಿತ್ತು. ತುಂಬ ಹತ್ತಿರದಲ್ಲಲ್ಲದಿದ್ದರೂ, ಸಾಕಷ್ಟು ಸಮೀಪದಲ್ಲೇ ಪಾಕಿಸ್ತಾನಿಗಳು ಕಳಿಸಿದ ಷೆಲ್‌ಗಳು ಬೀಳುತ್ತಿದ್ದವು. ಷೆಲ್ ಬಿದ್ದಾಗಲೆಲ್ಲ ನೆತ್ತಿಯ ಹಿಂಬದಿಗೆ ಕೈ ಅಡ್ಡವಿಟ್ಟುಕೊಂಡು ಬೋರಲು ಮಲಗುತ್ತಿದ್ದೆವು. ಹಾಗೆ ಮಾಡಬೇಕೆಂದು ಯುದ್ಧ ಭೂಮಿಗೆ ಕಾಲಿಟ್ಟ ದಿನವೇ ನಮಗೆಲ್ಲ ವಿವರಿಸಿಯಾಗಿತ್ತು.

ಮೊದಮೊದಲು ಎಲ್ಲಿ 'ಢಂ' ಎಂಬ ಸಪ್ಪುಳ ಕೇಳಿದರೂ ತಿರುಪತಿ ತಿಮ್ಮಪ್ಪನ ದರುಶನವಾದವರಂತೆ ಮುಂದಕ್ಕೆ ಬಕ್ಕಬೋರಲು ಬಿದ್ದು ಕಿವಿ ಮುಚ್ಚಿಕೊಳ್ಳುತ್ತಿದ್ದೆವು. ಕೆಲವು ಸಲ, ಅದು ನಮ್ಮವರೇ ಸಿಡಿಸಿದ ಬೊಫೋರ್ಸ್ ಬಂದೂಕಿನ ಸದ್ದಾಗಿರುತ್ತಿತ್ತು. ಸುತ್ತಲಿದ್ದವರೆಲ್ಲ "ದೇಖೋ ಸಾಲಾ ಸೋಗಯಾ!" ಅಂದು ನಗುತ್ತಿದ್ದರು. ಇನ್ನೊಮ್ಮೆ ನಿಜಕ್ಕೂ ಷೆಲ್ ಬಿದ್ದಾಗ ಪ್ಯಾದೆಗಳಂತೆ ನಗುತ್ತಾ ನಿಂತಿರುತ್ತಿದ್ದೆವು. "ಸೋಜಾ ಸಾಲೇ, ನೈ ತೋ ಮರ್‌ಜಾಯೇಗಾ!" (ಮಲಗು ಬಡ್ಡಿಮಗನೇ ಇಲ್ದಿದ್ರೆ ಸಾಯ್ತಿಯಾ) ಎಂದು ಯಾರೋ ಕೂಗುತ್ತಿದ್ದರು. ಎರಡು ಮೂರು ದಿನ ಕಳೆಯುವುದರೊಳಗಾಗಿ ನಮಗೆ ಷೆಲ್ಯಾವುದು, ನಮ್ಮವರು ಸಿಡಿಸಿದ ಗುಂಡ್ಯಾವುದು ಅಂತ ಅರ್ಥವಾಗತೊಡಗಿತು. ಬಕ್ಕ ಬೋರಲು ಬೀಳುವುದು ಕಡಿಮೆಯಾಯಿತು.

ಆದರೆ ಅವತ್ತು ಹಾಗಾಗಲಿಲ್ಲ. ಬೋರಲು ಬಿದ್ದು ಎದ್ದು ಕೂಡುವುದರೊಳಗಾಗಿ ಒಬ್ಬ ಯೋಧನನ್ನು ಅವನ ನಾಲ್ವರು ಸಂಗಡಿಗರು ಎತ್ತಿಕೊಂಡು ಬಂದರು. ಆತನ ದೇಹದಿಂದ ನೆತ್ತರು ಕಾರಂಜಿಯಾಗಿ ಚಿಮ್ಮುತ್ತಿತ್ತು. ಆತನಿಗೆ ಒಂದು ಕೈಯೇ ಇರಲಿಲ್ಲ. ತಕ್ಷಣ ಆತನ ಚಿಕಿತ್ಸೆಗೆ ವ್ಯವಸ್ಥೆ ಮಾಡಲಾಯಿತು. ನಾವು ಡೇರೆಯ ಹೊರಗೆ ಕುಳಿತೇ ಇದ್ದೆವು.

ಅರ್ಧಗಂಟೆಯ ನಂತರ ಮತ್ತೆ ಷೆಲ್ಲಿಂಗ್!

"ಓಹ್, ನಾಟಿ ಬಾಯ್ಸ್ ಆರ್ ಅಗೇಯ್ನ್ ಆ್ಯಕ್ಟಿವ್!" (ಓ....ತುಂಟ ಹುಡುಗರು ಮತ್ತೆ ಚುರುಕಾಗಿ ಬಿಟ್ಟಿದ್ದಾರೆ) ಎಂದು ಉದ್ಗರಿಸಿದರು ಅಧಿಕಾರಿ.

ನಮಗೆ ವಿಚಿತ್ರವೆನಿಸಿದ್ದೇ ಅದು. ಷೆಲ್ ದಾಳಿ ಮಾಡುತ್ತಿರುವವರು ರಕ್ತಪಿಪಾಸುವಾದ ಪಾಕಿ ದುಷ್ಮನ್‌ಗಳು. ಅವರನ್ನು 'ನಾಟಿ ಬಾಯ್ಸ್'(ತುಂಟ ಹುಡುಗರು) ಅನ್ನುವುದರ ಔಚಿತ್ಯವೇನು?

"ಇಲ್ಲಿ ಔಚಿತ್ಯದ ಪ್ರಶ್ನೆಯೇನಿಲ್ಲ. ಪಾಕಿಗಳು ಬಳಸುತ್ತಿರುವ ಫಿರಂಗಿಯ ಹೆಸರು ನಾಟಿ ಬಾಯ್ಸ್! ಅದಕ್ಕೇ ಹಾಗಂತೆ. ಈಗಷ್ಟೆ ನಮ್ಮ ಯೋಧನೊಬ್ಬನ ಕೈ ಕತ್ತರಿಸಿ ಹೋದದ್ದು ನೋಡಿದಿರಲ್ಲ? ಅದು 'ನಾಟಿ ಬಾಯ್ಸ್' ಹಾರಿಸಿದ ಷೆಲ್‌ನೊಳಗಿನ ಅಸಂಖ್ಯ **splinter**(ತುಣುಕು)ಗಳ ಪೈಕಿ ಒಂದು **splinter** ತಾಕಿದುದರಿಂದ ಆದ ಅನಾಹುತ. ಅತ್ಯಂತ ವಿನಾಶಕಾರಿ ಫಿರಂಗಿಯದು. ಅದರ ಹೆಸರು ನಾಟಿಬಾಯ್ಸ್" ಎಂದು ವಿವರಿಸಿದರು ಆತ.

"ನಮ್ಮ ಬಳಿ ಅಂಥ ಫಿರಂಗಿ ಇಲ್ಲವೇ?" ಕೇಳಿದೆವು.

"ಇಲ್ಲ. ಕೇವಲ ಕೈ ಕತ್ತರಿಸಿ ಹೋಗುವಂತಹುದಿಲ್ಲ. ನಮ್ಮ ಷೆಲ್ ಬಿದ್ದರೆ ಅಲ್ಲಿ ಮನುಷ್ಯನಿದ್ದ ಎಂಬುದಕ್ಕೆ ಸಣ್ಣ ಪುರಾವೆ ಕೂಡ ಉಳಿದಿರೋದಿಲ್ಲ. ನಾವು **naughty masters!**" ಅಂದು ನಕ್ಕರು ಆತ.

ಅದಾದ ಕೆಲವೇ ಗಂಟೆಗಳ ನಂತರ ಒಂದು **splinter** ಹೇಗಿರುತ್ತದೆ ಎಂಬುದನ್ನು ಕಣ್ಣಾರೆ ನೋಡಿದೆ. ಅದೊಂದು ಲೋಹದ ತುಣುಕು. ಸುಮಾರು ಆರು ಇಂಚಿನದು. ಬಹುಶಃ ಸೀಸ ಮತ್ತು **scrap** ಕಬ್ಬಿಣ ಕಾಯಿಸಿ, ಬೆರೆಸಿ, ಹದ ಮಾಡಿರುತ್ತಾರೆ. ಆ ಲೋಹದ ತುಣುಕಿಗೆ ಮೈತುಂಬ ಮುಳ್ಳು. ಗರಗಸದಂತಹ ಮೇಲ್ಮೈ ಇರುತ್ತದೆ. ಷೆಲ್‌ನೊಳಗಿಂದ ಹೊರಕ್ಕೆ ಜಿಗಿಯುವಾಗ ಕೆಂಪಗೆ ನಿಗಿ ನಿಗಿ ಕೆಂಡದಂತೆ ತಯಾರಾಗಿ, ಗಾಳಿಯಲ್ಲಿ ಗಿರಗಿರನೆ ಸಾವಿರ ಸುತ್ತು ತಿರುಗುತ್ತ ಬರುತ್ತದೆ. ನಮಗೆ ತಾಕಿತು ಎಂದು ಗೊತ್ತಾಗುವಷ್ಟರೊಳಗಾಗಿ ನಾವು ಸತ್ತುಹೋಗಿರುತ್ತೇವೆ. ಅದು ನಿಜಕ್ಕೂ ಡೆಡ್ಲಿ. ಅಂಥ **splinter**ಗಳು ಒಂದು ಷೆಲ್‌ನಲ್ಲಿ ಎಷ್ಟಿರುತ್ತವೋ?

ಬೊಫೋರ್ಸ್ ಫಿರಂಗಿಗೆ ತುಂಬುವ ಒಂದು ಷೆಲ್‌ನ ಬೆಲೆ ನಲವತ್ತೈದು ಸಾವಿರ ರುಪಾಯಿ. ಈ ತನಕ ಏನಿಲ್ಲವೆಂದರೂ, ಅಂಥ ಮೂವತ್ತು ಸಾವಿರ ಷೆಲ್‌ಗಳನ್ನು ನಾವೊಬ್ಬರೇ ಸಿಡಿಸಿದ್ದೇವೆ.

"ಎಷ್ಟು ಖರ್ಚು!" ಅಮೆರಿಕನ್ ಪತ್ರಕರ್ತನೊಬ್ಬ ಉದ್ಗರಿಸಿದ.

"ನಿಮ್ಮ ತಾಯಿ ಆಸ್ಪತ್ರೆಯಲ್ಲಿದ್ದಾಳೆ. ಔಷಧಿ ದುಬಾರಿ. ತೆಪ್ಪಗೆ ತಂದು ಕುಡಿಸಿ ಅಮ್ಮನನ್ನು ಬದುಕಿಸಿ ಕೊಳ್ಳುತ್ತೀರೋ? ಅಥವಾ ಆ ಹಣದಲ್ಲಿ ಹೆಂಡತಿಗೆ ಎಷ್ಟು ಸ್ಕರ್ಟು ಕೊಡಿಸಬಹುದಾಗಿತ್ತು ಅಂತ ಉದ್ಗರಿಸುತ್ತೀರೋ?" ಅಧಿಕಾರಿ ಕೇಳಿದರು.

ನಾವೆಲ್ಲ ನಗುತ್ತಿದ್ದೆವು. ಆತ ನಗಲಿಲ್ಲ.

ಏಕೆಂದರೆ ಖಾಯಿಲೆಯಾಗಿರುವುದು ಆತನ ತಾಯಿಗಲ್ಲ!

* * *

ತೀರ ಬಟಾಲಿಕ್‌ನ ಬೆಟ್ಟದಡಿಯ ಒಂದು ಸಿಪಾಯಿಗಳ ಡೇರೆಯಲ್ಲಿ ಒಬ್ಬ ಸೈನಿಕ ಮತ್ತೊಬ್ಬ ಸೈನಿಕನಿಗೆ **shave** ಮಾಡುತ್ತಿದ್ದ. ಅದು ಅವಸರದ ಮುಖ ಕ್ಷೌರ. ಪರಪರನೆ ರೇಜರ್ ಆಡಿಸುತ್ತಿದ್ದ. ಷೇವ್ ಮಾಡಿಸಿಕೊಳ್ಳುತ್ತಿದ್ದವನು-

"ಠೀಕ್ ಸೆ ಕರ್‌ನಾ ಸಾಲೇ!"

(ಸರಿಯಾಗಿ ಮಾಡು ಮಗನೇ) ಅನ್ನುತ್ತಿದ್ದ.

"ಮಾಡ್ತೀನಿ ಮಾಡ್ತೀನಿ ಮಗನೇ; ಅಲ್ಲಿ ಬೆಟ್ಟದ ತುದೀಲಿ ಪಾಪ ನಿನ್ನ ಹೆಂಡ್ತಿ ಕೂತಿದ್ದಾಳೆ ಕೆನ್ನೆ ಸವರೋಕೆ...ನುಣ್ಣಗೆ ಚೌರ ಮಾಡಿ ಕಳಿಸ್ತೀನಿ ಬಾ!"

ಈ ಕ್ಷೌರಿಕ ಸೈನಿಕ ನಗುತ್ತ ಹೆರೆಯುತ್ತಿದ್ದ.

ಆ ಹದಿನಾರು ಜನ ಮತ್ತು ಮಗು!

ಕಾರ್ಗಿಲ್‌ನ ಯುದ್ಧ ಭೂಮಿಯಲ್ಲಿ ನಿಧಾನವೇ ಸಾವು. ಅವಸರವೇ ಜೀವದಾಯಿನಿ. ಒಂದು ಮಿಲಿಟರಿ ಕ್ಯಾಂಪಿನ ಮುಂದೆ ನಿಂತು ಮೇಜರ್ ಬಜಾಜ್ ಎಂಬ ಯುವಕನನ್ನು ಕೇಳಿದ್ದೆ;

"ಇಷ್ಟು ದಿನಗಳ ಯುದ್ಧವಾಯಿತಲ್ಲ? ಈಗ ದುಷ್ಮನ್ ಎಲ್ಲಿದ್ದಾನೆ?"

"ರವೀ, ಅವನು ನಮ್ಮ ಸುತ್ತಲೂ ಇದ್ದಾನೆ. ಈ ಕ್ಷಣದಲ್ಲಿ ಅದೋ ಆ ಬೆಟ್ಟಗಳಲ್ಲಿ ನಿಂತು ನಿನ್ನನ್ನು, ನನ್ನನ್ನು ನೋಡುತ್ತಲೇ ಇದ್ದಾನೆ. ಕಣ್ಣೆದುರಿಗಿರುವ ಬೆಟ್ಟ ನೋಡು. ಅದರ ತುದಿಯ ಮೇಲೆ ನಿಂತಿರುವ ಅವನಿಗೆ ಅತ್ಯಂತ ಸ್ಪಷ್ಟವಾಗಿ ನಾವು ಕಾಣಿಸುತ್ತೇವೆ. ಆದರೆ ತಾನಾಗಿ ದಾಳಿ ಮಾಡಲಾರ. ಅಂಥ ಆಯುಧ ಅವನಲ್ಲಿಲ್ಲ. ಆದರೆ ಅವನ ಹತ್ತಿರ ಪವರ್‌ಫುಲ್ ಆದ ರೇಡಿಯೋ ಸೆಟ್ ಇದೆ. ಬೆಟ್ಟದ ತುದಿಯ ಮೇಲೆ ಕುಳಿತೇ ಸರಹದ್ದಿನ **(Line Of Control)**ಆಚೆಗಿರುವ ಪಾಕಿಗಳಿಗೆ ನಾವು ನಿಂತಿರುವ ಜಾಗ, ದಿಕ್ಕು, ಅದರ ದೂರದ ಅಂದಾಜು ಎಲ್ಲವನ್ನೂ ತಿಳಿಸುತ್ತಾನೆ. ಎರಡೇ ನಿಮಿಷದ ವ್ಯವಹಾರ. ಮೂರನೇ ನಿಮಿಷದ ಹೊತ್ತಿಗೆ ಇಲ್ಲಿ ನಿಂತಿರುವ ನಮ್ಮ ನೆತ್ತಿಯ ಮೇಲಕ್ಕೆ ಸರಹದ್ದಿನಾಚೆಯಿಂದ ಒಂದು ಷೆಲ್ ಬಂದು ಬಿದ್ದಿರುತ್ತೆ. **Come on!** ಇಲ್ಲಿ ನಿಲ್ಲಬೇಡ. **Move!**" ಅಪ್ಪಣೆ ಕೊಟ್ಟಿದ್ದ ಮೇಜರ್ ಬಜಾಜ್. ನಾವು ನಿಂತಿದ್ದ ಜಾಗಕ್ಕೆ ಸರಿಯಾಗಿ ಷೆಲ್ ಬಿತ್ತೋ ಇಲ್ಲವೋ ವಿಚಾರಿಸಿಕೊಳ್ಳುವುದಕ್ಕೂ ಸಾಧ್ಯವಾಗದಷ್ಟು ವೇಗವಾಗಿ ಅಲ್ಲಿಂದ ಹೊರಟುಹೋಗಿದ್ದೆ.

ಆಗಲೇ ಕತ್ತಲಾಗತೊಡಗಿತ್ತು. ಅಂದರೆ, ಸುಮಾರು ರಾತ್ರಿ ಒಂಬತ್ತು ಗಂಟೆಯ ಸಮಯ.

ಅಲ್ಲಿ ಸೂರ್ಯ ಮುಳುಗುವುದೇ ಒಂಬತ್ತರ ಹೊತ್ತಿಗೆ. ಪೂರ್ತಿ ಕತ್ತಲಾಗುವುದರೊಳಗಾಗಿ ಯಾವುದಾದರೂ ಗೂಡು ಸೇರಿಕೊಳ್ಳಬೇಕು. ಕಾರ್ಗಿಲ್‌ನಲ್ಲಿ ಅಂಥವು ಒಂಬೈನೂರು ಗೂಡುಗಳಿವೆ! ಅವೆಲ್ಲವೂ ನೆಲದ ಒಳಗೇ ಇವೆ. ಅವುಗಳನ್ನೇ ಬಂಕರುಗಳೆನ್ನುತ್ತಾರೆ. ಇಡೀ ಕಾರ್ಗಿಲ್ ಪಟ್ಟಣ ಸರ್ವನಾಶವಾಗಿ ನೆಲಸಮಗೊಂಡು ಬಿಟ್ಟಿರುವಾಗ, ಕಾರ್ಗಿಲ್‌ನ ಪ್ರಜೆಗಳೆಲ್ಲ ಬಾಂಬು ನುಂಗಿದವರಂತೆ ಬೆಟ್ಟವಿಳಿದು ನಿರಾಶ್ರಿತರ ಕ್ಯಾಂಪುಗಳಿಗೆ ತಲುಪಿಕೊಂಡಿರುವಾಗ, ಆ

ಕಾರ್ಗಿಲ್‌ನ ಒಂದು ಬಂಕರ್

ನೂರಾರು ಬಂಕರುಗಳಲ್ಲಿ ನಾನೋ, ನನ್ನಂಥ ಅಬ್ಬೇಪಾರಿಗಳೋ ಮಾತ್ರ ಇರಬೇಕು. ನನ್ನಂಥವರೊಂದಿಗೆ ಯಾವುದಾದರೊಂದು ಬಂಕರ್‌ನ್ನ ನಾವೇ ಹುಡುಕಿಕೊಳ್ಳಬೇಕು.

ಅವತ್ತು ಸಿಕ್ಕ ಬಂಕರಿನಲ್ಲಿ ಇದ್ದದ್ದು ನನ್ನಂಥವರೇ ಹದಿನಾರು ಜನ! ಆ ಪೈಕಿ ಇಬ್ಬರು ಹೆಂಗಸರು. ಒಂದು ಪುಟಾಣಿ ಮಗು. ಮಗುವನ್ನು ಬಂಕರಿನ ಮೂಲೆಯೊಂದರಲ್ಲಿ ಮೆತ್ತನೆಯ ಮಣ್ಣಿನ ಮೇಲೆ ಹರಕು ಬಟ್ಟೆಯೊಂದನ್ನು ಹಾಸಿ ಮಲಗಿಸಲಾಗಿತ್ತು. ನೆಲಮಾಳಿಗೆಯಾದುದರಿಂದ ತುಂಬ ಕತ್ತಲೆ. ಯಾವನೋ ಸೇದುವ ಬೀಡಿಯ ಹೊಗೆ ಹೊರಕ್ಕೆ ಹೋಗುವುದೇ ಇಲ್ಲ. ಪ್ರತಿಯೊಬ್ಬನೂ ಬಂಕರಿನ ಬಾಗಿಲಿಗೆ ಹತ್ತಿರವಾಗೇ ಇರಬಯಸುತ್ತಾನೆ. ಏಕೆಂದರೆ, ಅಲ್ಲಿ ಮಾತ್ರ ಕೊಂಚ ಗಾಳಿ ಬರುತ್ತದೆ. ಬಂಕರಿನ ಗೋಡೆಗಳಿಗೆ ಮರಳು ತುಂಬಿದ ಚೀಲಗಳನ್ನು ಒತ್ತಾಗಿ ಪೇರಿಸಿಟ್ಟಿದ್ದರು. ನಿಧಾನವಾಗಿ ಒಳಕ್ಕೆ ಇಳಿದುಹೋಗಿ, ಒಂದು ಮೂಲೆ ಹುಡುಕಿಕೊಂಡು, ಮರಳಿನ ಮೂಟೆಗಳಿಗೆ ಬೆನ್ನು ಒತ್ತಿಕೊಂಡು ಕುಳಿತೆ. ಮನೆಯಲ್ಲಿ ಸೊಳ್ಳೆ

ಗುಂಯ್ಯೆಂದರೂ ನಿದ್ದೆ ಬರುವುದಿಲ್ಲ. ಈ ಬಂಕರಿನಲ್ಲಿ ಬಂದೀತಾ ?

ಅಷ್ಟರೊಳಗಾಗಿ ಹೊರಗೆ ಷೆಲ್ ಸಿಡಿಯತೊಡಗಿದವು. ಬಂಕರಿನ ಬಾಗಿಲಲ್ಲಿದ್ದವರು ಚೆಂಡುಗಳಂತೆ ಪುಟಿದು ಒಳಕ್ಕೆ ಬಂದರು. ಒಂದೇ ಸಮನೆ ಧೂಳು. ಜೊತೆಗೆ ದಟ್ಟವಾದ ಗಂಧಕದ ವಾಸನೆ. ತಲೆಗೆ ನೆಮ್ಮು ಹಿಡಿದಂತಹ ಅನುಭವ. ದಡದಡನೆ ಎದ್ದು ಹೊರಕ್ಕೋಡಿ ಇನ್ನೊಂದು ಬಂಕರು(ಸ್ವಲ್ಪ ಗಾಳಿಯಾಡುವಂಥದ್ದು) ಸೇರಿಕೊಳ್ಳೋಣವೆಂದರೆ, ಸಾವು ಬಾಗಿಲಲ್ಲೇ ಶತಪಥ. ಇನ್ನೊಂದು ಷೆಲ್ ಯಾವಾಗ ಸಿಡಿಯಲಿದೆಯೋ?

ನಾವೆಲ್ಲ ಸಾವಿನ ಹೆಜ್ಜೆ ಸಪ್ಪುಳಕ್ಕಾಗಿ ಕಾದು ಕುಳಿತವರಂತಿದ್ದೆವು. ಸರಿಯಾಗಿ ಮಧ್ಯರಾತ್ರಿ. ಒಂದು ಷೆಲ್ ಹತ್ತಿರದಲ್ಲೆಲ್ಲೋ ಧಡಾರನೆ ಸಿಡಿಯಿತು. ಹರುಕು ಬಟ್ಟೆಯ ಹಾಸಿನ ಮೇಲೆ ಮಲಗಿದ್ದ ಮಗು ಬೆಚ್ಚಿಬಿತ್ತು.

ನನ್ನ ಜನ್ಮದಲ್ಲೇ ಒಂದು ಮಗು ಅಷ್ಟು ಹೃದಯವಿದ್ರಾವಕವಾಗಿ ಅಳುವುದನ್ನು ನಾನು ಕೇಳಿರಲಿಲ್ಲ. ಅದು ಅಳುವೋ? ಆರ್ತನಾದವೋ? ಅಳಲಿಕ್ಕೆ ಆ ಮಗುವಿಗೆ ಭಯವೋ? ಒಂದೂ ಗೊತ್ತಾಗುತ್ತಿರಲಿಲ್ಲ. ಅದು ಗಾಯಗೊಂಡ ಚಿಕ್ಕ ಪ್ರಾಣಿಯೊಂದರ ವಿದ್ರಾವಕ ಚೀತ್ಕಾರದಂತಿತ್ತು. ಅನತಿ ದೂರದಲ್ಲಿ ಕುಕ್ಕರಗಾಲಿಕ್ಕಿಕೊಂಡು ಕುಳಿತಿದ್ದ ಅದರ ತಾಯಿ ದಡಬಡಿಸಿ ಓಡಿ ಬಂದು, ಮಗುವನ್ನೆತ್ತಿಕೊಂಡು ಅದರ ಬಾಯಿಗೆ ಮೊಲೆ ತುರುಕಿದಳು. ಮಗುವನ್ನು ಸುಮ್ಮನಾಗಿಸುವ ಏಕೈಕ ಉಪಾಯವದು.

ಬೆಳತನಕ ಆ ಮಗು ಬಿಟ್ಟೂ ಬಿಟ್ಟೂ ಅಳುತ್ತಲೇ ಇತ್ತು. ಆ ತಾಯಿ ಬಿಟ್ಟೂ ಬಿಟ್ಟು ಹಾಲು ಕುಡಿಸುತ್ತಲೇ ಇದ್ದಳು. ಹಾಲು ಮುಗಿದು ಹೋದ ಮೇಲೂ!

ಬೆಳಗಿನ ಜಾವದ ಮೂರುವರೆ ಗಂಟೆಯ ಹೊತ್ತಿಗೆ ನನಗೆ ಉಸಿರಾಟದ ತೊಂದರೆ ಶುರುವಾಯಿತು. ಎತ್ತರದ ಪ್ರದೇಶಗಳಿಗೆ ಹೋದಾಗ, ಅಭ್ಯಾಸವಿಲ್ಲದ ನಮಗೆ ಸಾಮಾನ್ಯವಾಗಿ ಆಕ್ಸಿಜನ್‌ನ ಕೊರತೆ ಕಾಡುತ್ತದೆ. ಜೊತೆಗೆ ಧೂಳು ಮತ್ತು ಗಂಧಕ. ಬಂಕರಿನಲ್ಲಿ ಕುಕ್ಕರಿಸಿದರಂತೂ ಗಾಳಿಯಾಡುವುದೇ ಇಲ್ಲ. ಕುಕ್ಕರಗಾಲಿನಲ್ಲಿ ಕುಳಿತು ಮೊಳಕಾಲಿಂದ ಎದೆ ಒತ್ತಿಕೊಂಡರೆ ಕೊಂಚ ಸಮಾಧಾನ. ಹಾಗೆ ಕುಳಿತೇ ಬೆಳಕಾಗುವುದನ್ನು ಕಾಯುತ್ತಿದ್ದೆ; ಭಾಸ್ಕರಾ ಎಷ್ಟು ಹೊತ್ತಿಗೆ ಕಣ್ಣು ಬಿಡುತ್ತೀಯಪ್ಪಾ?

ಹಾಗೆ ಕುಳಿತವನಿಗೆ ಅಲ್ಲೇ ನಿದ್ರೆ. ಹೊರಗೆ ಪೂರ್ತಿ ಹಗಲಾಯಿತು. ಮೆಲ್ಲನೆ ಎದ್ದು ಬಾಗಿಲಿನೆಡೆಗೆ ತೆವಳುವಾಗ ಆ ಮಗುವನ್ನೊಮ್ಮೆ ನೋಡಿದೆ. ದಟ್ಟ ನಿದ್ರೆ ಅದಕ್ಕೆ. "ಏನೂ ತೊಂದರೆಯಾಗಲಿಲ್ಲ ತಾನೇ?" ಎಂಬಂತೆ ಅದರ ತಾಯಿಯತ್ತ ನೋಡಿದೆ;

"ಸಾಕಾಗಿ ಹೋಗಿದೆ ಸೂಳೇ ಮಗಂದು. ಈ ಹರಾಮಿ ನನ್ನ ಮಗ ಯುದ್ಧದ ತಂಟೆ ತೆಗೀದಿದ್ರೆ ಎಷ್ಟು ನೆಮ್ಮದಿಯಾಗಿರ್‍ತಿದ್ವಿ. ಇವನ ಮನೆ ಸರ್ವನಾಶವಾಗ! ಪಂಗಾ ಲೇಲಿಯಾ ಹರಾಮಖೋರ್!" ಆಕೆ ಬಯ್ಯತೊಡಗಿದಳು.

"ಯಾರಿಗೆ ಬೈಯ್ಯುತ್ತಿದ್ದಾಳೆ?" ಅಲ್ಲಿದ್ದವನೊಬ್ಬನನ್ನು ಕೇಳಿದೆ.

"ಇನ್ಯಾರಿಗೆ? ಸಾಲಾ ಹಿಂದೂಸ್ತಾನಿ ಸರ್ಕಾರಕ್ಕೆ!" ಅಂದ.

ರಾತ್ರಿಯಿಡೀ ನಾನು ಚಡಪಡಿಸಿದ್ದು ಯಾವ ಮಗುವಿಗಾಗಿ? ಯಾವ ತಾಯಿಗಾಗಿ? ಅದು ಪಾಕಿಸ್ತಾನಿ ಮಗುವಾ? ಮನಸ್ಸು ವ್ಯಗ್ರಗೊಂಡಿತ್ತು. ಮತ್ತೆ ಸ್ವಲ್ಪ ಹೊತ್ತಿಗೆ ಅದೇ ಮನಸ್ಸು ಸಮಾಧಾನ ಹೇಳುತ್ತಿತ್ತು.

"ಮಗು ಹಿಂದೂಸ್ತಾನಿಯಲ್ಲ. ಮಗು ಪಾಕಿಸ್ತಾನಿಯೂ ಅಲ್ಲ. ಅದು ಕೇವಲ ಮಗು. ಅದಕ್ಕೆ ಅಳುವ ತಾಕತ್ತೂ ಇಲ್ಲ. ನಿಂದೇನು ರೊಚ್ಚು. Come on....move!"

ಹೊರಗೆ ಸೂರ್ಯೋದಯವಾಗಿತ್ತು.

ಝಳ ಝಳ!

ಸುಂದರಿಯ ತುಟಿಯಲ್ಲಿ ಕಾರ್ಕೋಟಕ ವಿಷ!

ಈಗ ಗೊತ್ತಾಗಿ ಹೋಗಿದೆ;

ಕಾರ್ಗಿಲ್-ಬಟಾಲಿಕ್ ಯುದ್ಧ ವರದಿ ಬರೆಯುವುದು ಕಷ್ಟವಲ್ಲ. ಅಲ್ಲಿ ಹೋದದ್ದೇ ಆದರೆ; ಕೇವಲ ಪ್ರಾಣ ಹೋಗುತ್ತದೆ. ಮತ್ತು ಯುದ್ಧ ಭೂಮಿಯಲ್ಲಿ ಸತ್ತೆನೆಂಬ ಸಮಾಧಾನವಾದರೂ ನಮ್ಮದಾಗುತ್ತದೆ.

ಆದರೆ-ಶ್ರೀನಗರವಿದೆಯಲ್ಲ?

ಅಲ್ಲಿನ ಹೊಟೇಲುಗಳಲ್ಲಿ ಉಳಿದುಕೊಂಡು, ಟ್ಯಾಕ್ಸಿ ಹತ್ತಿ ಅಲೆದಾಡಿ, ಅಧಿಕಾರಿಗಳನ್ನಷ್ಟೆ ಭೇಟಿ ಮಾಡಿ ಬೆವರು ಬೆವರಾಗಿ ಒಂದು ವರದಿ ಉದುರಿಸಿ ವಿಮಾನ ಹತ್ತಿಬಿಟ್ಟರೆ ಅಂಥ ಪ್ರಮಾದವೇನಿಲ್ಲ. ಆದರೆ, ನಿಮ್ಮನ್ನು ನೀವು ಭಾರತೀಯನೆಂದು ಗುರುತಿಸಿಕೊಂಡು ಹಾಗಂತ ಹೆಮ್ಮೆ ಪಟ್ಟುಕೊಂಡು, ಸ್ಥಳೀಯರೊಂದಿಗೆ ಓಡಾಡಿ-ಮಾತಾಡಿ-ಅವರ ಪಾಕಿಸ್ತಾನೀ ಮನಸ್ಸುಗಳನ್ನು ಬಯಲಿಗೆಳೆಯಲು ಪ್ರಯತ್ನಿಸಿದಿರೋ?

ನೀವು ಬದುಕಿ ಬರಲಾರಿರಿ.

ಎಲ್ಲೋ ಮೂರ್ನಾಲ್ಕು ಸಲ ದ್ರಾಸ್-ಕಾರ್ಗಿಲ್-ಬಟಾಲಿಕ್ ಸೆಕ್ಟರುಗಳಲ್ಲಿ ಇನ್ನೇನು ಇಲ್ಲಿಗೆ ಮುಗಿಯಿತು ನನ್ನ ಬದುಕು ಎಂಬಂತಹ ಪರಿಸ್ಥಿತಿ ನಿರ್ಮಾಣವಾದಾಗ ಹೆದರಿದ್ದು

ಉಗ್ರಗಾಮಿಯೊಬ್ಬನನ್ನು ಎಳೆದೊಯ್ಯುತ್ತಿರುವುದು

ಹೌದಾದರೂ, ಜಗತ್ತಿನ ಅತ್ಯಂತ ಸುಂದರ ನಗರಿಗಳಲ್ಲಿ ಒಂದಾದ ಶ್ರೀನಗರದಲ್ಲಿ ನಾನು ಪ್ರತಿಕ್ಷಣ ಅನುಭವಿಸಿದ ಆತಂಕ ಅದಕ್ಕಿಂತ ಭಯಾನಕವಾದುದಾಗಿತ್ತು. ಅಲ್ಲಿ ಪತ್ರಕರ್ತನ್ಯಾರೋ? ಸಾಮಾನ್ಯ ಕಾಶ್ಮೀರಿ ಯಾರೋ? ಉಗ್ರವಾದಿ ಯಾರೋ? ಪೊಲೀಸನ್ಯಾರೋ? ಒಂದೂ ಅರ್ಥವಾಗುವುದಿಲ್ಲ.

"ಕಾಶ್ಮೀರ್ ಮಾನಿಟರ್" ಎಂಬ ಇಂಗ್ಲಿಷ್ ದೈನಿಕವೊಂದರ ಕಚೇರಿಗೆ ನಾನು ಹೋಗಿದ್ದೆ. ನನಗೆ ಅಲ್ಲಿನ ಪತ್ರಿಕೋದ್ಯಮದ ಕುರಿತು ಚಿಕ್ಕದೊಂದು ಟಿಪ್ಪಣಿ ಮಾಡಿಕೊಳ್ಳಬೇಕಿತ್ತು. ಆ ಪತ್ರಿಕೆಯ ಕಚೇರಿಯನ್ನು ನೋಡಿಯೇ ನಾನು ಥ್ರಿಲ್ಲಾಗಿ ಹೋಗಿದ್ದೆ. ವಿಶೇಷವೇನು ಗೊತ್ತೆ? ಆ ಕಚೇರಿ ಒಂದು ದೋಣಿಯಲ್ಲಿದೆ. ದೋಣಿ, ಡಾಲ್ ಸರೋವರದಲ್ಲಿ ನಿಂತಿದೆ. ಬಹುಶಃ ಜಗತ್ತಿನಲ್ಲೇ ಅಂಥದಿನ್ನೊಂದು **floating(ತೇಲುವ)** ಕಚೇರಿಯಿರಲಿಕ್ಕಿಲ್ಲ. ಹಾಗಂತ ಹೇಳಿ ಅದರ ಸಿಬ್ಬಂದಿಯವರನ್ನು ಅಭಿನಂದಿಸಿದೆ. ಅವರಿಂದ ಪತ್ರಿಕೆಯ ಹಳೆಯ ಸಂಚಿಕೆಗಳ ಪ್ರತಿಗಳನ್ನು ಪಡೆದುಕೊಂಡೆ. ಅದರ ತುಂಬ ಪಾಕ್ ಪರವಾದ ಸುದ್ದಿಗಳೇ. ಭಾರತ ವಿರೋಧಿ ಸಂಪಾದಕೀಯಗಳೇ!" ನುಗ್ಗಿ ಬಂದ ಪಾಕ್ ಸೈನಿಕರನ್ನು ಒಂದು ಇಂಚಿನಷ್ಟೂ ಹಿಂದಕ್ಕೆ ಓಡಿಸಲು ಸಾಧ್ಯವಾಗದೆ ಭಾರತದ ಸೇನೆ ನರಳುತ್ತಿದೆ"ಎಂಬ ಸುದ್ದಿ ಬರೆಯಲಾದ ದಿನವೇ ಅಲ್ಲಿ ಟೋಲೋಲಿಂಗ್ ನಮ್ಮ ಕೈವಶವಾಗಿತ್ತು.

"ಏನ್ರಯ್ಯಾ ಹೀಗೆ?" ಅಂದೆ.

"ನೀವು ಡರ್ಟಿ ಇಂಡಿಯನ್ಸ್. ನಿಮಗೆ ಅರ್ಥವಾಗಲ್ಲ. ನಾವು ಕಾಶ್ಮೀರಿಗಳು. ಕಾಶ್ಮೀರದ

ಸಿಂಹಗಳು. ಯಾವತ್ತಿದ್ದರೂ ಭಾರತದಿಂದ ಬೇರೆಯಾಗೇ ಆಗುತ್ತೇವೆ" ಎಂದು ಆ ಪತ್ರಿಕೆಯ ಮುಖ್ಯ ವರದಿಗಾರ ಬುಖಾರಿ ಕಿರುಚಿಕೊಳ್ಳತೊಡಗಿದ.

"ಬೇರೆಯಾದ ದಿನ ಹೊಟ್ಟೆಗೆ ಮಣ್ಣು ತಿನ್ನುತ್ತೀರಿ!" ಅಂತ ಹೇಳಿ ಹೊಲಸು ತುಳಿದ ಜಾಗದಿಂದ ಎದ್ದು ಬರುವವರಂತೆ ಡಾಲ್ ಸರೋವರದ ಆ ಹೌಸ್ ಬೋಟ್ ಆಫೀಸಿನಿಂದ ಎದ್ದು ಬಂದೆ. ಅಲ್ಲೆಲ್ಲೋ ಒಂದು ಊಟ ಮಾಡಿದೆ. ಸ್ವಲ್ಪ ಕತ್ತಲಾಯಿತು. ನಿಧಾನವಾಗಿ ನಡೆಯುತ್ತ ಅದೇ ಡಾಲ್ ಸರೋವರದ ಇನ್ನೊಂದು ತುದಿಯಲ್ಲಿದ್ದ ನನ್ನ ಹೋಟೇಲಿನ ಕಡೆಗೆ ನಡೆಯತೊಡಗಿದೆ. ಇದ್ದಕ್ಕಿದ್ದಂತೆ ಒಬ್ಬ ಹುಡುಗ ಓಡಿ ಬಂದ.

"ಕ್ಷಮಿಸಿ ಸಾರ್. ನೀವು ಯಾವಾಗ ಊರಿಗೆ ಹೊರಡುತ್ತೀರಿ?" ಅಂದ. ಅವನು ಅದೇ 'ಕಾಶ್ಮೀರ್ ಮಾನಿಟರ್' ಕಚೇರಿಯಲ್ಲಿ ಆಫೀಸ್ ಬಾಯ್. ಇನ್ನೂ ಚಿಕ್ಕವ. ಅಮಾಯಕ. ಬೆಳಿಗ್ಗೆ, ಹಳೆಯ ಸಂಚಿಕೆಗಳನ್ನು ಹುಡುಕಿಕೊಟ್ಟಿದ್ದಕ್ಕೆ ಅವನಿಗೊಂದಿಷ್ಟು tips ನೀಡಿದ್ದೆ. ಒಳ್ಳೆಯ ಹುಡುಗ.

"ಯಾಕಪ್ಪಾ?" ಅಂದೆ.

"ಬೇಗ ಹೊರಟು ಬಿಡಿ ಸಾರ್. ನಮ್ಮ ರಿಪೋರ್ಟರ್ ಬುಖಾರಿ ಭಯ್ಯಾ ನಿಮ್ಮ ಬಗ್ಗೆ ಸಿಟ್ಟಾದ ಹಾಗಿದ್ದರು. ನೀವು ಅವರೊಂದಿಗೆ ಇಂಡಿಯಾ-ಪಾಕಿಸ್ತಾನ್ ಬಗ್ಗೆ ಮಾತಾಡಬಾರದಿತ್ತು. ನಿಮಗೆ ಗೊತ್ತಿಲ್ಲ. ಬುಖಾರಿ ಭಯ್ಯಾಗೆ 'ಹಿಜಬುಲ್ ಮುಜಾಹಿದ್ದೀನ್'ನ ಉಗ್ರವಾದಿಗಳ ಪರಿಚಯವಿದೆ. ಉಗ್ರವಾದಿಗಳಿಗೇನು ಸಾರ್? ಕೈಯಲ್ಲಿ ಬಂದೂಕಿದೆ. ಬಂದೂಕಿನಲ್ಲಿ ಗೋಲಿ ಇದೆ. ತೆಗೆಯಲಿಕ್ಕೊಂದು ಪ್ರಾಣ ಬೇಕು ಅಷ್ಟೆ. ನಾನು ಹೀಗೆಲ್ಲ ಹೇಳಿದೆ ಅಂತ ಯಾರಿಗೂ ಹೇಳಬೇಡಿ. ನೀವು, ಬಂದ ಕೆಲಸ ಮುಗಿದಿದ್ದರೆ ಹೊರಟು ಬಿಡಿ ಸಾರ್"ಅಂದ. ಅವನ ಮುಖದಲ್ಲಿ ನಿಜವಾದ ಹೆದರಿಕೆಯಿತ್ತು.

ಇದಾದ ಮೇಲೆ ನಾನು ಶ್ರೀನಗರದಲ್ಲಿ ಎರಡು ದಿನ ಇದ್ದೆ.

ಊರಾ ಅದು? ಪರಮ ಸುಂದರಿಯಾದ ಹುಡುಗಿಯೊಬ್ಬಳ ತುಟಿಯ ತುದಿಯಲ್ಲಿ ಕಾರ್ಕೋಟಕ ವಿಷದ ಹನಿ ತೊಟ್ಟಿಕ್ಕಿದಂತಹ ನಗರಿ. **I hated it.**

ಆದರೂ, ಕಾಶ್ಮೀರದ ಹತ್ತು ವರ್ಷದ ಮಿಲಿಟೆಂಟ್ ಆಂದೋಳನದ ಒಂದು ಸವಿಸ್ತಾರ ಟಿಪ್ಪಣಿ ಮಾಡಿಕೊಂಡು ಬಂದಿದ್ದೇನೆ.

ಕದನ ಭೂಮಿಯಲ್ಲಿ ಹತ್ತು ದಿನ

ನಾನು ನಿಂತಿರುವ ಈ ಜಾಗವಿದೆಯಲ್ಲ?

ಟೈಗರ್ ಹಿಲ್ಸ್‌ನ ಬೊಡ್ಡೆಯಿಂದ ಶುರುವಾಗಿ ಮುಷ್ಕೋ ವ್ಯಾಲಿಯ ಆ ತುದಿಯ ತನಕದ ಅಪಾರ ಭೂಮಿ?

ಇದರಷ್ಟು ಅಪಾಯಕಾರಿಯಾದ ನೆಲ ಈ ಸದ್ಯಕ್ಕೆ ಮತ್ತೊಂದಿರಲಾರದು. ಆದರೂ ಈ ನೆಲವನ್ನೊಮ್ಮೆ ಮುಟ್ಟಿ ನಮಸ್ಕರಿಸಬೇಕು. ಅದು ಅಮ್ಮನ ಸೆರಗು. ಯಾವುದೋ ಮರಾಮೋಸದ ಕ್ಷಣಗಳಲ್ಲಿ, ರಕ್ತ ಕುಡಿದು ಬೆಟ್ಟವೇರಿ ನಿಂತ ಪಾಕಿ ರಕ್ಕಸನ ಕೈಗೆ ಸಿಕ್ಕುಬಿಟ್ಟಿದೆ.

ಸೆರಗು: ಕಳೆದುಕೊಳ್ಳುವಂತಿಲ್ಲ. ಜಗ್ಗಿ ಹರಿಯುವಂತಿಲ್ಲ. ಒಂದೊಂದೇ ಇಂಚು, ಒಂದೊಂದೇ ಚದರ, ಒಂದೊಂದೇ ಬೆಟ್ಟ, ಒಂದೊಂದೇ ಕೊಳ್ಳ- ಆ ಸೆರಗು ಮತ್ತೆ ಅಮ್ಮನ ಹೆಗಲಿಗೇರಲೇ ಬೇಕು. ಆಕೆಗಿನ್ನು ನಾಚಿಕೆಯಾಗಬಾರದು. ಅದಕ್ಕಾಗಿ, ಈ ತನಕ ಟೈಗರ್ ಹಿಲ್ಸ್‌ನಿಂದ ಮುಷ್ಕೋ ಕೊಳ್ಳದ ತನಕ ಅದೆಷ್ಟು ರಕ್ತದ ಹೊಳೆ ಹರಿದಿದೆಯೋ? ಅವೆಷ್ಟು ಅಮಾಯಕ ಯೋಧರು ಕುಸಿದು ಬಿದ್ದಿದ್ದಾರೋ? ಇಲ್ಲಿ ಹೆಜ್ಜೆಗೊಂದು ವೀರಗಲ್ಲು. ಪ್ರತಿ ಪರ್ವತವೂ ವಧಾ ಸ್ಥಾನ. ಈ ನೆಲದ ಪ್ರತಿ ಅಂಗುಳವನ್ನು ನಾವು ರಕ್ತ ಹರಿಸಿಯೇ ಗೆದ್ದಿದ್ದೇವೆ.

"ಬೆಳತನಕ ಕೂಡೇ ಮಲಗಿದ್ದಿವಿ. ಕೂಡೇ ಎದ್ದು ಹೋದಿವಿ. ಅಂವ ಹೊಳ್ಳ ಬರಲಿಲ್ಲ. ಅಲ್ಲೇ ಸತ್ತು ಬಿಟ್ಟ. ಅವನ ಹೆಣಾ ಸೈತ ನಮ್ಮಿಂದ ತರೂದು ಆಗಲಿಲ್ಲ. ರಾತ್ರಿ ಅವನ ಚಾದರಾ ತಗದು ಹೊಚಿಗೊಂಡು ಮಕ್ಕೊಂಡೆ. ಅಂವಾ ಬಂದು ತೆಕ್ಕಿ ಬಡದು ಅಪ್ಪಿಗೊಂಡ್ಹಂಗ ಅನ್ನಸತೈತಿ!"

ಗ್ರೆನೇಡಿಯರ್ಸ್ ತಂಡದ ಕನ್ನಡದ ಯೋಧ ನಾಮದೇವ್ ಬಂಕರೊಂದರಲ್ಲಿ ಮರಳಿನ ಮೂಟೆಗೆ ಕುಳಿತು, ಹಿಂದಿನ ದಿನದ ಯುದ್ಧದಲ್ಲಿ ನೆಲಕ್ಕುರುಳಿದ ತನ್ನ ಗೆಳೆಯನನ್ನು ನೆನೆದು ಮಾತನಾಡುತ್ತಿದ್ದರೆ ಎಲ್ಲಿಯದೋ ಒಂದು ಕಣ್ಣಹನಿ ಜಾರಿ ನನ್ನ ಕೆನ್ನೆಯ ಮೇಲೆ ಸಾಂದ್ರಗೊಳ್ಳತೊಡಗಿತ್ತು.

ದ್ರಾಸ್ ಯುದ್ಧಭೂಮಿಯಿಂದ ಮುಂದಕ್ಕೆ ತೆವಳಿದ ನಾನು ಇಡೀ ಮೂರು ಹಗಲು ಮತ್ತು ಮೂರು ರಾತ್ರಿಗಳ ಒಟ್ಟು ಲೆಕ್ಕ ಹಾಕಿದರೆ; ಕಂಟಿನ್ಯುವಸ್ಸಾಗಿ ಎರಡು ತಾಸಿನ ನಿದ್ರೆ ಎಲ್ಲೂ ಮಾಡಿಲ್ಲವೆಂಬುದು ನೆನಪಾಗುತ್ತದೆ. ದಬ್ಬಳದ ಗಾತ್ರದ ಅನ್ನ, ಬಲಿತು ಕೊರಡಿನಂತಾದ ಎತ್ತಿನ ಮಾಂಸ, ಕಟಿಕಟಿ ಒಣಗಿದ ಬ್ರೆಡ್ಡಿಗೊಂದಿಷ್ಟು ನೀರು ಸುರುವಿಕೊಂಡು ಸೃಷ್ಟಿಸಿಕೊಂಡ ವೃಷ್ಟಾನ್ನ,

ಒಂದಿಷ್ಟು ಲಾಡುವಿನ ಕಾಳು ಮತ್ತು ಅಂಗೈ ದಪ್ಪದ ಚಪಾತಿ ಬಿಟ್ಟರೆ- ಈ ಎಪ್ಪತ್ತೆರಡು ತಾಸುಗಳಲ್ಲಿ ನಾನು ಸೇವಿಸಿರುವುದು-ಸುಮಾರು ನೂರ ಅರವತ್ತು ಗರಿ ಗರಿ ಸಿಗರೇಟು ಅಷ್ಟೆ.

ದ್ರಾಸ್, ಕಾರ್ಗಿಲ್, ಬಟಾಲಿಕ್ ಮತ್ತು ಯಲ್ದೋರಾ ಯುದ್ಧ ಭೂಮಿಗಳಲ್ಲಿ ಹುಚ್ಚನಂತೆ ಅಲೆದು ಬಂದು ಕುಳಿತಿರುವವನ ಕಣ್ಣಿಗೆ ಈ ಕ್ಷಣಕ್ಕೂ ಕವಿದಿರುವುದು ಯುದ್ಧ ಭೂಮಿಯ ಧೂಳು, ಗಂಧಕದ ತೆರೆ ಮತ್ತು ಅಸಂಖ್ಯ ಅಮಾಯಕ ಯೋಧರ ನರಳಿಕೆಯ ಚಿತ್ರಗಳೇ. ಈ ಯುದ್ಧ ಭೂಮಿಗೆ ನನ್ನ ನಮಸ್ಕಾರವಿರಲಿ.

ನನ್ನ ಕಣ್ಣುಗಳಲ್ಲಿ, ನೋಟ್ಸುಗಳಲ್ಲಿ, ಕೆಮೆರಾದಲ್ಲಿ ಮತ್ತು ಮನಸ್ಸಿನಲ್ಲಿ ಈ ನಾಲ್ಕನೆಯ ಇಂಡೋ ಪಾಕ್ ಯುದ್ಧದ ಅದೆಷ್ಟು ಚಿತ್ರಗಳನ್ನು ತುಂಬಿಕೊಂಡು ಬಂದಿದ್ದೇನೆಂದರೆ; ಉಹುಂ, ಅವೆಲ್ಲವನ್ನೂ ನಿಮಗೆ ಒಂದೇ ಉಸುರಿನಲ್ಲಿ ಹೇಳಿ ಬಿಡಬಲ್ಲ ಚೈತನ್ಯ ನನ್ನ ಲೇಖನಿಗಿಲ್ಲ.

ಅಲ್ಲಿಗೆ ನಾನು ಹೋಗುವ ಹೊತ್ತಿಗಾಗಲೇ ಯುದ್ಧ ಬಿರುಸಾಗಿತ್ತು. ಒಂದೇ ಒಂದು ಸಣ್ಣ ಸೂಚನೆಯನ್ನೂ ನೀಡದಂತೆ ಪಾಕಿ ದ್ರೋಹಿ ಮಾಡಿದ ಮೋಸ ಬಯಲಾಗಿತ್ತು. ಅವನ ಕಡೆಯವರಾಗಲೇ ಭಾರತದ ಸರಹದ್ದಿನೊಳಕ್ಕೆ ನಡೆದು ಬಂದು ಅತ್ಯಂತ ಮುಖ್ಯವಾದ, ನಮ್ಮ ಆಯಕಟ್ಟಿನ ಪರ್ವತಗಳ ತುದಿಯಲ್ಲಿ ಕುಳಿತಾಗಿತ್ತು. ಎಂಥ ದೌರ್ಭಾಗ್ಯವೋ ನೋಡಿ? ನಮ್ಮವರಿಗದು ಗೊತ್ತೇ ಆಗಿರಲಿಲ್ಲ.

ಅದಿನ್ನೂ ಮೇ ತಿಂಗಳು. ಇಷ್ಟರಲ್ಲೇ ಒಂದು ಭಯಾನಕ ಯುದ್ಧದ ಸ್ಫೋಟವಾಗಲಿದೆ ಎಂಬುದು ಯಾವೊಬ್ಬ ಭಾರತೀಯನಿಗೂ ಊಹಿಸಲು ಸಾಧ್ಯವಿರಲಿಲ್ಲ. ದ್ರಾಸ್ ಪಟ್ಟಣವೆಂಬ, ಜಗತ್ತಿನ ಎರಡನೇ ಅತಿ ಹೆಚ್ಚಿನ ತಂಪು ಪ್ರದೇಶದ ಸುತ್ತ ಮಂಜಿನ ಬೆಟ್ಟಗಳಿಂದ ಸಣ್ಣಗೆ ಹಿಮ ಕರಗಿ ಸರೂ ನದಿಯಲ್ಲಿ ಪ್ರವಾಹವುಕ್ಕತೊಡಗಿತ್ತು. "ಈ ಬಾರಿ ಮಂಜು ಬೇಗನೆ ಕರಗಿದೆ. Let's move" ಅಂದವರೇ ಲೆಫ್ಟಿನೆಂಟ್ ಸೌರವ್ ಕಾಲಿಯಾ, ತಮ್ಮ ಐವರು ಆಯ್ದ ಸೈನಿಕರ ಜೊತೆಯಲ್ಲಿ ದ್ರಾಸ್ ಸುತ್ತಲಿನ ಬೆಟ್ಟಗಳಾಚೆಗೆ ಏರ್ಪಡಿಸಿದ ನಮ್ಮ ಪಿಕೆಟ್‌ಗಳನ್ನು ನೋಡಿಕೊಂಡು ಬರಲು ಹೊರಟರು. ದಟ್ಟವಾದ ಚಳಿಯಿತ್ತು. ಹಿಮವಿತ್ತು. ಜೊತೆ ಜೊತೆಯಲ್ಲೇ ಬಿಸಿಲಿದ್ದುದರಿಂದ ಪರ್ವತಗಳ ನೆತ್ತಿಯ ಮೇಲಿಂದ ಧಾರಾಕಾರವಾಗಿ ಹಿಮ ಕರಗಿ ಬೀಳುತ್ತಲೇ ಇತ್ತು. ಅದರಲ್ಲೇ ನಡೆದರು ಸೌರವ್.

ಹಾಗೆ ಹೋದವರು ಹಿಂತಿರುಗಲಿಲ್ಲ. ಬೇಸ್ ಕ್ಯಾಂಪಿನಲ್ಲಿ ಅಧಿಕಾರಿಗಳು ಕಾಯ್ದೇ ಕಾಯ್ದರು. ವರ್ತಮಾನ ಬರಲಿಲ್ಲ. ಅನುಮಾನಗಳು ಹೆಡೆಯೆತ್ತತೊಡಗಿದುದೇ ಆವಾಗ. ತಕ್ಷಣ ಬೆಟ್ಟಗಳ ತಪ್ಪಲಿನಲ್ಲಿ ಅಲೆದಾಡಿ ಗುಜ್ಜರ್‌ಗಳನ್ನು ಹಿಡಿ ತಂದರು. ಇಡೀ ಪರ್ವತವೇ ಹಿಮಗಟ್ಟಿ ಹೋದರೂ ಈ 'ಗುಜ್ಜರ'ರ ಡೇರೆಯಲ್ಲಿ ಬೆಂಕಿ ಉರಿಯುತ್ತಿರುತ್ತದೆ. ಹಕ್ಕಿಗಳೂ ಹಾರಲಾಗದಂತಹ ಸೀಜನ್ನಿನಲ್ಲೂ ಗುಜ್ಜರರು ತಮ್ಮ ಕುರಿ ಮತ್ತು ಕುದುರೆಗಳ ಸಮೇತ ಭಾರತ-ಪಾಕಿಸ್ತಾನದ ಸರಹದ್ದಿನಲ್ಲೇ ಇರುತ್ತಾರೆ. ಎರಡೂ ದೇಶಗಳ ಸೈನಿಕರ ಕದಲಿಕೆಗಳು ಕರಾರುವಾಕ್ಕಾಗಿ ಅರ್ಥವಾಗುವುದೇ ಅವರಿಗೆ. ಅವರನ್ನು ಹಿಡಿದು ಗದರಿಸತೊಡಗಿದ ಸೈನಿಕ

ಅಧಿಕಾರಿಗಳಿಗೆ ದಿಗಿಲುಗೊಳ್ಳುವಂತಹ ಸಂಗತಿ ಪತ್ತೆಯಾಗಿತ್ತು. "ಸರಹದ್ದಿನಲ್ಲಿ ಜನ ಕಾಣಿಸಿಕೊಂಡಿದ್ದರು. ಅವರು ಸೈನಿಕರು ಹೌದೋ ಅಲ್ಲವೋ ಗೊತ್ತಿಲ್ಲ. ಅವರು ನಮ್ಮನ್ನೂ ಬೆದರಿಸಿದರು!"

ಹಾಗಂತ ಗುಜ್ಜರರು ಬಾಯಿಬಿಡುತ್ತಿದ್ದಂತೆಯೇ ಭಾರತದ ಸೇನೆ ದ್ರಾಸ್‌ನ ಡೇರೆಯಲ್ಲಿ ಎಚ್ಚರಗೊಂಡಿತು. ಮಂಜಿನ ಬೆಟ್ಟ ಹತ್ತಬಲ್ಲ, ಇಲ್ಲಿನ ಎತ್ತರಗಳಿಗೆ ಅಕ್ಲಮಟೈಜ್ ಆದ ಕೆಲವು ಕಟ್ಟುಮಸ್ತಾದ ಆಯ್ದ ಹುಡುಗರದೊಂದು ಚಿಕ್ಕ ತುಕಡಿ ಸಿದ್ಧ ಪಡಿಸಿದವರೇ, ಅಧಿಕಾರಿಗಳು **"move!"** ಅಂದರು. ಆಗ ಹೊರಟಿದ್ದು ಎರಡನೇ ತಂಡ. ಅವರಿಗೆ ಟೋಲೋಲಿಂಗ್, ಪಾಯಿಂಟ್ **4590**, ಟೈಗರ್ ಹಿಲ್ಸ್- ಮುಂತಾದವ್ಯಾವೂ ಹೊಸದಲ್ಲ. ಹದಿನಾರು ಸಾವಿರ ಅಡಿಗಳ ಎತ್ತರದ ಪರ್ವತವನ್ನು ಎಂಥ ಕ್ಲಿಷ್ಟ ಪರಿಸ್ಥಿತಿಯಲ್ಲೂ ಬೆಳಿಗ್ಗೆ ಎದ್ದು ಶುರುವಿಟ್ಟರೆ, ಇಳಿ ಮಧ್ಯಾಹ್ನದ ಹೊತ್ತಿಗೆ ಹತ್ತಿ ಮುಗಿಸುತ್ತಾರೆ. ಅಂಥ ಹುಡುಗರೇ ಲೆಫ್ಟಿನೆಂಟ್ ಸೌರವ್ ಕಾಲಿಯಾರನ್ನು ಹುಡುಕಿಕೊಂಡು ಹೊರಟದ್ದು.

ಅರ್ಧ ಬೆಟ್ಟ ಹತ್ತಿದ್ದರೋ ಇಲ್ಲವೋ; ದ್ರಾಸ್ ಸಮೀಪದ ಪರ್ವತವೊಂದರ ನೆತ್ತಿಯ ಮೇಲಿಂದ ಶತ್ರುವಿನ ಬಂದೂಕು ಭೋರ್ಗರೆಯ ತೊಡಗಿತು. ನಮ್ಮ ಹುಡುಗರು ಆ ಬೆಟ್ಟಗಳ ಕೊರಕಲಿನಲ್ಲೇ ಮಲಗಿ ಹೆಣವಾದರು. ಈ ಹೊತ್ತಿಗಾಗಲೇ ಕಾರ್ಗಿಲ್ ಮತ್ತು ಬಟಾಲಿಕ್‌ಗಳಲ್ಲೂ ಬಂದೂಕು ಹಾರಿದ ಸದ್ದು ಕೇಳಿಸತೊಡಗಿತು. ಆದರೆ ಇಡೀ ಭಾರತೀಯ ಸೇನೆ ತತ್ತರಗೊಂಡು ಎದ್ದು ಕೂಡುವಂತಾದದ್ದು ಕಾರ್ಗಿಲ್ ಎಂಬ ಸುಂದರ ಮತ್ತು ಪುಟಾಣಿ ಪಟ್ಟಣದ ನೆತ್ತಿಯ ಮೇಲೆ ದೊಡ್ಡ ಮಟ್ಟದಲ್ಲಿ ಪಾಕಿ ದುಷ್ಮನ್ ಷೆಲ್‌ಗಳ ಪೌಂಡಿಂಗ್ ಶುರುವಿಟ್ಟಾಗ. ಆಗ ಉದ್ಭವವಾಗಿಹೋಯಿತು ಯುದ್ಧ.

ಅಷ್ಟಾದರೂ ಯುದ್ಧದ ಕಾವು ನೆತ್ತಿಗೇರಿರಲಿಲ್ಲ. ಕಾರ್ಗಿಲ್‌ನ ಉತ್ತರ ತುದಿಯ ಸೈನ್ಯದ ಪಿಕೆಟ್‌ನ ಸಮೀಪದಲ್ಲಿ, ಸರಹದ್ದಿನಾಚೆಗಿರುವ ಪಾಕಿ ಪಿಕೆಟ್ಟೊಂದರಿಂದ ಲೌಡ್ ಸ್ಪೀಕರ್ ಒಂದು ಮಾತನಾಡತೊಡಗಿತು. "ನಿಮ್ಮ ಕಡೆಯ ಸೈನಿಕರ ಶವಗಳು ಇಲ್ಲಿ ದೊರೆತಿವೆ. ಅವುಗಳನ್ನು ನಿಮಗೆ ಹಿಂತಿರುಗಿಸಬೇಕಾಗಿದೇ..." ಎಂಬ ಕೂಗು ಕೇಳಿಸಿತು. ತಕ್ಷಣ ಕಾರ್ಗಿಲ್‌ನ ಅಧಿಕಾರಿಗಳು ಸರಹದ್ದಿಗೆ ಬಂದರು. ಯುದ್ಧ ನಿಯಮದಂತೆ ಪಾಕಿಗಳು ಆರು ಶವಗಳನ್ನು ಭಾರತದ ಬಾವುಟದಲ್ಲಿ ಸುತ್ತಿ ಅಧಿಕಾರಿಗಳ ಸುಪರ್ದಿಗೆ ಒಪ್ಪಿಸಿದರು.

ಅವತ್ತು ಸ್ಫೋಟಿಸಿತಂತೆ ಭಾರತದ ಮನಸ್ಸು! ಪಾಕಿಗಳು ಹಿಂತಿರುಗಿಸಿದ ಲೆಫ್ಟಿನೆಂಟ್ ಸೌರವ್ ಕಾಲಿಯಾ ಮತ್ತು ಇತರೆ ಐವರು ಸೈನಿಕರಿಗೆ ನಾಲಗೆಗಳೇ ಇರಲಿಲ್ಲ. ಅವರ ಕಣ್ಣು ಬಗೆದು ಹಾಕಲಾಗಿತ್ತು. ಕಿವಿ ಸೆಳೆದು ಹಾಕಿದ್ದರು. ಮೂಗು ಕತ್ತರಿಸಿ ಹೋಗಿದ್ದವು. ಮೇ ತಿಂಗಳಲ್ಲಿ ಗಡಿ ಕಾವಲಿಗೆಂದು ಹೋದ ಯೋಧರು ಎಷ್ಟೋ ದಿನಗಳ ನಂತರ ಆ ಸ್ಥಿತಿಯಲ್ಲಿ ಶವಗಳಾಗಿ ಹಿಂತಿರುಗಿದ್ದರು. ಇಡೀ ಆರ್ಮಿ ಬೇಸ್ ಆಕ್ರೋಶದಿಂದ ಕುದ್ದುಹೋಗಿತ್ತು. ಒಂದು ಸಣ್ಣ ಅನುಮತಿ ದೊರಕಿದ್ದರೂ, ಅವತ್ತು ಭಾರತೀಯ ಸೇನೆ ಲೈನ್ ಆಫ್ ಕಂಟ್ರೋಲ್ (ಸರಹದ್ದು)

ಮುರಿದು ಪಾಕಿಸ್ತಾನದೊಳಕ್ಕೆ ನುಗ್ಗಿ ಬಿಡುತ್ತಿತ್ತು. ಆದರೆ ಹಾಗಾಗಲಿಲ್ಲ. ಇದು ಪಾಕಿಸ್ತಾನಿ ಸೈನ್ಯದ್ದೇ ಕೆಲಸ ಎಂಬ ಅನುಮಾನ ಕಾಡಿದರೂ, ಈ ಪರಿಯ ಬರ್ಬರ ವರ್ತನೆ ಎಸಗಿದ್ದಾರೆಂದರೆ; ಇದರಲ್ಲಿ ಅಫಘನಿಸ್ತಾನದ ರಕ್ತ ಪಿಪಾಸು ಮುಜಾಹಿದೀನ್‌ಗಳ ಕೈವಾಡವಿದ್ದಿರಲೇ ಬೇಕು ಅಂದುಕೊಂಡರು. ಅದಾದ ಕೆಲವೇ ಗಂಟೆಗಳಲ್ಲಿ ಕಕ್ಸಾರ್‌ನ ತುದಿಯಿಂದ ಖಚಿತ ವರ್ತಮಾನ ಬಂದೇ ಬಿಟ್ಟಿತು;

ಅಸಲಿ ಯುದ್ಧ ಪ್ರಾರಂಭವಾಗಿದೆ!

ಪಾಕಿಸ್ತಾನದ ನಾರ್ದರ್ನ್ ಲೈಟ್ ಇನ್‌ಫೆಂಟ್ರಿ ಪಡೆಯೊಂದೇ ಅಲ್ಲ: ಉಗ್ರವಾದಿ ಮುಸ್ಲಿಂ ರಾಷ್ಟ್ರಗಳಿಗೆ ಸೇರಿದ ಸುಮಾರು ಹದಿನಾಲ್ಕು ಹಂತಕ ಸಂಘಟನೆಗಳು 'ಯುನೈಟೆಡ್ ಜೆಹಾದ್ ಕೌನ್ಸಿಲ್' ಹೆಸರಿನಲ್ಲಿ ಸಂಘಟಿತಗೊಂಡಿವೆ. ಮತ್ತು ಕನಿಷ್ಟ ಪಕ್ಷ ಎರಡು ಸಾವಿರ ಜನ ಮಿಲಿಟೆಂಟರು ಸರಹದ್ದಿನೊಳಕ್ಕೆ ಏನಿಲ್ಲವೆಂದರೂ ಹತ್ತು ಕಿಲೋ ಮೀಟರುಗಳಷ್ಟು ನಡೆದು ಬಂದು, ನಮ್ಮ ಆಯಕಟ್ಟಿನ ನಾನಾ ಪರ್ವತಗಳ ಬಂಕರುಗಳನ್ನು ಆಕ್ರಮಿಸಿ ಕುಳಿತುಬಿಟ್ಟಿದ್ದಾರೆ! ಜೆಹಾದ್ ಕೌನ್ಸಿಲ್(ಧರ್ಮಯುದ್ಧ ಮಂಡಳಿ)1998ರ ಡಿಸೆಂಬರಿನ ಹೊತ್ತಿಗಾಗಲೇ ರಚನೆಯಾಗಿತ್ತು. ಅದಕ್ಕಿಂತ ಮುಂಚೆಯೇ ಪಾಕಿಸ್ತಾನ ಈ ಯುದ್ಧಕ್ಕೆ ಅಣಿಯಾಗಿತ್ತು. ಅದರ ಕಣ್ಣಿರುವುದು ದ್ರಾಸ್ ಮೇಲಲ್ಲ. ಕಾರ್ಗಿಲ್ ಕೂಡ ಅಲ್ಲ. ಒಮ್ಮೆ ಟುರ್ಟೋಕ್ ತನ್ನ ವಶಕ್ಕೆ ಬಂದು ಬಿಟ್ಟರೆ, ಯಲ್ಡೋರಾ ಕಣಿವೆಯ ಕುತ್ತಿಗೆ ಹಿಸುಕಬೇಕು. ಸಿಯಾಚಿನ್ ನೀರ್ಗಲ್ಲಿನ ಮೇಲಿರುವ ನಮ್ಮ ಸೈನ್ಯಕ್ಕೆ ಅನ್ನ-ನೀರು ಸರಬರಾಜಾಗದಂತೆ ಮಾಡಬೇಕು. ತನ್ನ ಸರಹದ್ದು ವಿಸ್ತರಿಸಿಕೊಳ್ಳಬೇಕು. ಕಾಶ್ಮೀರದ ಸಮಸ್ಯೆಯನ್ನು ಅಂತಾರಾಷ್ಟ್ರೀಯ ಚರ್ಚೆಗೆ ಗ್ರಾಸವಾಗಿಸಬೇಕು. ಇದೆಲ್ಲ ಗಡಿಬಿಡಿಯ ಮಧ್ಯೆ ಕಾಶ್ಮೀರ ಕೊಳ್ಳದೊಳಕ್ಕೆ ಸಾವಿರಾರು ಉಗ್ರವಾದಿಗಳನ್ನು ನುಸುಳಿಸಬೇಕು. ಸತ್ತು ಹೋಗಿರುವ ಉಗ್ರವಾದಿ ಚಳವಳಿಗೆ ಜೀವ ತುಂಬ ಬೇಕು. ಭಾರತದ ಕೊರಳಿನಿಂದ ಕಾಶ್ಮೀರವನ್ನು ಕತ್ತರಿಸಿ ತನ್ನ ಮಡಿಲಿಗೆ ಸೇರಿಸಿಕೊಳ್ಳಬೇಕು.!

ಫಿನಿಶ್!

ಅದು ಪಾಕಿಸ್ತಾನ್ ಬಯಸಿದ ದೂರಾತಿದೂರದ ಫಲಿತಾಂಶ. ಇದೆಲ್ಲವನ್ನೂ ನೀವು ದಿನ ಪತ್ರಿಕೆಗಳಲ್ಲಿ ಓದಿದ್ದೀರಿ. ದಿನ ಬೆಳಗಾದರೆ ದ್ರಾಸ್‌ನಲ್ಲಿ ಹದಿನೇಳು, ಬಟಾಲಿಕ್‌ನಲ್ಲಿ ಇಪ್ಪತ್ಮೂರು ಭಾರತದ ಸೈನಿಕರು ಸತ್ತರು. ಕಾರ್ಗಿಲ್‌ನಲ್ಲಿ ನಮ್ಮವರು ನಲವತ್ಮೂರು ಪಾಕಿಗಳನ್ನು ಕೊಂದರು; ಬರೀ ಇಂತಹುದೇ ವರ್ತಮಾನ ಓದಿರುತ್ತೀರಿ.

ಸತ್ಯ ಹೇಳುತ್ತೇನೆ ಕೇಳಿ; ಈಗಾಗಲೇ ನಮ್ಮ ಕಡೆಯ ಒಂದು ಸಾವಿರ ಯೋಧರು ಹುತಾತ್ಮರಾಗಿ ಬಿಟ್ಟಿದ್ದಾರೆ. ಅನೇಕರು ನಾಪತ್ತೆಯಾಗಿದ್ದಾರೆ. ನಿಜಕ್ಕೂ ವೀರಾಧಿವೀರ ಅಧಿಕಾರಿಗಳೇ ಗತಪ್ರಾಣರಾಗಿದ್ದಾರೆ. ನಮ್ಮ ರಾಜಪುಠಾಣಾ ರೈಫಲ್ಸ್ ಯೋಧರು, ನಮ್ಮ ನಾಗಾಗಳು, ಗೂರ್ಖಾ ರೆಜಿಮೆಂಟಿನವರು ಕಾರ್ಗಿಲ್-ಬಟಾಲಿಕ್ ಸುತ್ತಲಿನ ಪರ್ವತಗಳಿಗೆ, ಅದರ ಬಂಡೆಗಳಿಗೆ ಉಡಗಳಂತೆ ಕಚ್ಚಿಕೊಂಡು ರಾತ್ರಿ-ಹಗಲು ಸೆಣಸುತ್ತಿದ್ದಾರೆ. ಕಾರ್ಗಿಲ್ ಮೇಲೆ ನಡೆದ

ಷೆಲ್ ದಾಳಿಯ ಮೊದಲ ಸುತ್ತಿನಲ್ಲೇ ನಮ್ಮ ಬಿಜಾಪುರ ಜಿಲ್ಲೆಯ ಚೊಳಚಗುಡ್ಡ ಗ್ರಾಮದ ಶಿವಬಸಯ್ಯಾ ಕುಲಕರ್ಣಿಯಂಥ ಹುಡುಗರು ತೀರಿಹೋದದ್ದು.

ಅಲ್ಲಿ ನಡೆಯುತ್ತಿರುವುದು ಇಂಚಿಂಚಿನ ಕದನ. **Hand to hand Combat.** ಅವಿಷ್ಟೂ ಬೆಟ್ಟಗಳನ್ನು ಒಕ್ಕಡೆಯಿಂದ ಆನೆಗಳಂತೆ ಮುತ್ತಿಕೊಂಡ ನಮ್ಮ ಸೈನ್ಯ ಸಿಡಿಲೇಟಿಗೂ ಬೆದರದೆ ಸೆಣೆಸುತ್ತಿರುವಾಗ, ಈ ಜಾರ್ಜ್ ಫರ್ನಾಂಡೀಸ್ ಎಂಬ ಎಡಬಿಡಂಗಿ ರಾಜಕಾರಣಿ, "ಪಾಕಿಸ್ತಾನ್ ಒಪ್ಪುವುದಾದರೆ, ಅದು ನುಗ್ಗಿಸಿದ ಉಗ್ರಗಾಮಿಗಳಿಗೆ ಜೀವಕ್ಕೆ ಹಾನಿಯಾಗದಂತೆ ಹಿಂತಿರುಗಿ ಹೋಗುವ ಅವಕಾಶ ಮಾಡಿಕೊಡುತ್ತೇವೆ" ಅಂದುಬಿಟ್ಟ. ಅದಕ್ಕೆ ಉಗ್ರಗಾಮಿ ಸಂಘಟನೆಯಾದ ಹರ್ಕತ್-ಉಲ್ ಮುಜಾಹಿದೀನ್‌ನ ಮುಖ್ಯಸ್ಥ ಫಜ್ಲುರ್ ರೆಹಮಾನ್ ಖಲೀಲ್ ಎಂಬಾತ ಏನುತ್ತರ ಕೊಟ್ಟ ಗೊತ್ತೇ?

"ಕಾರ್ಗಿಲ್‌ನಿಂದ, ಕಾಶ್ಮೀರದಿಂದ ನೀವು ವಾಪಸು ಹೋಗಿ. ನೀವು ದಿಲ್ಲಿ ತಲುಪಿ ಬಾಗಿಲು ಹಾಕಿಕೊಳ್ಳುವ ತನಕ ನಿಮಗೆ ಏನೇನೂ ಆಗದಂತೆ ನೋಡಿಕೊಳ್ಳುವ ಜವಾಬ್ದಾರಿ ನಮ್ಮದು!"

ಅಂಥ ಪಾಕಿಗಳ ಕೈಗಳಿಗೆ ಕಾರ್ಗಿಲ್ ಪಟ್ಟಣ ಆಟಿಗೆಯಂತೆ ಸಿಕ್ಕು ಬಿಟ್ಟಿತ್ತು! ಒಂದರ ಮೇಲೊಂದು ಷೆಲ್ಲು ಕುಟ್ಟಿದರು. ಮೊದಲ ಷೆಲ್ ಬಿದ್ದದ್ದೇ ಕಾರ್ಗಿಲ್‌ನ ಜಿಲ್ಲಾಧಿಕಾರಿ ಮತ್ತು ಪೊಲೀಸ್ ವರಿಷ್ಠಾಧಿಕಾರಿಯ ಮನೆಗಳ ಮೇಲಕ್ಕೆ! ಜೂನ್ 13ರಂದು ಪ್ರಧಾನಿ ವಾಜಪೇಯಿ ಕಾರ್ಗಿಲ್‌ಗೆ ಬಂದರು. ಅವರು ಭಾಷಣ ಮಾಡಬೇಕಿದ್ದ ವೇದಿಕೆಯನ್ನೇ ಕುಟ್ಟಿ ಪುಡಿ ಮಾಡಲಾಯಿತು. ಅವರ ಭಾಷಣ ಹನ್ನೆರಡೂವರೆಗಿತ್ತು. ಸರಿಯಾಗಿ, ಕರಾರುವಾಕ್ಕಾಗಿ ಅದೇ ಸಮಯಕ್ಕೆ, ಅದೇ ಜಾಗಕ್ಕೆ ಷೆಲ್ ಉದುರಿಸಿದರು. "ನಾನು ಇಸ್ಲಾಮಾಬಾದ್‌ಗೆ ಸ್ನೇಹ ಹಸ್ತ ಚಾಚಿಕೊಂಡು ಬಸ್ಸಿನಲ್ಲಿ ಹೋದೆ. ನವಾಜ್‌ಷರೀಫ್ ಇಂಥ ಕೆಲಸ ಮಾಡಬಾರದಿತ್ತು" ಎಂದು ಕನವರಿಸಿದ ವಾಜಪೇಯಿ ದ್ರಾಸ್‌ನ ಭೇಟಿಯನ್ನೇ ರದ್ದು ಮಾಡಿ ದಿಲ್ಲಿಗೆ ಬಂದುಬಿಟ್ಟರು.

ಅಲ್ಲಿಂದ ಶುರುವಾಯಿತು ಮಾರ್ಪೋಲಾ ಕದನ. ಅಷ್ಟು ಹೊತ್ತಿಗಾಗಲೇ ನಮ್ಮ ಕಡೆಯ ಅನೇಕ ಯೋಧರು ಪ್ರಾಣ ತೆತ್ತಿದ್ದರು. ಅದೆಲ್ಲಿಂದ ಬಂದಿತ್ತೋ ನಮ್ಮ ಪಾಳೆಯದವರಿಗೆ ರಾಕ್ಷಸ ಉನ್ಮಾದ! ಒಂದು ಬೆಟ್ಟಕ್ಕೆ ಕೈಯಿಟ್ಟರೆ ಬಂಕರಿನಿಂದ ಬಂಕರಿಗೆ, ಕೋಡುಗಲ್ಲಿನಿಂದ ಕೋಡುಗಲ್ಲಿಗೆ ಶತ್ರುಪಡೆಯ ನೆತ್ತಿಯ ಮೇಲೆ ಗುಂಡಿನ ಮಳೆ ಸುರಿಸುತ್ತ ಮುನ್ನುಗ್ಗಿದ್ದಾರೆ. ಪಾಯಿಂಟ್ **4590** ಎಂಬ ಪರ್ವತದ ಪ್ರತಿ ಹೆಬ್ಬಂಡೆಯ ಮೇಲೂ ನಮ್ಮ ಯೋಧರ ನೆತ್ತರ ಮಳೆಯಾಗಿದೆ. ಬಹುಶಃ ಅದಕ್ಕಿಂತ ದುಬಾರಿಯ ಕದನ ಮತ್ತೊಂದಿರಲಾರದು. ಸತ್ತ ಯೋಧರ ಶವಗಳನ್ನು ಎತ್ತಿಕೊಂಡು ಬರಲಿಕ್ಕೂ ಆಗದಂತಹ ಸ್ಥಿತಿಯಲ್ಲಿ ನಮ್ಮ ಸೈನಿಕರು ದಿನಗಟ್ಟಲೆ ಸೆಣೆಸಿದರು. ಪಾಯಿಂಟ್ **4590** ಪರ್ವತದ ತುದಿಯಲ್ಲಿದ್ದ ಒಂದೊಂದು ಬಂಕರೂ ನಮ್ಮ ವಶವಾಯಿತು. ಪಾಕಿ ಸೈನಿಕ ಮತ್ತು ಮುಜಾಹಿದೀನ್ ಧರ್ಮೋನ್ಮಾದಿಗಳಿಬ್ಬರೂ ಎದೆ ಹರಿದುಕೊಂಡು ಸತ್ತು ಬಿದ್ದಿದ್ದರು. ಅಂಥ ಘನಘೋರ ಕದನವಾಗುತ್ತಿದ್ದಾಗಲೇ ನಾನು ದ್ರಾಸ್‌ನ ಹೊಸ್ತಿಲಿಗೆ ಕಾಲಿಟ್ಟಿದ್ದು.

ಮತ್ತು ಅದರ ಹಿಂದಿನ ದಿನವೇ ಟೋಲೋಲಿಂಗ್ ನಮ್ಮ ಕೈವಶವಾಗಿದ್ದು.

ಆ ನಂತರ ನಾನು ಕೇಳಿದುದೆಲ್ಲ ಭಯಾನಕ ವಾರ್ತೆಗಳೇ. ಕಂಡದ್ದೆಲ್ಲ ಕರುಣಾಜನಕ ದೃಶ್ಯವೇ. ಕಾರ್ಗಿಲ್ ಕೊಂಚ ತಹಬಂದಿಗೆ ಬರುತ್ತಿದ್ದಂತೆಯೇ ಬಟಾಲಿಕ್ ಕದನ ತೀವ್ರವಾಯಿತು. ನಮ್ಮ ಕಡೆಯ ಅಧಿಕಾರಿಗಳು, ಯೋಧರು ದಿನ ನಿತ್ಯ ಸಾಯತೊಡಗಿದರು. ಕತ್ತಲಾಗುತ್ತಿದ್ದಂತೆಯೇ ಕದನ ಶುರು. ಆಕಾಶದಲ್ಲಿ ಬೆಂಕಿಯುಂಡೆಗಳ ಎರಚಾಟ. ಕಿವಿ ಕಿತ್ತು ಹೋಗುವಂತಹ ಶಬ್ದ. ಬೆಳಗಾಗುತ್ತಿದ್ದಂತೆಯೇ ಮರಣದ ವಾರ್ತೆ. ಮೇಜರ್ ಅಮೋಲ್ ಕಾಲಿಯಾ ಸತ್ತರಂತೆ. ಅವರ ತುಕಡಿಯ ಹದಿಮೂರು ಸೈನಿಕರೂ ಸತ್ತಿದ್ದಾರೆ. ಭಗವಂತಾ, ಅಲ್ಲಿಂದ ಹೆಣ ತರುವವರು ಯಾರು?

"ತರಲಿಕ್ಕೆ ಸದ್ಯದಲ್ಲಿ ಸಾಧ್ಯವೇ ಇಲ್ಲ ರವೀ. ಕಾರ್ಗಿಲ್ ಮತ್ತು ದ್ರಾಸ್‌ನ ಬೆಟ್ಟಗಳ ಇಳಿಜಾರಿನಲ್ಲೇ ನಮ್ಮ ಅನೇಕ ಯೋಧರ ಶವಗಳು ಬಿದ್ದಿವೆ. ನೀರ್ಗಲ್ಲು - ಹಿಮ ಬಂಡೆಗಳ ಮೇಲೆ ಇದ್ದ ಶವಗಳು ಕೊಳೆಯುವುದೂ ಇಲ್ಲ. ಅವುಗಳ ಸನಿಹಕ್ಕೆ ಹದ್ದುಗಳೂ ಸುಳಿಯುವುದಿಲ್ಲ. ಆ ಎತ್ತರದಲ್ಲಿ ಹಕ್ಕಿಗಳು ಜೀವಿಸಲಾರವು. ಹೆಣ ತರಲು ಹೋದರೆ ಪರ್ವತದ ತುದಿಯ ಬಂಕರಿನಲ್ಲಿರುವ ದುಷ್ಮನ್ ಗುಂಡಿನ ಮಳೆ ಸುರಿಸುತ್ತಾನೆ. ಹೆಲಿಕಾಪ್ಟರಿನಲ್ಲಿ ಸಮೀಪಿಸಿದರೂ ಹೊಡೆದುರುಳಿಸುತ್ತಾನೆ. ಬಟಾಲಿಕ್ ಬೆಟ್ಟಗಳಲ್ಲಿ ಮಹಾರುದ್ರನಂತೆ ಕಾದಾಡಿದ ಮೇಜರ್ ಶರವಣನ್, ಕಳೆದ ಮೇ **29**ರಿಂದಲೂ ಹೆಣವಾಗಿ ಬಟಾಲಿಕ್‌ನ ಕೊರಕಲಿನಲ್ಲೇ ಮಲಗಿಕೊಂಡಿದ್ದಾರೆ ಗೊತ್ತೆ? ನೆನೆಸಿಕೊಂಡರೆ ಕರುಳು ಕತ್ತರಿಸಿಬರುತ್ತದೆ. ತಮಿಳುನಾಡಿನಲ್ಲಿರುವ ಶರವಣನ್‌ರ ತಂಗಿ, "ನನಗೆ ಅಣ್ಣನ ಹೆಣವನ್ನಾದರೂ ಕಳಿಸಿ" ಎಂದು ಭೋರಿಡುತ್ತಾಳೆ. ಅವಳಿಗೆ ಗೊತ್ತಿಲ್ಲ; ಮೇಜರ್ ಶರವಣನ್‌ರ ಮುಕ್ಕಾಲು ದೇಹ ಈಗಾಗಲೇ ಸುಟ್ಟುಹೋಗಿದೆ. ಇನ್ನುಳಿದದ್ದು ಬತ್ತಿ ಹೋಗಿದೆ. ಆದರೂ ಆತ ಮರೆಯಲಾಗದ ಯೋಧ. ನಿಜವಾದ ಅರ್ಥದಲ್ಲಿ **hero of Batalic.** ಅದೇ ರೀತಿ ಲೆಫ್ಟಿನೆಂಟ್ ಹನೀಫುದ್ದೀನ್‌ರ ಕಳೇಬರ ಟುರ್ಟುಕ್‌ನ ಸೇತುವೆಯ ಅಡಿಯಲ್ಲಿ ಉಳಿದುಹೋಗಿದೆ. ಹಾಗೆ ಕಣಿವೆಯುದ್ದಕ್ಕೂ ಮಲಗಿರುವ ಅನಾಮಿಕ ಶವಗಳೆಷ್ಟೋ? ಅವು ಯಾವ್ಯಾವ ಸ್ಥಿತಿಯಲ್ಲಿ ಅವರ ಮನೆ ತಲುಪುತ್ತವೋ? ಲೆಫ್ಟಿನೆಂಟ್ ಅಮೋಲ್ ಕಾಲಿಯಾ ಅನಾಮತ್ತು ಇಪ್ಪತ್ತೈದು ಪಾಕಿಗಳನ್ನು ಗುಂಡಿಕ್ಕಿ ಕೊಂದ ಧೀರ. ದೇಹಕ್ಕೆ ಗುಂಡು ಬಿದ್ದ ನಂತರವೂ ಫೈರ್ ಮಾಡುತ್ತಲೇ ಇದ್ದನಂತೆ; ಕೊನೆಯುಸಿರು ಇರುವ ತನಕ. ಆತನ ಸುತ್ತ ಹದಿಮೂರು ಸೈನಿಕರ ರಾಶಿಯೇ ಮಲಗಿಕೊಂಡಿದೆ. ಯಾರ ಬೆನ್ನಿಗೂ ಗುಂಡು ಬಿದ್ದಿಲ್ಲ. ಬಿದ್ದಿರುವುದೆಲ್ಲ ಎದೆಗಳಿಗೆ. ಆದರೆ ಆ ವೀರ ಯೋಧರ ಶವಗಳನ್ನು ಈಚೆಗೆ ತರುವುದು ಹೇಗೆ ರವೀ? ಅದು ಭಯಾನಕ ಯುದ್ಧ ನಡೆದಿರುವ, **raging battle ground!**" ಹಾಗೆಂದು ವಿವರಿಸಿ ನಿಟ್ಟುಸಿರಿಟ್ಟವರು ಅಧಿಕಾರಿ ವಿನಯ್ ಥಾಕೂರ್.

ನಾನು ದ್ರಾಸ್‌ಗೆ ಕಾಲಿಟ್ಟ ದಿನ; "ತುಂಬ ದಿನಗಳೇನೂ ಬೇಕಾಗಿಲ್ಲ. ಎಲ್ಲ ಸೇರಿಸಿದರೆ ಇನ್ನೂರೈವತ್ತರಿಂದ ಮುನ್ನೂರು ಜನ ಇದ್ದಾರೆ. ನೋಡ್ತಿರಿ; ಹೊಡೆದುರುಳಿಸುತ್ತೇವೆ ಅನ್ನುತ್ತಿದ್ದರು. ಆಮೇಲೆ ಪಾಕಿಗಳ ಸಂಖ್ಯೆ ಐನೂರರಿಂದ ಒಂಬೈನೂರಕ್ಕಿರಬಹುದು

ಅನ್ನತೊಡಗಿದರು. ಜೂನ್ 20ರ ಹೊತ್ತಿಗೆ ಅವರಿಗೇ ಖಾತರಿಯಾಗಿತ್ತು. ಒಳಗೆ ನುಗ್ಗಿ ಬಂದಿರುವ ಪಾಕಿಸ್ತಾನಿ ಸೈನಿಕರ ಸಂಖ್ಯೆಯೇ ಏನಿಲ್ಲವೆಂದರೂ ಐದು ಸಾವಿರದಷ್ಟಿದೆ. ಜೊತೆಗೆ ರಕ್ತ ಪಿಪಾಸು ಉಗ್ರಗಾಮಿಗಳ 2000 ಜನರ ಪಡೆಯಿದೆ. ಬೆಟ್ಟದ ಆಚೆಗೆ ಸರಹದ್ದಿನಲ್ಲಿ ಎಂಬತ್ತು ಡೇರೆಗಳ ತುಂಬ ಆಹಾರ, ಮದ್ದುಗುಂಡು, ಅವುಗಳನ್ನು ಬೆಟ್ಟಕ್ಕೆ ಹೊತ್ತು ತರುವ ಕೂಲಿಗಳು -ಎಲ್ಲ ಇರಿಸಲಾಗಿದೆ.

ಈ ಯುದ್ಧ ಬೇಗ ಮುಗಿಯುವಂಥದಲ್ಲ!

ಈ ಯುದ್ಧ ಸೆಪ್ಟಂಬರಿನ ತನಕ ಇದೇ ರಭಸದೊಂದಿಗೆ ಮುಂದುವರೆದರೆ, ಕನಿಷ್ಟ ಪಕ್ಷ ಐದು ಸಾವಿರ ಭಾರತೀಯ ಯೋಧರು ಸಾಯುತ್ತಾರೆ. ಮುಖ್ಯವಾಗಿ ನಮ್ಮ ತಂಡದ ಅಧಿಕಾರಿಗಳೇ ಜಾಸ್ತಿ ಸಾಯುತ್ತಿದ್ದಾರೆ. ಅವರೆಲ್ಲ ಸತ್ತು ಹೋದರೆ- ನಾಯಕತ್ವದ ಗತಿ? ಹದಿನೈದು ಜನ ದುಷ್ಮನ್‌ಗಳನ್ನು ಕೊಲ್ಲುವ ಹೊತ್ತಿಗೆ ನಮ್ಮ ಕಡೆಯ ಇಪ್ಪತ್ತೊಂದು ಜನ ಸತ್ತಿದ್ದಾರೆ. ಹಾಗಂತ, ಶತ್ರು ಪಡೆ ನಮಗಿಂತ ಬಲಿಷ್ಠವಾಗಿದೆ ಅಂತ ಅಲ್ಲ. ಅದು ಕೂತಿರುವ ಜಾಗ ಅಂತಹುದು. ಅದಕ್ಕೆ ದೊರಕುತ್ತಿರುವ ಸವಲತ್ತು ಅಂತಹುದು. ಬೆಟ್ಟದ ಮೇಲಿನ ತನಕ ಅವನಿಗೆ ರೊಟ್ಟಿ, ಜೇನು, ಬೆಣ್ಣೆ, ಮದ್ದು-ಗುಂಡು, ಔಷಧಿ ಎಲ್ಲವೂ ಸರಬರಾಜಾಗುತ್ತಿವೆ. ಈ ಸರಬರಾಜು ನಿಲ್ಲದೆ ಯುದ್ಧ ನಿಲ್ಲುವಂತಿಲ್ಲ. ಸರಬರಾಜು ನಿಲ್ಲಿಸಬೇಕೆಂದರೆ, ನಾವು ಸರಹದ್ದಿನ ಲಕ್ಷ್ಮಣರೇಖೆ ದಾಟಿ ಪಾಕಿಸ್ತಾನದೊಳಕ್ಕೆ ನುಗ್ಗಬೇಕು, ದುಷ್ಮನ್ ಕುಳಿತಿರುವ ಬೆಟ್ಟವನ್ನು ಆ ಕಡೆಯಿಂದಲೂ ಮುತ್ತಿಕೊಳ್ಳಬೇಕು. ಉಹುಂ...

ಸರಹದ್ದು ದಾಟಲು ಇನ್ನೂ ಅನುಮತಿ ದೊರೆತಿಲ್ಲ. ದೊರೆತು ಬಿಟ್ಟರೆ ಈ ಯುದ್ಧ ಕಾರ್ಗಿಲ್‌ಗೆ ಸೀಮಿತವಾಗಿರುವುದಿಲ್ಲ.

ಅದು ಮಹಾಯುದ್ಧ!

ನಾಳಿನ ಬೆಟ್ಟ ಯಾವುದು ಸಾಹಿಬ್?

ಅದನ್ನು **acclimatise**ಅಂತಾರೆ.

ಅದು ಯುದ್ಧಕ್ಕೆ ಮುಂಚಿನ ಯುದ್ಧ. ನಿಜವಾದ ಯುದ್ಧ ನಡೆಯುತ್ತಿರುವುದು ಹದಿನಾರು ಸಾವಿರ ಅಡಿಗಳ ಎತ್ತರದ ಪರ್ವತಗಳ ಮೇಲೆ. ಅದು ತಮಾಷೆಯ ಮಾತಲ್ಲ. ಪರ್ವತಗಳಲ್ಲಿನ ಯುದ್ಧ ಮಾಡಿ ಬಲ್ಲ ಕೆಲವೇ ತುಕಡಿಗಳು ಮಾತ್ರ ಈ ತರಹದ ಘನಘೋರ ಕದನದಲ್ಲಿ ಭಾಗಿಯಾಗಲು ಸಾಧ್ಯ. ಅಂಥ ಸೈನಿಕರು ಹೆಚ್ಚೆಂದರೆ, ಯಾವುದೇ ಸೈನ್ಯದಲ್ಲೂ ಎಂಟು ಹತ್ತು ಸಾವಿರ ಜನರಿರುತ್ತಾರೆ. ಅವರಿಗೆ **acclimatisation** ತರಬೇತಿ ಬೇಕಾಗಿಲ್ಲ. ಅವರು ನೇರವಾಗಿ ಕೋಡುಗಲ್ಲು ಹತ್ತಿ ನಿಲ್ಲುತ್ತಾರೆ.

ಆದರೆ ಯುದ್ಧ ಅವರಿಂದ ಮಾತ್ರವೇ ಮುಂದುವರೆಯುವುದಿಲ್ಲ. ಬೆಟ್ಟದ ಮೇಲೆ ಒಬ್ಬ ಯೋಧ ಸೆಣೆಸುತ್ತಿದ್ದಾನೆಂದರೆ; ಅವನ ಕಾಲ ಬುಡದಲ್ಲಿ ಮೂವರು **supportive** ಯೋಧರು ನಿಲ್ಲಬೇಕು. ಅವನ ಊಟ, ಮದ್ದುಗುಂಡು ಸರಬರಾಜು, ಅವನಿಗೆ ಕ್ಷೌರ, ಹರಿದ ಬೂಟು ಬದಲಿಸುವಿಕೆ, ಅವನಿಗೆ ಔಷಧಿ-ಓಹ್, ಅದೊಂದು ದೊಡ್ಡ ಕೆಲಸ. ಈ ಕೆಲಸಕ್ಕೆ ಒಬ್ಬ ಯೋಧರಿಗೆ ಮೂವರು ಸಹಾಯಕರು ಎಂಬಂತೆ ಲೆಕ್ಕ ಹಾಕಿದರೆ, ಕದನಕ್ಕೆ ನಿಂತಿರುವ ಹತ್ತು ಸಾವಿರ ಯೋಧರ ಬೆಂಬಲಕ್ಕೆ 30ಸಾವಿರ **supportive** ಯೋಧರು ಬೇಕು.

Acclimatisation ತರಬೇತಿ ಬೇಕಾಗಿರುವುದೇ ಅವರಿಗೆ. ನೀವು ಶ್ರೀನಗರ ಬಿಟ್ಟು ಸೋನ್‌ಮಾರ್ಗ್ ಕಡೆಗೆ ಕದಲುತ್ತಿದ್ದಂತೆಯೇ ರಸ್ತೆಯ ಇಕ್ಕೆಲಗಳಲ್ಲೂ ನಿಮಗೆ ತಾತ್ಕಾಲಿಕ ತರಬೇತಿ ಶಿಬಿರಗಳ ಸಾಲೇ ಗೋಚರವಾಗುತ್ತದೆ. ನಾಲ್ಕು ಸಾವಿರ ಅಡಿ ಎತ್ತರದಲ್ಲಿ ಮೊದಲ ತರಬೇತಿ; ಆಮೇಲೆ ಆರು ಸಾವಿರ ಅಡಿ; ಮುಂದೆ ಎಂಟು ಸಾವಿರ ಅಡಿ; ಹನ್ನೆರಡು, ಹದಿನಾಲ್ಕು, ಕಡೆಗೆ ಹದಿನಾರು ಸಾವಿರ ಅಡಿ ಎತ್ತರದ ಬಂಡೆಗಲ್ಲ ಮೇಲೆ ನಿಲ್ಲಿಸಿ "ಇನ್ನು ಶುರುವಿಡು" ಎಂಬ ಆದೇಶ ನೀಡಲಾಗುತ್ತದೆ.

ನೀವು ನೋಡಬೇಕಾದದ್ದೆಂದರೆ, ಈ ಎಂಟು-ಹತ್ತು-ಹನ್ನೆರಡು ಸಾವಿರ ಅಡಿಗಳ ಎತ್ತರದ ತರಬೇತಿ ಶಿಬಿರಗಳಲ್ಲಿನ ಭಯಾನಕ ವಿಧಾನಗಳು. ಅಲ್ಲಿ ಕೇಜಿಗಟ್ಟಲೆ ತೂಕದ ಸಾಮಗ್ರಿ ಹೊತ್ತು ಬೆಟ್ಟ ಹತ್ತುವುದು, ಗೋಡೆಯಂಥ ಹೆಬ್ಬಂಡೆಯನ್ನು ಉಡದಂತೆ ಕಚ್ಚಿ ಹಿಡಿದು ಮೇಲಕ್ಕೆ

ತೆವಳುವುದು, ನೀರೇ ಕುಡಿಯದೆ ಇಡೀ ದಿನ ಕಳೆದು ಹಿಂತಿರುಗುವುದು, ಒಯ್ದಿದ್ದ ನೀರನ್ನು ವಾಪಸು ತರಬೇತಿ ಮುಖ್ಯಸ್ಥನಿಗೆ ತಂದೊಪ್ಪಿಸುವುದು, ಬೆಟ್ಟದ ದಾರಿಗಳಲ್ಲಿ ಬೇಕೆಂತಲೇ ದಾರಿ ತಪ್ಪಿ ದಾರಿ ಹುಡುಕುವುದು, ಗಾಯಗೊಂಡ ಸಹಯೋಧನನ್ನು ಹೆಗಲ ಮೇಲೆ ಹೊತ್ತು ಹಿಂತಿರುಗುವುದು ಮುಂತಾದ -ಚಿತ್ರಹಿಂಸೆಯೆನ್ನಿಸುವಂಥ ತರಬೇತಿಗಳನ್ನು ನೀಡಲಾಗುತ್ತದೆ.

ಕಾರಣವಿಷ್ಟೆ; ಒಂದೇ ಸಲಕ್ಕೆ 14 ಸಾವಿರ ಅಡಿಯ ಶಿಖರದ ಮೇಲೆ ನಿಲ್ಲಿಸಿ ಯುದ್ಧ ಮಾಡು ಅಂತ ಆದೇಶ ನೀಡಿದರೆ **acclimatise** ಆಗಿರದ ಯೋಧ ಆಕ್ಸಿಜನ್‌ನ ಕೊರತೆಯಿಂದಾಗಿ ಅಲ್ಲೇ ಕುಸಿದು ಬೀಳುತ್ತಾನೆ. ರಕ್ತದ ಒತ್ತಡ ವಿಪರೀತವಾಗುತ್ತದೆ. ಹೃದಯಾಘಾತ ಸಾಧ್ಯ. ನಾನು ಈ **acclimatisation** ಕ್ಯಾಂಪುಗಳಲ್ಲೇ ಯೋಧರು ಎಚ್ಚರ ತಪ್ಪಿ ಬೀಳುವುದನ್ನು ನೋಡಿದೆ. ಬಾಯ್ತುಂಬ ನೊರೆ ನೊರೆ. ಆದರೂ ಮಾರನೆಯ ದಿನ ಎದ್ದು ನಿಲ್ಲುವ ಯೋಧ ಒಂದು ಖಡಕ್ ಸೆಲ್ಯೂಟ್ ಕುಟ್ಟಿ "ಮುಂದಿನ ಬೆಟ್ಟ ಯಾವುದು ಸಾರ್?" ಅಂತ ಕೇಳುತ್ತಾನೆ.

ಅವನೇ ಅಲ್ಲವೆ; ಕೊನೆಯ ಪರ್ವತದ ಮೇಲೆ ಭಾರತದ ಪತಾಕೆ ಹಾರಿಸಬಲ್ಲ ಧೀರ?
ಅವನಿಗೆ ಜಯವಾಗಲಿ!

ಷೆಲ್ ಮಟನ್ ಬಿರಿಯಾನಿ!

ಈ ಗುಜ್ಜರರನ್ನು ನಾನು ತೀರ ಹತ್ತಿರದಿಂದ ನೋಡಲು ಸಾಧ್ಯವಾದದ್ದು ದ್ರಾಸ್ ಸೆಕ್ಟಾರ್‌ನಲ್ಲಿ. ಅಂಥ ಎತ್ತರದವರಲ್ಲ. ದಪ್ಪವೂ ಅಲ್ಲ. ಆದರೆ ಪರಮ ಜಿಗುಟರು. ಇವರ ಹೆಂಗಸರೇ ಸಾಕು; ಹತ್ತು ಜನ ಗಂಡಸರನ್ನು ಮೊಳಕೈಯಲ್ಲಿ ತಿವಿದು ಮೆತ್ತಗೆ ಮಾಡಿಬಿಡುತ್ತಾರೆ. ಎಂಥ ಚಳಿಯಲ್ಲೂ ಈ ಗುಜ್ಜರ್‌ಗಳ ಕುಟುಂಬಗಳು ತಮ್ಮ ಅಸಂಖ್ಯಾತ ಕುರಿ ಮತ್ತು ಕುದುರೆಗಳೊಡನೆ ಪರ್ವತದ ತುದಿಗಳಲ್ಲಿ ಅಡ್ಡಾಡುತ್ತಿರುತ್ತವೆ. ಹೋದ ಕಡೆಗೆಲ್ಲ ಸೊಂಟದೆತ್ತರದ ಒಂದು ಕಲ್ಲಿನ ವರ್ತುಲಾಕಾರದ ಗೋಡೆ ಕಟ್ಟಿ ಬರುತ್ತಾರೆ. ಅದರ ಮೇಲೆ ಡೇರೆ ಹಾಕಿಕೊಂಡರೆ, ಎರಡು ತಾಸಿನಲ್ಲಿ ಅವರ ಮನೆ ರೆಡಿ! ಮುಂದೆ ಡೇರೆ ಬಿಚ್ಚಿಕೊಂಡು ಹೋದರೂ, ಅದರ ಕಲ್ಲಿನ ಗೋಡೆ ಅಲ್ಲೇ ಉಳಿಸಿಹೋಗುತ್ತಾರೆ. ಇದು ಮುಂದಿನ ವರ್ಷಕ್ಕೆ ಮತ್ತೆ ಮನೆಯಾಗುತ್ತದೆ.

ಇಂಥ ಕಲ್ಲಿನ ಬಂಕರುಗಳೇ ಪಾಕಿಸ್ತಾನಿ ಸೈನಿಕರಿಗೆ ಮತ್ತು ಮುಜಾಹಿದೀನ್‌ಗಳಿಗೆ ಕಳೆದ ಚಳಿಗಾಲದಲ್ಲಿ ಮನೆಗಳಾಗಿ ನೆರವು ನೀಡಿದ್ದು! ಕೆಲವೆಡೆ ಇದೇ ಗುಜ್ಜರ್‌ಗಳನ್ನು ಬಂಧಿಸಿದ ಪಾಕಿಗಳು

ದ್ರಾಸ್‌ನ ಒಬ್ಬ ಗುಜ್ಜರ್ ವೃದ್ಧ

ಅವರಿಂದಲೇ ಪರ್ವತಗಳ ತುದಿಯಲ್ಲಿದ್ದ ಭಾರತದ ಬಂಕರುಗಳನ್ನು ಪತ್ತೆ ಮಾಡಿಸಿಕೊಂಡರು. ಅವರಿಗೆ ಬಂಕರು ತೋರಿಸಿ ಬೆಟ್ಟವಿಳಿದು ಬಂದ ಗುಜ್ಜರ್‌ಗಳೇ ಭಾರತದ ಸೈನಿಕ ಅಧಿಕಾರಿಗಳಿಗೆ ಪಾಕಿಗಳ ಬಗ್ಗೆ ಮಾಹಿತಿ ಕೊಟ್ಟರು. ಎರಡು ಕಡೆಯಿಂದಲೂ ಇನಾಮು. ಕೆಲವೊಮ್ಮೆ ಎರಡು ಕಡೆಯಿಂದಲೂ ಒದೆ.

ಒಂದೇ ಒಂದು ಷೆಲ್ ಬಿದ್ದರೆ ಸಾಕು, ಗುಜ್ಜರ್‌ಗಳ ಇಡೀ ಎರಡು ಸಾವಿರ ಕುರಿಗಳ ಮಂದೆ ಕ್ಷಣಾರ್ಧದಲ್ಲಿ ಮಡಚಿ ಮಾಂಸದ ಕುಪ್ಪೆಯಾಗಿ ಹೋಗುತ್ತದೆ.

ಅದು ಷೆಲ್ ಮಟನ್ ಬಿರಿಯಾನಿ!

ಹಾಗಂತ ಸೈನಿಕರು ತಮಾಷೆ ಮಾಡುತ್ತಾರೆ.

ಆದರೆ ಗುಜ್ಜರ್‌ಗಳು ನಗುವುದಿಲ್ಲ!

ಪ್ರಶ್ನೆ ಸಂಸ್ಕಾರದ್ದಲ್ಲ....

ಆತನ ಹೆಸರು ಸುಬ್ರಮಣಿಯಂ ಮುಯಿಲನ್. ಕೇವಲ ಇಪ್ಪತ್ತೇಳು ವರ್ಷದ ಯುವಕ. ಭಾರತದ ವೈಮಾನಿಕ ಪಡೆಯಲ್ಲಿ ಫ್ಲೈಟ್ ಲೆಫ್ಟಿನೆಂಟ್ ಆಗಿದ್ದ. ಸತ್ತದ್ದು ಕಾರ್ಗಿಲ್‌ನಲ್ಲಿ. ಸತ್ತ

ಎಷ್ಟು ದಿನಗಳಿಗೆ ಆತನ ಶವವನ್ನು ಬೆಳಗಾವಿಗೆ ತರಲಾಯಿತೋ ಗೊತ್ತಿಲ್ಲ. ದೊಡ್ಡದೊಂದು ಶವದ ಪೆಟ್ಟಿಗೆಯಲ್ಲಿ ಬಂದ ಮೃತದೇಹವನ್ನು ಕಣ್ಣಾರೆ ನೋಡಲಿಕ್ಕೆ ಸುಬ್ರಮಣಿಯಂ ಮುಯಿಲನ್‌ನ ಪತ್ನಿಯೂ ಸೇರಿದಂತೆ, ಯಾರಿಗೂ ಅವಕಾಶ ಕೊಡಲಿಲ್ಲ. ಏಕೆಂದರೆ-

ಶವದ ಪೆಟ್ಟಿಗೆಯಲ್ಲಿದ್ದುದು ಕೇವಲ ಎರಡು ಕೇಜಿ ತೂಕದ ಮೂರು ಮಾಂಸದ ತುಣುಕುಗಳು. ಧೀರಯೋಧ ಸುಬ್ರಮಣಿಯಂ ಹೊಡೆದುರುಳಿಸಲಾದ ವಿಮಾನದ ಸಮೇತ ಸುಟ್ಟು ಕರಕಲಾಗಿ ಹೋಗಿದ್ದ!

ಅದೇ ರೀತಿ;

ಬೆಳಗಾವಿ ಜಿಲ್ಲೆಯ ಖಾನಾಪುರ ತಾಲೂಕಿನ ಜಾಂಬೋವಿ ಗ್ರಾಮದ ಧೋಂಡಿಬಾ ದೇಸಾಯಿ ಎಂಬ ಸೈನಿಕ ಮೇ 25ರಂದು ಕೊಲ್ಲಲ್ಪಟ್ಟ ಎಂಬುದಾಗಿ ಆತನ ತಂದೆ ತಾಯಿಯವರಿಗೆ ತಿಳಿಸಲಾಗಿದೆ. ಶವದ ಪೆಟ್ಟಿಗೆ ಮನೆಗೆ ತಂದದ್ದು ಮೇ 30ರಂದು. ವಿಪರೀತ ಹಠ ಮಾಡಿ ಶವದ ಪೆಟ್ಟಿಗೆ ತೆರೆಯಿಸಿ ನೋಡಿದ ಆ ತಾಯಿಯ ಎದೆ ಒಡೆದುಹೋಗಿತ್ತು. ಅದರಲ್ಲಿದ್ದುದು ಅರಮರ್ಧ ಸುಟ್ಟ ಐದು ತುಂಡುಗಳು. ಧೋಂಡಿಬಾನನ್ನು ಗುರುತಿಸಲು ಕೇವಲ ಆ ತಾಯಿಕರುಳಿಗೆ ಮಾತ್ರ ಸಾಧ್ಯವಿತ್ತು.

ಇನ್ನೊಂದು ಶವವೂ ಬೆಳಗಾವಿ ಜಿಲ್ಲೆಗೇ ಬಂದು ತಲುಪಿದೆ. ಹುತಾತ್ಮನಾಗಿರುವ ವೀರಯೋಧನ ಹೆಸರು ಸಿದ್ದನಗೌಡ ಬಸವನಗೌಡ ಪಾಟೀಲ. ಹೆಣ ದೊರೆತದ್ದು ಪುಲವಾಮಾ ಜಿಲ್ಲೆಯಲ್ಲಿ. ಆತ ಸತ್ತದ್ದು ಯಾವಾಗ ಎಂಬುದೇ ಯಾರಿಗೂ ಗೊತ್ತಿಲ್ಲ. ಪೆಟ್ಟಿಗೆಯಿಂದ ಶವ ಹೊರಕ್ಕೆ ತೆಗೆಯಲೇ ಇಲ್ಲ. ಈತ ಆರ್ಮಿಯಲ್ಲಿದ್ದವನಲ್ಲ. ಸಿಆರ್‌ಪಿಎಫ್‌ನಲ್ಲಿದ್ದವನು. ಹೀಗಾಗಿ, ಈತನ ಸಂಸ್ಕಾರಕ್ಕೆ ಯಾವ ಮಿಲಿಟರಿ ಗೌರವವೂ ಸಂದಾಯವಾಗಲಿಲ್ಲ. ಬೆಳಗಾವಿಯ ಕೆಲವು ಪೊಲೀಸರೇ ಶವವನ್ನು ಆತನ ಸ್ವಗ್ರಾಮವಾದ ಕೆರೂರಿಗೆ ಒಯ್ದು ಕೊಟ್ಟರು. ಅಲ್ಲಿಗೆ ಎಲ್ಲವೂ ಮುಗಿದುಹೋಯಿತು!

ಹುಡುಕುತ್ತ ಹೋದರೆ ಭಾರತದ ಉದ್ದಗಲಕ್ಕೂ ಇಂಥ ದಾರುಣ ಸಂಸ್ಕಾರಗಳ ಕಥೆಗಳೇ ದೊರೆಯುತ್ತವೆ. ಪ್ರಶ್ನೆ ಅದಲ್ಲ; ಒಬ್ಬ ಮನುಷ್ಯ ಸತ್ತ ಮೇಲೆ ಏನಾದ? ಶವ ಸಂಸ್ಕಾರ ಹೇಗಾಯಿತು? ಎಂಬುದಕ್ಕಿಂತ, ಆತ ಯಾವ ಆದರ್ಶಕ್ಕಾಗಿ ಬದುಕಿದ ಮತ್ತು ಯಾವ ಆದರ್ಶಕ್ಕಾಗಿ ಪ್ರಾಣ ತ್ಯಾಗ ಮಾಡಿದ? ಎಂಬುದಷ್ಟೆ ಉಳಿಯುತ್ತವೆ.

ಆದರ್ಶವೇ ಬೇಕಿಲ್ಲದವರಿಗೆ ಈ ಕಥೆಯೂ ಬೇಕಿರುವುದಿಲ್ಲ!

ಅಲ್ಲವೆ?

ಒಪ್ಪಂದದ ಪ್ರಕಾರ

ಜಾಗತಿಕ ಮಟ್ಟದ ಒಪ್ಪಂದದ ಪ್ರಕಾರ ಯುದ್ಧ ನಿಯಮಗಳು ಅನೇಕ ಇವೆ. ಯುದ್ಧ ಬಂದಿ(**Prisoner Of War**)ಯನ್ನು ಹಿಂಸಿಸಬಾರದು. ಕೊಲ್ಲಬಾರದು. ಯುದ್ಧ ಮುಗಿದ ನಂತರ ಅವನ ದೇಶಕ್ಕೆ ಹಿಂತಿರುಗಿ ಕಳಿಸಬೇಕು; ಇತ್ಯಾದಿಗಳ ಜೊತೆಯಲ್ಲೇ ಶತ್ರು ಸೈನ್ಯದ ಯೋಧನ ಶವ ಸಿಕ್ಕರೆ ಅದನ್ನು ಅವಮಾನಿಸಬಾರದು. ಅದು ದೊರೆತ ಬಗ್ಗೆ ಶತ್ರುದೇಶದ ಸೈನ್ಯಾಧಿಕಾರಿಗಳಿಗೆ ಈ ದೇಶದ ಸೈನ್ಯಾಧಿಕಾರಿಗಳು ಮಾಹಿತಿ ಕಳಿಸಬೇಕು. ಗಡಿಯಲ್ಲಿರುವ ಕಾವಲು ಗೋಪುರಗಳಿಂದ ಮೈಕ್‌ನಲ್ಲಿ ಯೋಧನ ಮೃತ ದೇಹ ದೊರೆತ ಬಗ್ಗೆ ಕೂಗಿ ಹೇಳಬೇಕು. ಅದನ್ನು ಕೇಳಿಸಿಕೊಂಡು ಗಡಿಗೆ ಬರುವ ಅಧಿಕಾರಿಗಳ ಕೈಗೆ ಶವವನ್ನು ಆತನ ದೇಶದ ಬಾವುಟ ಸುತ್ತಿ ಗೌರವಪೂರ್ವಕವಾಗಿ ಹಿಂತಿರುಗಿಸಬೇಕು.

ಒಂದು ವೇಳೆ ಶವ ಹಿಂತಿರುಗಿಸಲಾಗದ ಪಕ್ಷದಲ್ಲಿ, ಮೃತನ ವಿವರ, ಚಿಹ್ನೆ, ಗುರುತು, ಬ್ಯಾಡ್ಜಿನ ನಂಬರು, ಹೆಸರು, ಐಡೆಂಟಿಟಿ ಕಾರ್ಡಿನ ವಿವರಗಳು ಮುಂತಾದವುಗಳನ್ನೆಲ್ಲ ಬರೆದಿಟ್ಟುಕೊಂಡು, ಆತನ ಶವವನ್ನು ಹೂತ ಜಾಗದ **photo** ತೆಗೆದಿಡಬೇಕು.

ಇಂಥ ನಿಯಮಗಳು ಸಾಕಷ್ಟಿವೆ. ಪಾಲಿಸುವವರಿದ್ದಾರೆಯೇ? ಎರಡೂ ದೇಶಗಳು ಮಾರಣ ಹೋಮಕ್ಕೆ ಸಂಸಿದ್ಧಗೊಂಡು ಕುಳಿತಿರುವಾಗ ಇಂಥ ನಿಯಮಗಳಿಗೆಲ್ಲಿ ಬೆಲೆ?

ತಮ್ಮ ಯೋಧನ ಶವ ಒಯ್ಯಲು ಬರುವ ಸೈನಿಕರ ಮೇಲೆಯೇ ಗುರಿಯಿಟ್ಟು ಗುಂಡಿನದಾಳಿ ನಡೆಸಲಾಗುತ್ತಿದೆ. ಪಾಕಿಸ್ತಾನವೊಂದೇ ಅಲ್ಲ; ಆ ಕೆಲಸವನ್ನು ಭಾರತವೂ ಮಾಡುತ್ತಿದೆ!

ಅವನ ಹೆಸರು ಮುಜಾಹಿದೀನ್!

ಪಾಕಿ ಸೈನಿಕನೆಂಬ ಕ್ರಿಮಿಯನ್ನು ಅವನು ಕೂತಿರುವ ಬೆಟ್ಟದಲ್ಲೇ ನುಣುಚಿ ನೊರೆದು ಹಾಕುವುದು ಅಷ್ಟು ಕಷ್ಟವಾ? ಅವನು ನಮಗಿಂತ ಅಷ್ಟು ಬಲಶಾಲಿಯಾ? ಹಾಗಂತ ಸಾವಿರ ಸಲ ಕೇಳಿಕೊಳ್ಳುತ್ತಿದ್ದೆ. ಅಲ್ಲಿ ಬಲದ ಪ್ರಶ್ನೆ ಬರುವುದಿಲ್ಲ. ಬರುವುದು-ಅವನು ಕುಳಿತಿರುವಂತಹ ಜಾಗದ ಪ್ರಶ್ನೆ. ಅವನಿಗಿರುವ ಅನುಕೂಲದ ಪ್ರಶ್ನೆ. ಮತ್ತು ಪ್ರಶ್ನೆ ಅದ್ಯಾವುದೂ ಅಲ್ಲ;

ಅದು ಅವನಿಗಿರುವ ಯುದ್ಧೋನ್ಮಾದದ ಪ್ರಶ್ನೆ.

ಅಲ್ಲಿ ಪರ್ವತಗಳ ಮೇಲೆ ಕೂತಿರುವವನು ಕೇವಲ ಪಾಕಿ ಸೈನಿಕನಾಗಿದ್ದಿದ್ದರೆ ಯಾವತ್ತೋ

ಎಳೆದು ನೆಲಕ್ಕೆ ಬಿಸಾಡುತ್ತಿದ್ದೆವು. ಕುಳಿತಿರುವವನು ಕೇವಲ ಪಾಕಿಯಲ್ಲ. ಅವನ ಜೊತೆಗೆ ಇನ್ನೊಬ್ಬನಿದ್ದಾನೆ. ಅವನ ಹೆಸರು ಮುಜಾಹಿದೀನ್!

ಮುಜಾಹಿದೀನ್ ಅಂದರೆ ಧರ್ಮಯೋಧ. ಅವನು ಅಫಘಾನಿಯಿರಬಹುದು. ಸೂಡಾನಿಯಿರಬಹುದು. ಪಾಕಿಯಂತೂ ಅಲ್ಲ. ಚಿಕ್ಕಂದಿನಿಂದಲೇ ಅವನಿಗೆ ದೀಕ್ಷೆಯಾಗಿದೆ. ಅವನು ಧರ್ಮದ ಅಮಲಿನ ರಕ್ತ ಕುಡಿದೇ ಬೆಳೆದಿದ್ದಾನೆ. ಕೊಲ್ಲುವುದೇ ಅವನ ಕಸುಬು. ರಕ್ತವೇ ಕಮಾಯಿ. ನೆತ್ತರು ನೋಡದಿದ್ದರೆ ಮುಜಾಹಿದೀನ್ ಪಡೆಯ ಮನುಷ್ಯ ಅವತ್ತು ನಿದ್ರೆ ಮಾಡಲಾರ.

ಅಂಥ ಮುಜಾಹಿದೀನ್‌ಗಳ ಒಂದು ಪಡೆಯೇ ಈ ಹಿಂದೆ ಕಾಶ್ಮೀರದೊಳಕ್ಕೆ ನುಗ್ಗಿ ಬಂದಿತ್ತು. ಆಗ ಅವರದೇ ರಾಜ್ಯ. ಅವರದೇ ಕಾನೂನು. ಬುರುಖಾ ಇಲ್ಲದೆ ಹೆಂಗಸರು ಈಚೆಗೆ ಬಂದರೆ ಮುಖಕ್ಕೆ ಆ್ಯಸಿಡ್ಡು. ಧರ್ಮ ವಿರೋಧಿಯಾಗಿ ನಡೆದುಕೊಂಡರೆ ಮರಣ ದಂಡನೆ. ಸಿನೆಮಕ್ಕೆ ಹೋದರೆ ಶಿಕ್ಷೆ. ಸಿಗರೇಟು ಸೇದಿದರೆ ಛಡಿ ಏಟು!

ನೀವು ನಂಬುತ್ತೀರೋ ಇಲ್ಲವೋ; ಕಾಶ್ಮೀರಕೊಳ್ಳದ ಅನಂತನಾಗ್, ಬಾರಾಮುಲ್ಲಾ, ಶ್ರೀನಗರ, ಪುಲವಾಮಾ, ಕುಪವಾಡಾ ಮುಂತಾದ ಪಟ್ಟಣಗಳಲ್ಲಿ ಕಳೆದ ಹತ್ತು ವರ್ಷಗಳಿಂದ ಸಿನೆಮಾ ಮಂದಿರಗಳಿರಲಿಲ್ಲ. ಈಗ ಶ್ರೀನಗರದಲ್ಲಿ ಒಂದೇ ಒಂದು ಥೇಟರು ಪ್ರಾರಂಭಗೊಂಡಿದೆ. ಈಗೀಗ ಸಿಗರೇಟಿನ ಅಂಗಡಿ ಬಾಗಿಲು ತೆರೆದಿವೆ. ಅಲ್ಲಿ ಇವತ್ತಿಗೂ ಮದ್ಯದಂಗಡಿಗಳಿಲ್ಲ. ಬಾರುಗಳಿಲ್ಲ. ಹಾಗಂತ ಪಾನ ನಿಷೇಧವಿದೆಯೆಂದುಕೊಳ್ಳಬೇಡಿ. ಅದು ಮುಜಾಹಿದೀನ್ ಎಂಬ ಹೆಸರಿನ ಮುಸ್ಲಿಂ ಮೂಲಭೂತವಾದಿ ದೊರೆಗಳ ಅಪ್ಪಣೆ. ಅದನ್ನು ಮೀರಿದರೆ ಸರ್ವನಾಶ!

ಹಾಗೆ ಮುಜಾಹಿದೀನ್‌ಗಳ ಸರ್ವಾಧಿಕಾರ ನಡೆಯುತ್ತಿದ್ದ ಕಾಲದಲ್ಲಿ ಅನಂತನಾಗ್ ಜಿಲ್ಲೆಯಲ್ಲಿ ನಡೆದ ಒಂದು ಘಟನೆ ನಿಮಗೆ ವಿವರಿಸುತ್ತೇನೆ.

ಅದೊಂದು ಪುಟ್ಟ ಹಳ್ಳಿ: ಅದರ ಜಮಾತ್(ಧಾರ್ಮಿಕ ಹಿರಿಯರ ಸಮೂಹ)ನ ಅಧ್ಯಕ್ಷನ ಹೆಸರು ನೂರ್ ಮಹ್ಮದ್. ಆತನಿಗೆ ಮುಜಾಹಿದೀನ್‌ಗಳ ಮಾತೆಂದರೆ, ಮುಗಿದೇ ಹೋಯಿತು. ತನ್ನ ಮಗ ನೂರ್ ಅಖ್ತರ್‌ನನ್ನು ಮುಜಾಹಿದೀನ್‌ಗಳ ಸೇವೆಗೆ ತೊಡಗಿಸಿದ. ಅವರು ಅವನಿಗೆ ಧರ್ಮೋನ್ಮಾದದ ರಕ್ತ ಕುಡಿಸಿದರು. ಕೈಗೊಂದು ಏ.ಕೆ.47 ಬಂದೂಕು ಕೊಟ್ಟರು. ಇಸ್ಲಾಂ ವಿರೋಧಿಯನ್ನು ಕೊಂದು ಬಂದಂತೆಲ್ಲ ನಿನಗೆ ಮುಜಾಹಿದೀನ್‌ಗಳಲ್ಲಿ ಮನ್ನಣೆಯಿದೆ ಅಂದರು. ಬಿಸಿ ರಕ್ತದ ಹುಡುಗನ ಅವಿವೇಕ ಕಳಚಿ ಬೀಳುವುದಕ್ಕೆ ಇನ್ನೇನು ತಾನೆ ಬೇಕು?

ಈ ಮಧ್ಯೆ ಅವನು ಹುಡುಗಿಯೊಬ್ಬಳನ್ನು ಇಷ್ಟ ಪಟ್ಟಿದ್ದ. ಆದರೆ ಅವಳಿಗೆ ಈ ಏಕೆ-47 ಹೊತ್ತ ಬಂಟ ಇಷ್ಟವಾಗಲಿಲ್ಲ. ಒಲ್ಲೆ ಅಂದಳು. ಅದರ ಮರುದಿನ ಆ ಹುಡುಗಿ ತನ್ನ ಮಾಸ್ತರನ ಮುಂದೆ ಕುಳಿತು ಪಾಠ ಹೇಳಿಸಿಕೊಳ್ಳುತ್ತಿದ್ದಳು. ಈ ನೂರ್ ಅಖ್ತರ್ ಮನೆಯೊಳಕ್ಕೆ ನುಗ್ಗಿದವನೇ ಹುಡುಗಿಯನ್ನೂ, ಅವಳ ಮಾಸ್ತರನನ್ನೂ ಗುಂಡಿಕ್ಕಿ ಕೊಂದುಬಿಟ್ಟ. ಆಮೇಲೆ ಹೆಣಗಳ ಬಟ್ಟೆ ಬಿಚ್ಚಿ, ನಗ್ನಗೊಳಿಸಿ ಅವೆರಡನ್ನೂ ಅಕ್ಕಪಕ್ಕ ಮಲಗಿಸಿದ. ವಿವಾಹಿತನಾದ ಮಾಸ್ತರ್, ಅವಿವಾಹಿತೆ ಹುಡುಗಿ- ಇವರಿಬ್ಬರೂ ಧರ್ಮ ನಿಷಿದ್ಧ ಕಾರ್ಯದಲ್ಲಿ ತೊಡಗಿದ್ದುದರಿಂದ ಅವರನ್ನು

ಕೊಂದುಬಿಟ್ಟೆ ಅಂತ ಮುಜಾಹಿದೀನ್‌ಗಳಿಗೆ ಹೇಳಿದ.

ಅವರು ನಂಬಲಿಲ್ಲ. ವಿಚಾರಣೆ ನಡೆಸಿದರು. ನೂರ್ ಅಖ್ತರ್‌ನದ್ದೇ ತಪ್ಪು ಎಂಬ ತೀರ್ಮಾನಕ್ಕೆ ಬಂದರು. ತಕ್ಷಣ ಹುಡುಗ ಮನೆಯಲ್ಲಿ ಅಡಗಿಕೊಂಡು ಕುಳಿತ. ಜಮಾತ್‌ನ ಮುಖ್ಯಸ್ಥನಾದ ಅವರ ಅಪ್ಪನನ್ನು ಕರೆಯಿಸಿದರು. "ಸುಮ್ಮನೆ ನಿನ್ನ ಮಗನನ್ನು ನಮ್ಮ ಕೈಗೆ ಒಪ್ಪಿಸು. ಹತ್ಯೆಯೆಂಬುದು ಕುರಾನ್‌ನ ಪ್ರಕಾರ ಮಹಾ ಪಾಪ" ಅಂದರು.

ತಂದೆ ತಿರುಗಿ ಮಾತಾಡಲಿಲ್ಲ. ಮಗನಿಗೆ ಅವತ್ತು ಮನೆಯಲ್ಲಿ ರುಚಿಕಟ್ಟಾದ ಬಿರಿಯಾನಿ ಮಾಡಿಸಿ ಉಣಬಡಿಸಿದ. ಹೆಂಡತಿಯನ್ನು ಕರೆದು, "ನಿನ್ನ ಮಗನಿಗೆ, ಮುಜಾಹಿದೀನ್ ದೊರೆಗಳು ಬಡ್ತಿ ಕೊಟ್ಟು ಬಾರಾಮುಲ್ಲಾ ಜಿಲ್ಲೆಗೆ ವರ್ಗಾ ಮಾಡಿದ್ದಾರೆ. ಹರಸಿ ಕಳಿಸು. ಆರು ತಿಂಗಳು ಬಿಟ್ಟುಕೊಂಡು ಬರುತ್ತಾನೆ" ಅಂದ. ತಾಯಿ ಹರಸಿದಳು.

ಅವತ್ತು ರಾತ್ರಿ ಅನಂತನಾಗ್‌ನ ಪರ್ವತವೊಂದರ ತಪ್ಪಲಿನಲ್ಲಿ ಮುಜಾಹಿದೀನ್‌ಗಳು ಜಮಾತ್‌ನ ಅಧ್ಯಕ್ಷನ ಮಗ ನೂರ್‌ಅಖ್ತರ್‌ನನ್ನು ಕೊಲೆ ಮಾಡಿದ ಆರೋಪಕ್ಕೆ ಈಡು ಮಾಡಿ, ವಿಚಾರಣೆ ನಡೆಸಿ, ಅರ್ಧಗಂಟೆಯ ನಂತರ ಗುಂಡಿಕ್ಕಿ ಕೊಂದರು. ಗುಂಡಿನ ಶಬ್ದ ಕೇಳಿದ ನೂರ್ ಅಖ್ತರ್‌ನ ತಾಯಿ, ತನ್ನ ಮಗ ಯಾವುದೋ ಮತ್ತೊಬ್ಬ ಧರ್ಮವಿರೋಧಿಯನ್ನು ಕೊಂದಿರಬೇಕು ಅಂದುಕೊಂಡು ಮಗ್ಗುಲು ಬದಲಿಸಿದಳಂತೆ!

ಇದು ಮುಜಾಹಿದೀನ್‌ಗಳ ಮನಸ್ಥಿತಿಗೆ ಉದಾಹರಣೆ. ಇಂಥ ಮುಜಾಹಿದೀನ್‌ಗಳು ಕಾಶ್ಮೀರದ ಕೊಳ್ಳದ ತುಂಬ ಇದ್ದರು. ಅವರ ಹೆಸರುಗಳೇ ಅನೇಕರಿಗೆ ಗೊತ್ತಿರುತ್ತಿರಲಿಲ್ಲ. ಅವರು ಸತ್ತಾಗ, ಪೊಲೀಸರು ಅವರ ಹೆಣಗಳಿಗೆ ಒಂದು, ಎರಡು, ಮೂರು ಅಂತ ನಂಬರು ಕೊಟ್ಟು ದಫನು ಮಾಡಿಬಿಡುತ್ತಿದ್ದರು. ಒಬ್ಬ ಮುಜಾಹಿದೀನ್ ಸತ್ತರೆ ಇಡೀ ಕಾಶ್ಮೀರ ಭೋರಿಟ್ಟು ಅಳುತ್ತದೆ. ಇವತ್ತು ಕಾರ್ಗಿಲ್-ಬಟಾಲಿಕ್‌ನ ಬೆಟ್ಟದ ಮೇಲೆ ಕುಳಿತಿರುವವನು ಅದೇ ಮುಜಾಹಿದೀನ್. ಅವನಿಗೆ ಸಾವಿನ ಭಯವಿಲ್ಲ. ಅವನು ಸಾಯಲೆಂದೇ ಬಂದಿದ್ದಾನೆ.

ಅವನನ್ನು ಕೊಲ್ಲಲೇ ಬೇಕು. ಭಾರತದ ಯೋಧನಿಗದು ಗೊತ್ತಿದೆ!

ಒಂದು ಕಣ್ಣೀರ ಹನಿ!

ಇಷ್ಟೆಲ್ಲ ಯುದ್ಧ ವರದಿಗಳನ್ನು ಓದಿಯಾದ ಮೇಲೆ ನಿಮ್ಮನ್ನೊಂದು ಮಾತು ಕೇಳಲಾ? ನೀವು 'ಹೂಂ' ಅನ್ನಬೇಕಷ್ಟೆ.

ಕಾರ್ಗಿಲ್‌ಗಿಂತ ತೀವ್ರವಾಗಿ ನನ್ನೆದೆಯೊಳಗೆ ಕೊತ ಕೊತನೆ ಕುದಿಯುತ್ತಿರುವುದು ಕಾಶ್ಮೀರ!

ದಯವಿಟ್ಟು ನನಗೆ ಕಾಶ್ಮೀರದ ಬಗ್ಗೆ ಮಾತನಾಡಲು ಅವಕಾಶ ಕೊಡಿ. ಅಲ್ಲಿದ್ದಷ್ಟು ಹೊತ್ತೂ ಕಾಶ್ಮೀರಿಯ ಮುಖ, ಮನಸ್ಸು, ಅವನ ವಿದ್ರೋಹ, ಭಾರತದೆಡೆಗಿನ ದ್ವೇಷ, ಹಿಂದುಗಳ ವಿರುದ್ಧದ ಅಸಹನೆ, ಪಾಕಿಸ್ತಾನಕ್ಕೆ ಸೇರಿಕೊಂಡು ಬಿಡುತ್ತೇನೆನ್ನುವ ಅಸಹನೆ, ಈ ತಕ್ಷಣ ಬೇರೆ ರಾಷ್ಟ್ರವಾಗಿ ಬಿಡುತ್ತೇನೆಂಬ ಆತುರ, ಇವುಗಳಿಗಾಗಿ ಅವನು ಮಾಡಿದ ಹಿಂಸಾಚಾರ, ಅನ್ಯಾಯ, ಪಿತೂರಿ- ಮುಂತಾದವುಗಳನ್ನೆಲ್ಲ ಅಭ್ಯಸಿಸಿ ಬಂದಿದ್ದೇನೆ.

ನೀವು ನಂಬಲಿಕ್ಕಿಲ್ಲ. ಈಗ್ಗೆ ಹತ್ತು ವರ್ಷಗಳಿಗೆ ಮುಂಚೆ ಶ್ರೀನಗರ ಹೀಗಿರಲಿಲ್ಲ. ಅಲ್ಲಿನ ಡಾಲ್ ಸರೋವರದ ತಿಳಿನೀರ ಗರ್ಭದಲ್ಲಿ ಕಾಶ್ಮೀರಿ ಪಂಡಿತರ ಹೆಣಗಳು ಕಲ್ಲು ಕಟ್ಟಿಕೊಂಡು ನಿಶ್ಚಲವಾಗಿ ಮುಳುಗಿ ಮಲಗಿರಲಿಲ್ಲ. 'ಅನಂತನಾಗ್' ಎಂಬ ಸ್ವಚ್ಛ ಹಿಂದಿ ಹೆಸರಿನ ಊರನ್ನು ಬೇಕೆಂತಲೇ ಆ ಭಾರತದ್ರೋಹಿ ಕಾಶ್ಮೀರಿ 'ಇಸ್ಲಾಮಾಬಾದ್' ಎಂದು ಕರೆಯುತ್ತಿರಲಿಲ್ಲ. ಕಾಶ್ಮೀರದ ಸೇಬುಗಳ ಕೆನ್ನೆಯ ಮೇಲೆ ಭಾರತದ ಸೈನಿಕರ ರಕ್ತ ಸಿಂಚನವಾಗಿರಲಿಲ್ಲ.

ಅವತ್ತು ಕಾಶ್ಮೀರ ನಿಜಕ್ಕೂ ಸುಂದರವಾಗಿತ್ತು. ಲಾಲ್ ಚೌಕದಲ್ಲಿ ಓಡಾಡುತ್ತಿದ್ದರೆ ಉತ್ತರ ದಿಕ್ಕಿನಿಂದ ಹಜರತ್ ಬಾಲ್ ಮಿನಾರುಗಳ ತುದಿಯಲ್ಲಿ ಏಳುವ 'ಅಜಾನ್' ಕೂಗಿನಂತೆಯೇ, ಪೂರ್ವದ ಕ್ಷೀರ ಭವಾನಿ ದೇಗುಲದಿಂದ ಹೊರಬಿದ್ದ 'ಓಂಕಾರವೂ' ಕೇಳಿಸುತ್ತಿತ್ತು. ಅಲ್ಲಿನ ಗುರುದ್ವಾರಗಳಿಂದ 'ಗುರುಬಾನಿ' ಎದ್ದು ಬರುತ್ತಿತ್ತು. ಅಂಥ ಚೆಂದದ ಕಾಶ್ಮೀರಕ್ಕೆ ಇದ್ದಕ್ಕಿದ್ದಂತೆ ಏನಾಗಿ ಹೋಯಿತು?

ನಗೆ, ಕೇಕೆ, ಹರುಷದ ಹೊನಲು ಹರಿಯುತ್ತಿರುವಾಗಲೇ ಶ್ರೀನಗರ್‌ನ ರಸ್ತೆಯಲ್ಲೊಬ್ಬ ಪರಮ ಪಾಪಿ ಕಾಶ್ಮೀರಿ ಮುಸಲ್ಮಾನ, ಅಮಾಯಕ ಕಾಶ್ಮೀರಿ ಪಂಡಿತನೊಬ್ಬನ ಎದೆಗೆ ಗುಂಡಿಕ್ಕಿ 'ಪಾಕಿಸ್ತಾನ್ ಜಿಂದಾಬಾದ್'ಎಂದು ಕೂಗಿಬಿಟ್ಟ.

ಮತ್ತೊಬ್ಬ ನಿವೃತ್ತ ನ್ಯಾಯಾಧೀಶರು ತಮ್ಮ ಪತ್ನಿಯೊಂದಿಗೆ ಹರಟುತ್ತ ಕುಳಿತಿದ್ದಾಗ,

ಅದ್ಯಾರೋ ಅವರ ಮನೆಯ ಕಿಟಕಿ ಮುರಿದು ಒಳ ನುಗ್ಗಿದರು. ನ್ಯಾಯಾಧೀಶರನ್ನು ಅವರ ಪತ್ನಿ ಮಹಡಿಯ ಮೇಲೆ ಅಡಗಿಸಿಟ್ಟರು. ಮನೇಲಿ ಯಾರೂ ಇಲ್ಲವೆಂದು ಗೋಗರೆದು ವಿವರಿಸಿದರು. ಒಳಕ್ಕೆ ನುಗ್ಗಿದವರು ಆಕೆಯ ಮಾತು ಕೇಳಿಸಿಕೊಳ್ಳಲೇ ಇಲ್ಲ. ಮನೆಯನ್ನೆಲ್ಲ ಹುಡುಕುತ್ತಲೇ ಇದ್ದರು. ಸ್ವಲ್ಪ ಹೊತ್ತಿನ ನಂತರ ಮಹಡಿಯ ಮೇಲಿನಿಂದ ಗುಂಡಿನ ಸಪ್ಪುಳ ಕೇಳಿ ಬರತೊಡಗಿತು. ಆಕೆ ನಿಂತಲ್ಲೇ ನಡುಗಿ ಹೋದರು. ಮೇಲಿನಿಂದ ಇಳಿದು ಬಂದ ಉಗ್ರಗಾಮಿಗಳು ಪಿಸ್ತೂಲು ಕಿಸೆಗಿಟ್ಟುಕೊಂಡು ಹೊರಟು ಹೋದರು. 'ಪಾಕಿಸ್ತಾನ್ ಜಿಂದಾಬಾದ್' ಎಂಬ ಸಣ್ಣ ಕೂಗು ಆ ಮನೆಯಲ್ಲಿ ತುಂಬ ಹೊತ್ತು ಉಳಿದಿತ್ತು. ನ್ಯಾಯಾಧೀಶರ ಮೈತುಂಬ ಕಾಡತೂಸು!

ಆಮೇಲೆ ಶ್ರೀನಗರವೆಂಬ ಶ್ರೀನಗರವೇ ಸ್ಮಶಾನ ಭೂಮಿಯಾಗಿ ಹೋಯಿತಲ್ಲ? ಕಾಶ್ಮೀರಿ ಪಂಡಿತರು ಊರು ಬಿಡತೊಡಗಿದರು. ಮೂರು ಲಕ್ಷದಷ್ಟಿದ್ದ ಅವರ ಜನಸಂಖ್ಯೆ ಹದಿನೆಂಟು ಸಾವಿರಕ್ಕಿಳಿಯಿತು. ಆ ಪೈಕಿ ಸತ್ತವರೇ ಐದು ನೂರು ಜನ. ಅಂಥ ಶ್ರೀನಗರದಲ್ಲಿ ಮುಂದೆ ಡಾಕ್ಟರುಗಳೇ ಇಲ್ಲದಂತಾಯಿತು. ಶಿಕ್ಷಕರೇ ಇಲ್ಲ. ಶಾಲೆಗಳೇ ಇಲ್ಲ. ಸತ್ಯ ಬರೆಯುವ ಪತ್ರಕರ್ತರೇ ಇಲ್ಲ. ಧರ್ಮೋನ್ಮಾದಿ ಮುಸ್ಲಿಮರ ಭಯೋತ್ಪಾದನೆಯ ನೆರಳಿನಲ್ಲಿ, ಇಡೀ ಕಾಶ್ಮೀರ ಕೊಳ್ಳದಲ್ಲಿ ಒಂದೇ ಒಂದು ಥಿಯೇಟರಿಲ್ಲ. ಹೊಟೇಲಿಲ್ಲ. ಬೀಡಿ ಅಂಗಡಿಯಿಲ್ಲ. ಸಂಗೀತ ಕೇಳುವಂತಿಲ್ಲ. ಯಾರೂ ಯಾರನ್ನೂ ಪ್ರೀತಿಸುವಂತಿಲ್ಲ.

ಅಲ್ಲಿ ನಡೆದದ್ದು ಹತ್ತು ವರ್ಷಗಳ ಮುಸ್ಲಿಂ ಉಗ್ರಗಾಮಿಗಳ ಮತಾಂಧತೆಯ ಪರಾಕಾಷ್ಠೆ. ಈಗಲೂ ಕಾಶ್ಮೀರಿ ಮುಸಲ್ಮಾನ 'ಭಾರತಮಾತೆಗೆ ಜಯವಾಗಲಿ' ಎಂಬ ಮಾತು ಕನಸಿನಲ್ಲಿ ಉಚ್ಚರಿಸಿದರೂ ನಾಲಗೆ ಕತ್ತರಿಸಿಕೊಳ್ಳುತ್ತಾನೆ. ಶ್ರೀನಗರದಲ್ಲೀಗ ಮುಸ್ಲಿಮರಲ್ಲದವರು, ಮತಾಂಧರಲ್ಲದವರು, ಉಗ್ರಗಾಮಿಗಳಲ್ಲದವರು, ಪಾಕಿಸ್ತಾನ್‌ನ ಪರವಾಗಿಲ್ಲದವರು... ಉಹುಂ, ಅವರಿಲ್ಲವೇ ಇಲ್ಲ!

ಕನ್ನಡಕವೆಂದರೆ...

ಈ ಹಿಂದೆ ಹಿಮಾಲಯನ್ ಬ್ಲಂಡರ್ ಕುರಿತಂತೆ ಬರೆಯುವಾಗ ಹಿಮದ ಕನ್ನಡಕ(**snow glasses**)ಎಂಬ ಸಲಕರಣೆಯೊಂದರ ಕುರಿತು ಬರೆದಿದ್ದೆ. ನಿಮಗೆ ನೆನಪಿರಬಹುದು.

ಸರಿಯಾಗಿ ಅದನ್ನು ನೋಡುವ ತನಕ ನನಗೂ ಅದೇನೆಂಬುದು ಗೊತ್ತಿರಲಿಲ್ಲ. ಕೂಲಿಂಗ್

ಸೈನಿಕರು ಧರಿಸುವ ಮಂಜಿನ ಕನ್ನಡಕ

ಗ್ಲಾಸ್ ಥರಾ ಇರಬಹುದೆಂದು ಕೊಂಡಿದ್ದೆ. ಅದು ಇಲ್ಲಿದೆ ನೋಡಿ! ಅದನ್ನು ಧರಿಸಿದಾಗ ಒಬ್ಬ ಮನುಷ್ಯ ಹೀಗೆ ಕಾಣಿಸುತ್ತಾನೆ. ಈ ಸಲಕರಣೆಗೆ ಕೇವಲ ಕಣ್ಣುಗಳನ್ನಷ್ಟೆ ಮಂಜಿನ ಹೊಳಪಿನಿಂದ ರಕ್ಷಿಸುವುದಲ್ಲದೆ; ಆತನ ಉಸಿರಾಟಕ್ಕೂ ಅನುವಾಗುವಂತೆ ಅದಕ್ಕೊಂದು ಪುಟ್ಟ ಆಕ್ಸಿಜನ್ ಸಿಲಿಂಡರ್ ತಗುಲಿಸಿಕೊಳ್ಳುವ ವ್ಯವಸ್ಥೆಯೂ ಮಾಡಲಾಗಿದೆ. ನಮ್ಮ ಸೈನಿಕರು ಯಾವ ಸ್ಥಿತಿಗತಿಗಳಲ್ಲಿ ಯುದ್ಧ ಮಾಡುತ್ತಾರೆ ಎಂಬುದನ್ನು ವಿವರಿಸುವುದಕ್ಕಾಗಿ ಇಷ್ಟೆಲ್ಲಾ ಹೇಳಬೇಕಾಯಿತು.

ಅಂದ ಹಾಗೆ, ಈ ಮಂಜಿನ ಕನ್ನಡಕ ಪಾಕಿ ಸೈನಿಕನದು. ಅದನ್ನು ವಶಪಡಿಸಿಕೊಂಡ ಸೈನಿಕನೊಬ್ಬ ನಮಗೆ ಅದನ್ನು ಹಾಕಿಕೊಂಡು ತೋರಿಸುತ್ತಿದ್ದ.

ತಬ್ಬಿಕೊಂಡು ಬಿಟ್ಟ ಹುಚ್ಚಪ್ಪ

"ನಿಮ್ದು ಬೆಂಗಳೂರಲ್ವಾ ಸಾರ್?"

ಅಂದವನೇ ಹೆಗಲಿಗಿದ್ದ ಏನ್ಸಾರ್ ರೈಫಲ್ ಕೈಯಲ್ಲಿ ಹಿಡಿದುಕೊಂಡು ನನ್ನ ಬಳಿಗೆ ಓಡಿ ಬಂದ ಹುಡುಗನ ಹೆಸರು ನರೇಂದ್ರ ಕುಮಾರ್.

ಹುಟ್ಟಾ ತಮಿಳನಾದರೂ ಓದಿದ್ದು ಕೆ.ಜಿ.ಎಫ್.ನಲ್ಲಿ, ಬೆಳೆದು ನೆಲೆಗೊಂಡಿರುವುದು ಬೆಂಗಳೂರಿನಲ್ಲಿ.

"ಏರ್ ಪೋರ್ಟ್ ಹತ್ರ ಈಶ್ವರ ವಿಗ್ರಹ ಐತಲ್ಲ ಸಾರ್. ಅದರ ಹಿಂದೇನೇ ನನ್ನ ಮನೆ. ತಂದೆ ಹೆಸರು ಕುಪ್ಪುಸ್ವಾಮಿ ಅಂತ. ಅಮ್ಮನ ಹೆಸರು ಗಿರಿಜಾ. ಏಳು ವರ್ಷ ಆಯ್ತು ಸಾರ್ ಮಿಲಿಟ್ರಿಗೆ ಸೇರಿಕೊಂಡು. ಐದು ಸಾವಿರ ರೂಪಾಯಿ ಸಂಬಳ ಬರ್ತದೆ. ನೀನೇ ಇಟ್ಗ ಮಗಾ. ಮನೇಕಡೆ ನಮ್ದು ನಾವು ನೋಡ್ಕತೀವಿ ಅಂತಾರೆ ತಂದೆ ತಾಯಿ. ಹುಡುಗೀನ ಕೂಡ ನೋಡಿಟ್ಟಿದ್ದಾರೆ. ಮೊನ್ನೆ ಊರಿಗೆ ಹೋದಾಗ ಮಾಡ್ಕಂಡೇ ಬಿಡಾಣ ಅಂತ ಡಿಸೈಡು ಮಾಡಿದ್ದೆ ಸಾರ್. ಅಷ್ಟರಲ್ಲಿ ಯುದ್ಧ ಶುರುವಾಗೋಯ್ತಲ್ಲ. ಮ್ಯಾರೇಜು ಕ್ಯಾನ್ಸಲ್ಲಾಗೋಯ್ತು..." ನಗುತ್ತಲೇ ಹೇಳಿದ ನರೇಂದ್ರ ಕುಮಾರ.

ನಿಮ್ಮ ತಂದೆ ತಾಯೀಗೆ ಏನಾದ್ರು ಹೇಳಬೇಕೇನಪ್ಪ?"ಅಂತ ಕೇಳಿದೆ.

ಓ....ಬಿಡಿ ಸಾರ್..... ನಿಮ್ಮಂಥ ದೊಡ್ಡೋರು ಅಡ್ರೆಸ್ ಹುಡೀಕಂಡು ನಮ್ಮಂಥಾ ಬಡವರ ಮನೆಗೆ ಹೋಗ್ತೀರಾ?ಸುಮ್ನೆ ತಮಾಷಿ ಮಾಡ್ತೀರಿ ಅಷ್ಟೇ!"ಅಂದೆ.

ಬೆಂಗಳೂರಿನಲ್ಲಿ ಬೆಚ್ಚಗೆ ಕುಳಿತು ತ್ಯಾಪೆದಾರಿ ಕಸುಬು ಮಾಡುತ್ತಿರೋ ನನಗಿಂತ, ಅಲ್ಲಿ ದ್ರಾಸ್‌ನ ಅಗ್ನಿ ಭೂಮಿಯಲ್ಲಿ ಸಿಗ್ನಲ್ ವಿಭಾಗದಲ್ಲಿ ಬಂದೂಕು ತಬ್ಬಿಕೊಂಡು ಓಡಾಡುವ ಅವನು ನನಗಿಂತ ಎಷ್ಟೊಂದು ದೊಡ್ಡವನು ಮತ್ತು ಎಷ್ಟೊಂದು ಶ್ರೀಮಂತ ಅಂತ ಹ್ಯಾಗೆ ತಿಳಿಸಿ ಹೇಳಲಿ? ಕುಪ್ಪುಸ್ವಾಮಿಯ ವಿಳಾಸ ಇಸಿದುಕೊಂಡು ಬಂದಿದ್ದೇನೆ. ಅವನೊಂದಿಗೆ ಮಾತನಾಡುತ್ತಿರುವಾಗಲೇ ಒಬ್ಬ ಹುಡುಗ ಓಡಿಬಂದು, "ತುಮ್ಹಾರ ಗಾಂವ್ ವಾಲಾ ಮಿಲ್‌ಗಯಾ?" ಅಂತ ಕೇಳಿದ.(ನಿಮ್ಮೂರಿನೋನು ಸಿಕ್ಕುಬಿಟ್ಟನಾ?)

"ನಿನ್ನ ಊರು ಯಾವುದಪ್ಪಾ?"ಅಂದೆ.

"ಆಂಧ್ರ ಸಾರ್.....ವರಂಗಲ್ಲು!"ಅಂದ.

"ಚೆಪ್ಪು ಗುರೂ, ನಾಕು ತೆಲುಗು ವಸ್ತುಂದಿ!"(ಹೇಳು ಗುರೂ, ನಂಗೆ ತೆಲುಗು ಬರುತ್ತೆ)ಅಂದ. ಅವನ ಮುಖದಲ್ಲಿ ನಕ್ಷತ್ರ ಕಡ್ಡಿ ಬೆಳಗಿದುದನ್ನು ನೀವು ನೋಡಬೇಕಿತ್ತು.

"ನನ್ನೆಸ್ರು ಹಮೀದ್ ಸಾರ್. ನಾನು ಮುಸ್ಲಿಮ್ಮು!" ತೆಲುಗಿನಲ್ಲಿ ಉದ್ಗರಿಸಿದ.

"ಹುಚ್ಚಪ್ಪ, ನೀನೊಬ್ಬ ಇಂಡಿಯನ್ ಕಣೋ! ನನ್ನ ತಮ್ಮ ನೀನು....."ಅಂದೆ. ಅವನು ರೈಫಲ್ ಪಕ್ಕಕ್ಕಿಟ್ಟು ನನ್ನನ್ನು ತಬ್ಬಿಕೊಂಡೇ ಬಿಟ್ಟ.

ಆಗ ಮಧ್ಯಾಹ್ನ ಒಂದು ಗಂಟೆಯಾಗಿತ್ತು.

ಕೊರಕಲಿಗೆ ಬಿದ್ದು ಪತ್ತ ಕೂಡಲೆ...

ಬೆಟ್ಟದ ಬುಡದಲ್ಲಿರುವ ತಾತ್ಕಾಲಿಕ (make shift) ಆಸ್ಪತ್ರೆಯಲ್ಲಿ ನಾನು ನೋಡಿದ ದೃಶ್ಯ; ಅದು ನನ್ನ ಬದುಕಿನಲ್ಲಿ ಯಾವತ್ತಿಗೂ ಬಹುಶಃ ಮರೆಯಲಾಗದಂತಹುದು. ಬೆಟ್ಟದ ಮೇಲಿಂದ ಹೊತ್ತು ತರುವ ಗಾಯಾಳು ಸೈನಿಕ; ಅವನಿಗೆ ಡೇರೆಯಲ್ಲಿರುವ ವೈದ್ಯರೇ ಅಪ್ಪ

ಆಕ್ಸಿಜನ್ ಕೊರತೆಯಿಂದಾಗಿ ಮತಿ ಭ್ರಮಿತ ಸೈನಿಕ

ಅಮ್ಮ. ದೇಹದ ಭಾಗಗಳು ವಿಚಿತ್ರ ರೀತಿಯಲ್ಲಿ ಛಿದ್ರವಾಗಿ ಹೋಗಿರುತ್ತವೆ. ಒಬ್ಬನ ಬಲಗೈ ತರಕಾರಿಯಂತೆ ಉದ್ದುದ್ದ ಸೀಳಿಹೋಗಿತ್ತು. ಇನ್ನೊಬ್ಬನ ಮೊಳಕಾಲ ಕೆಳಗಿನ ಮೂಳೆ ಷೆಲ್‌ನ **splinter** ತಗುಲಿ ತೂತಾಗಿ ಹೋಗಿತ್ತು. ಮತ್ತೊಬ್ಬ ಯೋಧನ ಕೆನ್ನೆ ಹೊಕ್ಕ ಕಾಡತೂಸು ಆ

ಕಡೆಯಿಂದ ಪಾರಾಗಿತ್ತು. ಇಬ್ಬರು ಯೋಧರಿಗೆ ಕಣ್ಣುಗಳೇ ಇರಲಿಲ್ಲ. ಕಣ್ಣುಗಳಿರಬೇಕಿದ್ದ ಜಾಗದಲ್ಲಿ ಗಂಧಕ ತುಂಬಿಕೊಂಡಿತ್ತು.

ಅವರೆಲ್ಲರಿಗಿಂತ ಅಯ್ಯೋ ಅನ್ನಿಸಿದ್ದು, ಸುಮಾರು ಐವತ್ತು ವರ್ಷ ವಯಸ್ಸಿನ ಹಿರಿಯ ಸೈನಿಕನೊಬ್ಬನ ಪಾಡು. ಅವನೇನೂ ಯುದ್ಧಕ್ಕೆ ಹೊಸಬನಲ್ಲ. ಸಾವಿಗೆ ಅಂಜಿ ವಾಪಾಸು ಬಂದವನೂ ಅಲ್ಲ. ಸಾಕಷ್ಟು ದೃಢ ದೇಹಿ. ಆದರೆ ಸಾವಿರಾರು ಅಡಿ ಎತ್ತರದ ಬೆಟ್ಟದ ಮೇಲೆ ಆಕ್ಸಿಜನ್‌ನ ಕೊರತೆಯಿಂದಾಗಿಯೋ, **altitude** ಇತರೆ ಪರಿಣಾಮಗಳಿಂದಾಗಿಯೋ, ಯುದ್ಧ ಭೀಕರತೆಯ **shock**ನಿಂದಾಗಿಯೋ ಮತಿಭ್ರಮಿತನಾಗಿಬಿಟ್ಟಿದ್ದಾನೆ. ಅವನನ್ನು ಬಲವಂತವಾಗಿ ಕೆಳಕ್ಕೆ ಇಳಿಸಿಕೊಂಡು ಬರಲಾಗಿದೆ. ಹಾಗೆ ಇಳಿಸಿಕೊಂಡು ಬಂದ ಸೈನಿಕರು ಅವನಿಗಿಂತ ದಣಿದಿದ್ದಾರೆ. ಫೀಲ್ಡ್ ಆಸ್ಪತ್ರೆಯ ಡೇರೆಯ ಅಂಗಳಕ್ಕೆ ಬಂದವನೇ ಆ ಮಧ್ಯ ವಯಸ್ಕ ಯೋಧ ರಪ್ಪನೆ ನೆಲಕ್ಕೆ ಬಿದ್ದು ಭೂಚಕ್ರದಂತೆ ಗಿರಗಿರನೆ ತಿರುಗಿಬಿಟ್ಟ. ಆಕಾಶದತ್ತ ನೋಡಿ ವಿಕಾರವಾಗಿ ಕೂಗಿಕೊಂಡ. ನನ್ನ ಬಂದೂಕೆಲ್ಲಿದೆ ಎಂದು ಅರಚಿದ. ತಲೆಗೆ ಸುತ್ತಿದ್ದ ಪಟಗ ಬಿಚ್ಚಿ ಬಿಸಾಡಿದ. ಎದೆ ಎದೆ ಬಡಿದುಕೊಂಡ. ಯಾರ ಮೇಲೋ ಆಕ್ರೋಶದಿಂದ ಹಲ್ಲು ಕಡಿದ. ಆಮೇಲೆ ಅಂಗಳದುದ್ದಕ್ಕೂ ಬಿದ್ದು ಹೊರಳಾಡಿದ.

"ತುಂಬ ಹಳೆಯ ಸೈನಿಕ ಸಾರ್. ಯಾವತ್ತೂ ಹಿಗಾಡಿದವನಲ್ಲ. ಆದರೆ ತನ್ನ ಪಕ್ಕದಲ್ಲಿದ್ದ ಹುಡುಗ ಕೊರಕಲಿಗೆ ಬಿದ್ದು ಸತ್ತದ್ದನ್ನು ನೋಡುತ್ತಿದ್ದಂತೆಯೇ ಹೀಗಾಗಿ ಬಿಟ್ಟ!" ಎಂದು ಅಲ್ಲಿದ್ದವರು ವಿವರಿಸಿದರು.

ಡೇರೆಯೊಳಕ್ಕೆ ಕರೆದೊಯ್ದು ಡಾಕ್ಟರ್ ಔಷಧಿ ಚುಚ್ಚಿ ಮಲಗಿಸುತ್ತಿದ್ದರು.

ಆ ಸೈನಿಕನ ಮೈಯಿಂದ ಗಂಧಕದ ವಾಸನೆ ಬರುತ್ತಲೇ ಇತ್ತು.

ಹಮ್ ತೋ ಹೈ ಪರ್‌ದೇಸ್ ಮೇ....

ಪಾಯಿಂಟ್ 4700, ಸ್ಯಾಡ್ಲ ಮತ್ತು ಟೋಮಿ ಬೆಟ್ಟಗಳನ್ನು ವಶಪಡಿಸಿಕೊಂಡ ಎಯ್‌ಟೀನ್ ಗರ್‌ವಾಲ್ ರೈಫಲ್ಸ್‌ನ ತಂಡದ ಸುಮಾರು ಹದಿನೈದು ಸೈನಿಕರೊಂದಿಗೆ ನಾನು ಕಳೆದ ಆ ರಾತ್ರಿಯನ್ನು ಬಹುಶಃ ಈ ಜೀವನದಲ್ಲಿ ಯಾವತ್ತಿಗೂ ಮರೆಯಲಾರೆ. ಅವರೆಲ್ಲರ ಮುಖದಲ್ಲಿ ವಿಜಯದ ಕಳೆಯಿತ್ತು. ಆದರೆ ಹೃದಯಗಳಲ್ಲಿ ಸಾವಿನ ಸೂತಕ. ಒಂದೇ ತಂಡದಲ್ಲಿ ವರ್ಷಗಟ್ಟಲೆ ಅಣ್ಣ ತಮ್ಮಂದಿರಂತಿದ್ದ ಕುಲ್ ದೀಪ್ ಸಿಂಗ್, ವಿಕ್ರಮ್ ಸಿಂಗ್, ಮಾನ್ ಸಿಂಗ್, ಕೇಶವ್ ಸಿಂಗ್, ಭರತ್ ಸಿಂಗ್-ಎಲ್ಲಾ ಸತ್ತು ಹೋಗಿದ್ದಾರೆ. ಅವರ ಬಗ್ಗೆ ಮಾತೆತ್ತಿದರೆ ಸಾಕು ಹವಲ್ದಾರ್ ರಮೇಶ್ ಚಂದ್‌ನ ಕಣ್ಣಾಲಿಗಳು ಸಮುದ್ರಗಳಾಗುತ್ತವೆ.

"ಸಾಯ್ತಿವಿ ಅಂತ ಗೋತ್ತಿದ್ದೇ ಬೆಟ್ಟ ಹತ್ತತೀವಿ ಬಿಡಿ. ಆದರೆ ನಾವೆಲ್ಲಾ ಬದುಕಿ, ನಮ್ಮ ಜೊತೆಗಿದ್ದವರಷ್ಟೆ ಸತ್ತು ಹೋಗ್ತಾರಲ್ಲ? ಆ ಸಂಕಟ ತಡೆಯೋದು ಹ್ಯಾಗೆ ಹೇಳಿ. ಪಾಯಿಂಟ್ 4700ದಲ್ಲಿ ಸತ್ತವರ ಪೈಕಿ ಅಣ್ಣ ತಮ್ಮಂದಿರಿದ್ದಾರೆ. ಒಂದೇ ಮನೆಯಲ್ಲಿ ಎರಡು ದೀಪ ಹಾರಿ ಹೋದವಲ್ಲ ಸಾಹಿಬ್? ಅವರ ಹೆಂಡತೀರಿಗೆ, ತಂದೆ ತಾಯಿಗೆ ಯಾರಿದ್ದಾರೆ ದಿಕ್ಕು? ಸರ್ಕಾರ ಸ್ವಲ್ಪ ದುಡ್ಡು ಕೊಡುತ್ತೆ. ಮತ್ತೆ ಜಮೀನು ಕೊಡ್ತೀವಿ ಅಂತ ಮಾತು ಕೊಡುತ್ತೆ. ಎಲ್ಲಾ ಖಾಲಿ ಮಾತೇ. 1971ರಲ್ಲಿ ಸತ್ತವರ ಮನೆಯವರೇ ಇವತ್ತಿಗೂ ಸರ್ಕಾರದ ಸುತ್ತ ಅಲೀತಿದಾರೆ. ಯಾರನ್ನೂ ನಂಬೋ ಹಾಗಿಲ್ಲ ನೋಡಿ. ಬೆಟ್ಟ ಹತ್ತೋಕೆ ಮುಂಚೆ ಏನು ಚಪಾತಿ ಪಲ್ಯ ತಿಂದು ಹೋಗ್ತಿವೋ, ಅದೇ ಖರೆ. ಮೇಲೇನಿದೆ? ದುಷ್ಮನ್‌ಕಾ ಗೋಲಿ ಖಾನಾ. ಔರ್ ಮರ್ ಜಾನಾ. ಇಳಿದು ಬರ್ತಿವಿ ಅನ್ನೋ ಗ್ಯಾರೆಂಟಿ ಯಾರಿಗಿರುತ್ತೆ ಸಾಹಿಬ್?

ಆದರೂ ಪಾಕ್ ಪಡೆಯ ಮನುಷ್ಯ ಕಣ್ಣಿಗೆ ಬಿದ್ದರೆ ಇಟ್ಟಾಡಿಸಿ ಕೊಂದು ಬಿಡ್ತೀವಿ. ಕೆಲವು ಸಲ ಸತ್ತು ಬಿದ್ದ ಮೇಲೂ ಗೋಲಿ ಹೊಡೀತಲೇ ಇರಬೇಕು ಅನ್ನಿಸುತ್ತೆ. ಜೇಬಿನಲ್ಲಿರೋ ಕಾಡತೂಸು ಖಾಲಿಯಾಗ್ತವೆ ಅಂತ ಅಂದುಕೊಂಡು ಸುಮ್ಮನಾಗುತ್ತೇವಷ್ಟೆ. ರಕ್ತ ಕುದ್ದು ಹೋಗಿರ್ತದೆ!" ಅವರ ಆವೇಶ ಹಾಗೆ ಮಾತಾಗಿ ಹರಿಯುತ್ತಿತ್ತು ಅವತ್ತು ರಾತ್ರಿ. ನಾನು ಸೈನಿಕರಿಗೆಂದೇ ಒಂದಷ್ಟು ಸಿಗರೇಟು-ಬೀಡಿ ಕೊಂಡು ಕೊಂಡು ಹೋಗಿದ್ದೆ. ಬೆಟ್ಟದ ಬುಡದಲ್ಲಿ ಅವರ ಪಕ್ಕ ಕುಳಿತು, ಅವರ ತಟ್ಟೆಯಲ್ಲೇ ಊಟ ಮಾಡಿ ನಾಲ್ಕು ಹಾಡು ಮುಕೇಶನವು ಹಾಡಿದೆ.

"ಹಮ್ ತೋ ಹೈ ಪರ್‌ದೇಸ್
ದೇಸ್ ಮೇ ನಿಕಲಾ ಹೋಗಾ ಚಾಂದ್"

ಎಂಬ ಹಾಡು ಹೇಳಿ ಅಂದರು. ನನಗೆ ಅರಮರ್ಥ ಬರುತ್ತದೆ. ಅಷ್ಟನ್ನೇ ಹೇಳಿದೆ. ಹಾಡು ಮುಗಿಯುವ ಹೊತ್ತಿಗೆ ಅನೇಕರಿಗೆ ನಿದ್ದೆ. ಒಬ್ಬ ಮಾತ್ರ ಆಕಾಶ ನೋಡುತ್ತಾ ಅಂಗಾತ ಮಲಗಿದ್ದ. ಯಾರ ನೆನಪೋ? ಕಣ್ಣಲ್ಲಿ ಆಸೆಗಳಿದ್ದವು. ಆ ಹುಡುಗನ ಹೆಸರು ಗುರುಮಿತ್.

ಮನೆಯವರ್‍ಯಾರೂ ಅಳುವಂತೆಯೇ ಇರಲಿಲ್ಲ

"ನನ್ಹೆಸ್ರು ಪ್ರಮೀಳಾ ಅಂತ. ಹೋದ ವಾರದ ಸಂಚಿಕೆಯಲ್ಲಿ ನಿಮ್ಮ ರವಿ ಬೆಳಗೆರೆಯವರು ಎಂ.ಬಿ. ರವೀಂದ್ರನಾಥ್ ಅನ್ನೋರ ಬಗ್ಗೆ ಬರೆದಿದ್ದಾರಲ್ಲ? ಟೋಲೋಲಿಂಗ್ ಕ್ಯಾಪ್ಚರ್ ಮಾಡಿದ ಲೆಫ್ಟಿನೆಂಟ್ ಕರ್ನಲ್ ಬಗ್ಗೆ? ಆ ರವೀಂದ್ರನಾಥ್‌ನ ಆಂಟಿ ನಾನು. ಯುದ್ಧಕ್ಕೆ ಹೋಗಿದಾನೆ ಅಂತ ಗೊತ್ತಿತ್ತು. ಅದು ಬಿಟ್ರೆ ಯುದ್ಧದ ಬಗ್ಗೆ ಏನಂದ್ರೆ ಏನೂ ಗೊತ್ತಿರಲಿಲ್ಲ. ಇಂಥ ವಿವರವಾದ ಮಾಹಿತಿ ಯಾರೂ ಕೊಟ್ಟಿರಲಿಲ್ಲ. ರವಿಯವರಿಗೆ ನನ್ನ ಥ್ಯಾಂಕ್ಸ್ ತಿಳಿಸಿಬಿಡಿ!"

ಈ ಮೇಲಿನ ಬರಹ ನನ್ನ ಆಫೀಸಿನ ಟೆಲಿಫೋನ್ ಮೆಸೇಜುಗಳ ಪುಸ್ತಕದಲ್ಲಿ ಬರೆಯಲ್ಪಟ್ಟಿತ್ತು. ಕಣ್ಣೆದುರಿಗೆ, ನಮ್ಮ ದಾವಣಗೆರೆಯ ಧೀರ ಯೋಧ ಕರ್ನಲ್ ಎಂ.ಬಿ. ರವೀಂದ್ರನಾಥ್‌ರ ಚಿತ್ರ ತಳಕ್ಕನೆ ಮೆರೆಯಿತು.

ಇಂಥವೇ ನೂರಾರು ಕರೆಗಳು, ಸಂದೇಶಗಳು, ಪತ್ರಗಳು, ಟೆಲಿಗ್ರಾಮುಗಳು ನಮ್ಮ ಕಚೇರಿಯ ತುಂಬ ಹರಡಿಕೊಂಡಿವೆ. ಕೆಲವರು ಕಳೆದ ವಾರದ ಸಂಚಿಕೆ ಓದಿದ ತಕ್ಷಣ ಫೋನು ಕೈಗೆತ್ತಿಕೊಂಡಿದ್ದಾರೆ. ಆದರೆ ಮಾತು ಧ್ವನಿಯಾಗಿ ಹೊರಟಿಲ್ಲ. ಸುಮ್ಮನೆ ಬಿಕ್ಕಳಿಸಿ, "ಮತ್ತೊಮ್ಮೆ ಮಾತಾಡ್ತೇನೆ" ಎಂದಷ್ಟೇ ಹೇಳಿ ಫೋನಿಟ್ಟುಬಿಟ್ಟಿದ್ದಾರೆ.

ಬಹುಶಃ ಸ್ವಾತಂತ್ರ್ಯ ಸಂಗ್ರಾಮದ ನಂತರ ಭಾರತದ ಪ್ರಜೆಯ ಗಂಟಲು ಇಷ್ಟೊಂದು ಗದ್ಗದಿತವಾದದ್ದು ಇದೇ ಮೊದಲಿರಬೇಕು.

"ಗ್ರೇಟ್ ರವೀ, you did it!" ಅಂತ ಉದ್ಗರಿಸಿದ ಗೆಳೆಯರು ಅನೇಕರು. ನಕಾಶೆಯಲ್ಲಷ್ಟೆ ನೋಡಿ ಮರೆತಿದ್ದ ಕಾಶ್ಮೀರವನ್ನು ತಾಕಿ, ಅದರ ಸರಹದ್ದು ತಲುಪಿ ಬಂದದ್ದು ನನಗೂ ಗ್ರೇಟೇ ಅನ್ನಿಸುತ್ತಿತ್ತು; ಅಲ್ಲಿನ ನಿಜವಾದ ಗ್ರೇಟ್ ಯೋಧರನ್ನು ನೋಡುವ ತನಕ. ಆದರೆ ಶ್ರೀನಗರದ ಬೇಸ್ ಹಾಸ್ಪಿಟಲಿನಲ್ಲಿ ಒಂದಿಡೀ ಕೈ ಕತ್ತರಿಸಿಕೊಂಡು ಮಲಗಿರುವ ಸಿಪಾಯಿಯೊಬ್ಬ "ಮೌಕಾತೋ ದೇನಾ ಸಾಹಿಬ್. ಏಕ್ ಹೀ ಹಾಥ್‌ಸೇ ಸಬ್ ದುಷ್ಮನೋಂಕೋ ಗಾಡ್ ದೂಂಗಾ..." (ಅವಕಾಶವೊಂದು ಕೊಡಿ ಸಾಹಿಬ್; ಒಂದೇ ಕೈಯಲ್ಲಿ ಶತ್ರುಗಳನ್ನೆಲ್ಲ

ಹೂತು ಬಿಡುತ್ತೇನೆ!) ಎಂದು ಕ್ಲೋರೋಫಾರ್ಮ್‌ನ ಅರಿವಳಿಕೆಯಲ್ಲಿ ಕನವರಿಸುತ್ತಿದ್ದುದನ್ನು ಕೇಳಿಸಿಕೊಂಡಾಗ-

ಯುದ್ಧದ ವರದಿ ತರಲು ಹೆಣಗುತ್ತಿರುವುದನ್ನೇ ದೊಡ್ಡದು ಮಾಡಿಕೊಂಡಿರುವ ನನಗಿಂತ ಒಂದೇ ಒಂದು ಉಸಿರೆತ್ತದೆ, ಆ ಮಂಜು ಬೆಟ್ಟಗಳ ತುದಿಯಲ್ಲಿ, ಗ್ಲೇಝಿಯರ್‌ಗಳ ಮರಣ ಸದೃಶ ತಂಪಿನ ಮೇಲೆ ಬಡಿದಾಡುತ್ತಿರುವ ಆ ಅಣ್ಣತಮ್ಮಂದಿರು ತಮ್ಮ ಗ್ರೇಟ್‌ನೆಸ್‌ನ ಕೂಡ ಹೇಳಿಕೊಳ್ಳದೆ ಅವಡುಗಚ್ಚಿಕೊಂಡಿರುವುದು ಎಂಥ ಗ್ರೇಟ್ ಅಲ್ಲವೆ? ಅನ್ನಿಸಿಬಿಟ್ಟಿತು.

ಅದು, ನಾನು ದ್ರಾಸ್ ಪಟ್ಟಣದಲ್ಲಿದ್ದಾಗಿನ ಒಂದು ರಾತ್ರಿಯ ಸಂಗತಿ. ಇಡೀ ಊರು ನಿಶ್ಶಬ್ದ. ಶ್ರೀನಗರ ಬಿಟ್ಟು ಹೊರಟಾಗಿನಿಂದ ನನಗೆ ಆತ್ಮೀಯರಾಗಿದ್ದ ಹಿರಿಯ ಸೈನಿಕ ಅಧಿಕಾರಿಯೊಬ್ಬರ ಬಂಕರಿನಲ್ಲಿ ಮಂಚದ ಕಾಲಿಗೆ ಆನಿಕೊಂಡು ಕುಳಿತಿದ್ದೆ. ಬೆಳಿಗ್ಗೆ ಫಿರಂಗಿಗಳ **photo** ತೆಗೆಯುವ ಅವಸರಕ್ಕೆ ಬಿದ್ದು, ಕೆಮೆರಾ ಕೈಗೆತ್ತಿಕೊಂಡಿದ್ದ ನನ್ನನ್ನು ಇದೇ ಅಧಿಕಾರಿ ಗದರಿಸಿದ್ದರು: "ಹುಚ್ಚಾಟ ಮಾಡಬೇಡ ರವೀ. **Don't be crazy.** ನೀನು ತೆಗೆಯುವ ಒಂದೇ ಒಂದು ಚಿತ್ರ ನಮ್ಮ ಇಡೀ ಬಟಾಲಿಯನ್ನೊಂದನ್ನು ಸರ್ವನಾಶ ಮಾಡಿಬಿಡಬಲ್ಲುದು. ಫಿರಂಗಿಯ ಚಿತ್ರವೇ ಬೇಕಾದರೆ **close up shot** ತೆಗೆದುಕೋ. ಸೈನಿಕನ ಚಿತ್ರ ಬೇಕಾದರೆ ಅವನ ಮುಖವನ್ನಷ್ಟೆ ತೆಗಿ. ಯಾವ ಕಾರಣಕ್ಕೂ ನಮ್ಮ ತುಕಡಿ ನಿಂತಿರುವ ಜಾಗದ, ಅದರ ಹಿಂದಿನ ಬೆಟ್ಟಗಳ, ಕಣಿವೆಗಳ ಸಮಗ್ರ ಚಿತ್ರ ತೆಗೆಯಬೇಡ. ಅದು ಪ್ರಕಟವಾದ ಮಾರನೆಯ ಕ್ಷಣ ಪಾಕಿಸ್ತಾನ ನಮ್ಮ ಮೇಲೆ ಪೌಂಡಿಂಗ್ ಪ್ರಾರಂಭಿಸುತ್ತದೆ. ಆಮೇಲೆ ಯಾರ್‍ಯಾರೂ ಬದುಕಿರುವುದಿಲ್ಲ. ನಿಂಗೊತ್ತು; ಈಗಾಗಲೇ ನಮ್ಮ ನೂರಾರು ಹುಡುಗರು ಸತ್ತು ಹೋಗಿದ್ದಾರೆ. ಅವರ್‍ಯಾರೂ ಮುದುಕರಲ್ಲ. ಹದಿನೆಂಟು ದಾಟಿದ, ಇಪ್ಪತ್ತೈದು ಮುಗಿಯದ, ಕೇವಲ ಆರೋಗ್ಯ ತುಳುಕಿಸುತ್ತಿದ್ದ ಅಮಾಯಕ ಹುಡುಗರು. **For God's sake**-ಅವರ ಹಿನ್ನೆಲೆಗಳ ಚಿತ್ರ ತೆಗೆಯಬೇಡ..." ಹಾಗಂತ ಅವರೇ ಗದರಿಸಿದ್ದರು. ಹಾಗೆ ಗದರಿಸುವಾಗ ಆತನ ಮುಖದಲ್ಲಿ ನಿಜವಾದ ಆಕ್ಷೇಪಣೆಯಿತ್ತು. ಅಸಮಾಧಾನವಿತ್ತು. ಆದರೆ ರಾತ್ರಿಯ ಹೊತ್ತಿಗೆ ಆತ ಎಷ್ಟೊಂದು ಮೃದುವಾಗಿದ್ದರು ಗೊತ್ತೇ?

"ನೀನು ಮಲಗು ರವೀ. ನಿದ್ರೆ ಬಂದಷ್ಟು ಹೊತ್ತು ಮಾಡು. ಇವತ್ತು ರಾತ್ರಿಯ ಯುದ್ಧ ಯಾವತ್ತಿಗಿಂತಲೂ ಭಯಾನಕವಾಗಲಿದೆ. ನಮ್ಮ ಹುಡುಗರು ದುಷ್ಮನ್‌ನ ಕಡೆಯ ಸುಮಾರು ಅರವತ್ತು ಜನರನ್ನು ಆಹುತಿ ತೆಗೆದುಕೊಂಡಿದ್ದಾರೆ. ದುಷ್ಮನ್ ಸುಮ್ಮನಿರುವುದಿಲ್ಲ. ರಾತ್ರಿಯಿಡೀ ಷೆಲ್ಲಿಂಗ್ ನಡೆಯಲಿದೆ. ಅವನ ಪ್ರತೀಕಾರದ ಆಕಾಂಕ್ಷೆಯದು. ಇವತ್ತು ಅರವತ್ತು ಜನರನ್ನು ಕಳೆದುಕೊಂಡಿರುವ ಅವನ ಮನಸ್ಸು ಹೇಗಿರುತ್ತೆ ಅಂತ ನಿನಗಿಂತ ಚೆನ್ನಾಗಿ ನನಗೆ ಗೊತ್ತು. ವಿವೇಕ್ ಸತ್ತ ದಿನ ನಾವೂ ಹಾಗೇ ಆಗಿದ್ದೆವು. ಎದೆಯಲ್ಲಿ ಬಡಬಾಗ್ನಿ. ವಿವೇಕ್ ಎಂಥ ಮನುಷ್ಯ ಗೊತ್ತಾ? ಮಹಾ ಸಿಡುಕ. ಕೈಕೆಳಗಿನ ಯೋಧರನ್ನು ಬೆನ್ನತ್ತಿ ಕಾಡುತ್ತಿದ್ದ. ಅವನು ಕೊಡುತ್ತಿದ್ದ ತರಬೇತಿಯೇ ಯುದ್ಧಕ್ಕಿಂತ ಭೀಕರವಾಗಿರುತ್ತಿತ್ತು. ಮಾತಿಗೊಮ್ಮೆ ಸೈನ್ಯದ **slogan** ಹೇಳುತ್ತಿದ್ದ. "**You**

sweat more in peace. So that you bleed less in war!"(ನೆಮ್ಮದಿಯ ದಿನಗಳಲ್ಲಿ ಶ್ರಮಿಸಿ ಬೆವೆತಷ್ಟೂ, ಯುದ್ಧದಲ್ಲಿ ಕಡಿಮೆ ರಕ್ತ, ಪ್ರಾಣ ಕಳ್ಕೋತೀರಿ...) ಕಸರತ್ತು ಮಾಡ್ರಯ್ಯಾ ಅನ್ನುತ್ತಿದ್ದ. ಖುದ್ದು, ಅವರಪ್ಪ ಇದೇ ಭಾರತದ ಸೈನ್ಯದಲ್ಲಿ ಲೆಫ್ಟಿನೆಂಟ್ ಕರ್ನಲ್ ಆಗಿದ್ದವರು. ವಿವೇಕ್‌ಗೆ ವಿಶ್ರಾಂತಿಯೆಂದರೆ ಆಗದು. ಸದಾ ತೊನೆಯುತ್ತಿದ್ದ. ಅಂಥವನು ಹ್ಯಾಗೆ ಸತ್ತು ಹೋದ ಗೊತ್ತೆ? ಶತ್ರುವಿನ ಬಂದೂಕುಗಳು ಉಗುಳಿದ ಕಾಡತೂಸುಗಳ ಒಂದು ಗೊನೆಯೇ ಅವನ ಎದೆಯಲ್ಲಿ ತುಂಬಿಹೋಗಿತ್ತು. ಪೂರ್ತಿ ಎರಡು ಹೋಳಾಗಿ ಬಿಟ್ಟಿದ್ದ. ಆದರೆ ಸಾಯುವ ಮುನ್ನ ವಿವೇಕ್ ರಣಕೇಕೆ ಹಾಕಿದ್ದನಂತೆ. ಎರಡು ಬಂಕರುಗಳ ತುಂಬ ಪಾಕಿ ಸೈನಿಕರ ಹೆಣ ಒಟ್ಟಿದ್ದನಂತೆ. ಮೂರನೆಯ ಬಂಕರು ಅವನಿದ್ದ ಜಾಗಕ್ಕಿಂತ ಕೊಂಚ ಮೇಲಿದೆ. ಮೊದಲು ನಾನು ನುಗ್ತೀನಿ ಕಣ್ರೋ. ಹಿಂದೆ ನೀವು ಬನ್ನಿ. ನನ್ನ ಪ್ರಾಣ ಹೋದರೆ ಅಲ್ಲೇ ನಿಂತು ಬಿಡಬೇಡಿ. ತುಕಡಿಯ ನಾಯಕತ್ವವನ್ನು ಇನ್ನೊಬ್ಬರು ವಹಿಸಿಕೊಳ್ಳಿ. ಕಾಡತೂಸು ಹಾರಿಸುತ್ತಲೇ ಮುನ್ನುಗ್ಗಿ. ಮೇಲಕ್ಕೆ ತೆವಳಿ. ಇವತ್ತು ಈ ಬೆಟ್ಟ ನಮ್ಮದು-ಅಂದವನೇ ತಾನಿದ್ದ ಬಂಕರಿನಿಂದ ಮೇಲಕ್ಕೆ ತೆವಳಿದ್ದಾನೆ. ಅವನ ಹಿಂದೆ ತುಕಡಿಯ ಒಂದು ಭಾಗ ತೆವಳಿದೆ. ಗುಂಡು ಹಾರಿಸುತ್ತಲೇ ಇದ್ದನಂತೆ. ಮೇಲಿಂದ ಏಳು ಹೆಣ ಉದುರಿಬಿದ್ದವಂತೆ. ಎಂಟನೆಯದು ಅವನದೇ!

"ಮೇಲಿನಿಂದ ಯಾವ ಪರಿ ಗುಂಡಿನ ಸುರಿಮಳೆಯಾಯಿತೆಂದರೆ, ನೋಡ ನೋಡುತ್ತಲೇ ಅವನ ಹೆಣ ನೆಲದೆಡೆಗೆ ಸರಿದು ಹೋಗಿದೆ. "ವಿವೇಕ್ ಸಾಹಿಬ್ ಷಹೀದ್ ಹೋಗಯೇ!" (ವಿವೇಕ್ ಸಾಹಿಬ್ ಹುತಾತ್ಮರಾದರು!) ಅಂತ ಕಿರುಚಿಕೊಂಡ ಸೈನಿಕ ತನ್ನ ಚೀತ್ಕಾರ ಮುಗಿಯುವುದರೊಳಗಾಗಿ ಮೇಲಿನ ಬಂಕರಿನಿಂದ ಎರಡು ಹೆಣ ಕೆಡವಿದ್ದನಂತೆ. ಅದನ್ನು **hand to hand fight** ಅಂತಾರೆ ರವೀ. ಸಾವು ಎಲ್ಲಿಂದ ಬರುತ್ತೆ ಅಂತ ಯಾರೂ ಊಹಿಸೋಕೆ ಸಾಧ್ಯವಿಲ್ಲ. ದ್ರಾಸ್‌ನ ಯುದ್ಧಭೂಮಿಗೆ ಸಾವಿರ ಬಾಯಿ. ಯಾವ ಬಾಯಿ ನುಂಗಿ ಬಿಡುತ್ತದೋ?

ಜೂನ್ 12ರಂದು ಅಂಥದೊಂದು ಬಾಯಿ ವಿವೇಕ್ ಗುಪ್ತಾ ಎಂಬ ಇಪ್ಪತ್ತೆಂಟು ವರ್ಷದ ಯುವ ಮೇಜರ್‌ನನ್ನು ಆಹುತಿ ತೆಗೆದುಕೊಂಡಿತು. ಆದರೆ ಮೂರು ದಿನ ಆತನ ಶವವನ್ನು ನಮ್ಮ ಸೈನಿಕರು ಸಮೀಪಿಸುವುದಕ್ಕೂ ಸಾಧ್ಯವಾಗಲಿಲ್ಲ. ದ್ರಾಸ್‌ನ ಮಂಜು ಬೆಟ್ಟದ ಮೇಲೆ ವಿವೇಕ್ ಹಾಗೇ ಅಂಗಾತ, ಎದೆ ಸೀಳಿಕೊಂಡು ಮಲಗಿದ್ದ. ನಾಲ್ಕನೆಯ ದಿನ ದುಷ್ಮನ್ ಮೆತ್ತಗಾದ ಮೇಲೆಯೇ, ಅವನ ಕ್ಷೀಣವಾದ ಫೈರಿಂಗಿನ ಮಧ್ಯದಲ್ಲೇ ತೆವಳಿಕೊಂಡು ಹೋಗಿ ವಿವೇಕ್‌ನನ್ನು ತಮ್ಮ ಬಂಕರಿನೊಳಕ್ಕೆ ಜಗ್ಗಿಕೊಂಡು ಬಂದಿದ್ದರು. ಆವತ್ತು ರಾತ್ರಿ ಎಲ್ಲಿ ಬೆಚ್ಚಗೆ ಮಲಗಿದ್ದೆ ರವೀ ನೀನು?

"ವಿವೇಕನನ್ನು ಕಳೆದುಕೊಂಡ ಮೊದಲ ಸಂಕಟ ಅನುಭವಿಸಿದ್ದು, ಅವನ ಸೈನಿಕರು. ಅವನೇ ಕಾಡಿ, ಹಿಂಸಿಸಿ, ಬೆವರು ಕಿತ್ತು ನೆಲಕ್ಕಿಳಿಯುವಂತೆ ಕಸರತ್ತು ಮಾಡಿಸಿದ ಸೈನಿಕರು. ಬದುಕಿದ್ದಾಗ ಎಷ್ಟು ಬೈದುಕೊಂಡಿದ್ದರೋ? ಬಂಕರಿನಲ್ಲಿ ಕುಳಿತು ಮೊದಲು ಎದೆ ಚೀರಿಕೊಂಡು ಅತ್ತವರೇ ಅವರು. "ಇಷ್ಟೊಂದು ಜನ ನಾವು ಸೈನಿಕರು ಬದುಕಿರುವಾಗ, ನಮಗಿಂತ ಮೊದಲು

ನೀವು ಸಾಯೋದು ನ್ಯಾಯವೇ ಸಾಹಿಬ್?" ಅಂತ ಬಿಕ್ಕುತ್ತಿದ್ದರಂತೆ. ಯುದ್ಧದ ಉನ್ಮಾದವೇ ಹಾಗೆ ರವೀ. ಅಲ್ಲಿನ ನಿರ್ಧಾರಗಳು ಭಯಾನಕ. ಪ್ರತಿಜ್ಞೆಗಳು ಬರ್ಬರ. ಅವತ್ತು, ಜೂನ್ 12ರ ರಾತ್ರಿ ಆ ಪರ್ವತದ ಒಂದು ಕೆಳಭಾಗದ ಬಂಕರಿನಲ್ಲಿ ಕೊಂಚ ಹೊತ್ತಿನ ಮೌನ ಬಿಕ್ಕಳಿಕೆಯ ನಂತರ ಅಂಥ ರಣ ಪ್ರತಿಜ್ಞೆಗಳಾದವಂತೆ. ಅದರ ಮಾರನೆಯ ದಿನವೇ ಟೋಲೋಲಿಂಗ್ ನಮ್ಮ ಕೈವಶವಾದದ್ದು. ಅದರ ನಾಯಕತ್ವ ವಹಿಸಿದವನೇ ನಿಮ್ಮ ಕರ್ನಾಟಕದ ಎಂ.ಬಿ. ರವೀಂದ್ರನಾಥ್."

"ಗೆದ್ದ ಸಂಭ್ರಮವೇನೋ ಅವರಿಗಿತ್ತು. ಆದರೆ ಮೇಜರ್ ವಿವೇಕ್‌ನ ಮರಣದ ವಿವರವನ್ನು ಜಗತ್ತಿಗೆ ಹೇಳುವವರ್‍ಯಾರು ರವೀ? ಆ ದುಃಖಕ್ಕೆ ಬಿಕ್ಕುವವರ್‍ಯಾರು? ಮನೆಯಲ್ಲೂ ವಿವೇಕ್‌ನ ಸಾವಿಗಾಗಿ ಅಳುವಂತಿಲ್ಲ. ಅವನ ತಂದೆ ನಿವೃತ್ತ ಯೋಧ. ಮಗನ ಸಾವಿಗೆ ಅತ್ತರೆ ರಾಷ್ಟ್ರಕ್ಕೆ ಅವಮಾನ ಮಾಡಿದಂತೆ. ವಿವೇಕ್‌ನ ಶವದ ಪೆಟ್ಟಿಗೆಯ ಮೇಲೆ ಗುಚ್ಛವಿರಿಸಿದವಳು ಅವನ ಹೆಂಡತಿ ರಾಜಶ್ರೀ. ಆಕೆಯೂ ಅಳುವಂತಿಲ್ಲ. ಆಕೆ ಸೈನ್ಯದ ವೈದ್ಯಾಧಿಕಾರಿ! ಗಂಡನಿಗಾಗಿ ಅತ್ತರೆ ದೇಶದ ಧೈರ್ಯ ನಡುಗಿಸಿದಂತಾಗುತ್ತದೆ. ಆಕೆ ದನಿಯೆತ್ತಿ ಅಳುವಂತಿಲ್ಲ. ಎಲ್ಲರೂ ಸೇರಿ ವಿವೇಕ್‌ನನ್ನು ಸೈಲೆಂಟಾಗಿಯೇ ಕಳಿಸಿ ಕೊಡಬೇಕು."

"ಇಂಥ ಕಥೆಗಳು ಅವೆಷ್ಟೋ? ಯಾರಿಗೆ ಯಾರು ಹೇಳಿಕೊಳ್ಳುತ್ತಾರೆ. ಎಲ್ಲೋ ನಿನ್ನಂಥವರು ಕೂತು ದಾಖಲಿಸಿಕೊಳ್ಳಬೇಕು. ಜಗತ್ತಿಗೆ ತಿಳಿಸಬೇಕು. ಆದರೆ ತಿಳಿಸುವ ಅವಸರದಲ್ಲಿ ನೀನೇನಾದರೂ ಯಡವಟ್ಟು ಮಾಡಿದೆಯೋ? ನಿನ್ನ ಒಂದೇ ಒಂದು ಚಿತ್ರ ಎಲ್ಲವನ್ನೂ ಸರ್ವನಾಶ ಮಾಡಿಬಿಡುತ್ತದೆ. ಎಚ್ಚರವಾಗಿರು ರವೀ..." ಆತ ಮಾತಾಡುತ್ತಲೇ ನಿದ್ರೆಗೆ ಜಾರಿದರು. ಬಂಕರಿನ ಹೊರಗೆ ಒಂದು ಷೆಲ್ ಸ್ಫೋಟಿಸುವ ತನಕ ನಿದ್ರೆ ಜಾರಿಯಲ್ಲಿತ್ತು.

ಕೆಮೆರಾ ತರಲೇ ಬಾರದಿತ್ತು ಅನಿಸಿದ್ದು ಆಗಲ್ಲ; ಕಾರ್ಗಿಲ್‌ನಲ್ಲಿ ಮತ್ತೊಂದು ಅನಾಹುತ ನಡೆದು ಹೋದಾಗ! ನಮ್ಮೊಂದಿಗೆ ಬಂದಿದ್ದ ಝೀ ಟೀವಿಯ ಕೆಮೆರಾಮನ್ ಒಬ್ಬ ಕಾರ್ಗಿಲ್ ಪಟ್ಟಣದ ನಾನಾ ದೃಶ್ಯಗಳನ್ನು ರೆಕಾರ್ಡ್ ಮಾಡಿಕೊಂಡ. ಊರು ನಿರ್ಮಾನುಷವಾಗಿತ್ತು. ಊರಾಚೆಗೆ ಓಡಿ ಅಲ್ಲಿನ ಹೆಲಿಪ್ಯಾಡ್ ಒಂದರ ಚಿತ್ರ ರೆಕಾರ್ಡ್ ಮಾಡಿಕೊಂಡ. ಆಗ ಯಾರಿಗೂ ಏನೂ ಅನ್ನಿಸಲಿಲ್ಲ. ಮುಂದಿನ ಸಾಯಂಕಾಲ ಅದು ಝೀ ಟೀವಿಯಲ್ಲಿ ಪ್ರಚಾರವಾಯಿತು. ಅಷ್ಟೆ.

ಕಾರ್ಗಿಲ್‌ನ ಹೆಲಿಪ್ಯಾಡ್ ಧ್ವಂಸವಾಗಿ ಹೋಯಿತು.

ಗೆಳೆಯರ್‍ಯಾರೋ ಉದ್ಗರಿಸಿದರು. ಆ ಕೆಮೆರಾಮನ್ ಕಾಶ್ಮೀರಿ! ಅವನು ಪಾಕಿಸ್ತಾನಿ. ಸಾಲಾ...ಸಬ್ ಕೋ ಮರವಾದಿಯಾ! ಅವತ್ತಿನಿಂದಾಚೆಗೆ, ಪ್ರತೀ ಸಲ photo ತೆಗೆಯುವಾಗಲೂ ನನ್ನ ಜೀವ ಅಳುಕುತ್ತಿತ್ತು. ಯಾವುದೋ ಯೋಧ ಕೈ ಜಗ್ಗಿದಂತಾಗುತ್ತಿತ್ತು.

ಪತ್ರಿಕೋದ್ಯಮ ಕೂಡ ಎಷ್ಟು ಭಯಾನಕವಲ್ಲವೇ?

ಬಂಕರಿನಲ್ಲಿ ಕೂತು ಓದಿದ್ದು...

ಮತ್ತೆ ದ್ರಾಸ್‌ನಲ್ಲಿರುತ್ತೇನೆ. ಮತ್ತೆ ಕಾರ್ಗಿಲ್‌ನ ಕತ್ತಲ ಬಂಕರಿನ ಗೋಡೆಗಳಿಗೆ ಬೆನ್ನಾನಿಸಿಕೊಂಡು ಕೂಡುತ್ತೇನೆ. ಮತ್ತೆ ಸೈನಿಕರ ಆ ಮೃತ್ಯು ಸಮ್ಮುಖದ ನಿಷ್ಕಳಂಕ ನಗೆಯನ್ನು ನನ್ನ ಕೆಮೆರಾದಲ್ಲಿ ಸೆರೆ ಹಿಡಿಯುತ್ತೇನೆ. ಮತ್ತೆ ಆ ಮಂಜು ಕವಿದ ರೋಮಾಂಚಕಾರಿ ಬೆಟ್ಟಗಳ ತುದಿಯಿಂದ ನನ್ನ ಬದುಕಿಗೂ, ಬರವಣಿಗೆಗೂ, ಪತ್ರಿಕೆಗೂ ಹೊಸದೊಂದು ಆದರ್ಶ, ಹೊಸದೊಂದು ಆವೇಶಗಳನ್ನು ಹೊತ್ತು ತರುತ್ತೇನೆ ಎಂಬ ವಿಚಾರವೇ ನನ್ನನ್ನು ಪುಳಕಗೊಳ್ಳುವಂತೆ ಮಾಡುತ್ತಿದೆ.

ಕಳೆದ ಸಲ ನನ್ನೊಂದಿಗೆ ವಿಠ್ಠಲಮೂರ್ತಿಯಿದ್ದ. ಅವತ್ತು ನಮ್ಮ ಕಚೇರಿಯಲ್ಲಿ ಕುಳಿತು ಟೀ ಹೀರುತ್ತ "ಕಾರ್ಗಿಲ್‌ಗೆ ಹೋಗಿ ಬಂದರೆ ಹೇಗಿರುತ್ತೆ ವಿಠ್ಠಲ್?" ಅಂದಾಗ,

"ಅಣ್ಣಾ ನಾಳೆ ಹೊರಟು ಬಿಡೋಣ ನಡೀರಿ!" ಎಂದು ಕುಣಿದಾಡಿದ್ದ.

ಇದ್ದಕ್ಕಿದ್ದಂತೆ ಪತ್ರಿಕೆಯ ಆಫೀಸು ರೈಲ್ವೆ ಪ್ಲಾಟ್ ಫಾರ್ಮಿನಂತಾಗಿ ಹೋಗಿತ್ತು. ದಿಲ್ಲಿ ಎಂಬ ದೈತ್ಯ ನಗರಿಯನ್ನು ನಾನು ನೋಡಿಯೇ ಇಪ್ಪತ್ಮೂರು ವರ್ಷಗಳಾಗಿ ಹೋಗಿವೆ. ಹಿಮಾಲಯಕ್ಕೆ ಹೋಗುವ ದಾರಿಯಲ್ಲಿ ಅರ್ಧ ದಿನ ತಂಗಿದ್ದ ಅಪರಿಚಿತ ಊರದು. ಬೆಂಗಳೂರಿನಿಂದ ದಿಲ್ಲಿಗೆ ತಲುಪುವುದೇ ದುಸ್ತರ. ನನಗೆ ವಾಜಪೇಯಿ ಅಪರಿಚಿತ. ಲಾಲಕೃಷ್ಣ ಅದ್ವಾನಿಗೂ ನನಗೂ ಅಷ್ಟಕಷ್ಟೇ. ಕಾಲೇಜಿನ ಕಾಲದ ಪರಿಚಿತ ಮಿತ್ರ ಅನಂತಕುಮಾರ್ ಮಂತ್ರಿಯಾದ ಮೇಲೆ ಆತನನ್ನು ನಾನು ನೂರಡಿ ದೂರದಿಂದಲೂ ನೋಡಿಲ್ಲ. ಜಾರ್ಜ್ ಫರ್ನಾಂಡಿಸ್ ಎಂಬ ಸೋಷಲಿಸ್ಟ(?)ನನ್ನು ನಾನು ಕಡೆಯ ಸಲ ನೋಡಿದ್ದು ಎಮರ್ಜೆನ್ಸಿಯ ದಿನಗಳಲ್ಲಿ.

ದಿಲ್ಲಿಯೇ ಈ ಪರಿ ಅಪರಿಚಿತವಾಗಿರುವಾಗ, ಅದ್ಯಾವುದು ಶ್ರೀನಗರ? ಅದೆಲ್ಲಿದೆ ದ್ರಾಸ್? ಕಾರ್ಗಿಲ್ ಅಂದರೆ ಏನು? ಬಟಾಲಿಕ್ ಎಂಬುದು ಕೇಜಿಗೆಷ್ಟು?

ಇಂಥ ಪರಿಸ್ಥಿತಿಯಲ್ಲಿದ್ದೆವು. ಈ ವಿಠ್ಠಲಮೂರ್ತಿ ಒಂದೇ ಸಮನೆ ದಿಲ್ಲಿಯ ನಾನಾ ನಂಬರುಗಳಿಗೆ ಫೋನು ಮಾಡಿ, ಹಿಂಗಿಂಗೆ ಕಾರ್ಗಿಲ್‌ಗೆ ಹೋಗಬೇಕೂಂದ್ಕಂಡಿದೀವಿ. ಕಳಿಸಿ ಕೊಡ್ತೀರಾ? ಅಂತ ಗೋಗರೆಯುತ್ತಿದ್ದ. ಅನಂತಕುಮಾರ್ ಎಂಬ ಬಿಜೆಪಿ ಭೂಪ ತನ್ನ ಹೆಗಲು ಮುಟ್ಟಿಸಿಕೊಳ್ಳಲೂ ಇಲ್ಲ. ಆತನಿಗೆ ಅರ್ಜೆಂಟಾಗಿ ಬೆಂಗಳೂರಿನ ಒಂದಷ್ಟು ಜನ ಪತ್ರಕರ್ತರನ್ನು ಸಿಂಗಪೂರ್‌ಗೆ ಜಾಲಿ ಟ್ರಿಪ್‌ಗಾಗಿ ಕರೆದೊಯ್ಯಬೇಕಿತ್ತು. ಅದರ ಮಧ್ಯೆ "ಕೆಕರು ಮುಖದ ಇಬ್ಬರು ಪತ್ರಕರ್ತರು ನಾವು. ಕಾರ್ಗಿಲ್‌ಗೆ ಕಳಿಸಿಕೊಡು ಅನಂತ್. ನಿನ್ನ ದುಡ್ಡು ಬೇಡ. ವಿಮಾನದ

ಟಿಕೆಟ್ಟು ಬೇಡ. ಶ್ರೀನಗರ್‌ನಿಂದ ಮುಂದಕ್ಕೆ- ಕಾರ್ಗಿಲ್ ತಲುಪುವ ದಾರಿ ಹೇಳು ಸಾಕು. ನಿನಗೆ ಗೊತ್ತಿದ್ದ ವರಿಗೆ ಒಂದು ಮಾತು. ಒಂದು ಪರಿಚಯದ ಪತ್ರ. **Please help us....**"

ನಮ್ಮ ಮೊರೆ ಅನಂತಕುಮಾರ್‌ಗೆ ತಲುಪಲೇ ಇಲ್ಲ. ಜಾರ್ಜ್ ಮಹಾಶಯ ಫೋನಿಗೇ ಸಿಕ್ಕಲಿಲ್ಲ. ಅವರ ಸೋದರ ಮೈಕೆಲ್ ಫರ್ನಾಂಡಿಸ್ ಜೊತೆಗೆ ಮಾತನಾಡಿದೆ. ಟೆಲಿಫೋನ್ ಬಿಲ್ ದಂಡವಾಯಿತೇ ಹೊರತು ಕಾರ್ಗಿಲ್‌ನ ದಿಕ್ಕು ಗೋಚರವಾಗಲಿಲ್ಲ. ಇದ್ದುದರಲ್ಲಿ ಜೀವರಾಜ್ ಆಳ್ವ ವಾಸಿ. "ಜಾರ್ಜ್ ಫರ್ನಾಂಡಿಸ್ ಕಚೇರಿಯಲ್ಲಿ ನಮ್ಮ ಹುಡುಗನೊಬ್ಬನಿದ್ದಾನೆ. ಅನಿಲ್ ಹೆಗ್ಗಡೆ ಅಂತ. **Contact him.** ನಿಮಗೆ ಉಪಯೋಗವಾಗಬಹುದು" ಅಂದರು. ಮುಖ ಪರಿಚಯ ಕೂಡ ಇರದ ಅನಿಲ್ ಹೆಗ್ಗಡೆ ಎಂಬ ವ್ಯಕ್ತಿಯ ಎರಡು ಟೆಲಿಫೋನ್ ನಂಬರುಗಳನ್ನು ಒಂದು ಚೀಟಿಯಲ್ಲಿ ಬರೆದಿಟ್ಟುಕೊಂಡು ದಿಲ್ಲಿಯ ವಿಮಾನ ಹತ್ತುವುದಾದರೂ ಹೇಗೆ? ತೀರ ಬೆಳಿಗ್ಗೆ ಎದ್ದು ಹೊರಡಬೇಕೆಂಬಷ್ಟರಲ್ಲಿ ನನ್ನ ಉತ್ಸಾಹ **puncture** ಆಗತೊಡಗಿತು. ಯುದ್ಧ ಭೂಮಿಯ ಹತ್ತಿರಕ್ಕೂ ಪತ್ರಕರ್ತರನ್ನು ಬಿಡುತ್ತಿಲ್ಲವಂತೆ ಎಂಬ ವದಂತಿಗಳು ಕೇಳಿ ಬರತೊಡಗಿದವು. ಅಸಲು ಕಾರ್ಗಿಲ್ ಪ್ರವಾಸವನ್ನೇ **drop** ಮಾಡಿಬಿಡೋಣವೇ ಅಂದುಕೊಂಡೆ.

"ನೋಡಿ ಸಾರ್, ನೀವು ಕಾರ್ಗಿಲ್‌ಗೆ ಹೋಗದೆ ಇದ್ರೆ ನಿಮಗಿಂತ ಹೆಚ್ಚು ಬೇಜಾರು ನನಗಾಗುತ್ತೆ. ಸುಮ್ಮನೆ ಹೊರಡಿ. ಶ್ರೀನಗರ್ ತಲುಪಿದ ಮೇಲೆ ಏನೋ ಒಂದು ಆಗುತ್ತೆ. **Make a move.** ಉಳಿದ ಪತ್ರಕರ್ತರ ಥರಾ ಅಲ್ಲ ನೀವು. ನಿಮ್ಮಾಫೀಸಿಗೆ ನೀವೇ ಧಣಿ. ಕೈಲಿ ದುಡ್ಡಿದೆ. ಆರೋಗ್ಯವಿದೆ. ಎಲ್ಲಿಗೆ ಹೋದರೂ ಜಯಿಸಿಕೊಂಡು ಬರುವ ವಿಶ್ವಾಸವಿದೆ. ಆದದ್ದಾಗಲಿ ಹೊರಟು ಬಿಡಿ." ಅಂತ ಗಂಟುಬಿದ್ದವನು 'ಜನವಾಹಿನಿ'ಯ ವರದಿಗಾರ ಮತ್ತು ನನ್ನ ಪ್ರೀತಿಯ ಮಿತ್ರ ನಾಗಮಂಗಲದ ಪ್ರಕಾಶ. ಅವತ್ತು ರಾತ್ರಿ ಅವನು ತಿದಿಯೊತ್ತದೆ ಇದ್ದಿದ್ದರೆ, ಬೆಳಿಗ್ಗೆ ನಾನು ದಿಲ್ಲಿಯ ವಿಮಾನ ಹತ್ತುತ್ತಲೇ ಇರಲಿಲ್ಲವೇನೋ?

ಮುಂದೆ ಅದೆಲ್ಲ ಆಯಿತಲ್ಲ? ಕಡೆಗೂ ಅನಿಲ್ ಹೆಗ್ಗಡೆಯ ಮುಖ ಅಪರಿಚಿತವಾಗಿಯೇ ಉಳಿಯಿತು. ದಿಲ್ಲಿಯಿಂದ ಶ್ರೀನಗರಕ್ಕೆ ಹೊರಡುವ ಕಡೆಯ ಘಳಿಗೆಯಲ್ಲಿ ಆತ ಒಂದೇ ಒಂದು ನಂಬರು ಹಾಗು ಅಮಿತ್ ವಾಂಚೂ ಎಂಬ ಹೆಸರು ಕೊಟ್ಟು **"try your luck"** ಅಂತ ಹೇಳದೆ ಹೋಗಿದ್ದಿದ್ದರೆ ಪಾಕಿ ಮನಸ್ಸಿನ ಶ್ರೀನಗರದಲ್ಲಿ ಏನೇನು ಪಡಿಪಾಟಲು ಪಡುತ್ತಿದ್ದೆನೋ? ಭಾರತದ ಇನ್ನೊಂದು ಮೂಲೆಯಲ್ಲಿ ಸುತ್ತಲೂ ಪಾಕಿಸ್ತಾನಿ ಮನಸ್ಸಿನ ಕಾಶ್ಮೀರಿಗಳನ್ನಿಟ್ಟುಕೊಂಡು ಬದುಕುತ್ತಿರುವ ಆ ಸ್ನಿಗ್ಧ ಜೀವಿಯ ಬಗ್ಗೆ ಬಹುಶಃ ಮುಂದೊಂದು ದಿನ ತುಂಬ ವಿಸ್ತಾರವಾಗಿ ಬರೆಯಲಿದ್ದೇನೆ. ಶ್ರೀನಗರ್‌ನ ಸೂಪರ್ ಸೆಕ್ಯುರಿಟಿ ದಿಗ್ಬಂಧನಗಳುಳ್ಳ ಏರ್‌ಪೋರ್ಟಿನಿಂದ ಹೊರಕ್ಕೆ ಬರುತ್ತಿದ್ದಂತೆಯೇ ಒಬ್ಬ ಅಮಿತ್ ವಾಂಚೂ ಎಂಬ ನೀಲಿ ಟೋಪಿಯ ಅಪರಿಚಿತ ಸ್ಫುರದ್ರೂಪಿ ಎಲ್ಲಿಂದಲೋ ಓಡೋಡಿ ಬಂದು ಗಪ್ಪನೆ ತೆಕ್ಕೆಗೆ ಬಿದ್ದು **"welcome to the valley!"** ಆತ ಉದ್ಗರಿಸಿದನಲ್ಲ? ಆತನಿಗೂ-ನನಗೂ ಇದ್ದ ಏಕೈಕ

ಬಾಂಧವ್ಯವೆಂದರೆ ಮೂರು ಅಕ್ಷರಗಳ 'ಭಾರತ' ಎಂಬುದನ್ನು ನೀವ್ಯಾರಾದರೂ ನಂಬುತ್ತೀರಾ?

"ಬೆಂಗಳೂರಿನಿಂದ ರವಿ ಬೆಳಗೆರೆ ಎಂಬಾತ ಬರುತ್ತಿದ್ದಾನೆ. ಆತ ಪತ್ರಕರ್ತ. ನಿನಗೆ ಕೈಲಾದ ಸಹಾಯ ಮಾಡು. ಆದರೂ ಎಚ್ಚರವಿರಲಿ. ತೀರ ಹಚ್ಚಿಕೋಬೇಡ. ಪತ್ರಕರ್ತರ ಸಂಗತಿ ಗೊತ್ತಲ್ಲ?" ಎಂಬುದೊಂದು ಸಂದೇಶವನ್ನು ಅಮಿತ್ ವಾಂಚೂಗೆ ತಲುಪಿಸಿದ್ದು, ಜಾರ್ಜ್ ಫರ್ನಾಂಡಿಸ್‌ರ ಸಹಾಯಕ ಅನಿಲ್ ಹೆಗ್ಗಡೆ.

ಮುಖ ನೋಡಿದ ಕೂಡಲೆ ಅಮಿತ್‌ಗೆ ಅದೇನನ್ನಿಸಿತೋ? "ಶ್ರೀನಗರದಂಥ **anti Indian** ಊರಿನಲ್ಲಿ ಯಾರೊಬ್ಬರ ಪರಿಚಯವೂ ಇಲ್ಲದೆ ಹೇಗಿರುತ್ತೀರಿ? **Risk** ಬೇಡ. ನನ್ನ ಜೊತೆ, ನಮ್ಮ ಮನೇಲಿದ್ದು ಬಿಡಿ" ಅಂತಲೇ ಮಾತಿಗೆ ಶುರುವಿಟ್ಟ. ಈ ಹುಡುಗನಿಗಿರುವ ಪ್ರೀತಿ ಅದರಲ್ಲೂ ಅಪರಿಚಿತ, ಆಗಂತುಕನೊಬ್ಬನೆಡೆಗಿರುವ-ಕಾಳಜಿ ನಮ್ಮ ಕರ್ನಾಟಕದ ಯಾವೊಬ್ಬ ರಾಜಕಾರಣಿಗೂ ಇರಲಿಲ್ಲವಲ್ಲ? 'ಭಾರತ'ವೆಂಬ ಆವೇಶ ಕೇವಲ ಹಿಮದ ಸರಹದ್ದಿಗೆ ಹತ್ತಿರಾದಂತೆಲ್ಲ ಹುಟ್ಟುವಂತಹ ಭಾವನೆಯೇ ಅನ್ನಿಸತೊಡಗಿತ್ತು.

ಈಗ ಬಿಡಿ; ನನ್ನ ಪಾಲಿಗೆ ಅಮಿತ್‌ವಾಂಚೂ ಬೆನ್ನಲ್ಲಿ ಹುಟ್ಟಿದ ತಮ್ಮನಂಥವನು. ಅವನ ಅಜ್ಜಿ ನನಗೆ ಕೈ ತುತ್ತು ಹಾಕಿದ್ದಾಳೆ. ಆಕೆಯ ಮಂಡಿ ನೋವಿಗೆ ನಾನು ಬೆಂಗಳೂರಿನಿಂದ ತ್ಯಾಂಪಣ್ಣ ಭಂಡಾರಿಯ ನೋವಿನ ಎಣ್ಣೆಯನ್ನೂ, ಮಹಾ ನಾರಾಯಣ ತೈಲವನ್ನೂ ತೆಗೆದುಕೊಂಡು ಹೋಗುತ್ತಿದ್ದೇನೆ. ದಕ್ಷಿಣ ಕನ್ನಡದಲ್ಲಿ ಓದುತ್ತಿರುವ ಅಮಿತ್‌ನ ತಂಗಿಗೆ ನಾನೇ **local** ಗಾರ್ಡಿಯನ್. ಅಮಿತ್‌ನ ಕಾರಿನಲ್ಲಿ ಶ್ರೀನಗರದ ಪ್ರತಿ ಗಲ್ಲಿ, ಪ್ರತಿ ರಸ್ತೆ, ಪ್ರತಿ ಕಚೇರಿಯನ್ನೂ ನಾನೊಬ್ಬನೇ ಸುತ್ತಿ ಬರಬಲ್ಲೆ. ಅದೀಗ ನನಗೆ ಜಯನಗರದಷ್ಟೇ ಪರಿಚಿತ. ಅಲ್ಲಿನ ಆರ್ಮಿ ಬೇಸ್‌ನಲ್ಲಿ ಕನ್ನಡದ ಸೈನಿಕರು, ಮೇಜರುಗಳು, ಲೆಫ್ಟಿನೆಂಟರು, ಕರ್ನಲ್‌ಗಳು-ಎಲ್ಲರೂ ಗೆಳೆಯರಾಗಿ ಹೋಗಿದ್ದಾರೆ. ಈ ಬಾರಿ ಹೊಸ್ತಿಲು ಕಾಯದೆ ನಾನು ಒಳಕ್ಕೆ ನುಗ್ಗಬಲ್ಲೆ. ಕಾರ್ಗಿಲ್‌ನ ಕದನಭೂಮಿಯೊಳಕ್ಕೆ ಅಳುಕಿಲ್ಲದೆ ಕಾಲಿಡಬಲ್ಲೆ. ಟೊಲೋಲಿಂಗ್ ಎಲ್ಲಿದೆಯೆಂಬುದು ಗೊತ್ತು. ಟೈಗರ್ ಹಿಲ್ಸ್‌ನ ಬುಡ ತಲುಪಬಲ್ಲೆ. ಫಿರಂಗಿಯ ಹೆಸರು, ಷೆಲ್‌ನ ತೂಕ, ಗಂಧಕದ ಗಾತ್ರ, ಬಂದೂಕುಗಳ ಕ್ಯಾಲಿಬರ್, ಬಟಾಲಿಕ್‌ನ ಬರ್ಬರತೆ, ಮುಷ್ಕೋ ಕೊಳ್ಳದ ದಿಗಿಲುಗಳು-ಯಾವೂ ನನಗೀಗ ಅಪರಿಚಿತವಲ್ಲ. ಅಲ್ಲೀಗ ನನಗೆ ಪ್ರತಿಯೊಂದೂ ಸರಾಗ. ಎಷ್ಟು ಹೊತ್ತಿಗೆ ಬಂಕರು ಸೇರಿಕೊಂಡರೆ ಜೀವ ಉಳಿಯುತ್ತೆ ಎಂಬುದರಿಂದ ಹಿಡಿದು: ಎಷ್ಟು ಹೊತ್ತಿಗೆ ಪ್ರಯತ್ನಿಸಿದರೆ ಯುದ್ಧ ಭೂಮಿಯಿಂದಲೂ ಬೆಂಗಳೂರಿಗೆ ಟೆಲಿಫೋನ್‌ನ ಲೈನು ಸಿಗುತ್ತೆ ಅಂತ ಗೊತ್ತಾಗಿಬಿಟ್ಟಿದೆ.

ಆದರೆ ಬಟಾಲಿಕ್ ಸನಿಹದ ಬಂಕರುಗಳಲ್ಲಿ ಮರಳಿನ ಮೂಟೆಗೆ ಬೆನ್ನು ಒತ್ತಿ ಒಬ್ಬನೇ ಕುಳಿತುಕೊಂಡಾಗ ಅದೆಲ್ಲಿಂದಲೋ ಇಳಿದು ಬಂದು ಒಂದು ಭಯಾನಕವಾದ ಒಬ್ಬಂಟಿತನ ಕಾಡುತ್ತದಲ್ಲ?

ಅದರೊಂದಿಗೆ ಬಡಿದಾಡುವುದು ಹೇಗೆ?

ಅದರಲ್ಲೂ ವಿಶೇಷವಾಗಿ, ಬಂಕರುಗಳಲ್ಲಿ ಕಾಡುವ ವಿಲಕ್ಷಣ ದಿಗಿಲುಗಳಿವೆಯಲ್ಲ? ನಿಜಕ್ಕೂ ಯಾತನಾದಾಯಕ. ಮಿದುಳಿಗೆ ರಕ್ತ ಮತ್ತು ಉಸಿರ ತಿತ್ತಿಗಳಿಗೆ ಆಮ್ಲಜನಕದ ಕೊರತೆಯುಂಟಾಗುವುದರಿಂದಲೋ ಏನೋ; ಮನುಷ್ಯರ ಯೋಚನಾ ಕ್ರಮವೇ ವಿರುಪೇರಾಗಿ ಬಿಟ್ಟಿರುತ್ತದೆ. ಸಾವಿರಾರು ಹಾಡು ಕಂಠಸ್ತವಿರುವ ನನಗೆ, ಆ ಕ್ಷಣದಲ್ಲಿ ಬೇಕೇ ಬೇಕೆನ್ನಿಸಿದ ಒಂದು ಮುಕೇಶನ ಹಾಡು ನೆನಪಿಗೆ ಬರುವುದಿಲ್ಲ. ಒಂದು ಸಿಗರೇಟನ್ನು ಪೂರ್ತಿ ಉರಿಸುವ ವ್ಯವಧಾನವಿಲ್ಲದೆ ನೆಲಕ್ಕೆ ತಿಕ್ಕಿ ಬಿಡುತ್ತಿದ್ದೆ. ಕೆಲವೊಮ್ಮೆ ಮರುಳನಂತೆ ನನ್ನಲ್ಲಿ ನಾನೇ ಮಾತಾಡಿಕೊಳ್ಳುತ್ತಿದ್ದೆ. ಇಲ್ಲಿಂದ ಬದುಕಿ ಹೊರಬಿದ್ದು ನನ್ನೂರಿಗೆ ವಾಪಸು ಹೋಗುತ್ತೇನೋ ಇಲ್ಲವೋ ಎಂಬ ದಿಗಿಲು ಕಾಡಿದಾಗ ವಿಪರೀತ ಕಕ್ಕಾಬಿಕ್ಕಿಯಾಗಿ ಮನೆಯವರ ಮತ್ತು ಗೆಳೆಯರೆಲ್ಲರ ಹೆಸರುಗಳನ್ನು ಪದೇಪದೇ ಹೇಳಿಕೊಳ್ಳುತ್ತಿದ್ದೆ. ಅಂಥ ವಿಲಕ್ಷಣ ಸ್ಥಿತಿಯಲ್ಲಿ ನನ್ನ ನೆರವಿಗೆ ಬಂದದ್ದೇನು ಗೊತ್ತೆ?

ಓದುಗರ ಪತ್ರಗಳು!

ಹಾಗೇಕೆ ಮಾಡಿದೆನೋ, ಇವತ್ತಿಗೂ ಗೊತ್ತಿಲ್ಲ; ಕೆಲವು ಪತ್ರಗಳನ್ನು ಇಲ್ಲಿಂದ ಹೊರಡುವಾಗಲೇ ಚೀಲಕ್ಕೆ ತುಂಬಿಕೊಂಡು ಹೋಗಿದ್ದೆ. ನನ್ನ ಇತ್ತೀಚಿನ ಗೆಳತಿಯೊಬ್ಬಳು ತೀರ **casual** ಆಗಿ ಬರೆದ ಪತ್ರವೊಂದು ನನ್ನ ಜೇಬಿನಲ್ಲಿತ್ತು ಅದನ್ನು ಬಂಕರುಗಳಲ್ಲಿ, ಕೋಣೆಗಳಲ್ಲಿ, ಸರೋವರದ ಸಮ್ಮುಖದಲ್ಲಿ, ಪರಮ ಬೋರು ಹೊಡೆಸುವ ಏರ್‌ಪೋರ್ಟುಗಳಲ್ಲಿ, ಮಿಲಿಟರಿ ಟ್ರಕ್ಕುಗಳಲ್ಲಿ ಎಷ್ಟು ಸಲ ಓದಿಕೊಂಡಿದ್ದೇನೆಂದರೆ: ಬಹುಶಃ ಆಕೆ ಎದುರಿಗೆ ಸಿಕ್ಕು 'ಹ್ಯಾಗಿದ್ದೀ?' ಅಂತ ಕೇಳಿದರೆ ಆಕೆಯ ಏಳು ಪ್ಯಾರಾಗಳ ಪತ್ರವನ್ನು ಪಟಪಟನೆ ಒಪ್ಪಿಸಿ "ಯುವರ್ಸ್ ಸಿನ್ಸಿಯರ್ಲಿ, ರವೀ" ಎಂದು ಮುಖ ನೋಡಿ ನಕ್ಕು ಬಿಡಬಲ್ಲೆ. ಪತ್ರಗಳೇ ಹಾಗೆ. ಅವು ಪ್ರೀತಿಯ ಸೆಲೆಗಳು. ವಿಶ್ವಾಸದ ಪ್ರಾಮಿಸರಿ ನೋಟುಗಳು. ಯಾವತ್ತು ಬೇಕಾದರೂ **encash** ಮಾಡಿಸಿಕೊಳ್ಳಬಲ್ಲ ಟ್ರಾವೆಲರ್ಸ್ ಚೆಕ್ಕುಗಳು. ಹಾಗೆ ನನ್ನೊಂದಿಗೆ ಕಾರ್ಗಿಲ್‌ಗೆ ಪ್ರಯಾಣ ಮಾಡಿದ ಎರಡು ಪತ್ರಗಳನ್ನು ಇಲ್ಲಿ ಉಲ್ಲೇಖಿಸುತ್ತಿದ್ದೇನೆ.

ಮೊದಲನೆಯದು ಚಿತ್ರದುರ್ಗದ ದೇವದಾಸ್ ಎಂಬ ಹುಡುಗನದು. ಮೂರೂ ಮುಕ್ಕಾಲು ಅಡಿ ಎತ್ತರವಿರುವ ಈ ಹುಟ್ಟಾ ಹುಂಬ ತನ್ನ ಕೈ ಮೇಲೆ ನನ್ನ ಹೆಸರು ಕೆತ್ತಿಸಿಕೊಂಡಿದ್ದಾನೆ. ಹೊತ್ತಲ್ಲದ ಹೊತ್ತಿನಲ್ಲಿ ಫೋನು ಮಾಡುತ್ತಾನೆ. ಅಪರೂಪಕ್ಕೊಂದು ತುಂಬ ಒಳ್ಳೆಯ ಪತ್ರ ಬರೆಯುತ್ತಾನೆ.

"ರವಿಯಣ್ಣಾ, ಹಿಮಾಲಯನ್ ಬ್ಲಂಡರ್ ಬಗ್ಗೆ ನೀನು ಬರೆದದ್ದು ಓದಿದೆ. ಆ ಕುರುಡು ಸೈನಿಕ **snow glasses**ಗಾಗಿ ತಡಕಾಡಿದಾಗ, ಮುರಿದ ಕನ್ನಡಕ ಸಿಕ್ಕ ಸಂಗತಿ ಓದುತ್ತಿದ್ದಂತೆಯೇ ಮನಸ್ಸು ಕದಡಿ ಹೋಯಿತು. ಅವತ್ತು ರಾತ್ರಿಯ ಊಟಕ್ಕೆ ಕುಳಿತರೆ ತಟ್ಟೆಯ ತುಂಬ ಕನ್ನಡಕದ ಗಾಜಿನ ಚೂರುಗಳೇ ಕಾಣಿಸಿದವು ರವಿಯಣ್ಣಾ. ಆಮೇಲೆ ಬೆಳತನಕ ನಿದ್ರೆ ಬರಲಿಲ್ಲ!" ಎಂಬ ಪುಟ್ಟ ಪತ್ರವನ್ನು ಅದೇಕೆ ನೂರಾರು ಸಲ ಓದಿಕೊಂಡೆನೋ ನನಗೇ

ಗೊತ್ತಿಲ್ಲ.

ಇನ್ನೊಂದು ಪತ್ರ, ಉಳಿದೆಲ್ಲವುಗಳಿಗಿಂತ ಭಿನ್ನವಾದದ್ದು. ಬರೆದ ಹುಡುಗಿಯ ಹೆಸರು ಉಷಾ. ಬಹುಶಃ ನನ್ನ ಅರ್ಧದಷ್ಟು ವಯಸ್ಸಾಗಿರದ ಪುಟ್ಟ ಹುಡುಗಿ. ಅವಳಿಗೆ ನಾನು ಕಾರ್ಗಿಲ್‌ಗೆ ಹೊರಟ ಸುದ್ದಿ ಗೊತ್ತಿಲ್ಲ ಒಂದು ಷೆಲ್ ಸಿಡಿದರೆ ಎಂಥ ಶಬ್ದವಾಗುತ್ತದೆ ಎಂಬ ಅಂದಾಜಿಲ್ಲ. ತಾನು ಬರೆದ ನಾಲ್ಕು ಪುಟಗಳ ಒಂದು ಪತ್ರ, ಬೆಂಗಳೂರಿನ ಈ ತುದಿಯಿಂದ ಕಾಶ್ಮೀರದ ಆ ತುದಿಗೆ ತಲುಪಬಹುದೆಂಬ ಅತಿ ಸಣ್ಣ ಅಂದಾಜೂ ಇರಲಿಕ್ಕಿಲ್ಲ. ಇದ್ದಿದ್ದರೆ, ಆ ಹುಡುಗಿ ತಾನಿರುವ ಚಿಕ್ಕಬಳ್ಳಾಪುರದಿಂದಲೇ ಕಾಶ್ಮೀರದ ಗಡಿಯ ಯೋಧರಿಗೊಂದು ನಮಸ್ಕಾರವನ್ನೂ, ನನ್ನ ಹುಂಬತನಕ್ಕೊಂದು ಹಾರೈಕೆಯನ್ನೂ ಬರೆದು ಸುಮ್ಮನಾಗುತ್ತಿದ್ದಳು. ಆದರೆ ಯುದ್ಧಭೂಮಿಯಿಂದ ಸಾವಿರಾರು ಗಾವುದ ದೂರ ಕುಳಿತ ಹುಡುಗಿ, ತಾನು ಇಷ್ಟಪಟ್ಟ, ನಂಬಿದ ಲೇಖಕನೊಬ್ಬನಿಗೆ ತನ್ನ ಒಳಮನಸ್ಸನ್ನು ಯಾವ್ಯಾವ ಪರಿಯಲ್ಲಿ ಅನಾವರಣಗೊಳಿಸುತ್ತಾಳೋ ನೋಡಿ?

ಡಿಯರೆಸ್ಟ್ ರವೀ ಸರ್,

ನನ್ನ ಹೆಸರು ಉಷಾ ಅಂತ. ಕಳೆದ ಎರಡು ತಿಂಗಳಿಂದ ಪರೀಕ್ಷೆಯ ಗಡಿಬಿಡಿಯಲ್ಲಿದ್ದವಳಿಗೆ 'ಹಾಯ್' ಓದುವುದಕ್ಕೆ ಸಾಧ್ಯವೇ ಆಗಿರಲಿಲ್ಲ. ಕಡೇ ಪಕ್ಷ ಖಾಸ್‌ಬಾತ್ ಕೂಡ. ಈಗೊಂದು ವಾರದಿಂದ ಕೂತು ಎಲ್ಲ ಸಂಚಿಕೆ ಒಟ್ಟು ಹಾಕಿಕೊಂಡು ಒಂದೊಂದೇ ಬರಹ ಓದುತ್ತಿದ್ದೇನೆ. ಕೆಲವೊಮ್ಮೆ ಯಾವುದು ಖಾಸ್‌ಬಾತೋ ಯಾವುದು ಲವ್‌ಲವಿಕೆಯೋ ಅರ್ಥವಾಗದೆ **confuse** ಆಗುತ್ತೇನೆ. ಕಳೆದ ವಾರದ ನಿಮ್ಮ ಬರಹ ಓದಿದ ಮೇಲಂತೂ ನಿಮಗೊಂದು ಪತ್ರ ಬರೆದು, ನನ್ನದೊಂದು ದುಗುಡ ಕಳೆದುಕೊಳ್ಳಲೇಬೇಕು ಅನ್ನಿಸಿ ಬಿಟ್ಟಿತ್ತು. ಆದ್ದರಿಂದ ಬರೆಯುತ್ತಿದ್ದೇನೆ.

"ನಾನು-ನೀನು ಮತ್ತೆ **meet** ಮಾಡೋದು ಬೇಡ. ನಿನ್ನನ್ನು ನೋಡ್ತಾ ಇದ್ರೆ ನನಗೆ ನನ್ನ ಕೆಲಸಗಳಲ್ಲಿ ಏಕಾಗ್ರತೆಯಿಂದ ತೊಡಗಿಕೊಳ್ಳೋಕೆ ಆಗಲ್ಲ. ಹೀಗಾದರೆ ನನ್ನ ಛಾಲೆಂಜಿನ ಗತಿಯೇನು? ಆ ವಿಷಯದಲ್ಲಿ ನಾನು ಯಾವ ಕಾರಣಕ್ಕೂ ಸೋಲಬಾರದು. ಸೋತದ್ದೇ ಆದರೆ ಯಾವತ್ತಿಗೂ ನಿನ್ನೆದುರಿಗೆ ಮತ್ತೆ ಬಂದು ನಿಲ್ಲುವುದಿಲ್ಲ. ಆದರೆ ಗೆದ್ದೇ ಗೆಲ್ಲುತ್ತೇನೆಂಬ ವಿಶ್ವಾಸ ನನಗಿದೆ. ಕೊಂಚ ಮನಸ್ಸು ಗಟ್ಟಿ ಮಾಡಿಕೋ..." ಅಂತ ಹೇಳಿ ನನ್ನನ್ನು ನಮ್ಮೂರಿನ ಬಸ್‌ಸ್ಟ್ಯಾಂಡಿನಲ್ಲಿ ಬಿಟ್ಟು ಅವನು ಹೊರಟುಹೋಗಿ ಒಂದೂವರೆ ವರ್ಷಗಳಾದವು. ಅವನ ಹೆಸರು ಸುಪ್ರೀತ್.

ಇದುವರೆಗೂ ಅವನ ಬಗ್ಗೆ ನನಗೆ ಗೊತ್ತಿರುವ ಒಂದೇ ವಿಷಯವೆಂದರೆ, ಅವನು ಬೆಂಗಳೂರಿನಲ್ಲಿದ್ದಾನೆ; ಅಷ್ಟೆ. ಎಲ್ಲಿದ್ದಾನೆ? ಏನು ಮಾಡ್ತಿದ್ದಾನೆ? ಏನಾದ? ಒಂದೂ ಗೊತ್ತಿಲ್ಲ. ಅದೇನಾಯ್ತೂಂದ್ರೆ, ಅವನು ನಮ್ಮ ಜಾತಿಯವನಲ್ಲ. ಸಮಾಜದ ಪ್ರಕಾರ ಕೆಳಜಾತಿಯವನು. ಆರ್ಥಿಕವಾಗಿ ನಮ್ಮಪ್ಪನಿಗಿಂತ ಬಡವ. ಹಾಗಿದ್ದವನು, "ನಿಮ್ಮ ಮಗಳ್ನ

ಮದುವೆ ಮಾಡ್ಕೋತೀನಿ" ಅಂತ ಕೇಳಿದರೆ ಅಪ್ಪ ಸುಮ್ನಿರ್ತಾರಾ? ಆಗ ನಮಗೆ ತೋಚಿದ ಒಂದೇ ಮಾರ್ಗವೆಂದರೆ, ಸುಪ್ರೀತ್ ತುಂಬ ಹಣ ಸಂಪಾದಿಸಬೇಕು. ಎಷ್ಟು ಅಂದ್ರೆ, ನಮ್ಮ ತಂದೆ ಅವನ ಜಾತೀನ **ignore** ಮಾಡುವಷ್ಟು. ನೀವಿಬ್ಬರೂ ಓಡಿಹೋಗಬಹುದಿತ್ತಲ್ಲಾ ಅಂತೀರೇನೋ? ಆದರೆ ನಮ್ಮಿಬ್ಬರಿಗೂ ಅದು ಇಷ್ಟವಿರಲಿಲ್ಲ. ನನ್ನ ಮೇಲೆ ಅಪ್ಪ ಅಮ್ಮನಿಗೆ ತುಂಬ ಪ್ರೀತಿ. ಅವರ ಭಾವನೆಗಳನ್ನು ಸುಪ್ರೀತ್ ಅರ್ಥ ಮಾಡಿಕೊಂಡಿದ್ದಾನೆ. ಹೀಗಾಗಿ, ನನ್ನನ್ನು ಬಸ್ಸ್ಟ್ಯಾಂಡಿನಲ್ಲಿ ನಿಲ್ಲಿಸಿ, ಧೈರ್ಯ ಹೇಳಿ ಹೊರಟು ಹೋದ. ಗೆಲುವಿನ ದಿಸೆಯಲ್ಲಿ ಅವನೀಗಾಗಲೇ ಒಂದೆರಡು ಹೆಜ್ಜೆಯಿಟ್ಟಿರಬಹುದಲ್ವಾ ರವೀ ಸಾರ್?

ಹಾಗೆ ಸುಪ್ರೀತ್ ಹೊರಟುಹೋದ ಸ್ವಲ್ಪ ದಿನದಲ್ಲೇ ಅಮ್ಮನಿಗೆ ನಮ್ಮ ಪ್ರೇಮದ ಬಗ್ಗೆ **clue** ಸಿಕ್ಕು ಹೋಯ್ತು. ಕರೆದು ಕೂಡಿಸಿಕೊಂಡು ಬೈದರು. ಬುದ್ಧಿ ಹೇಳಿದರು. ಪ್ರಾಮಿಸ್ ಮಾಡಿಸಿಕೊಂಡರು. ಯಾಕೋ ಆಗೆಲ್ಲ ಅಮ್ಮ ಹೇಳಿದ್ದೇ ಸರಿ ಅನ್ನಿಸ್ತಿತ್ತು. ಏನೂ ಗೊತ್ತಿಲ್ಲದ ಹುಡುಗನನ್ನು ನಂಬೋದು ಹೇಗೆ? ಅವನು ಗುರಿ ಸಾಧಿಸಿ ವಾಪಸು ಬರದೇನೇ ಇದ್ರೆ? ಅದಕ್ಕೇ ಒಂದೆರಡು ತಿಂಗಳು ಅವನನ್ನು ಮರೆಯೋಕೆ ಪ್ರಯತ್ನಿಸಿದೆ. ಇಷ್ಟು ಒಳ್ಳೆ ಅಪ್ಪ ಅಮ್ಮನ್ನ ಬಿಟ್ಟು ಮತ್ಯಾರನ್ನೋ ಪ್ರೀತಿಸಲೇಬಾರದು ಅಂದುಕೊಂಡೆ. ಮನಸ್ಸು ಕೂಡ ನನ್ನ ಮಾತು ಕೇಳುವ ಸ್ಥಿತಿಗೆ ಬರತೊಡಗಿತ್ತು. ಆದರೆ ರವೀ ಸರ್: ಅದೇನಾಗಿಹೋಯಿತೋ ಏನೋ? ಒಂದು ಸಲ ಇದ್ದಕ್ಕಿದ್ದ ಹಾಗೆ ಅದೆಲ್ಲ ಸುಳ್ಳು: ಅವನೇ ಸರಿ. ಪ್ರೇಮವೇ ಅಂತಿಮ ಅನ್ನಿಸಿಬಿಡ್ತು. ಮರೆತಿದ್ದ ಅವನ ನೆನಪುಗಳೆಲ್ಲ ವಾಪಸು ಬಂದು ಬಡಿಯತೊಡಗಿದವು. ಕಡೆಗೂ ನಾನು ಸೋತೆ. ನನಗಾದರೆ ಪ್ರೀತಿಸೋಕೆ ಅಮ್ಮ ಇದ್ದಾಳೆ. ಅಪ್ಪ ಇದ್ದಾರೆ. ಸುಪ್ರೀತ್‌ಗೆ ಬೇರೆ ಯಾರಿದ್ದಾರೆ? ನನ್ನ ಹೊರತಾಗಿ? ಛೆ, ಅವನನ್ನು ಯಾವ ಕಾರಣಕ್ಕೂ ಮರೀಬಾರ್ದು ಅಂತ ತೀರ್ಮಾನಿಸಿಬಿಟ್ಟೆ. ಈ ಮಧ್ಯೆ ಅನೇಕ ಹುಡುಗರು ನಂಗೆ **propose** ಮಾಡಿದರು. ಮೊನ್ನೇನೂ ಒಬ್ಬ ಪ್ರೇಮದ ಮಾತಾಡಿದ. ಆದರೆ ಅವರ್‍ಯಾರೂ ಸುಪ್ರೀತ್ ಥರ ಇರಲೇ ಇಲ್ಲ. ಅವನಲ್ಲಿದ್ದ ಪ್ರಾಮಾಣಿಕತೆ, ಆತ್ಮವಿಶ್ವಾಸ, ನಂಬಿಕೆ, ಕಣ್ಣಲಿದ್ದ ಪ್ರೀತಿ, ಕನಸು-ಅವ್ಯಾವೂ ಅವರಲ್ಲಿರಲಿಲ್ಲ. ಹಾಗೆ ಒಬ್ಬೊಬ್ಬ ಹುಡುಗ ಬಂದು ಕೇಳಿದಾಗಲೂ ನಂಗೆ ಸುಪ್ರೀತ್ ಮೇಲೆ ಪ್ರೀತಿ ಹೆಚ್ಚುತ್ತಲೇ ಹೋಯಿತು. ನಿಜವಾಗ಼್ೂ ರವೀ ಸರ್, ಅವನು ನನ್ನನ್ನು ಹುಡುಗಿ ಅನ್ನೋದಕ್ಕಿಂತ ಮಗೂ ಥರಾ ಪ್ರೀತಿಸ್ತಿದ್ದ. ಆಗಿನ್ನೂ ನಾನು ಹತ್ತನೇ ಕ್ಲಾಸಿನಲ್ಲಿದ್ದೆ. ಅವನು ಪಿಯುಸಿ ಮುಗಿಸಿದ್ದ. ಆಗ ನಡೆದ ಪ್ರತಿ ಘಟನೆಯೂ ನಾವಿಟ್ಟ ಪ್ರತಿ ಹೆಜ್ಜೆಯೂ ತುಂಬ ಸಹಜವಾಗೇ ಇತ್ತು.

ಈಗ ಅವನ ಗೈರು ಹಾಜರಿಯಲ್ಲಿ ತುಂಬ ಬೇಗಬೇಗನೆ ದೊಡ್ಡವಳಾಗಿಬಿಟ್ಟಿದೀನಿ ಅನ್ಸುತ್ತೆ. ಇನ್ನೆಷ್ಟು ವರ್ಷ ಕಾಯಲಿ? ನನ್ನ ಕಾಯುವಿಕೆಗೊಂದು ಅರ್ಥವಾದರೂ ಇದೆಯಾ ರವೀ ಸಾರ್? ಅವನನ್ನ ನೆನಪಿಸಿಕೊಂಡರೆ ಸಂಕಟವಾಗುತ್ತೆ. ಮಲಗುವ ಹೊತ್ತಿಗೆ ಸರಿಯಾಗಿ ಕಣ್ಣೀರು ಬರುತ್ತೆ. ಅದಕ್ಕೊಂದು ಕಾರಣ ಕೊಡದಿದ್ರೆ ಅಮ್ಮನಿಗೆ ಅನುಮಾನ. ಹೀಗಾಗಿ ದಿನಾ ಒಂದು ಜಗಳ ಮಾಡ್ಕೋತೀನಿ. ಅದರ ನೆಪದಲ್ಲಿ ಅಳ್ತೀನಿ. ಸಾಯೋದು ಕೂಡ ಇದರಷ್ಟು

ಕಷ್ಟವಿರಲಾರದು ಅಲ್ವಾ ರವೀ ಸಾರ್? ತುಂಬ **helpless** ಆಗಿದೀನಿ. ಆದ್ರೆ **hopefull** ಆಗಿರೋಕೆ ಯತ್ನಿಸ್ತಿದೀನಿ.

ಇಂಥ ಸ್ಥಿತೀಲಿ ನಾನೇನು ಮಾಡ್ಲಿ ರವೀ ಸಾರ್? ನನ್ನ ಜಾಗದಲ್ಲಿದ್ದಿದ್ರೆ ನೀವೇನು ಮಾಡ್ತಿದ್ರಿ? ಸುಪ್ರೀತ್‌ನ ಹುಡುಕಿಕೊಂಡು ಬೆಂಗಳೂರಿಗೆ ಹೋಗಿ ಬಿಡ್ತಿದ್ರಾ? **Help me out!** ನೀವೊಬ್ಬ **busiest man** ಅಂತ ಗೊತ್ತಿದ್ದೂ ಇಂಥದೊಂದು ಪತ್ರ ಬರೀತಿದೀನಿ. ನನ್ನ ಹತ್ರ ಸುಪ್ರೀತ್‌ನದೊಂದು **photo** ಕೂಡ ಇಲ್ಲ. ಆದರೂ ಕೇಳ್ತಿದೀನಿ. ಹುಡುಕಿ ಕೊಡ್ತೀರಾ?

-ಉಷಾ

ಈ ಪತ್ರವನ್ನು ಕಾರ್ಗಿಲ್‌ನ ಬಂಕರಿನಲ್ಲಿ ಉಸಿರಿಗಾಗಿ ಹೆಣಗುತ್ತಲೇ ಕುಳಿತು ಪದೇ ಪದೇ ಅಕ್ಕರೆಯಿಂದ ಓದಿದ್ದೇನೆ. ಮೊದಮೊದಲು, ಪರದೇಸಿ ನಾಡಿನಲ್ಲಿ ಕನ್ನಡದ ಅಕ್ಷರಗಳನ್ನು ಓದುವ ಹಪಹಪಿಯಿರಬೇಕು ಅಂದುಕೋತಿದ್ದೆ. ಆಮೇಲೆ ಅದೇಕೋ, ಆ ಹುಡುಗಿಯ ಮನೆಯ ಹಿತ್ತಿಲಲ್ಲಿ, ಅವಳು ಕುಳಿತು ಏಕಾಂತದಲ್ಲಿ ಬಿಕ್ಕುವ ಕಟ್ಟೆಯ ಮೇಲೆ, ಅವಳ ಪಕ್ಕದಲ್ಲೇ ಕುಳಿತು ಇದನ್ನೆಲ್ಲ ಓದುತ್ತಿದ್ದೇನೆ ಅನ್ನಿಸತೊಡಗಿತು. ನಿಜ; ಅವಳ ಜಾಗದಲ್ಲಿ ನಾನಿದ್ದಿದ್ದರೆ ಏನು ಮಾಡುತ್ತಿದ್ದೆ? ಸುಪ್ರೀತ್‌ನನ್ನು ಎಲ್ಲಿ ಹುಡುಕುತ್ತಿದ್ದೆ? ಬೆಂಗಳೂರಿನಂಥ ಬೆಂಗಳೂರಿನ ಐವತ್ತು ಲಕ್ಷ ಮಾನವಾಕಾರಗಳ ಮಧ್ಯೆ ಒಬ್ಬ ಸುಪ್ರೀತ್‌ನನ್ನು ಹುಡುಕುವುದು ಎಷ್ಟು ಕಷ್ಟ? ಇಂಥದೊಂದು ಮಾನವಾರಣ್ಯದಲ್ಲಿ, ಪಾಪ ಆ ಸುಪ್ರೀತ್ ಆದರೂ ತನ್ನದೊಂದು ಗುರಿ ಸಾಧಿಸಲಿಕ್ಕಾಗಿ ಎಲ್ಲಿ ಕಳೆದು ಹೋಗಿದ್ದಾನೋ? ಅವನಿಗೆ, ಬಸ್ಟ್ಯಾಂಡಿನಲ್ಲಿ ಬಿಟ್ಟು ಬಂದ ಹುಡುಗಿ ನೆನಪಾದರೂ ಇದ್ದಾಳೋ ಇಲ್ಲವೋ? ದುಡ್ಡು ಮಾಡುವ ಗುರಿ ಸಾಧಿಸುವ ಹೊತ್ತಿಗೆ ಅವನಿಗೆ ದುಡ್ಡೆಂಬುದು ಎಷ್ಟು ಕ್ಷುಲ್ಲಕವಾದ ಸಂಗತಿ ಅಂತ ಗೊತ್ತಾಗಿಬಿಟ್ಟರೆ; ಸುಪ್ರೀತ್ ಮತ್ತದೇ ಬಸ್ಟ್ಯಾಂಡಿನ ಜಂಗುಳಿಯಲ್ಲಿ ತನ್ನ ಉಷೆಯನ್ನು ಅರಸಿಕೊಂಡು ಹಿಂತಿರುಗುತ್ತಾನಾ? ದುಡ್ಡಿಲ್ಲದೆ ಬಂದವನನ್ನು ಇದೇ ಉಷಾ, ಹೀಗೇ ಸ್ವಾಗತಿಸುತ್ತಾಳಾ?

ಇಷ್ಟಕ್ಕೂ ಈ ಉಷೆ ಯಾರು? ನನಗೇನಾಗಬೇಕು? ಯಾವ ಜನ್ಮದ ತಂಗಿ? ಯಾವ ಅಕ್ಕರೆಯ ಮಗಳು? ಪತ್ರ ನನಗೇ ಯಾಕೆ ಬರೆದಳು? ಸುಪ್ರೀತ್‌ನನ್ನು ನಾನೇ ಹುಡುಕಿಕೊಡುತ್ತೇನೆಂದು ಯಾಕಂದುಕೊಂಡಳು? ಹೀಗೆ ಉಷೆಯೆಂಬ ಹುಡುಗಿಯದೊಂದು ಆರ್ದ್ರ ಸಂಗೀತದಂತಹ ಪತ್ರ ಹೊತ್ತುಕೊಂಡು ನಾನ್ಯಾಕೆ ಕಾರ್ಗಿಲ್‌ನ ಬೆಟ್ಟಗಳಲ್ಲಿ ಅಲೆದಿದ್ದೇನೆ?

ಇಷ್ಟಕ್ಕೂ, ಕಾರ್ಗಿಲ್‌ನ ಬಂಕರುಗಳಿಂದ ನಾನು ಜೀವಂತ ಹೊರಬಿದ್ದು ಮತ್ತದೇ ಬೆಂಗಳೂರು ತಲುಪುತ್ತೇನಾ? ಇಲ್ಲಿನ ಆಕ್ಸಿಜನ್ನು ಮುಗಿದು ಹೋಗುವ ಮೊದಲೇ ಹೊರಬೀಳುತ್ತೇನಾ? ತಲುಪಿದ ಮೇಲೂ ಸುಪ್ರೀತ್ ನೆನಪಿರುತ್ತಾನಾ? ಇಷ್ಟಕ್ಕೂ ಆ ಹುಡುಗ ನನಗೆ ಸಿಗುತ್ತಾನಾ? ಅವರಿಬ್ಬರ ಕಣ್ಣುಗಳಲ್ಲಿ ನಗೆಯದೊಂದು ಆರತಿಯ ಬೆಳಕು ಕಾಣುತ್ತೇನಾ?

ಹೀಗಿರುತ್ತವೆ ನೋಡಿ ಯುದ್ಧಭೂಮಿಯ ಕನವರಿಕೆಗಳು.

ಎಲ್ಲಿಂದ ಹೊರಟು ಎಲ್ಲಿಗೆ ಬಂದುಬಿಟ್ಟೆ?

ಕ್ಷಮಿಸಿ.

ಮತ್ತೆ ಪರ್ವತಮುಖಿ ಯಾತ್ರೆ: ಮತ್ತೆ ಕಾರ್ಗಿಲ್‌ನತ್ತ ಹೆಜ್ಜೆ!

ಮತ್ತೆ ಹೊರಟಿದ್ದೇನೆ.

ಮೊದಲ ಸುತ್ತಿನ ಯುದ್ಧ ನೋಡಿ ಬಂದವನಿಗೆ, ಇಲ್ಲಿ ಕೂತು ಬರೆಯುವ ವ್ಯವಧಾನವೇ ಉಳಿದಿಲ್ಲವೆನಿಸುತ್ತಿದೆ. ಶನಿವಾರ ಸಂಜೆಯ ಹೊತ್ತಿಗೆ ಶ್ರೀನಗರ್‌ನ ಆರ್ಮಿ ಯೂನಿಟ್ಟಿನ ನನ್ನ ಗೆಳೆಯರಿಗೆ ಫೋನು ಮಾಡಿದೆ. ಪಕ್ಕದ ಸೇಲಂನಿಂದ ಯುದ್ಧ ಭೂಮಿಗೆ ಹೋಗಿರುವ ಮೇಜರ್ ರಾಬರ್ಟ್‌ಸನ್ ಸಿಕ್ಕಿದ್ದರು.

"ಅಲ್ಲಿ ಬೆಂಗಳೂರಿನಲ್ಲಿ ಕೂತು ಯಾತರದು ಮಾತಾಡ್ತಿದೀಯ? ಟೈಗರ್ ಹಿಲ್ಸ್ ಹೊತ್ತಿ ಉರೀತಿದೆ. ನೀನು ಬಂದ ದಿನಗಳಲ್ಲಿ ಪಾಕಿಸ್ತಾನಿ ಸೈನ್ಯದ ಪೌಂಡಿಂಗ್‌ಗೆ ಸಿಕ್ಕು ನಮ್ಮ ಹುಡುಗರು ತತ್ತರಿಸಿ ಹೋಗಿದ್ದರು. ಈಗ ನೋಡು ಬಾ! ಪಾಕಿಸ್ತಾನಿ ತೋಳ ಗಲ್ಲಿ ಬಿದ್ದು ಓಡುತ್ತಿದೆ. **We are out for the killing.** ಯುದ್ಧದ ಈ ಘಟ್ಟವನ್ನು ನೋಡದೆ ಹೋದರೆ, ನೀನು ಮುಖ್ಯವಾದುದನ್ನೇ ಕಳ್ಕೋತೀಯ" ಅಂದರು.

ಬರೋದಾದರೆ, ಬುಧವಾರ ಬೆಳಗಿನ ಜಾವದ ಹೊತ್ತಿಗೆ ಶ್ರೀನಗರ್‌ನ ಆರ್ಮಿ ಬೇಸ್‌ಗೆ ಬಂದು ಬಿಡು ಎಂಬುದು ಅವರ ಆಹ್ವಾನದ ಅತಿ ಮುಖ್ಯ ಭಾಗವಾಗಿತ್ತು. ಬುಧವಾರ ಬೆಳಗಿನ ಜಾವಕ್ಕೆ ಅಲ್ಲಿರಬೇಕೆಂದರೆ, ಮಂಗಳವಾರ ಬೆಳಿಗ್ಗೆ ಹೊತ್ತಿಗೆ ನಾನು ಬೆಂಗಳೂರು ಬಿಡಬೇಕು. ಅಂದರೆ, ಸೋಮವಾರ ರಾತ್ರಿಯ ಹೊತ್ತಿಗೆ ಈ ವಾರದ ಅಷ್ಟೂ ಬರವಣಿಗೆ ಮುಗಿದಿರಬೇಕು. ಕಡೇ ಪಕ್ಷ ನಾನು ಖುದ್ದಾಗಿ ಬರೆಯುವ ಹತ್ತು ಹನ್ನೆರಡು ಪುಟಗಳ ಸರಕು ರೆಡಿ ಮಾಡಿಟ್ಟೇ ಹೊರಡಬೇಕು.

ಒಂದೇ ಒಂದು ವಾರದ ಸಂಚಿಕೆಯನ್ನು ಸ್ವತಂತ್ರವಾಗಿ ಮಾಡಿ ಮುಗಿಸಿದ ನಮ್ಮ ಹುಡುಗ ಹುಡುಗಿಯರಿಗೆ ಅದೆಂಥ ಕಾನ್ಫಿಡೆನ್ಸು ಬಂದು ಬಿಟ್ಟಿದೆಯೆಂದರೆ; "ಶ್ರೀನಗರಕ್ಕಲ್ಲ:

ಸ್ಪಿರ್ಚುರ್ಲ್ಯಾಂಡಿಗೆ ಹೋಗೋದಿದ್ರೂ ಹೋಗಿ; ನಿಮಗಿಂತ ಚೆನ್ನಾಗಿ ಸಂಚಿಕೆ ಮಾಡಿ ಮುಗಿಸ್ತೇವೆ" ಅನ್ನುವ ಹುರುಪಿನಲ್ಲಿದ್ದಾರೆ. ಹೀಗಾಗಿ, ಎರಡನೆಯ ಬಾರಿ ನಿವೇದಿತಾಳಿಗೆ ಸಂಪಾದಕತ್ವ ಒಪ್ಪಿಸಿಕೊಟ್ಟು, ಇನ್ನು ಮೂವತ್ತಾರು ಗಂಟೆಗಳ ನಂತರ ದಿಲ್ಲಿಯ ವಿಮಾನ ಹತ್ತಲು ಅಣಿಯಾಗುತ್ತಿದ್ದೇನೆ.

"ಇದೇನ್ರೀ ನಿಮ್ಮ ಹುಚ್ಚಾಟ? ಒಂದು ಸಲ ಹೋಗಿ ಬಂದಿರಿ. ಕರ್ನಾಟಕದಲ್ಲೊಂದು ದಾಖಲೆ ಮಾಡಿದಿರಿ. ಎರಡನೇ ಸಲ ಹೊರಡೋ ಹುಂಬತನ ಯಾಕೆ?" ಅಂತ ಗೆಳೆಯರು ರೇಗುತ್ತಿದ್ದಾರೆ.

ನನ್ನ ಮಟ್ಟಿಗೆ, ದಾಖಲೆಗಳ ಭ್ರಮೆ ಕಾರ್ಗಿಲ್‌ನ ಮಣ್ಣು ತುಳಿದ ಮರುಘಳಿಗೆಯಲ್ಲೇ ಕಳಚಿ ಬಿದ್ದಿದೆ. ಈ ಶತಮಾನದ ಕೊನೆಯಲ್ಲಿ ಕಾಣುತ್ತಿರುವ ನಾಲ್ಕನೇ ಇಂಡೋ- ಪಾಕ್ ಯುದ್ಧದ ಬರ್ಬರತೆಯನ್ನು ಕಣ್ಣಾರೆ ಕಂಡು ಬಂದಿದ್ದೇನೆ. ನಾನು ಹೋದ ದಿನಗಳಲ್ಲಿ ಭಾರತೀಯ ಸೇನೆ ಅಕ್ಷರಶಃ ಬಸವಳಿದು ಹೋಗಿತ್ತು. ಅಂಥ ಬಸವಳಿಕೆಯ ಮಧ್ಯದಲ್ಲೂ ನಮ್ಮ ಯೋಧರು, ಅದರಲ್ಲೂ ದಾವಣಗೆರೆಯ ಎಂ.ಬಿ. ರವೀಂದ್ರನಾಥ್‌ರಂತಹ ಸಮರ್ಥ ಕನ್ನಡಿಗನ ನಾಯಕತ್ವದಲ್ಲಿ ಟೋಲೋಲಿಂಗ್‌ನಂತಹ ಆಯಕಟ್ಟಿನ ಪರ್ವತ ವಶಪಡಿಸಿಕೊಂಡಿದ್ದಾರೆ. ಅದರ ಆಸುಪಾಸಿನ ಪೀಕ್‌ಗಳೂ ನಮ್ಮ ವಶಕ್ಕೆ ಬಂದಿವೆ. ನಾನು ದ್ರಾಸ್ ತಲುಪುವ ಹೊತ್ತಿಗೆ ಟೈಗರ್ ಹಿಲ್ಸ್ ಎಂಬ ಪುಂಡ ಹುಲಿ ಪಳಗಿರುತ್ತದೆ.

ಅದು ಒಂದು ತೆಕ್ಕೆಗೆ, ಒಂದು ರಾತ್ರಿಗೆ ಮುಗಿಯುವ ಯುದ್ಧವಲ್ಲ. ಟೈಗರ್ ಹಿಲ್ಸ್ ಪಳಗಿದ ನಂತರ, ಅದರ ಮೇಲೆ ಭಾರತದ ಬಾವುಟ ನೆಡುವ ಹೊತ್ತಿಗೆ ದಿನಗಳೇ ಬೇಕಾದಾವು. ಇಲ್ಲಿ ಕುಳಿತು ಯುದ್ಧದ ಬಗ್ಗೆ ಕಲ್ಪಿಸಿಕೊಂಡು ಮಾತನಾಡುವುದು ಬೇರೆ; ಅಲ್ಲಿ ನಿಂತು ಸಾವಿನ ಬಯಲಿನಲ್ಲಿ ವಿಜಯೋತ್ಸವದ ಚಪ್ಪರ ಏಳುವುದನ್ನು ನೋಡುವುದೇ ಬೇರೆ. ಎರಡನೆಯ ಹಂತದ ಈ ಯುದ್ಧ ಮತ್ತಷ್ಟು ಬರ್ಬರವಾಗಲಿದೆ.

ನಾನಾ ರಾಜ್ಯಗಳ, ನಾನಾ ಭಾಷೆಗಳ ಪತ್ರಿಕೆಗಳವರು ಅಲ್ಲಿಗೆ ಬರುತ್ತಾರೆ. ಯಾರ ಪಾಲಿಗೂ ಅದು ಸುಲಭದ ಸಾಹಸವಲ್ಲ. ಕಳೆದ ಸಲ, ನಾನು ಮತ್ತು ವಿಠ್ಠಲಮೂರ್ತಿ ಮಾಡಿದ ಒಟ್ಟು ಖರ್ಚು ಬರೋಬ್ಬರಿ ಒಂದು ಲಕ್ಷ ರುಪಾಯಿ! ಐವತ್ತೆರಡು ಸಾವಿರ ರುಪಾಯಿಷ್ಟು ವೆಚ್ಚ ಕೇವಲ ವಿಮಾನದ ಟಿಕೆಟ್ಟುಗಳಿಗೇ ಆಗಿ ಹೋಗುತ್ತದೆ. ಇಷ್ಟಾದರೂ, ನನ್ನಂಥ ಕೆಲವೇ ಕೆಲವು ಹುಂಬ ಪತ್ರಕರ್ತರು ಅವಡುಗಚ್ಚಿಕೊಂಡು ಕಾರ್ಗಿಲ್‌ನ ಬೆಟ್ಟವೇರಲು ನಾಳೆ ಬುಧವಾರ ಅಣಿಯಾಗಿರುತ್ತಾರೆ. ಒಂದು ಹಂತದ ತನಕ ಆರ್ಮಿ ಅಧಿಕಾರಿಗಳ ನೆರವು ಸಹಕಾರ ದೊರೆಯುತ್ತದೆ. ಅಲ್ಲಿಂದ ಮುಂದಕ್ಕೆ, ಆಕಾಶವೇ ದಿಕ್ಕು.

ದಾವಣಗೆರೆಯಿಂದ ಬಂದಿರುವ ಶೀಲಕ್ಕ, "ಹೋಗಿ ಬಾರೋ ಮರೀ, ನಿನ್ನ ಉತ್ಸಾಹ ಕುಗ್ಗುವ ಮಾತು ಆಡಬಾರದು. ನಿನ್ನನ್ನು ಹಿಂದಕ್ಕೆ ಎಳೀಬಾರದು. **Carry on!**" ಅನ್ನುತ್ತಿದ್ದಾಳೆ. ಮನೆಯಲ್ಲಿ ಯಥಾಪ್ರಕಾರ ಅಪ್ಪನ ತಿಕ್ಕಲುತನಕ್ಕೆ **best wishes** ಹೇಳಲು

ಕಡೆಗೂ ಪಳಗಿತು ಟೈಗರ್ ಹಿಲ್ಸ್

ಮಕ್ಕಳು ಸಿದ್ಧರಾಗುತ್ತಿದ್ದಾರೆ. ಆದರೆ, ನನಗೆ ಗೊತ್ತು. ಇದು ತಿಕ್ಕಲು, ಉತ್ಸಾಹ ಮತ್ತು ಹುಂಬತನಗಳನ್ನು ಮೀರಿದಂತಹುದು. ಅಲ್ಲಿ ನಾನು ರಕ್ತಪಾತ ನೋಡಿ ಬರುವ ಉಮ್ಮೇದಿಯಿಂದ ಹೊರಟಿಲ್ಲ. ನನ್ನ ಪಾಲಿಗದು ಇಷ್ಟು ವರ್ಷ ಬರೆದ ಕ್ರೈಮ್ ಸ್ಟೋರಿಯಂತಹುದಲ್ಲ. ಅಲ್ಲಿ ಕೇವಲ ಯೋಧರ ಬೆನ್ನಿಗೆ ನಿಂತು ಬೆಂಬಲದ ಮಾತು ಹೇಳಿ ಬರುವ ಉದ್ದೇಶವಿಲ್ಲ. ಕರ್ನಾಟಕದ ಈ ಮೂಲೆಯಿಂದ, ಕಾಶ್ಮೀರದ ಆ ತುದಿಗೆ ನಾನು ಕೊಂಡೊಯ್ಯಬಲ್ಲಂತಹುದು ಹೆಚ್ಚಿನದೇನೂ ಇಲ್ಲ.

ಆದರೆ ಭಾರತದ ಆ ತುದಿ ಕಿರೀಟದಿಂದ ನಮ್ಮ ಅಸ್ವಸ್ಥ ಸಮಾಜಕ್ಕೆ ಹೊತ್ತು ತರಬೇಕಾದ ಸಂದೇಶಗಳು ಸಾಕಷ್ಟಿವೆ. ಒಂದು ಯುದ್ಧ ಭಾರತದಂತಹ ಬಡ ದೇಶವನ್ನು ಆರ್ಥಿಕವಾಗಿ ಎಷ್ಟೇ **bleed** ಮಾಡಿಸಿದರೂ, ಅನೇಕ ವರ್ಷಗಳ ನಂತರ ಭಾರತೀಯ ಮನಸ್ಸುಗಳು ರಾಷ್ಟ್ರಕ್ಕಾಗಿ ಉತ್ಸಾಹದಿಂದ ಎದ್ದು ನಿಂತು 'ಜೈ ಹಿಂದ್' ಹೇಳುವ ಪರಿಸ್ಥಿತಿ ನಿರ್ಮಾಣ ಮಾಡಿದೆ. ನಮ್ಮ ರಾಜಕೀಯ ನಾಯಕರು ಏನೇ ಖದೀಮತನ ತೋರಿಸಿ ಮಾತನಾಡುತ್ತಿದ್ದರೂ; ನಮ್ಮ ಜನ ಅತ್ಯಂತ ಪ್ರಾಮಾಣಿಕವಾಗಿ ಸೈನಿಕನ ಬೆನ್ನಿಗೆ ನಿಂತು ಭರವಸೆಯ ಮಾತುಗಳನ್ನಾಡತೊಡಗಿದ್ದಾರೆ. ಒಬ್ಬ ಪತ್ರಕರ್ತನಾಗಿ ಆ ಯುದ್ಧಭೂಮಿಯಿಂದ ಮತ್ತಷ್ಟು ದೇಶಪ್ರೇಮವನ್ನೂ, ಮಾನವಪ್ರೇಮವನ್ನೂ, ಜಾಗೃತಿಯನ್ನೂ ಬೊಗಸೆಗೆ ತುಂಬಿಕೊಂಡು ಬರುವ ಕರ್ತವ್ಯ ನನಗಿದೆ ಎಂದು ನಾನು ಭಾವಿಸದ್ದೇನೆ. ಎಲ್ಲ ಸೇರಿ ಎಂಟು ಹತ್ತು ದಿನಗಳ ಮಾತು. ಈ ಬಾರಿ, ನನ್ನ

ಹೆಗಲು ಹೊರಬಹುದಾದಷ್ಟನ್ನೂ ಮೀರಿ ಸುದ್ದಿ ಹೊತ್ತು ಬರುತ್ತೇನೆ. ಈಗಾಗಲೇ ನನ್ನ ಆಲ್ಬಮ್‌ನಲ್ಲಿ ಆರುನೂರರಷ್ಟು ಚಿತ್ರಗಳಿವೆ. ಮುಖ್ಯವಾಗಿ ಕಾಶ್ಮೀರದ ಸಮಸ್ಯೆಗೆ ಸಂಬಂಧಿಸಿದ ಅಸಂಖ್ಯ ಟಿಪ್ಪಣಿಗಳಿವೆ.

ಎರಡನೆಯ ಬಾರಿ ಕಾಶ್ಮೀರ ಕೊಳ್ಳಕ್ಕೆ ಮತ್ತು ಕಾರ್ಗಿಲ್‌ನ ಪರ್ವತಗಳಿಗೆ ಹೋಗಿ ಬಂದರೆ ಅದೆಲ್ಲದರ ಬಗ್ಗೆ ಇನ್ನಷ್ಟು ಅಧಿಕೃತವಾಗಿ ಬರೆಯಬಲ್ಲ ತಾಕತ್ತು ನನ್ನದಾಗುತ್ತದೆ. ಪತ್ರಕರ್ತ ಕೂತರೆ ಕೆಡುತ್ತಾನೆ ಎಂಬ ನಂಬಿಕೆ ನನ್ನದು. ಒಂದು ಬೆಚ್ಚನೆಯ ಹಾರೈಕೆಯೊಂದಿಗೆ ಕಳಿಸಿಕೊಡಿ.

ಇದೆಲ್ಲ ಒತ್ತಡದ ನಡುವೆಯೂ ನನ್ನೆಲ್ಲ ಅಂಕಣಗಳನ್ನು ಬರೆದು, ಅಪರೂಪಕ್ಕೆಂಬಂತೆ, ಸಿನೆಮಾ ಪುಟಕ್ಕೂ ಮುಕೇಶ್ ಕುರಿತಂತೆ ಒಂದು ಲೇಖನ ಬರೆದಿಟ್ಟು, ಪತ್ರಿಕೆಗೆ ಸಂಬಂಧಿಸಿದ ಯಾವುದೇ ದುಗುಡ ಧಾವಂತಗಳಿಲ್ಲದೆ ಪರ್ವತಮುಖಿಯಾಗಿ ಕಾರ್ಗಿಲ್‌ಗೆ ಹೊರಟಿದ್ದೇನೆ, **bless me.** ತೀರ ಕೊನೆಯ ನಿಮಿಷಗಳಲ್ಲಿ ಏನಾದರೂ ಬರೆಯಲೇ ಬೇಕು ಅನ್ನಿಸಿದರೆ, ಮಂಗಳವಾರ ರಾತ್ರಿಯ ಹೊತ್ತಿಗೆ ಶ್ರೀನಗರದಿಂದ ಒಂದಷ್ಟು ಬರೆದು **fax** ಮಾಡುತ್ತೇನೆ. ಕಾರ್ಗಿಲ್‌ಗೆ ಹೊರಟ ಮೇಲೆ ನಾಗರೀಕತೆಯ ಸಂಪರ್ಕಗಳು **mostly** ಕಡಿದು ಹೋಗುತ್ತವೆ. ಪತ್ರಿಕೆಯಲ್ಲಿ ಏನೇ ಸಣ್ಣಪುಟ್ಟ ಯಡಬಟ್ಟುಗಳಾಗಿದ್ದಲ್ಲಿ ಎಂದಿನಂತೆ ಕ್ಷಮಿಸಿರಿ.

ಕಳೆದೆರಡು ವಾರಗಳ ಪ್ರಸಾರ ಸಂಖ್ಯೆಗೆ ಸಂಬಂಧಿಸಿದಂತೆ, ಒಂದೇ ಮಾತಿನಲ್ಲಿ ಹೇಳುವುದಾದರೆ-ಪತ್ರಿಕೆಯ ಈ ಹಿಂದಿನ ಸಮಸ್ತ ದಾಖಲೆಗಳೂ ಮುರಿಯಲ್ಪಟ್ಟಿವೆ. ಹೆಗ್ಗಳಿಕೆ ಪತ್ರಿಕೆಯದಲ್ಲ. ಅದು ನಿಮ್ಮದು. ನಿಮ್ಮ ದೇಶ ಪ್ರೇಮದ್ದು. ನೀವಾದರೂ ಕೇವಲ ಯುದ್ಧ ಕುತೂಹಲದೊಂದಿಗೆ ಪತ್ರಿಕೆ ಕೊಂಡವರಲ್ಲ ಅಂತ ನಂಗೊತ್ತು. 'ಮೃತ ಯೋಧರ ಋಣ ಸಂದಾಯ ಖಾತೆ'ಗೆ ನೀವು ಕಳಿಸುತ್ತಿರುವ ವಂತಿಗೆಗಳೇ ಅದಕ್ಕೆ ಸಾಕ್ಷಿ.

ಈ ಯುದ್ಧ ಬೇಗ ಮುಗಿಯಲಿ.

ಅದು ನಮ್ಮನ್ನು ಇನ್ನಷ್ಟು ಒಗ್ಗೂಡಿಸಲಿ.

ಜೈಹಿಂದ್!

ಟೈಗರ್ ಹಿಲ್ಸ್: ಹುಲಿ ಪಳಗಿದ್ದು ಹೇಗೆ?

ಎಲ್ಲ ನಾನಂದುಕೊಂಡಂತೆಯೇ ಆದರೆ, ಇನ್ನು ಮೂವತ್ತಾರು ಗಂಟೆಗಳ ನಂತರ ನಾನು ದ್ರಾಸ್ -ಕಾರ್ಗಿಲ್ ಸೆಕ್ಟರ್‌ನ ಬಹುಮುಖ್ಯ ಪರ್ವತವಾದ ಟೈಗರ್ ಹಿಲ್ಸ್‌ನ ಸಮ್ಮುಖದಲ್ಲಿರುತ್ತೇನೆ. ಆ ವ್ಯಗ್ರ ಪರ್ವತವನ್ನು ಆಕ್ರಮಣ ಮಾಡಿಕೊಂಡು ಭಾರತದ ಪತಾಕೆ ಹಾರಿಸಿ ಬಂದ ಸೈನಿಕರ ತುಟಿಗಳಲ್ಲಿ ಗೆಲುವಿನ ಲಾಸ್ಯ ನೋಡುತ್ತಿರುತ್ತೇನೆ.

ಭಾನುವಾರ ರಾತ್ರಿ ದೂರದರ್ಶನ, ಸುದ್ದಿ ಸಂಸ್ಥೆಗಳು ಮತ್ತು ರೇಡಿಯೋಗಳಲ್ಲಿ ಟೈಗರ್ ಹಿಲ್ಸ್‌ನ ಪುನರಾಕ್ರಮಣವಾಯಿತು ಎಂಬ ಸುದ್ದಿ ಬಿತ್ತರವಾದಾಗಿನಿಂದ ಕುಂತಲ್ಲಿ ಕೂಡಲಾಗದೆ ಚಡಪಡಿಸುತ್ತಿದ್ದೇನೆ. ಹಿಮ ಪರ್ವತದ ಬೆಟ್ಟದ ಬುಡದಲ್ಲಾಗಲೇ ಜಾತ್ರೆ ಸೇರಿದ ಭಾರತದ ನಾನಾ ಮೂಲೆಗಳ ಜರ್ನಲಿಸ್ಟ್ ಗೆಳೆಯರು ಮೇಲಿಂದ ಮೇಲೆ ಫೋನು ಮಾಡಿ, "ಸಾಲೇ, ಬೆಂಗಳೂರಿನಲ್ಲಿ ಕೂತು ಏನು ತೌಡು ಕುಟ್ಟುತ್ತಿದ್ದೀಯ?" ಎಂದು ರೇಗಿಸತೊಡಗಿದ್ದಾರೆ.

ನನಗೆ ಗೊತ್ತು; ಟೈಗರ್ ಹಿಲ್ಸ್ ಎಂಬ ವ್ಯಗ್ರ ಪರ್ವತವನ್ನು ಮತ್ತೆ ಆಕ್ರಮಿಸಿಕೊಳ್ಳುವುದರೊಂದಿಗೆ ನಾಲ್ಕನೇ ಇಂಡೋ-ಪಾಕ್ ಯುದ್ಧದ ಮೊದಲ ಹಂತ ಮುಗಿದಂತಾಗಿದೆ. ಇನ್ನು ಗೆಲ್ಲಬೇಕಾಗಿ ಉಳಿದಿರುವುದು -ಹೆಚ್ಚೆಂದರೆ ನಲವತ್ತೈದು ಪರ್ಸೆಂಟ್ ಯುದ್ಧ. ವಶಪಡಿಸಿಕೊಳ್ಳಲೇ ಬೇಕಾದ ಪರ್ವತಗಳು ಇನ್ನೂ ಮೂವತ್ತು ಉಳಿದಿವೆ. ಅಲ್ಲಿ ಒಂದು ಬೆಟ್ಟವೆಂದರೆ-ಇಪ್ಪತ್ತು ದಿನಗಳ ಸಾಹಸ. ನೂರಾರು ಯೋಧರ ಸಾವು. ಮತ್ತು ಹೆಸರಿಲ್ಲದ ಪರ್ವತಗಳಿಗೆ ಅನಾಮಿಕ ಯೋಧರ ರಕ್ತಸ್ನಾನ.

ಭಾರತದ ಸೇನೆ ಈ ಹಿಂದೆಂದೂ ಮಾಡಿರದಂಥ, ಬರ್ಬರವೆನಿಸುವಂಥ ಕೆಲಸವೊಂದನ್ನು ಮಾಡಿರುವ ವರ್ತಮಾನಗಳಿವೆ. **Ofcourse**, ಅಷ್ಟನ್ನು ಮಾಡದೆ ಹೋಗಿದ್ದಿದ್ದರೆ, ದ್ರಾಸ್ ಎಂಬ ಪಟ್ಟಣದ ಹೊರವಲಯದಲ್ಲಿ ಬೀಡು ಬಿಟ್ಟಿರುವ ಭಾರತೀಯ ಯೋಧರ ಕ್ಯಾಂಪುಗಳಲ್ಲಿ ಯುದ್ಧದ ಉನ್ಮಾದ ಮತ್ತು ರಣೋತ್ಸಾಹಗಳನ್ನು ನಲವತ್ತು ದಿನಗಳ ನಂತರ, ಇಷ್ಟೊಂದು ಸಾವು ನೋವುಗಳ ಸಮ್ಮುಖದಲ್ಲಿ ಕಾದಿರಿಸಲು ಸಾಧ್ಯವೇ ಆಗುತ್ತಿರಲಿಲ್ಲ. ಆ ಕಾರಣಕ್ಕಾಗಿಯೇ ಬ್ರಿಗೇಡಿಯರ್ ಅಮರ್ ಔಲ್ ಆ ನಿರ್ಧಾರ ತೆಗೆದುಕೊಂಡಿರಬೇಕು!

ಏನು ಗೊತ್ತಾ? ದ್ರಾಸ್‌ನ ಬಳಿಯಿರುವ ತಾತ್ಕಾಲಿಕ ಸೈನಿಕ ಶಿಬಿರವೊಂದರ ಸಮೀಪದಲ್ಲಿ ಒಂದು ಮರವಿದೆ. ಅದಕ್ಕೆ ಹೆಣವೊಂದನ್ನು ನೇತು ಹಾಕಲಾಗಿದೆ. ಬೆಳಿಗ್ಗೆ ಎದ್ದ ಭಾರತೀಯ ಯೋಧ ಅದನ್ನು ನೋಡುತ್ತಿದ್ದಂತೆಯೇ ಮಾನಸಿಕವಾಗಿ **charge** ಆಗುತ್ತಾನೆ. ಹಗಲಿಗೆ

ಬಂದೂಕು ಏರಿಸಿಕೊಂಡ ಮರಾಠಾ ಲೈಟ್ ಇನ್‌ಫೆಂಟ್ರಿಯ ಯೋಧ ಗಂಟಲಾಳದಿಂದ "ಛತ್ರಪತಿ ಶಿವಾಜಿ ಮಹಾರಾಜ್‌ಕೀ ಜೈ!" ಎಂಬ ಉದ್ಘೋಷದೊಂದಿಗೆ ಅವತ್ತು ತಾನು ಗೆಲ್ಲಲಿರುವ ಪರ್ವತದ ಕಡೆಗೆ ಹೆಜ್ಜೆ ಹಾಕುತ್ತಾನೆ. ಮಧ್ಯಾಹ್ನದ ಹೊತ್ತಿಗೆ ಬರುವ ಗೂರ್ಖಾ ಇಲೆವೆನ್, ಆ ಹೆಣವನ್ನು ನೋಡುತ್ತಿದ್ದಂತೆಯೇ "ಭಾರತ್ ಮಾತಾಕೀ ಜೈ!" ಎಂಬ ರಣಕೇಕೆ ಹಾಕುತ್ತಾನೆ. ಅವತ್ತಿನ ಅವರ ಗೆಲುವಿಗೆ ಆ ನೇತುಬಿದ್ದ ಶವವೇ ಸ್ಫೂರ್ತಿ.

ಅದು ಪಾಕಿಸ್ತಾನಿ ಸೈನಿಕನ ಶವ!

ಹಾಗೆ ಎರಡು ದಿನ ದ್ರಾಸ್‌ನ ಕ್ಯಾಂಪಿನ ಬಳಿ ನೇತು ಹಾಕಿದ ಪಾಕಿ ಸೈನಿಕ ಶವವನ್ನು ಆಮೇಲೆ ಜಿನೀವಾ ಒಪ್ಪಂದದ ಪ್ರಕಾರ ಭಾರತೀಯ ಸೈನಿಕರು ನಮ್ಮ ನೆಲದಲ್ಲೇ ಮಣ್ಣು ಮಾಡಿ ಪಾಕಿಸ್ತಾನಕ್ಕೆ ವರ್ತಮಾನ ಕಳಿಸಿದ್ದಾರೆ.

ನಿಮ್ಮವನು ಡೆಡ್!

ಇಲ್ಲಿ, ಬೆಂಗಳೂರಿನ ಬೆಚ್ಚನೆಯ ಕೋಣೆಗಳಲ್ಲಿ ಕುಳಿತು ಕೇಳಿಸಿಕೊಂಡರೆ ಇಂಥ ಕಥೆಗಳು ಅಮಾನವೀಯವೆನಿಸುತ್ತವೆ. ಮತ್ತು ಬರ್ಬರವೆನಿಸುತ್ತವೆ. ಆದರೆ, ಪ್ರಾಣದ ಹಂಗು ಪೂರ್ತಿಯಾಗಿ ತೊರೆದು **"for the kill"** ಅಂತಲೇ ಹೊರಡುವ ಸೈನಿಕನ ಮನಸ್ಸು ಸೋಲಿನಿಂದ ಬಸವಳಿಯದಂತೆ ಕಾದಿಡಬೇಕೆಂದರೆ, ಎಲ್ಲವೂ ಅನಿವಾರ್ಯವೇ. ಅದಕ್ಕಾಗಿಯೇ ಬಹುಶಃ **Everything is fair in war** ಎಂಬ ನಾಣ್ಣುಡಿ ಹುಟ್ಟಿಕೊಂಡದ್ದು.

ಇಂಥ ಕೆಲಸ ಮಾಡದೆ ಹೋಗಿದ್ದಿದ್ದರೆ, ಟೈಗರ್ ಹಿಲ್ಸ್ ಪುನರಾಕ್ರಮಣದ ಹೊತ್ತಿಗೆ ನಾವು ಕಳೆದುಕೊಂಡ ನೂರಾರು ಯೋಧರ ಶವದ ಗುಡ್ಡೆ ಕಂಡೇ ನಮ್ಮ ಯೋಧರ ಕಸುವು ಅಡಗಿ ಹೋಗುತ್ತಿತ್ತು ಎಂಬುದು ಮಿಲಿಟರಿ ಅಧಿಕಾರಿಗಳ ವಿವರಣೆ. ಏಕೆಂದರೆ ದ್ರಾಸ್ ಕಾರ್ಗಿಲ್ ಸೆಕ್ಟರ್‌ನ ಹೆಸರಿಲ್ಲದ ಅನೇಕ ಪರ್ವತಗಳ ಪೈಕಿ ಪ್ರತಿ ಪರ್ವತವನ್ನು ಪುನರಾಕ್ರಮಿಸಿಕೊಳ್ಳಲು ಹೋದಾಗಲೂ ನಮ್ಮವರು ಕಳೆದುಕೊಂಡ ಪ್ರಾಣಗಳ ಕಿಮ್ಮತ್ತೇನು ಎಂಬುದು ಉಳಿದೆಲ್ಲರಿಗಿಂತ ಹೆಚ್ಚಾಗಿ ಅವರಿಗೆ ಗೊತ್ತಿದೆ.

ಟೈಗರ್ ಹಿಲ್ಸ್ ಸುಮ್ಮನೆ ಕಾಲು ಮಡಚಿ ಮಲಗಲಿಲ್ಲ. ಈಗಲಾದರೂ ಅದು ಸಂಪೂರ್ಣವಾಗಿ ನಮ್ಮ ಹಿಡಿತಕ್ಕೆ ಬಂದಿಲ್ಲ. ಅದರ ನೆತ್ತಿಯ ಮೇಲೆ ಭಾರತದ ಬಾವುಟ ಪಟಪಟಿಸುತ್ತಿದೆಯಾದರೂ, ಆಗೊಮ್ಮೆ ಈಗೊಮ್ಮೆ ನೆಗೆದು ಬರುವ ಪಾಕಿಸ್ತಾನಿ ಷೆಲ್, ನಮ್ಮ ಯೋಧರಿಗೆ ಬಂಕರುಗಳಲ್ಲಿ ಅಡಗಿ ಕೂಡುವ ಆದೇಶ ನೀಡುತ್ತಿದೆ. ಟೈಗರ್ ಹಿಲ್ಸ್ ನಮ್ಮ ಕೈವಶವಾಗುವುದಕ್ಕೆ ಮುಂಚೆ ನಡೆದ ಮಾರಣ ಹೋಮಗಳು ನಿಮಗೆ ಅರ್ಥವಾಗದೆ ಇದ್ದರೆ, ಟೈಗರ್ ಹಿಲ್ಸ್‌ನ್ನು ವಶಪಡಿಸಿಕೊಂಡುದುದರ ಮಹತ್ವವೂ ಅರ್ಥವಾಗಲಾರದು.

ಹಾಗೆ ನೋಡಿದರೆ ಟೈಗರ್ ಹಿಲ್ಸ್ ಅಂಥ ಎತ್ತರದ ಪರ್ವತವೇನಲ್ಲ. ಅದಕ್ಕಿಂತ ಎತ್ತರದ ಪರ್ವತದ ಹೆಸರು ಪಾಯಿಂಟ್ **5140** (ಇಲ್ಲಿ ಅನೇಕ ಪರ್ವತಗಳಿಗೆ ಹೆಸರಿಲ್ಲ. ಅವುಗಳನ್ನು ಮೀಟರುಗಳಲ್ಲಿ ಅಳೆಯಲಾಗುತ್ತದೆ) ಅಸಲಿಗೆ ಟೈಗರ್ ಹಿಲ್ಸ್‌ನ ಎತ್ತರ ಕೇವಲ **4900**

ಮೀಟರುಗಳು ಮಾತ್ರ.

ಆದರೆ ಈ ಪರ್ವತ ನಿಂತಿರುವ ಜಾಗವಿದೆ ನೋಡಿ? ಅದು ನಿರ್ಣಾಯಕ. ಉಳಿದ ಅನಾಮಧೇಯ ಪರ್ವತಗಳಂತೆ ಈ ಟೈಗರ್ ಹಿಲ್ಸ್, ಇತರೆ ಪರ್ವತಗಳಿಗೆ ತಗುಲಿಕೊಂಡು ನಿಂತಿಲ್ಲ. ಅದು ಒಬ್ಬಂಟಿ ಶಿಖರ. ಎತ್ತರ ಕಡಿಮೆಯೇ ಆದರೂ, ಅದರ ಹೆಬ್ಬಂಡೆಗಳು ಗೋಡೆಗಳಿಗಿಂತ ನೇರ. ಕಡಿದು. ನೆಲದಿಂದ ಹತ್ತಲು ಶುರುವಿಟ್ಟರೆ, ಎಲ್ಲಿ ಕಾಲಿಡಬೇಕೆಂಬುದೇ ಅರ್ಥವಾಗದಂಥ ಒರಟು ಮೇಲ್ಮೈ. ಮೇಲೆ ಕೈಯಿಟ್ಟರೆ ಕೈ ಸೆಟೆದು ಹೋಗುವಂತಹ ಶಾಶ್ವತ ಹಿಮಬಂಡೆ. ಅಕಸ್ಮಾತ್ ಅವಸರದಲ್ಲಿ ತಲೆಯೆತ್ತಿದರೆ, ಮೇಲಿಂದ ಸುರಿಯುವ ಗುಂಡಿನ ಮಳೆ. ಇಂಥ ಟೈಗರ್ ಹಿಲ್ಸ್‌ನ್ನು ಹತ್ತಲು, ಕಳೆದ ನಲವತ್ತು ದಿನಗಳಲ್ಲಿ ಮೂರು ತುಕಡಿಗಳು ಇನ್ನಿಲ್ಲದಂತೆ ಪ್ರಯತ್ನಮಾಡಿ ಸೋತಿದ್ದವು.

ಹಾಗೆ ನೋಡಿದರೆ ಟೈಗರ್ ಹಿಲ್ಸ್‌ನ ಮೇಲೆ ತುಂಬ ಜನ ಪಾಕಿಗಳೇನಿರಲಿಲ್ಲ. ಎಲ್ಲ ಸೇರಿಸಿದರೆ ಅರವತ್ತು ಜನ. ಆದರೆ ಆ ಬೆಟ್ಟದ ವೈಶಿಷ್ಟ್ಯವೆಂದರೆ, ಬೆಟ್ಟದ ತುದಿಯಲ್ಲಿ ಮೂವತ್ತು ಜನರಿದ್ದರೆ ಸಾಕು- ಕೆಳಗಿನಿಂದ ಹತ್ತಿ ಬರುವ ಮೂರು ಸಾವಿರ ಜನರ ಒಂದಿಡೀ ಬ್ರಿಗೇಡನ್ನು ಹೊಡೆದು ಉರುಳಿಸಿ ಬಿಡಬಹುದು. ಅದಕ್ಕಾಗಿ ಪಾಕಿಗಳು ಅಂಥ ಶಕ್ತಿಶಾಲಿ ಆಯುಧಗಳನ್ನು ಕೂಡ ಬಳಸಬೇಕಾಗಿಲ್ಲ. ಸರಿಯಾಗಿ ಆಯ ನೋಡಿಕೊಂಡು ಮೇಲಿಂದ ಒಂದು ಬಂಡೆ ಉರುಳಿಸಿಬಿಟ್ಟರೂ ಸಾಕು. ಬೆಟ್ಟದ ಎದೆ ತಬ್ಬಿಕೊಂಡು ಹತ್ತುವ ಭಾರತದ ಸೈನಿಕ ಕತ್ತರಿಸಿಕೊಂಡು ಕೆಳಕ್ಕೆ ಬೀಳುತ್ತಾನೆ. ಅದಕ್ಕಿಂತ ದೊಡ್ಡ ಅಪಾಯವೆಂದರೆ, ಒಬ್ಬಂಟಿಯಾಗಿ ನಿಂತ ಟೈಗರ್ ಹಿಲ್ಸ್‌ನ್ನು ನಮ್ಮ ಯೋಧರು ಸಮೀಪಿಸುತ್ತಿದ್ದಂತೆಯೇ ಟೈಗರ್‌ನ ಆಸುಪಾಸಿನಲ್ಲಿರುವ ಪಾಯಿಂಟ್ **5100**, ಪಾಯಿಂಟ್ **4700** ಮತ್ತು ಥ್ರೀ ಪಿಂಪಲ್ಸ್ ಎಂಬ ಅನಾಮಧೇಯ ಪರ್ವತಗಳಲ್ಲಿ ಕುಳಿತಿರುವ ದುಷ್ಮನ್‌ನ ಕಣ್ಣಿಗೆ ನಮ್ಮವರು ಅಗತ್ಯಕ್ಕಿಂತ ಸ್ಪಷ್ಟವಾಗಿ ಕಾಣಿಸುತ್ತಾರೆ. ಅಲ್ಲಿಂದ ನೇರವಾಗಿ ಅವರೇ ಹೊಡೆಯಬಹುದು. ಅದು ಸಾಧ್ಯವಾಗದಿದ್ದರೆ, ತಮ್ಮಲ್ಲಿರುವ ಶಕ್ತಿಯುತ ರೇಡಿಯೋ ಸೆಟ್‌ನಿಂದ ನಾಲ್ಕೇ ನಾಲ್ಕು ಕಿಲೋಮೀಟರುಗಳ ದೂರದಲ್ಲಿ ಸರಹದ್ದಿನ ರೇಖೆಯಾಚೆಗೆ **(Line Of Control)** ಇರುವ ಪಾಕಿಸ್ತಾನಿ ಸೈನ್ಯಕ್ಕೆ ಮಾಹಿತಿಯನ್ನಾದರೂ ಕೊಡಬಹುದು. **LOC** ಯಾಚೆಗಿಂದ ಬಂದು ಬೀಳುವ ಒಂದೇ ಒಂದು ಷೆಲ್, ಬೆಟ್ಟವನ್ನು ಹತ್ತತೊಡಗಿದ ನಮ್ಮೆಲ್ಲ ಯೋಧರನ್ನೂ ಒಂದೇ ಸಿಡಿತಕ್ಕೆ ನೊಣೆದು ಹಾಕಿಬಿಡುತ್ತದೆ. ಇದರ ಪರಿಣಾಮವಾಗಿ ನಮ್ಮ ಸೇನೆ ಟೈಗರ್ ಹಿಲ್ಸ್ ಕಾರ್ಯಾಚರಣೆಯ ಕುರಿತಂತೆ ಗಂಭೀರವಾಗಿ ಆಲೋಚನೆ ಮಾಡಲು ಕೂಡ ಸಾಧ್ಯವಾಗಿರಲಿಲ್ಲ.

"ಟೈಗರ್ ಹಿಲ್ಸ್‌ನ ತಡವಿಕೊಳ್ಳುವ ಮುನ್ನ ಆಸುಪಾಸಿನ ಬೆಟ್ಟಗಳನ್ನು ಮುಗಿಸಿಬಿಡಿ" ಎಂಬ ಆದೇಶ ನೀಡಲಾಯಿತು. ಅದರ ಮೊದಲ ಭಾಗವೇ ಟೋಲೋಲಿಂಗ್ ಪುನರಾಕ್ರಮಣ. ಆಮೇಲೆ 'ಹಂಪ್' ಹೆಸರಿನದೊಂದು ಪರ್ವತ ಮಣಿಯಿತು. ಪಕ್ಕದಲ್ಲೇ ಇದ್ದ ಪಾಯಿಂಟ್ **4590** ನಮ್ಮ ವಶವಾಯಿತು. ಮುಂದೆ 'ರಾಜ್ ರಿಫ್' ಎಂದೇ ಕರೆಯಲ್ಪಡುವ ರಾಜಪುತಾನಾ

ರೈಫಲ್ಸ್ ಯೋಧರು ಪಾಯಿಂಟ್ 5100ಗೆ ಕೈಯಿಟ್ಟರು. ಆ ಹೊತ್ತಿಗಾಗಲೇ ದ್ರಾಸ್ ಸೆಕ್ಟರಿನಲ್ಲಿ ನಮ್ಮ ಸೈನ್ಯಾಧಿಕಾರಿಗಳು ಕೊಟ್ಟ 'ಅಧಿಕೃತ ಸಂಖ್ಯೆಯ ಪ್ರಕಾರ 207 ಜನ ಸತ್ತಿದ್ದರು. 390 ಜನ ಗಾಯಗೊಂಡಿದ್ದರು. ನಾಪತ್ತೆಯಾದವರ ಮೊತ್ತ ಒಂಬತ್ತು. ಇಷ್ಟಾಗಿ, ಈಗಾಗಲೇ ವಶಪಡಿಸಿಕೊಂಡ ಪರ್ವತಗಳಾದರೂ ನಮ್ಮ ಯೋಧರ ಸುಪರ್ದಿಯಲ್ಲಿವೆಯೋ ಅಂದರೆ; ಅದೂ ಅನುಮಾನವೇ. ಯಾಕೆಂದರೆ, ಈ ಎಲ್ಲ ಪರ್ವತಗಳೂ ದುಷ್ಮನ್‌ಗೆ ಪರಿಚಿತ. ಅವನು ತಿಂಗಳುಗಟ್ಟಲೆ ಅವುಗಳ ಮೇಲೆ ವಸತಿ ಹೂಡಿಕೊಂಡಿದ್ದ. ಈಗ ಜೀವಭಯವುಕ್ಕಿ ಇಳಿದು ಹೋಗಿದ್ದಾನೆ. ಆದರೆ ಸುಮ್ಮನಿರಲಾರ. ಮತ್ತೊಂದು safe ಅಡಗುತಾಣಕ್ಕೆ ಹೋಗಿ ಅಲ್ಲಿಂದ ಈ ಆಕ್ರಮಿತ ಶಿಖರದೆಡೆಗೆ ಒಂದೇ ಸಮನೆ ಪೌಂಡಿಂಗ್ ಮಾಡುತ್ತಾನೆ ಹೀಗಾಗಿ ಇವತ್ತಿಗೂ ಟೊಲೋಲಿಂಗ್‌ನ ಮೇಲೆ ಷೆಲ್ ದಾಳಿ ಪೂರ್ತಿಯಾಗಿ ನಿಂತಿಲ್ಲ.

ಪರ್ವತ ಗೆದ್ದು ವಶಪಡಿಸಿಕೊಂಡ ಹುಮ್ಮಸ್ಸಿನಲ್ಲಿ ಏಕಾಏಕಿ ನುಗ್ಗುವಂತೆಯೂ ಇಲ್ಲ. ತೀರ ಇಳಿದು ಹೋಗುವಾಗ ಪಾಕಿ ಸೈತಾನಿ, ತಾನಿದ್ದ ಬಂಕರುಗಳ ತುಂಬ ಭೂ ಸ್ಫೋಟಕಗಳನ್ನು ಇಟ್ಟು ಹೋಗಿರುತ್ತಾನೆ. ಕಾಲಿಟ್ಟ ಮರುಕ್ಷಣವೇ ಪರ್ವತದ ನೆತ್ತಿ ಜ್ವಾಲಾಮುಖಿಯಂತೆ ಸಿಡಿದು ಹೋಗುತ್ತದೆ. ದ್ರಾಸ್ ಸೆಕ್ಟರಿನಲ್ಲಿ ನಾನಿದ್ದ ದಿನಗಳಲ್ಲಿ ಹಾಗೇ ಆಯಿತು. ಮೊದಲ ಪ್ರಯತ್ನ ನಡೆದಾಗ ನಮ್ಮ ಯೋಧರು ಸತ್ತಿದ್ದರು. ಅವರ ಶವಗಳು ಪಾಕಿಗಳ ಬಂಕರುಗಳಲ್ಲೇ ಉಳಿದು ಹೋಗಿದ್ದವು. ಎರಡನೆಯ ಬಾರಿ ವಿಜಯ ದೊರೆತದ್ದು ನಮಗೆ. ಆ ಹೊತ್ತಿಗೆ ಮರಗಟ್ಟಿ ಹೋಗಿದ್ದ ಕೆಲವು ನಮ್ಮ ಯೋಧರ ಶವಗಳನ್ನು ವಾಪಸು ತಂದುಕೊಳ್ಳುವ ಕೆಲಸ ಆರಂಭವಾಯಿತು. ಕೊರಕಲೊಂದರಲ್ಲಿ ಬಿದ್ದಿದ್ದ ನಮ್ಮ ಅಧಿಕಾರಿಯೊಬ್ಬರ ಶವ ಎತ್ತಿಕೊಂಡು ಬರಲು ಹೋದ ಯೋಧ, ಶವ ಅಲುಗಿಸುತ್ತಿದ್ದಂತೆಯೇ ಶವದ ಕೆಳಗೆ ಇರಿಸಲಾದ ಗಂಧಕ ಸಿಡಿದು ಹೋಯಿತು. ನಮ್ಮ ಯೋಧ ಕಾಲು ಕಳೆದುಕೊಂಡಿದ್ದ. ನಮ್ಮದೇ ಅಧಿಕಾರಿಯ ಶವವನ್ನು ಪಾಕಿ ದುಷ್ಮನ್ ಬಾಂಬಿನ ಒಡಲನ್ನಾಗಿ ಪರಿವರ್ತಿಸಿ ಹೋಗಿದ್ದ. ಅದಾದ ನಂತರ ಒದಗಿ ಬಂದ ಪರಿಸ್ಥಿತಿ ಮತ್ತೂ ದಾರುಣ. ಶವಗಳು ನಮ್ಮವರದೇ ಅಂತ ಖಚಿತವಾದ ಮೇಲೂ ಅವುಗಳೆಡೆಗೆ ಗುಂಡು ಹಾರಿಸಬೇಕು. ಬಾಂಬು ಸಿಡಿಯಲಿಲ್ಲವೆಂದು ಖಚಿತಪಡಿಸಿಕೊಂಡ ನಂತರವೇ ಅದನ್ನು ಸಮೀಪಿಸಬೇಕು. ಎಂಥ ದುರಂತವಲ್ಲವೇ?

ಇದನ್ನೆಲ್ಲ ಗೊತ್ತು ಮಾಡಿಕೊಂಡೇ ಅಳೆದೂ ಸುರಿದೂ ಭಾರತದ ಅಧಿಕಾರಿಗಳು ಟೈಗರ್‌ಗೆ ಮುಂಚೆ ಕೈಯಿಟ್ಟಿದ್ದು ಪಾಯಿಂಟ್ 4700 ಎಂಬ ಅನಾಮಧೇಯ ಪರ್ವತದ ಪುನರಾಕ್ರಮಣಕ್ಕೆ. ಅಷ್ಟು ಎಚ್ಚರಿಕೆಯಿಂದ ಮಾಡಿದರೂ ಈ ಪರ್ವತ ಒಂದೇ ದಿವಸದಲ್ಲಿ ನುಂಗಿ ಹಾಕಿದ್ದು ಇಪ್ಪತ್ತೈದು ಭಾರತೀಯ ಯೋಧರನ್ನು. ಸಾಯುತ್ತೇನೆಂದು ಗೊತ್ತಿದ್ದೂ, ತನ್ನ ತಂಡವನ್ನು ಹಿಂದಿಟ್ಟುಕೊಂಡು ಮೊದಲ ಹೆಜ್ಜೆ ಹಾಕಿದವನು ಭಾರತದ ಒಬ್ಬ ಮೇಜರ್. ಈ ಪಾಯಿಂಟ್ 4700 ಎಂಬುದು ಟೊಲೋಲಿಂಗ್‌ಗಿಂತ ಪ್ರಮುಖವಾದುದು ಎಂಬುದು ಅವರೆಲ್ಲರಿಗೂ ಮನವರಿಕೆಯಾಗಿತ್ತು. ಭಾರತ ಸೇನೆಯ ಡೋಗ್ರಾ ರೆಜಿಮೆಂಟ್ ಮತ್ತು ಮರಾಠಾ

ಲೈಟ್ ಇನ್‌ಫೆಂಟ್ರಿಯವರು ಬಿಟ್ಟರೆ ಬೇರ‍್ಯಾವ ದೇಶದ ಯಾವ ತುಕಡಿಯೂ ಜಯಿಸಲಾಗದ ಪರ್ವತ ಪಾಯಿಂಟ್ **4700.** ಈ ತನಕ ನಾವು ಕಲಿತ ಪರ್ವತ ಯುದ್ಧಗಳ ಎಲ್ಲ ಚಳಕಗಳೂ **4700** ಮುಂದೆ ವಿಫಲವಾಗಿ ಹೋಗುತ್ತವೆ. ಅದನ್ನು ಹತ್ತತೊಡಗಿದ ಯೋಧನಿಗೆ ತಲೆಮರೆಸಿಕೊಳ್ಳಲು ಒಂದು ಬಂಡೆಯೂ ಅಡ್ಡ ಸಿಕ್ಕುವುದಿಲ್ಲ. ಮೇಲಿಂದ ದುಷ್ಮನ್ ಹೊಡೆಯತೊಡಗಿದರೆ, ಪ್ರತಿ ಗುಂಡೂ ನಮ್ಮವನಿಗೇ ಬೀಳಬೇಕು. ಕೆಳಗಿನಿಂದ ಫಿರಂಗಿ ನೆರವೂ ದೊರೆಯಲಾರದು. **LOC**ಯಿಂದ ಕೇವಲ ಐದು ಕಿಲೋಮೀಟರುಗಳ ದೂರದಲ್ಲಿರುವ ಪಾಯಿಂಟ್ **4700** ನಮ್ಮ ಕೈವಶವಾಗಿ ಬಿಟ್ಟರೆ ಅರ್ಧ ಟೈಗರ್ ಹಿಲ್ಸ್ ಗೆದ್ದಂತೆಯೇ!

ನಮ್ಮವರಿನ್ನೂ ಯೋಚಿಸುತ್ತಲೇ ಇದ್ದರು. ಅವತ್ತು ಜೂನ್ **26**ರ ಶನಿವಾರ. ದ್ರಾಸ್‌ನ ಸೈನಿಕ ಶಿಬಿರದಲ್ಲಿ ಚರ್ಚೆ ನಡೆದಿತ್ತು. ಪಾಕಿ ದುಷ್ಮನ್ ಆ ಹೊತ್ತಿಗೆ ಯಾವ ಪರಿ ಮೇಲುಗೈ ಸಾಧಿಸಿದ್ದನೆಂದರೆ; ನೇರವಾಗಿ ದ್ರಾಸ್‌ನ ಶಿಬಿರದ ಮೇಲೆಯೇ ಷೆಲ್ ದಾಳಿ ಮಾಡಿಬಿಟ್ಟ. ಪಕ್ಕದಲ್ಲಿದ್ದ ಸೈನಿಕ ಸಮೂಹ ಛಿದ್ರವಾಗಿ ಹೋಯಿತು. ಅದಾದ ಕೆಲವೇ ನಿಮಿಷಗಳಲ್ಲಿ ರಾಜಪುತಾಣಾ ರೈಫಲ್ಸ್, ಡೋಗ್ರಾಗಳು ಒಂದೇ ಸಲಕ್ಕೆ ಅಣಿಯಿಟ್ಟುಬಿಟ್ಟರು. "ನಮಗಿನ್ನು ಎಪ್ಪತ್ತೆರಡು ಗಂಟೆ ಸಾಕು. ಅನಾಮಧೇಯ ಪರ್ವತಗಳ ನೆತ್ತಿಯ ಮೇಲೆ ಭಾರತದ ಪತಾಕೆ ಹಾರಿಸಿಬಿಡುತ್ತೇವೆ!"

"ಭಾರತ್ ಮಾತಾಕೀ ಜೈ!" ಅಂದವರೇ ಜೂನ್ **28**ರ ರಾತ್ರಿ ರಾಜಪುತಾಣಾ ರೈಫಲ್ಸ್‌ನ ಯೋಧರು ಶಿಬಿರಗಳಿಂದ ಹೊರಬಿದ್ದರು. ಅದನ್ನು ಒಂದೇ ಮಾತಿನಲ್ಲಿ ವಿವರಿಸುವುದಾದರೆ; **going for the kill.** ಮಾರಣಹೋಮದ ಪ್ರಾರಂಭ! ಹೊರಗೆ ನಿಚ್ಚಳ ಬೆಳದಿಂಗಳು. ಸಿಡಿದ ಫಿರಂಗಿಯಿಂದ ಕಿತ್ತಳೆ ಬಣ್ಣದ ಅಗ್ನಿ ನಾಲಗೆ. "ಪರ್ವತದ ಮೇಲೆ ನಮಗಾಗಿ ಕಾದಿರುವುದು ಕೇವಲ ಸಾವು" ಎಂಬುದು ಎಲ್ಲರಿಗೂ ಗೊತ್ತು. ತಿಂಗಳುಗಳಿಂದ ಪರ್ವತದ ಮೇಲೆ ಬೆಚ್ಚನೆಯ ಬಂಕರುಗಳಲ್ಲಿ ಸಂಸಾರ ಹೂಡಿಕೊಂಡು ಕುಳಿತಿರುವ ದುಷ್ಮನ್‌ಗೆ ಪಾಯಿಂಟ್ **4700** ಎಂಬ ಪರ್ವತದ ಪ್ರಾಮುಖ್ಯತೆಯೇನೆಂಬುದು ಚೆನ್ನಾಗಿ ಗೊತ್ತು.

ಅವತ್ತು ರಾತ್ರಿ ನಡೆದದ್ದು, ಇವತ್ತಿನವರೆಗಿನ ಯುದ್ಧಗಳ ಪೈಕಿ ಅತ್ಯಂತ ದುಬಾರಿಯಾದುದು. ಬೆಟ್ಟದ ನೆತ್ತಿ ತಲುಪಲು ಪೂರ್ತಿ ಹತ್ತು ತಾಸುಗಳ ಅವಧಿ ಬೇಕಾಯಿತು. ಬೆಳಕು ಹರಿದು ಪರ್ವತದ ತುದಿಯಲ್ಲಿ ಹರಡಿರುವ ಮಂಜಿನ ಬಂಡೆಗಳ ಮೇಲೆ ಸೂರ್ಯಕಿರಣಗಳು ಫಳಫಳಿಸುತ್ತಿದ್ದಂತೆಯೇ "ಭಾರತ್ ಮಾತಾಕೀ ಜೈ" ಎಂಬ ಉದ್ಘೋಷ ಕೇಳಿಸತೊಡಗಿತು. ನಮ್ಮ ವೀರಯೋಧರು ಪಾಯಿಂಟ್ **4700**ದ ನೆತ್ತಿಯ ಮೇಲೆ ಬಾವುಟ ನೆಡುತ್ತಿದ್ದರು. ಪಾಕಿಗಳ ಸುಮಾರು ನಲವತ್ತು ಶವಗಳು ಚೆಲ್ಲಾಪಿಲ್ಲಿಯಾಗಿ ಬಿದ್ದಿದ್ದವು.

ಆದರೆ ಬೆಟ್ಟದ ಕೊರಕಲುಗಳಿಂದ ನಮ್ಮ ದೇಶದ ಇಪ್ಪತ್ತೈದು ವೀರಯೋಧರ ಪಾರ್ಥಿವ ಶರೀರಗಳನ್ನು ಎತ್ತಿಕೊಂಡು ಬರುವ ಹೊತ್ತಿಗೆ ಎಲ್ಲರ ಮನಸ್ಸುಗಳೂ ಮುಗುಚಿಬಿದ್ದಿದ್ದವು. ಒಂದು ಪುನರಾಕ್ರಮಣಕ್ಕೆ ಇಷ್ಟೊಂದು ದಂಡ ತೆರಬೇಕೆ?

ಇದರಷ್ಟೇ ದುಬಾರಿಯಾದ ಯುದ್ಧಗಳು ಪಾಯಿಂಟ್ 5100 ಮತ್ತು ಥ್ರೀ ಪಿಂಪಲ್ಸ್ ಪರ್ವತಗಳ ಮೇಲೂ ನಡೆದಿವೆ. ಅವುಗಳನ್ನು ಜಯಿಸದ ಹೊರತು ನಮ್ಮ ಯೋಧರಿಗೆ ಟೈಗರ್ ಹಿಲ್ಸ್‌ನ ತಪ್ಪಲನ್ನು ಕೂಡ ತಲುಪುವುದು ಸಾಧ್ಯವಿಲ್ಲವೆಂಬುದು ಗೊತ್ತಿತ್ತು. ಯುದ್ಧಭೂಮಿಗೆ, ವಿಶೇಷವಾಗಿ ಪರ್ವತಗಳ ಬುಡಕ್ಕೆ ಕರೆದೊಯ್ಯುವ ಮುನ್ನ ನಮ್ಮ ಯೋಧರಿಗೆ ಇಡೀ ಪರ್ವತದ ಮೇಲ್ಮೈ ಬಗ್ಗೆ (terrain ಬಗ್ಗೆ) ಒಂದು ಸಮಗ್ರ ಮತ್ತು ಸ್ಪಷ್ಟ ಮಾಹಿತಿ ನೀಡಲಾಗುತ್ತದೆ. ಇಡೀ ಪರ್ವತದ ಒಂದು ಸವಿವರವಾದ ನಕಾಶೆ ನೀಡಲಾಗುತ್ತದೆ. ಈ ನಕಾಶೆಯಲ್ಲಿ ಪ್ರತಿ ಕಲ್ಲು, ಪ್ರತಿ ಕೊರಕಲು, ಪ್ರತಿ ಹೆಬ್ಬಂಡೆಯನ್ನೂ ವಿವರಿಸುತ್ತಾರೆ. ಕರಾರುವಾಕ್ಕಾಗಿ ದುಷ್ಮನ್ ಎಲ್ಲಿ ಕುಳಿತಿದ್ದಾನೆ ಎಂಬುದನ್ನೂ ವಿವರಿಸುತ್ತಾರೆ. ಮೊದಲು ಒಂದು ದೊಡ್ಡ ತುಕಡಿಗೆ ಪರ್ವತದ ತನಕ ನಡೆದು ಹೋಗಿ, ಬೆಟ್ಟವನ್ನು ಮೂರೂ ಕಡೆಯಿಂದ (ನಾಲ್ಕನೆಯ ಕಡೆಗೆ ಪಾಕಿಸ್ತಾನವಿದೆ) ಅಡರಿಕೊಳ್ಳುವಂತೆ ಸೂಚಿಸಲಾಗುತ್ತದೆ. ಹಾಗೆ ಅವರು ಕತ್ತಲಲ್ಲಿ ಬೆಟ್ಟವನ್ನು ಅಡರಿಕೊಂಡಿರುವಾಗ, ಐದು ವಿವಿಧ ಯೂನಿಟ್‌ಗಳನ್ನು ಅಂತಿಮ ಯುದ್ಧಕ್ಕೆ ಮುನ್ನಡೆಯುವಂತೆ ಆದೇಶ ನೀಡುತ್ತಾರೆ. ಒಂದೊಂದು ಯೂನಿಟ್ಟಿಗೆ ಒಬ್ಬ ನುರಿತ ಅಧಿಕಾರಿ, ಒಬ್ಬ ಜೂನಿಯರ್ ಕಮೀಶನ್ಡ್ ಆಫೀಸರ್ ಮತ್ತು ಹದಿನೈದು ಜನ ಕಮ್ಯಾಂಡೋಗಳು ಇರುತ್ತಾರೆ. ಸುಮಾರು ನೂರು ಜನರ ಸಿಂಹ ಪಡೆ.

ಅದು ಏನಿಲ್ಲವೆಂದರೂ ಹದಿನೈದಿಪ್ಪತ್ತು ದಿನಗಳ ಸುದೀರ್ಘ ಸಾಹಸ. ಏನೇ ಮುನ್ನಡೆದರೂ ಕತ್ತಲಲ್ಲೇ ನಡೆಯಬೇಕು. ತೆವಳಿ ತೆವಳಿ ಬೆಟ್ಟ ಹತ್ತಬೇಕು. ಸರಿಸುಮಾರು ಹದಿನಾರು ಸಾವಿರ ಅಡಿಗಳ ಭಯಾನಕ ಎತ್ತರ. ಮಂಜಿನ ಮೇಲಿಟ್ಟ ಕಾಲು ಜಾರಿಹೋದರೆ ಮನುಷ್ಯ ಪ್ರಪಾತದಲ್ಲಿರುತ್ತಾನೆ. ಎಷ್ಟೋ ಸಲ ಇಡೀ ರಾತ್ರಿ ಯತ್ನಿಸಿದರೂ ಬೆಳತನಕ ಕೇವಲ ಇನ್ನೂರೈವತ್ತು ಮೀಟರುಗಳನ್ನು ಹತ್ತಲಾಗಿರುವುದಿಲ್ಲ.

ತೀರ ಬೆಟ್ಟದ ತುದಿ ಸಮೀಪವಾಗುತ್ತಿದ್ದಂತೆಯೇ ದುಷ್ಮನ್‌ಗೂ ನಮ್ಮವರಿಗೂ **hand to hand combat** ಶುರುವಾಗಿ ಹೋಗುತ್ತದೆ. ಕೆಲವೊಮ್ಮೆ ಒಬ್ಬರಿಗೊಬ್ಬರು ಮಾತಾಡಿಕೊಳ್ಳುತ್ತಾರೆ. ಸವಾಲಿಗೆ ಪ್ರತಿ ಸವಾಲು. ಅವನು "ಅಲ್ಲಾಹೋ ಅಕ್ಬರ್!" ಎಂದು ಕಿರುಚಿದರೆ, ಈತ 'ಭಾರತ್ ಮಾತಾ ಕೀ ಜೈ' ಎಂದು ಮಾರ್ದನಿಸುತ್ತಾನೆ. "ಬಂದೆಯಾ ಮೇಲಕ್ಕೆ? ಬಾಬಾ. ಇನ್ನೂ ಮೇಲಕ್ಕೆ ಕಳಿಸ್ತೀನಿ" ಅಂದ ದುಷ್ಮನ್‌ಗಳುಂಟು.

"ದೇಖೇಂಗೇ ಕೌನ್ ಊಪರ್ ಜಾಯೇಗಾ!" (ನೋಡೋಣ ಯಾರು ಮೇಲಕ್ಕೆ ಹೋಗುತ್ತಾರೋ?) ಎಂಬ ಪ್ರತ್ಯುತ್ತರ ಕೊಟ್ಟವರುಂಟು.

ತೀರ ಮೇಲಕ್ಕೆ ಹೋಗಿ ನೋಡಿದರೆ, ಬಂಕರಿನ ಉದ್ದಗಲಕ್ಕೂ ಪಾಕಿ ಹೆಣಗಳು. ಬೆದರಿಹೋದ ದುಷ್ಮನ್ ತಲ್ಲಣಿಸಿ ಓಡಿ ಹೋದ ಗುರುತುಗಳು. ಅಲ್ಲಿ ಬದುಕಿದ್ದಷ್ಟು ದಿನ ಅವನು ಕಟ್ಟಿಕೊಂಡ ಬಂಕರು, ಪ್ರತ್ಯೇಕ ಸ್ನಾನಗೃಹ, ನಮಾಜಿಗೊಂದು ಜಾಗ, ತಿನ್ನಲು ತಂದಿಟ್ಟುಕೊಂಡ ಬೆಣ್ಣೆ, ಜೇನು, ಗೋಧಿ ಹಿಟ್ಟು, ಸ್ಟೋವ್‌ಗಳು, ಬರೆದಿಟ್ಟ ಪತ್ರಗಳು,

ಜಪಸರಗಳು- ಎಲ್ಲವುಗಳ ಗುಡ್ಡೆಯೇ ಬಿದ್ದಿರುತ್ತದೆ. ಪೂರ್ವ, ಉತ್ತರ ದಕ್ಷಿಣಗಳೆಲ್ಲ ಕಡೆಯಿಂದ ಭಾರತೀಯ ಯೋಧರು ಬೆಟ್ಟವಡರಿಕೊಂಡಿದ್ದರೆ ದಿಕ್ಕುಗಾಣದ ಪಾಕಿ ಯೋಧ ಕಡೆಯ ಬಾರಿಗೆ 'ಅಲ್ಲಾ ಹೋ ಅಕ್ಬರ್' ಎಂದು ಕೂಗಿಕೊಂಡು ಪಶ್ಚಿಮದ ದಾರಿಯಿಂದ ಸಿಡಿಲು ಬೆನ್ನತ್ತಿದವನಂತೆ ಬೆಟ್ಟವಿಳಿದು ಓಡಿಹೋಗಿರುತ್ತಾನೆ. ಹಾಗೆ ಓಡುವಾಗ ನಮ್ಮವರು ಬೆನ್ನತ್ತಿ ಕೊಲ್ಲುವುದೂ ಉಂಟು. ಆತನೇ ಆಯ ತಪ್ಪಿಬಿದ್ದು ಸಾಯುವುದೂ ಉಂಟು. ಅಕಸ್ಮಾತ್ ಸೆರೆ ಸಿಕ್ಕರೆ, ದ್ರಾಸ್‌ನ ಶಿಬಿರಗಳ ಅಂಗಳದಲ್ಲಿ ಹೆಣವಾಗಿ ಗಿಡಮರಗಳಿಗೆ ನೇತಾಡುವುದೂ ಉಂಟು.

ಇಂಥ ಎಲ್ಲ ಭೀಭತ್ಸಗಳ ಮಧ್ಯೆಯೇ ಇಡೀ ದ್ರಾಸ್ ಸೆಕ್ಟರ್‌ನ ಅತಿ ಮುಖ್ಯ ಪರ್ವತಗಳಾದ ಟೊಲೋಲಿಂಗ್, ಪಾಯಿಂಟ್ 4700, ಪಾಯಿಂಟ್ 5140, ಹಂಪ್, ಥ್ರೀ ಪಿಂಪಲ್ಸ್ ಮುಂತಾದವೆಲ್ಲ ವಶವಾದವು.

ತಾನು ಎಷ್ಟೇ ಆಯಕಟ್ಟಿನ ಜಾಗಕ್ಕೆ ಹೋಗಿ ಕುಳಿತಿದ್ದೇನೆಂದುಕೊಂಡರೂ, ಟೈಗರ್ ಪರ್ವತದ ಮೇಲೆ ಕುಳಿತ ದುಷ್ಮನ್‌ಗೆ ತಾನು ಒಬ್ಬಂಟಿಯಾಗುತ್ತಿರುವುದು ಅರ್ಥವಾಗಿ ಹೋಗಿದೆ. ಬಂಕರುಗಳಲ್ಲಿ ನೀರು ಮುಗಿಯುತ್ತ ಬಂದಿದೆ. ನೆತ್ತಿಯ ಮೇಲಿನ ಹಿಮಬಂಡೆಗಳಿಗೆ ದಿನಗಟ್ಟಲೆ ಉರಿ ಹಾಕಿದರೂ ಅವು ಕರಗುವುದಿಲ್ಲ. "ಇಲ್ಲಿ ನೀರು ಮುಗಿಯುತ್ತಿದೆ. ಮದ್ದುಗುಂಡು ಖಾಲಿಯಾಗುತ್ತಿದೆ. ಭಾರತದ ವಿಮಾನಗಳು ಟೈಗರ್‌ನ ನೆತ್ತಿಯ ಮೇಲೆ ಪೌಂಡಿಂಗ್ ಪ್ರಾರಂಭಿಸಿವೆ. ಈ ಯುದ್ಧ ಇನ್ನು ಮುಂದುವರೆಯಲಾರದು..." ಹಾಗಂತ ತನ್ನ ರೇಡಿಯೋ ಸೆಟ್‌ನಲ್ಲಿ ಪಾಕಿ ಅಧಿಕಾರಿಯೊಬ್ಬ ಕಿರುಲಿಕೊಂಡದ್ದನ್ನು ನಮ್ಮ ಅಧಿಕಾರಿಗಳು intercept ಮಾಡಿದ್ದಾರೆ.

"ಅಲ್ಲಾಹುವಿನ ಮೇಲೆ ನಂಬಿಕೆಯಿಡು. ಯುದ್ಧ ಮುಂದುವರೆಸು!" ಎಂಬ ಉತ್ತರ ಸರಹದ್ದಿನಾಚೆಯಿಂದ ಬಂದಿತಂತೆ.

ಅಲ್ಲಾಹುವಿನ ಮಾತು ಆಮೇಲೆ ನೋಡಿಕೊಳ್ಳೋಣ ಮೊದಲು ನೀರು..." ಈತ ಕಿರುಚಿದ್ದಾನೆ.

ಒಟ್ಟಿನಲ್ಲಿ ನಲವತ್ತು ದಿನಗಳ ನಿರಂತರ ಮತ್ತು ತ್ಯಾಗಪೂರಿತ ಪ್ರಯತ್ನದ ನಂತರ ಟೈಗರ್ ಹಿಲ್ಸ್ ಭಾರತದ ವಶಕ್ಕೆ ಬಂದಿದೆ. ಇಲ್ಲಿ ಕುಳಿತು ಅದರ ಬಗ್ಗೆ ಏನೇ ಬರೆದರೂ ಅಪೂರ್ಣ ಅಪೂರ್ಣ! ನನಗಪ್ಪಣೆ ಕೊಡಿ. ನಾನು ಹೊರಟೆ!

ಮುಂದಿನ ಸಂಚಿಕೆಯಲ್ಲಿ ನೀವು ಕಲ್ಪಿಸಿಕೊಳ್ಳಲೂ ಆಗದಂತಹ ಸುದ್ದಿಗಳಿರುತ್ತವೆ. ಚಿತ್ರಗಳಿರುತ್ತವೆ.

ನಿಮ್ಮದೊಂದು ಹಾರೈಕೆ ನನ್ನ ಬೆನ್ನಿಗಿರಲಿ.

ದೇಶದ್ರೋಹಿಯೊಬ್ಬನ ಅಂತರಾಳದಲ್ಲಿ...

ಒಂದು ಕಾಶ್ಮೀರಿ ವಿದ್ರೋಹಿ ಮನಸ್ಸು ಹೇಗಿರುತ್ತೆ ಅನ್ನೋದನ್ನು ಅರ್ಥಮಾಡಿಕೊಳ್ಳುವುದಿದ್ದರೆ ನೀವು ಇವತ್ತು ಶ್ರೀನಗರದಲ್ಲಿ ಇರಬೇಕಿತ್ತು.

ಇವತ್ತು ಮಂಗಳವಾರ ದಿನಾಂಕ **6-7-99.**

It's deadly. ಇಡೀ ಶ್ರೀನಗರದಲ್ಲಿ ಸೂತಕದ ಛಾಯೆಯಿದೆ. ರಾತ್ರಿ ಒಂಬತ್ತಾದರೂ ಇಲ್ಲಿ ಸೂರ್ಯ ಮುಳುಗಿರಲಿಲ್ಲ. ನಾನು ಶ್ರೀನಗರದ ಗೆಳೆಯ ಅಮಿತ್ ವಾಂಚೂ ಜೊತೆಯಲ್ಲಿ ಡಾಲ್ ಲೇಕ್‌ನ ಒಂದು ತುದಿಯಲ್ಲಿ ದೋಣಿಯಲ್ಲಿ ಕುಳಿತು ಹರಟುತ್ತಿದ್ದೆ. ಬೆನ್ನ ಹಿಂದಿನ ಹಜರತ್ ಬಾಲ್ ಮಸೀದಿಯಲ್ಲಿ ನವಾಜಿಗಾಗಿ ಜನರನ್ನು ಕೂಗಿ ಕರೆವ ಅಜಾನ್ ನಡೆಯುತ್ತಿತ್ತು. ಉಳಿದಂತೆ ಎಲ್ಲ ಮೌನ.

ಇದ್ದಕ್ಕಿದ್ದಂತೆ ಗುಂಡು ಹಾರಿದ ಸದ್ದು. **"They are gun shots"** ಉದ್ಗರಿಸಿದ ಅಮಿತ್. ಆಮೇಲೆ ನಾವು ತುಂಬ ಹೊತ್ತು ದೋಣಿಯಲ್ಲಿ ಕೂಡಲಾಗಲಿಲ್ಲ. ಕಾರಣವಿಷ್ಟೆ.

ಇವತ್ತು ಕಾಶ್ಮೀರಿಗಳ ಮನಸ್ಸು ಭಯಂಕರವಾಗಿ ನೊಂದಿದೆ. ಸಾಲಾ, ಇಂಡಿಯಾ ಜೀತ್ ಗಯಾ! ಎಂಬುದು ಅವರ ನರಳಾಟ. ಕಾರ್ಗಿಲ್‌ನ ಯುದ್ಧ ಭಾರತವನ್ನು ಸರ್ವನಾಶ ಮಾಡಬೇಕಿತ್ತು. ಮಾಡಿಯೇ ತೀರುತ್ತದೆ ಎಂದು ನಂಬಿದ್ದರು ಕಾಶ್ಮೀರಿಗಳು. ಉಳಿದೆಲ್ಲ ಪರ್ವತಗಳನ್ನು ಗೆದ್ದರೂ, ಟೈಗರ್ ಹಿಲ್ಸ್ ತಂಟೆಗೆ ಹೋದರೆ ಭಾರತೀಯ ಸೇನೆಯ ಮಾರಣ ಹೋಮ ನಡೆದು ಹೋಗುತ್ತದೆ ಎಂಬುದು ಅವರ ನಂಬಿಕೆಯಾಗಿತ್ತು. ಉಳಿದದ್ದೇನೇ ಹಾಳುಬಿದ್ದು ಹೋದರೂ; ಪಾಕಿಸ್ತಾನದ ಸೈನ್ಯ ಮತ್ತು ಮುಸ್ಲಿಂ ಉಗ್ರಗಾಮಿಗಳ ತಾಕತ್ತು ಅನನ್ಯವಾದುದು. ಅವುಗಳ ಎದಿರು ಭಾರತ ಸೈನ್ಯ ಸೋತು ಕಾಲುಚಾಚಿ ಮಲಗಿಬಿಡುತ್ತದೆ ಎಂದುಕೊಂಡಿದ್ದರು.

ಕಾಶ್ಮೀರಿಗಳು **1953**ರಿಂದಲೂ ಹೀಗೇ ಅಂದುಕೊಳ್ಳುತ್ತಿದ್ದಾರೆ. ಪಾಕಿಸ್ತಾನ್ ಇಂದಲ್ಲ ನಾಳೆ ಭಾರತವನ್ನು ಸೋಲಿಸುತ್ತದೆ. ಕಾಶ್ಮೀರವನ್ನು ಭಾರತದ ಭೂಪಟದಿಂದ ತರಿದು ತನ್ನ ತೆಕ್ಕೆಗೆ ಸೇರಿಸಿಕೊಳ್ಳುತ್ತದೆ. ಕಾಶ್ಮೀರದಿಂದ ಸಮಸ್ತ ಭಾರತೀಯರು ತೊಲಗಿಹೋಗುತ್ತಾರೆ. ಆಮೇಲೆ ಇಲ್ಲಿ ಕೇವಲ ಮುಜಾಹಿದೀನ್‌ಗಳ ರಾಜ್ಯ ಏರ್ಪಡುತ್ತದೆ. ಅಲ್ಲಾಹು ತಮ್ಮನ್ನು ವಿಶೇಷವಾಗಿ ರಕ್ಷಿಸುತ್ತಾನೆ! ಕಳೆದ ನಾಲ್ಕು ಇಂಡೋ-ಪಾಕ್ ಯುದ್ಧಗಳಲ್ಲೂ ಕಾಶ್ಮೀರಿ ಮನಸ್ಸು ಬಯಸಿದ್ದು ಇದನ್ನೇ.

ಆದರೆ ನಾಲ್ಕನೆಯ ಸಲವೂ ಅದಕ್ಕೆ ನಿರಾಸೆಯಾಗಿದೆ.

ನೀವಿವತ್ತು ಶ್ರೀನಗರವನ್ನು ನೋಡಬೇಕು. ಪಾಕ್ ಪ್ರಧಾನಿ ನವಾಜ್ ಷರೀಫ್ ತನ್ನ ಸೇನೆಯನ್ನು ವಾಪಸು ಕರೆದುಕೊಳ್ಳುವ ತೀರ್ಮಾನ ಮಾಡುತ್ತಿದ್ದಂತೆಯೇ; ಇಲ್ಲಿ ರಾಷ್ಟ್ರೀಯ

ಶೋಕ. ಹೆಚ್ಚಿನ ಅಂಗಡಿಗಳು ಮುಚ್ಚಿವೆ. ಮಸೀದಿಗಳಲ್ಲಿ ಅಬ್ಬರದ ಭಾಷಣಗಳಿಲ್ಲ. ಪಾಕ್ ಪರವಾದ ಪರಾಕುಗಳಿಲ್ಲ. ಆದರೆ ಕಾಶ್ಮೀರಿ ಉಗ್ರಗಾಮಿ ಕುದಿಯುತ್ತಿದ್ದಾನೆ. ಈ ಯುದ್ಧ ಸೋಲುತ್ತಿರುವ ಬೇಸರದಲ್ಲಿ, ಹತಾಶೆಯಲ್ಲಿ ಆತ ಇವತ್ತು-ನಾಳೆ ಏನಾದರೂ ವಿಧ್ವಂಸಕ ಕೃತ್ಯ ಮಾಡೇ ಮಾಡುತ್ತಾನೆ. ಯಾವುದೋ ಸೈನಿಕ ಶಿಬಿರದ ಮೇಲೆ ಗ್ರೆನೇಡ್ ಎಸೆಯುತ್ತಾನೆ. ಅಥವಾ ಬಿಹಾರಿ ಕೂಲಿಗಳನ್ನು ಕೊಲ್ಲುತ್ತಾನೆ. ಯಾರೂ ಸಿಕ್ಕದಿದ್ದರೆ ತನ್ನ ಪಕ್ಕದ ಮನೆಯ ಕಾಶ್ಮೀರಿ ಪಂಡಿತನಿಗೆ ಗುಂಡಿಕ್ಕುತ್ತಾನೆ. ಏಕೆಂದರೆ, ತನ್ನ ಕಾಶ್ಮೀರವನ್ನು ಭಾರತದಿಂದ ಕತ್ತರಿಸಿ ಒಯ್ಯುತಾರೆಂದು ನಂಬಿದ್ದ ಪಾಕಿಗಳ ಬಗ್ಗೆ ಅವನಿಗೆ ವಿಶ್ವಾಸ ಹೊರಟು ಹೋಗಿದೆ.

ಕಳೆದ ಹತ್ತು ವರ್ಷದಿಂದ ಕಾಶ್ಮೀರಿ ವಿದ್ರೋಹಿಗೆ ಇದ್ದುದೇ ಅದೊಂದು ವಿಶ್ವಾಸ! ಆ ವಿಶ್ವಾಸದಿಂದಾಗಿಯೇ ಆತ ಸಾವಿರಾರು ಭಾರತೀಯರ ಕೊಲೆ ಮಾಡಿದ. ಕಾಶ್ಮೀರಿ ಪಂಡಿತರನ್ನು ಕೊಂದ. ಅವರ ಇಡೀ ಕುಟುಂಬಗಳನ್ನೇ ವಕ್ಕಲೆಬ್ಬಿಸಿದ. ಅವರ ಮನೆಗಳನ್ನು ಸುಟ್ಟ. ಭಾರತದ ಬಾವುಟಕ್ಕೆ ಬೆಂಕಿ ಹಚ್ಚಿದ. ಅಷ್ಟೇಕೆ; ಇವತ್ತಿನ ಕಾರ್ಗಿಲ್ ಕದನದಲ್ಲಿ ಕಾಶ್ಮೀರಿ ಸೈನಿಕರೂ ಸತ್ತಿದ್ದಾರೆ. ಗಾಯಗೊಂಡಿದ್ದಾರೆ. ಆದರೆ ಕಾಶ್ಮೀರದ ಕೊಳ್ಳದಲ್ಲೆಲ್ಲೂ ಅವರಿಗೋಸ್ಕರ ಮರುಗುವವರಿಲ್ಲ. ಯುದ್ಧದಲ್ಲಿ ಸತ್ತ ಕಾಶ್ಮೀರಿ ಯುವಕ ಇಲ್ಲಿ ಹುತಾತ್ಮನಲ್ಲ. ಅವನ ವಿಧವೆ ಹೆಂಡತಿಗೆ ಯಾರೂ ಸಂತಾಪ ಹೇಳುವುದಿಲ್ಲ. ಇಲ್ಲಿನ ಯಾವ ಪತ್ರಿಕೆಯೂ ಅವನ ಬಗ್ಗೆ ಬರೆಯುವುದಿಲ್ಲ. ನಿಧಿ ಸಂಗ್ರಹಿಸುವುದಿಲ್ಲ. ಇಡೀ ಕೊಳ್ಳದಲ್ಲಿ ಒಂದೇ ಒಂದು ರಕ್ತ ಸಂಗ್ರಹ ಶಿಬಿರ ನಡೆದಿಲ್ಲ.

ಏಕೆಂದರೆ, ಸತ್ತವನು ಕಾಶ್ಮೀರಿಯೇ ಆದರೂ, ಅವನು ಭಾರತಕ್ಕಾಗಿ ಸತ್ತಿದ್ದಾನೆ. ತಾಯ್ನಾಡಿಗಾಗಿ ಸತ್ತಿಲ್ಲ. ಅವನ ತಾಯ್ನಾಡು ಪಾಕಿಸ್ತಾನ! ಅಥವಾ ಸ್ವತಂತ್ರ ಕಾಶ್ಮೀರ! ಇವತ್ತಿನ ಕಾಶ್ಮೀರದ ಪತ್ರಿಕೆಗಳ ತುಂಬ ಸೋತ ಯುದ್ಧದ ಬಗ್ಗೆ ಸಂತಾಪಭರಿತ ಬರಹಗಳೇ ಇವೆ. ಕೆಲವೇ ದಿನಗಳಿಗೆ ಮುಂಚೆ ಈ ಕಾಶ್ಮೀರಿಗಳು ಕಾರ್ಗಿಲ್‌ನಿಂದ ಬರುತ್ತಿದ್ದ ಭಾರತೀಯ ಯೋಧರ ಶವಗಳನ್ನು ಕಂಡು ಆನಂದದಿಂದ ಕೇಕೆ ಹೊಡೆಯುತ್ತಿದ್ದರು. ಭಾರತದ ಸೋಲಿಗಾಗಿ ಮಸೀದಿಗಳಲ್ಲಿ ಪ್ರಾರ್ಥನೆ ಸಲ್ಲಿಸುತ್ತಿದ್ದರು. ಆದರೆ ಇವತ್ತು ಟೈಗರ್ ಹಿಲ್ಸ್ ಪತನಕ್ಕಾಗಿ ಮರುಗುತ್ತಿದ್ದಾರೆ. ಇದು ಕಾಶ್ಮೀರಿಗಳ ಮನಸ್ಸು!

"ಹಾಗೇನಿಲ್ಲ. ಟೈಗರ್ ಹಿಲ್ಸ್ ಪರ್ವತವನ್ನು ಭಾರತೀಯ ಸೇನೆ ಗೆಲ್ಲಲೇ ಇಲ್ಲ. ಪರ್ವತದ ಮೇಲಿದ್ದ ಪಾಕ್ ಸೈನಿಕರೇ ಅದನ್ನು ತೆರವು ಮಾಡಿ ಹೊರಟು ಹೋದರು. ಅಷ್ಟು ಹೊತ್ತಿಗಾಗಲೇ ನವಾಜ್ ಷರೀಫ್ ತನ್ನ ಸೈನ್ಯವನ್ನು ಹಿಂತೆಗೆದುಕೊಳ್ಳುವ ನಿರ್ಧಾರ ಮಾಡಿದ್ದ. ಹೀಗಾಗಿ ಟೈಗರ್ ಹಿಲ್ಸ್ ತೆರವು ಮಾಡಿದ್ದಾರೆ. ಇಲ್ಲದೆ ಹೋಗಿದ್ದರೆ, ಪಾಕಿಗಳನ್ನು ಹಿಮ್ಮೆಟ್ಟಿಸುವ ತಾಕತ್ತು ಭಾರತದವರಿಗೆಲ್ಲಿಂದ ಬರಬೇಕು?"

ಇದು ಈಗಷ್ಟೆ ಕಾಶ್ಮೀರಿ ಪತ್ರಕರ್ತನೊಬ್ಬ ಆಡಿದ ಮಾತು. ಟೈಗರ್ ಹಿಲ್ಸ್ ಕೈ ಬಿಟ್ಟು ಹೋಗುವ ಹೊತ್ತಿಗಾಗಲೇ ಷರೀಫ್‌ಗೆ ತನ್ನ ಸೋಲು ಮನವರಿಕೆಯಾಗಿತ್ತು ಮತ್ತು ಪಾಕಿಗಳು

ಓಡಿ ಹೋಗದೆ ಬೇರೆ ದಾರಿಯೇ ಇರಲಿಲ್ಲ ಎಂಬುದನ್ನು ಈ ಪತ್ರಕರ್ತ ಯಾವ ಕಾರಣಕ್ಕೂ ಒಪ್ಪಲಾರ.

ಇಂಥದೊಂದು ಪತ್ರಕರ್ತರ ಹಿಂಡಿನ ಜೊತೆಯಲ್ಲೇ ನಾವೊಂದಿಷ್ಟು ಜನ ನಾಳೆ ಕಾರ್ಗಿಲ್ ತಲುಪಬೇಕಿದೆ. ಅಲ್ಲಿಂದ ಟೈಗರ್ ಹಿಲ್ಸ್‌ಗೆ. ಅದರಾಚೆ ಮತ್ತೆ ಬಟಾಲಿಕ್‌ನ ಯುದ್ಧ ಭೂಮಿಗೆ. ಅಲ್ಲಿನ್ನೂ ಭೀಕರ ಕದನ ನಡೆದೇ ಇದೆ.

ಈ ನಾಲ್ಕನೇ ಇಂಡೋ-ಪಾಕ್ ಯುದ್ಧ ಆರಂಭಗೊಳ್ಳುವುದಕ್ಕೆ ಮುಂಚೆ ಏನೇನು ನಡೆಯಿತು ಎಂಬುದರ ಬಗ್ಗೆ ಚರ್ಚೆಗಳಾಗುತ್ತಿವೆ. ಅಂತೆಯೇ ಕೆಲ ಸಂಗತಿಗಳು ಬಯಲಿಗೂ ಬರುತ್ತಿವೆ. ಮುಖ್ಯವಾಗಿ ಚಳಿಗಾಲದ ಆರಂಭಕ್ಕೆ ಮುಂಚೆ ಪಾಕಿಸ್ತಾನ್ ದೊಡ್ಡ ಮಟ್ಟದಲ್ಲಿ ಉಣ್ಣೆಯ ಉಡುಪು, ಮಂಜಿನ ಬೂಟು ಇತ್ಯಾದಿಗಳನ್ನು ಖರೀದಿಸಿತು. ಅದೇ ಹೊತ್ತಿಗೆ,1998ರ ಅಂತ್ಯದಲ್ಲಿ ಪಾಕಿಸ್ತಾನದ ಈಶಾನ್ಯ ಮೂಲೆಯಲ್ಲಿ ಪಾಕಿಸ್ತಾನವೇ ನಡೆಸುವ ಮುಜಾಹಿದೀನ್ ತರಬೇತಿ ಶಿಬಿರಗಳಲ್ಲಿ ಇದ್ದಕ್ಕಿದ್ದಂತೆ ವಿಪರೀತವಾದ ಸಂಖ್ಯೆಯಲ್ಲಿ ಶಿಬಿರಾರ್ಥಿಗಳು ಕಾಣಿಸಿಕೊಂಡರು. ಭಾರತದ ಸರಹದ್ದಿಗೆ ಸಮೀಪದಲ್ಲೇ ಇರುವ ಝೀಲಮ್ ವ್ಯಾಲಿ, ಬಾಲ್ಟಿಸ್ತಾನದ ಬೆಟ್ಟಗಳು ಮತ್ತು ಮುಜಫರಾಬಾದ್‌ನ ಹೊರವಲಯದಲ್ಲಿ ಮುಜಾಹಿದೀನ್‌ನ ಸುಮಾರು ಅರವತ್ತು ಶಿಬಿರಗಳು ಎದ್ದು ನಿಂತವು. ದಟ್ಟವಾಗಿ ಸುರಿವ ಹಿಮದಲ್ಲೂ ಬೆಟ್ಟಗಳ ಮೇಲೆ ಚಲಿಸುವುದು ಹೇಗೆ ಎಂಬುದನ್ನು ಬೋಧಿಸಲಾಯಿತು. (ನೆನಪಿರಲಿ, ಇಲ್ಲಿ ಐದರಿಂದ ಎಂಟು ಅಡಿಯಷ್ಟು ಹಿಮ ಒಂದೇ ಸಲಕ್ಕೆ ಬೀಳುತ್ತದೆ) ಕಳೆದ ವರ್ಷವೇ ಸ್ಕರ್ದು ಪ್ರಾಂತ್ಯದಲ್ಲಿ ಮುಜಾಹಿದೀನ್‌ಗಳು ದೊಡ್ಡ ಸಂಖ್ಯೆಯಲ್ಲಿ ಕಾಣಿಸಿಕೊಂಡರು. ಮತ್ತು ಅವರೆಲ್ಲ ಕಾಶ್ಮೀರದೆಡೆಗೆ ನಡೆಯತೊಡಗಿದ್ದರು. ಆಗೆಲ್ಲ ಅವರಲ್ಲಿ ಯುದ್ಧದ ಬಗ್ಗೆ ವೀರಾವೇಶವಿತ್ತು.

ಈಗ ಸ್ಕರ್ದು ಸುತ್ತಲಿನ ಟೆಲಿಫೋನ್ ಬೂತ್‌ಗಳಲ್ಲಿ ಪಾಕಿ ಸೈನಿಕರು ಮತ್ತು ಮುಜಾಹಿದೀನ್‌ಗಳು ಮನೆಗಳಿಗೆ ಫೋನು ಮಾಡಿ "ಹಿಂತಿರುಗಿ ಬರುತ್ತೀವೋ ಇಲ್ಲವೋ" ಎಂದು ಗೋಳಿಡುವುದು ಸಾಮಾನ್ಯ ದೃಶ್ಯವಾಗಿ ಕಾಣಿಸುತ್ತದೆ.

ಮುಖ್ಯವಾಗಿ ಈ ಯುದ್ಧದಲ್ಲಿ ತೊಡಗಿರುವ ಪಾಕ್ ಯೋಧರಲ್ಲಿ ಹೆಚ್ಚಿನವರು ಸ್ಕರ್ದು ಮತ್ತು ಬಲ್ಟಿಸ್ತಾನ್‌ಗಳಿಗೆ ಸೇರಿದವರು. ಅವರಿಗೆ ಸರಹದ್ದಿನಾಚೆಗಿನ ಪರ್ವತಗಳ ಪರಿಚಯ ಚೆನ್ನಾಗಿದೆ. ಅದಕ್ಕಿಂತ ಮಿಗಿಲಾಗಿ, ಅವರ ಸಂಬಂಧಿಕರನೇಕರು ಕಾಶ್ಮೀರದಲ್ಲಿದ್ದಾರೆ. ಲೇಹ್‌ನಲ್ಲಿ, ಲಡಾಕ್‌ನಲ್ಲಿದ್ದಾರೆ. ಈಗ ನಡೆಯುತ್ತಿರುವ ಹೋರಾಟ, ಕಾಶ್ಮೀರದ ಆ ಮುಸಲ್ಮಾನ ಸೋದರನಿಗಾಗಿಯೇ ಎಂದು ಇವರನ್ನು ಹುರಿದುಂಬಿಸಲಾಗಿದೆ.

ಆದರೂ, ಹೋರಾಟದ ಕೆಚ್ಚು ಮಾತ್ರ ಅವರಲ್ಲಿ ಮಂಕಾಗತೊಡಗಿದೆ.

ರಕ್ತ ಕುಡಿದವರ ದೇಶಭಕ್ತಿ

ಭಾರತದ ಸರಹದ್ದಿನೊಳಗಿನ ಪರ್ವತಗಳ ತುದಿ ತನಕ ಅಂಥ ಯಮ ಚಳಿಯಲ್ಲೂ 'ಅಲ್ಲಾಹೋ ಅಕ್ಬರ್' ಎಂದು ರಣಕೇಕೆ ಹಾಕುತ್ತಲೇ ಬಂದು ಕುಳಿತ ಮುಜಾಹಿದೀನ್ ಎಂಬ ಧರ್ಮಯೋಧ-ನಲವತ್ತೇ ದಿನಗಳಲ್ಲಿ ಭಾರತದ ಸೇನೆಯ ಅಬ್ಬರದ ಪೌಂಡಿಂಗ್ ಭರಿಸಲಾಗದೆ ಬೆಟ್ಟಗಳ ಮೇಲೆ ಪತರಗುಟ್ಟತೊಡಗಿದ್ದಾನೆ. ಸಾವಿನ ಸಮ್ಮುಖದಲ್ಲಿ ಎಲ್ಲ ಧಾರ್ಮಿಕತೆಯೂ ಕರಗಿ, ನೀರು ಪಾಲಾಗಿ, ಬೆಟ್ಟವಿಳಿದು ಓಡಿದರೆ ಸಾಕೆನ್ನಿಸುವಂಥ ಸ್ಥಿತಿ ನಿರ್ಮಾಣವಾಗತೊಡಗಿದೆ.

ನಿಮ್ಮಲ್ಲಿ ಆ ಸವಲತ್ತಿದ್ದರೆ ಇಂಟರ್‌ನೆಟ್‌ನ ಒಳಪದರುಗಳನ್ನು ಹೊಕ್ಕು ನೋಡಿ. ಪಾಕಿಸ್ತಾನಿ ಪರವಾದ ವೆಬ್ ಸೈಟುಗಳಲ್ಲಿ ಈ ನಲವತ್ತು ದಿನಗಳ ಹಿಂದಿನ ಮತೋನ್ಮಾದದ ಕುಣಿದಾಟವಿಲ್ಲ. "ಕಾಶ್ಮೀರದ ಪವಿತ್ರ ಭೂಮಿಗಾಗಿ, ಅದರ ವಿಮುಕ್ತಿಗಾಗಿ ತೆರಳಿದ ಮುಜಾಹಿದೀನ್ ಯೋಧರು ಒಬ್ಬರಾದ ಮೇಲೊಬ್ಬರು ಹುತಾತ್ಮರಾಗುತ್ತಿದ್ದಾರೆ" ಎಂಬುದಾಗಿ ಪಾಕ್‌ನ ಧರ್ಮಾಂಧ ನಾಯಕರು ಹಲುಬತೊಡಗಿದ್ದಾರೆ. ಪಾಕ್ ಸರಹದ್ದಿನೊಳಗೆ ಭಾರತ ಸೇನೆಯ ಷೆಲ್‌ಗಳು ಬಿದ್ದುದರಿಂದಾಗಿ ಸತ್ತ ಹಳ್ಳಿಗರ, ಅವರ ಮಕ್ಕಳ ಶವಗಳ ಚಿತ್ರ ಪ್ರಕಟಿಸಿ ಇವರೆಲ್ಲ ಸ್ವಯಂ ಪ್ರೇರಣೆಯಿಂದ 'ಷಹಾದತ್' (ಧರ್ಮಕ್ಕಾಗಿ ಸತ್ತ ಹುತಾತ್ಮ) ಆಗಿದ್ದಾರೆ ಎಂದು ಅಲ್ಲಿನ ಪತ್ರಿಕೆಗಳು ಬರೆದುಕೊಳ್ಳುತ್ತಿವೆ. ಸರಹದ್ದಿನ ಬೆಟ್ಟಗಳಿಂದ ಗಂಟೆಗೊಂದರಂತೆ ಉರುಳಿ ಬೀಳುತ್ತಿರುವ ಮುಜಾಹಿದೀನ್ ಮತ್ತು ಪಾಕಿ ಯೋಧರ ಹೆಣಗಳನ್ನು ಕಂಡು ಪಾಕಿಸ್ತಾನ್ ಅಲ್ಲಾಡಿ ಹೋಗುತ್ತಿದೆ. ಮೊದಮೊದಲು ಸತ್ತ ಮುಜಾಹಿದೀನ್‌ರ ಶವಗಳಿಗೆ ಭಾರೀ ಪ್ರಚಾರದ ಶವಯಾತ್ರೆ ಮತ್ತು ಸಂಸ್ಕಾರ ಸೌಭಾಗ್ಯ ದೊರೆಯುತ್ತಿತ್ತು. ಈಗ ಸಾವಿನ ಸಂಖ್ಯೆ ವಿಪರೀತವಾಗಿ, ಬೆಟ್ಟದ ತುದಿಗಳು ಖಾಲಿಯಾಗುತ್ತಿರುವಂತೆಯೇ ಮುಜಾಹಿದೀನ್‌ರ ಶವಗಳನ್ನು ಅಲ್ಲಲ್ಲೇ, ಸರಹದ್ದಿನಲ್ಲಿ ಹೂತು ಹಾಕಿ-ನಮಗಿಂತ ಜಾಸ್ತಿ ಭಾರತೀಯರೇ ಸತ್ತಿದ್ದಾರೆ ಎಂಬ ಪ್ರಚಾರಕ್ಕೆ ಪಾಕ್ ಸರ್ಕಾರ ತೊಡಗುತ್ತಿದೆ.

ಇಷ್ಟಾದರೂ ಪಾಕಿಗಳ ಪೊಗರು ಅಡಗಿಲ್ಲ. ಅವರ ದೃಷ್ಟಿಯಲ್ಲಿ -"ಕಾಶ್ಮೀರದ ಮುಸಲ್ಮಾನ ತನ್ನ ಸ್ವಾತಂತ್ರ್ಯಕ್ಕಾಗಿ ಹೋರಾಡುತ್ತಿದ್ದಾನೆ. ಅವನ ನೆಲವಾದ(?)ಕಾಶ್ಮೀರ ಕಣಿವೆಯನ್ನು ಭಾರತ ದೇಶದ ಹಿಂದೂ(?) ಸರ್ಕಾರ ಕಳೆದ 50 ವರ್ಷಗಳಿಂದ ಆಕ್ರಮಿಸಿಟ್ಟುಕೊಂಡಿದೆ. ಅದು

ಸಾಲದೆಂಬಂತೆ, ಹಿಂದೂ ಸರ್ಕಾರ ಪಾಕ್‌ನ ಮೇಲೆ ದಂಡೆತ್ತಿ ಹೋಗಿ(!) ಅದನ್ನೂ ಆಕ್ರಮಿಸಿಕೊಳ್ಳಲು ಯತ್ನಿಸುತ್ತಿದೆ. ಆದರೆ ಪಾಕಿಸ್ತಾನ್ ತನ್ನ ಒಂದಿಂಚನ್ನೂ ಬಿಟ್ಟು ಕೊಡದಿರಲು ನಲವತ್ತು ದಿನಗಳಿಂದ ಶ್ರಮಿಸುತ್ತಿದೆ! ಕಾಶ್ಮೀರಿ ಮುಸ್ಲಿಮರಿಗಾಗಿ ತನ್ನ ರಕ್ತ ಹರಿಸುತ್ತಿದೆ!"

ದುರಂತವೆಂದರೆ, ಪಾಕಿ ಸರ್ಕಾರದ ಈ ವಿವರಣೆಯನ್ನು ಬಹುತೇಕ ಪಾಕಿಸ್ತಾನಿಗಳು ನಂಬುತ್ತಾರೆ. ಹಿಂದೂಸ್ತಾನದ ವಿರೋಧದ ಯುದ್ಧಕ್ಕಾಗಿ ಏನನ್ನು ಬೇಕಾದರೂ ತ್ಯಾಗ ಮಾಡಲು ತಯಾರಾಗಿರುತ್ತಾರೆ. ಯಾವತ್ತಾದರೊಂದು ದಿನ ಕಾಶ್ಮೀರವನ್ನು ಕಸಿದೇ ಕಸಿಯಲಾಗುವುದು. ಮುಜಾಹಿದೀನ್‌ಗಳದೇ ಅಂತಿಮ ಜಯ- ಎಂದು ನಂಬುತ್ತಾರೆ. ಧರ್ಮೋನ್ಮಾದದ ರಕ್ತ ಕುಡಿದವರ ದೇಶಭಕ್ತಿಯೂ ಭಯಾನಕವೇ ಅಲ್ಲವೇ?

ಇದೆಲ್ಲದರ ಮಧ್ಯೆ ಪಾಕ್ ಪ್ರಧಾನಿ ನವಾಜ್ ಷರೀಫ್ ಚಿತ್ರಾನ್ನವಾಗಿ ಹೋದಂತಿದೆ. ಸ್ವತಂತ್ರ ಪಾಕಿಸ್ತಾನದಲ್ಲಿ ಲಿಯಾಖತ್ ಅಲಿ ಜಿನ್ನಾನ ನಂತರ ಅತ್ಯಂತ ಜನಪ್ರಿಯ ಸಿವಿಲಿಯನ್ ನೇತಾರನೆಂದರೆ, ಈತನೇ! ಆದರೆ ಸದ್ಯಕ್ಕೆ ಪಾಕ್ ಸೈನ್ಯದ ಕಬಂಧ ಬಾಹುಗಳ ಕೈಗೆ ಸಿಕ್ಕಿಬಿದ್ದಂತಾಗಿದ್ದಾನೆ. ಷರೀಫ್ ಪಾಲಿಗೆ ಈ ಯುದ್ಧ ಸಾಕು ಸಾಕು. ಮುಖ ಉಳಿಸಿಕೊಂಡು ತನ್ನ ಸೇನೆ ವಾಪಸು ಬಂದರೆ ಸಾಕು.

ಆದರೆ ಬರಲು ಸೇನೆ ಒಪ್ಪಬೇಕಲ್ಲ? ಸೇನೆಗಿಂತಲೂ ಹರಕತ್-ಉಲ್-ಅನ್ಸರ್ ಮತ್ತು ಅಲ್-ಬರ್ದ್ ಗುಂಪಿನ ಮುಜಾಹಿದೀನ್‌ಗಳು ಒಪ್ಪಬೇಕಲ್ಲ? ಕಾಶ್ಮೀರಿ ಮುಸಲ್ಮಾನ ಬಾಂಧವನಿಗಾಗಿ ನಾವು ರಕ್ತ ಹರಿಸುತ್ತಿದ್ದೇವೆ. ಈಗ ವಾಪಸು ಕರೆಸಿಕೊಂಡರೆ ಅಲ್ಲಾಹುವು ಮೆಚ್ಚುತ್ತಾನೆಯೇ?

ಈ ಪ್ರಶ್ನೆಗೆ ಷರೀಫ್‌ರಲ್ಲಿ ಉತ್ತರವಿಲ್ಲ.

ಕತೆಗಳು ಕಳೆದು ಹೋಗಿವೆ; ಏನು ಮಾಡಲಿ ದೊರೆಯೇ?

ನನಗೆ ಏನಾಗಿದೆಯೋ ನಂಗೇ ಗೊತ್ತಿಲ್ಲ. ತುಂಬ ಮಾತನಾಡುತ್ತಿದ್ದೇನೆ. ಮತ್ತು ತುಂಬ ಮೌನಿಯಾಗುತ್ತಿದ್ದೇನೆ. ಎರಡೂ ನನ್ನ ಗುಣಗಳಲ್ಲ ಅಂತ ನನಗೆ ಗೊತ್ತು. ಆದರೆ ಎರಡನೆಯ ಬಾರಿಗೆ ಕಾರ್ಗಿಲ್‌ನಿಂದ ಹಿಂತಿರುಗಿದ ಮೇಲೆ, ನಾನು ಮೊದಲಿನ ನಾನಾಗಿ ಉಳಿದಿಲ್ಲ ಅನ್ನಿಸತೊಡಗಿದೆ. ಯುದ್ಧದ ಕರೆಗಳು- **scars of the war** ಅಂತಾರೆ- ಅವು ಅಷ್ಟು ಸುಲಭಕ್ಕೆ ಮಾಸುವಂತಹವಲ್ಲ. ಕಳೆದ ಬುಧವಾರ ರಾತ್ರಿ ನಾನು ಕಾರ್ಗಿಲ್‌ನಲ್ಲಿದ್ದೆ. ಆ ರಾತ್ರಿಯಿಂದ, ಈ ಮುಂಜಾನೆಯ ತನಕ (ಇವತ್ತು ಮತ್ತೆ ಬುಧವಾರ) ನಾನು ಸರಿಯಾಗಿ ನಿದ್ರೆ ಮಾಡಿಲ್ಲ. ನನ್ನಿಂದ ಏನನ್ನೂ ಓದಲಾಗುತ್ತಿಲ್ಲ. ಬರೆಯಲೂ ಆಗುತ್ತಿಲ್ಲ. ಪತ್ರಿಕೆ ಇವತ್ತು ರಾತ್ರಿ ಒಂಬತ್ತಕ್ಕೆ ಪ್ರಿಂಟಿಗೆ ಹೋಗಬೇಕು. ಏನೆಂದರೆ ಏನೂ ಬರೆದಿಲ್ಲ. ಈ ಬೆಳಗಿನ ಜಾವದಲ್ಲಿ ಸಿಗರೇಟು ಉರಿಸುತ್ತ ಕುಳಿತು; ಯುದ್ಧ ಭೂಮಿಯ ಆ ರಾತ್ರಿಗಳ ಬಗ್ಗೆ ಯೋಚಿಸುತ್ತಿದ್ದೇನೆ. ಆ ಬಂಜರು, ಅನಾಮಧೇಯ ಪರ್ವತಗಳು, ಕಿವಿಯ ಒಳ ಪದರು ಸಿಡಿದು ಹೋಗುವಂತಹ ಬಾಂಬು ಸಿಡಿವ ಸದ್ದು, ಆಕಾಶದಲ್ಲಿ ಕ್ಷುದ್ರ ದೀಪಾವಳಿ, ಸೈನಿಕರ ಆರ್ತನಾದ, ಅನಾಮಧೇಯ ಪರ್ವತಗಳ ಬುಡದಲ್ಲಿ ಪುಟ್ಟ ಪುಟ್ಟ ಡೇರೆಗಳು, ಡೇರೆಗಳಲ್ಲಿ ತಾತ್ಕಾಲಿಕ ಆಸ್ಪತ್ರೆಗಳು, ಆಸ್ಪತ್ರೆಗಳಲ್ಲಿ ಸೈನಿಕರ ಸಂಕಟ, ಅದೆಲ್ಲ ಚೀತ್ಕಾರದ ನಡುವೆಯೇ ಸೈನಿಕರದೊಂದು ಗುಂಪಿನ ಮಧ್ಯೆ ಕುಳಿತುಕೊಂಡು ನಾನು ಹಾಡಿದ ಮುಕೇಶನ ಹಾಡು, ಮತ್ಯಾರೋ ನೆನಪು ಮಾಡಿಕೊಟ್ಟ 'ಹಮ್‌ತೋ ಹೈ ಪರ್‌ದೇಸ್...ದೇಸ್ ಮೇ ನಿಕಲಾ ಹೋಗಾ ಚಾಂದ್', ಮಕ್ಕಳ ಮುಖ, ಲಲಿತಳ ಆತಂಕ, ಗೆಳತಿಯ ಕಣ್ಣೀರು, ಹುಡುಗರ **assurance**, ದೇಶ ಬೇಡುತ್ತಿರುವ ಉಗ್ರ ಪ್ರತಿಜ್ಞೆಗಳು....

ನಿಜ ಹೇಳಬೇಕೆಂದರೆ; ಮನಸ್ಸು ರಣರಂಗದಂತೆ ರಂಪವೆದ್ದು ಹೋಗಿದೆ. ಆರೋಗ್ಯ ನನ್ನನ್ನು ಯಾವತ್ತೂ ಇಷ್ಟೊಂದು ಗಂಭೀರವಾಗಿ **threat** ಮಾಡಿರಲಿಲ್ಲ. ವೈದ್ಯರ ಬಳಿಗೆ ಹೋದರೆ ಇವತ್ತೇ **admit** ಆಗು ಅಂತಾರೇನೋ? ಅವರಿಗೇನು ಗೊತ್ತು? ನಾನು ನಾಳೆ ಬೆಳಗಿನ ಜಾವದ ಹೊತ್ತಿಗೆ ಬೆಂಗಳೂರಿನಿಂದ ಆರು ನೂರ ಐವತ್ತು ಕಿಲೋ ಮೀಟರುಗಳ ದೂರದ ಒಂದು ಊರಿನಲ್ಲಿರಬೇಕು. ಅಲ್ಲಿ ಮತ್ತೊಂದು ಸುದ್ದಿ, ಮತ್ತೊಂದು ಸಾಹಸ, ಇನ್ನೊಂದು ಯುದ್ಧ ವರದಿ ನನಗೋಸ್ಕರ ಕಾದಿದೆ. ಮತ್ತು ಅಷ್ಟೆಲ್ಲ ದೂರದ ದಾರಿಯನ್ನು ನಾನು **drive** ಮಾಡಿಕೊಂಡೇ ಹೋಗಬೇಕು. ಏಕೆಂದರೆ, ಗುಲಬರ್ಗಾದ ಆಚೆಗಿನ ಆ ನಿಗೂಢ ಜಾಗಕ್ಕೆ ವಿಮಾನವಿಲ್ಲ. ಮತ್ತು

ಕಾರಿನ ಆ್ಯಕ್ಸಿಲರೇಟರ್ ಪೆಡಲು ತುಳಿಯಲು ನನ್ನ ಕಾಲು ಚಡಪಡಿಸುತ್ತಿವೆ!

ಸಂಜೆಯೊಳಗಾಗಿ ಪತ್ರಿಕೆಗೆ ನಾನು ಬರೆಯಲೇ ಬೇಕಾದುದನ್ನೆಲ್ಲ ಬರೆದಿಟ್ಟು ಹೊರಡುತ್ತೇನೆ. ನಮ್ಮ ಹುಡುಗರು ಉಳಿದೆಲ್ಲವನ್ನೂ ಸಂಭಾಳಿಸುತ್ತಾರೆ. ಕಾರ್ಗಿಲ್ ಯುದ್ಧ ಅವರನ್ನೆಲ್ಲ ಎಷ್ಟು **efficient** ಪತ್ರಿಕೋದ್ಯಮಿಗಳನ್ನಾಗಿ ಮಾಡಿಬಿಟ್ಟಿದೆಯೆಂದರೆ; ಒಂದಿಷ್ಟು ಖಾಸ್‌ಬಾತ್, ಸ್ವಲ್ಪ ಹಲೋ, ಮಟ್ಟಸವಾದ್ದೊಂದು ಬಾಟಮ್ ಐಟಮ್ಮು, ಕೇಳಿ, ಸರ್ಪಸಂಬಂಧ-ಇವುಗಳನ್ನೆಲ್ಲ ಜೋಡಿಸಿಟ್ಟು, ಎರಡು ಲವ್‌ಲವಿಕೆಯ ಮಾತುಗಳನ್ನಾಡಿ ಬೆನ್ತಟ್ಟಿ ಬಿಟ್ಟರೆ ಅವರು ಒಂದೇಕೆ; ವಾರಕ್ಕೆ ಎರಡು 'ಹಾಯ್ ಬೆಂಗಳೂರ್!' ಗಳನ್ನು ಬೇಕಾದರೂ ರೆಡಿ ಮಾಡಿ 'ಹೆಂಗೆ?' ಅಂತ ನಗುವಷ್ಟು ಶಕ್ತರಾಗಿ ಬಿಟ್ಟಿದ್ದಾರೆ. **I love them.**

ಆದರೆ ಇವೆಲ್ಲದರ ಮಧ್ಯೆ ನಾನು ಏನಾಗಿ ಹೋಗುತ್ತಿದ್ದೇನೆ? ಈ ದೇಶದ ಯಾವ ಮೂಲೆಯಿಂದ ಯಾವ ಮೂಲೆಗೆ ನೆಗೆಯುತ್ತಿದ್ದೇನೆ? ಇದು ಯಾವ ವೇಗದ ಪ್ರಯಾಣ? ಎಂಥ ಶಿವತಾಂಡವದಂಥ ಪತ್ರಿಕೋದ್ಯಮ? ನನ್ನ ಹುಚ್ಚಾಟ ನನ್ನನ್ನು ಎಲ್ಲಿಂದ ಎಲ್ಲಿಗೆ ಒಯ್ಯುತ್ತಿದೆ?

ಕಾರ್ಗಿಲ್‌ನಿಂದ ಕಾಮಾಕ್ಷಿ ಪಾಳ್ಯದ ತನಕ ಎಲ್ಲಿ ಹೆಜ್ಜೆ ನಿಲ್ಲಿಸಿದರೂ ನನಗೊಂದು ಸುದ್ದಿ ಸಿಗುತ್ತದೆ. ಎಲ್ಲಿ ಒರಗಿ ನಿಂತರೂ ನನಗೊಬ್ಬ ಮನುಷ್ಯ ಕಾಣಿಸುತ್ತಾನೆ. ಅವನ ಬೆನ್ನ ಹಿಂದಿನ ವ್ಯಥೆ ಗೋಚರಿಸುತ್ತದೆ. ಅವನ ಕೆನ್ನೆಯ ಮೇಲಿನ ಬೆಚ್ಚನೆಯ ಕಣ್ಣೀರು ನನ್ನ ಬೆರಳ ಮೊನೆ ತಾಕುತ್ತದೆ. ನಾನು ರೌಡಿಗಳಲ್ಲಿ ಮನುಷ್ಯತ್ವವನ್ನೂ, ಪ್ರೇಮಿಗಳಲ್ಲಿ ದೈವತ್ವವನ್ನೂ, ಸೈನಿಕರಲ್ಲಿ ಸಂತರನ್ನೂ, ಪುಟ್ಟ ಹುಡುಗಿಯಲ್ಲಿ ತಾಯ್ತನವನ್ನೂ ಹುಡುಕಿಕೊಂಡು ಅಲೆಯುವ ಹುಟ್ಟಾ ಫಕೀರ. ನನ್ನನ್ನು ಜಗತ್ತಿನ ಯಾವ ಮೂಲೆಗೆ ಒಯ್ದು ಬಿಟ್ಟರೂ ಇಂಥದ್ದೇನನ್ನೋ ಹುಡುಕಿ, ಅದರಲ್ಲೇ ಅರಪಾವು ಆನಂದ ಬಸಿದುಕೊಂಡು ಅಮೃತ ಭೋಜನಕ್ಕೆ ಅಣಿಯಾಗಿ ಬಿಡುತ್ತೇನೆ. ಒಂದು ಮೊಗೆಯಷ್ಟು ಚಹ, ಹಿಡಿ ತುಂಬ ಸಿಗರೇಟು, ಸ್ವಲ್ಪ ಬೆಳದಿಂಗಳು, ದಣಿವು ಮರೆಯಲಿಕ್ಕೆರಡು ಹಾಡು ಮತ್ತು ಅದನ್ನೆಲ್ಲ ಹೇಳಿಕೊಳ್ಳಲು ನೀವು-ಇಷ್ಟಿದ್ದರೆ ಸ್ವರ್ಗ ಹಾಳು ಬಿದ್ದು ಹೋಗಲಿ! ಇದು ಇವತ್ತಿನ ಸಿದ್ಧಾಂತ. **I am comfortable with it.** ನನ್ನಂಥ ಯಡಬಟ್ಟನ ಬದುಕು ಇದಕ್ಕಿಂತ ಚೆನ್ನಾಗಿರಲಿಕ್ಕೆ ಸಾಧ್ಯವೇ ಇಲ್ಲ. ಆತ ನನ್ನನ್ನು ಯಾವತ್ತೂ ಉಪವಾಸ ಕೆಡವಲಿಲ್ಲ. ಎಲ್ಲಿಗೆ ಹೊರಡುತ್ತೇನೆಂದರೂ ತಡೆಯಲಿಲ್ಲ. ಯಾವತ್ತೂ ನನ್ನನ್ನು ಅನುಮಾನಿಸಲಿಲ್ಲ. ಉತ್ಸಾಹಕ್ಕೆ ಬ್ರೇಕೆರಚಲಿಲ್ಲ. ನಾನು ಪ್ರತೀ ಸಲ ಇಂಥದೊಂದು ಹುಚ್ಚಾಟ ಮಾಡಿದಾಗಲೂ ಅಕ್ಕರೆಯಿಂದ ಬೆನ್ತಟ್ಟಿದ. ಯುದ್ಧ ಭೂಮಿಯಿಂದ ವಾಪಸು ಬರುವ ಹೊತ್ತಿಗೆ ನನ್ನ ಮೇಜಿನ ತುಂಬ ಮೆಚ್ಚುಗೆಯ ಮಾತುಗಳ ಸರ್ಟಿಫಿಕೇಟುಗಳನ್ನಿರಿಸಿದ, ನನ್ನ ಪರವಾಗಿ ಗೆಳೆಯರೊಂದಿಗೆಲ್ಲ ವಾದಿಸಿದ, ನನ್ನನ್ನು ಯಾರಾದರೂ ಬೈದರೆ ನೊಂದುಕೊಂಡ, ನಾನು ಗೆದ್ದು ಬಂದಾಗ "ನೋಡಿದಿರೇನ್ರೀ ನಮ್ಮ ಹುಡುಗನ್ನಾ?" ಅಂತ ಸಂಭ್ರಮಿಸಿದ! ನನ್ನ ದೊರೆ ಎಷ್ಟು ದೊಡ್ಡ ಮನಸ್ಸಿನವನಲ್ವೇ? ಆತ ನನ್ನ ಜಾತಿ ಕೇಳಲಿಲ್ಲ. ಅರ್ಜಿ ಎದುರಿಗಿಟ್ಟ ದಿನದಿಂದಲೇ ನೌಕರಿಗೆ ಸೇರಿಸಿಕೊಂಡ. ಪ್ರತೀ ವಾರಕ್ಕೊಂದು ಪ್ರಮೋಶನ್ನು. ವಾರಕ್ಕೊಂದು ಆರು ರುಪಾಯಿಯ ಸಂಬಳ. ತಪ್ಪು ಮಾಡಿದಾಗೊಂದು ಪುಟ್ಟ

ಗದರಿಕೆ. ಒಂದೆರಡು ವಾರಗಳ ಮುನಿಸು. ಆಮೇಲೆ ಮತ್ತೆ ಅದೇ ಅಕ್ಕರೆ. ಅದೇ ಅಪ್ಪುಗೆ. ಇದಕ್ಕಿಂತ ನೌಕರಿ ಬೇಕೇ? ಅವನಿಗಿಂತ ಬೇರೆ ದೊರೆಯುಂಟೆ? **I love him.**

ಯುದ್ಧ ವರದಿ ತರಲು ಹೊರಟಾಗಿನಿಂದ ನನ್ನನ್ನು ಕಾಡುತ್ತಿರುವವನು ಅರ್ನೆಸ್ಟ್ ಹೆಮಿಂಗ್ವೆ. ಆತ ನೊಬೆಲ್ ಪುರಸ್ಕೃತ ಸರ್ವಶ್ರೇಷ್ಠ ಸಾಹಿತಿ. ಅದ್ಭುತ ಕಥೆಗಾರ. ಖಾಸಗಿ ಬದುಕಿನಲ್ಲಿ ಮಹಾನ್ ಸಾಹಸಿ. ತನ್ನ ಹದಿನೆಂಟನೆ ವಯಸ್ಸಿನಲ್ಲಿ ಒಂದು ಹಂತದ ಕಾಲೇಜು ಮುಗಿಸಿದ್ದ ಹೆಮಿಂಗ್ವೆ ಕಥೆ ಬರೆಯುತ್ತಿದ್ದವನು, ಇದ್ದಕ್ಕಿದ್ದಂತೆ ಪೆನ್ನು ಕೆಳಗಿಟ್ಟು ಯುದ್ಧಕ್ಕೆ ಹೊರಟುಬಿಟ್ಟ. "ನಂಗೆ ಹೋಗಬೇಕು ಅನ್ನಿಸ್ತಿದೆ. ನನ್ನ ದೇಶಕ್ಕೆ ನನ್ನ ಸೇವೆಯ ಜರೂರತ್ತಿದೆ. ಹೊರಡುತ್ತಿದ್ದೇನೆ. ಅಲ್ಲಿ ಅವರು ಏನು ಹೇಳಿದರೆ ಅದನ್ನ ಮಾಡ್ತೇನೆ!" ಅಂತ ಬರೆದಿಟ್ಟು ಹೊರಟ. ಯುದ್ಧದಲ್ಲಿ ಗಾಯಗೊಂಡ ಸೈನಿಕರನ್ನು ಸಾಗಿಸುವ ಆ್ಯಂಬುಲೆನ್ಸ್ ಒಂದರ ಡ್ರೈವರನಾಗಿ ಕೆಲಸ ಮಾಡಿದ. ಆಮೇಲೆ ನೇರವಾಗಿ ಯುದ್ಧದ **front**ಗೇ ಹೋದ. ಒಂದು ಬಾಂಬು ಸಿಡಿಯಿತು. ಎರಡು ಕಾಲೂ ಗಾಯಗೊಂಡವು. ಆ ಸ್ಥಿತಿಯಲ್ಲೂ ಎಚ್ಚರ ತಪ್ಪಿದ ಸೈನಿಕನೊಬ್ಬನನ್ನು ಬಂಕರಿನೊಳಕ್ಕೆ ಎಳೆದುಕೊಂಡು ಹೊರಟ ಹೆಮಿಂಗ್ವೆ ಮಷಿನ್‌ಗನ್‌ನ ಹೊಡೆತಕ್ಕೆ ಸಿಕ್ಕ. ಆಸ್ಪತ್ರೆಯಲ್ಲಿ ಮಲಗಿಸಿ ಆಪರೇಶನ್ ಮಾಡಿದರು. ಹದಿನೆಂಟು ವರ್ಷದ ಹೆಮಿಂಗ್ವೆ ನಗುನಗುತ್ತಲೇ ಎಲ್ಲ ಅನುಭವಿಸಿದ. ಸುತ್ತಲಿದ್ದವರಿಗೆಲ್ಲ ಯುದ್ಧದ ಕತೆಗಳನ್ನು ಹೇಳುತ್ತ ಕಾಲ ಕಳೆದ. ತನಗಿಂತ ಏಳು ವರ್ಷಕ್ಕೆ ಹಿರಿಯಳಾಗಿದ್ದ ನರ್ಸೊಬ್ಬಳನ್ನು ಪ್ರೀತಿಸಿದ. ಯುದ್ಧ ಮುಗಿಸಿ ಅವನು ಹಿಂತಿರುಗಿದಾಗ, ಇಡೀ ಅಮೆರಿಕಾ ಅವನಿಗೋಸ್ಕರ ಕಾಯುತ್ತಿತ್ತು. ಅಮೆರಿಕನ್ನರ ದೃಷ್ಟಿಯಲ್ಲಿ ಅವನೊಬ್ಬ ಹೀರೋ! ಆದರೆ, ಆಸ್ಪತ್ರೆಯಲ್ಲಿ ಗಾಯಕ್ಕೆ ಚಿಕಿತ್ಸೆ ಮಾಡಿದ ನರ್ಸ್ ಅವನನ್ನು ತಿರಸ್ಕರಿಸಿದ್ದಳು. "ನಾನೂ ನಿನ್ನನ್ನು ತೀವ್ರವಾಗಿ ಪ್ರೀತಿಸ್ತೇನೆ ಮರೀ. ಆದರೆ ನಾನು ನಿನಗಿಂತ ತುಂಬ ದೊಡ್ಡವಳು. ನೀನಿನ್ನೂ ಹುಡುಗ. **Just a kid.** ನಿಂಗೆ ಬೇಜಾರಾಗುತ್ತೆ ಅಂತ ನಂಗೊತ್ತು. ಆದರೆ ಎಲ್ಲವನ್ನೂ ಮರೆತುಬಿಡು. ಅದ್ಭುತವಾದುದೊಂದು ಬದುಕು ರೂಪಿಸಿಕೋ. ಮತ್ತು ಈ ಜಗತ್ತಿಗೆ ನೀನೇನು ಅಂತ ತೋರಿಸಿಕೊಡು. ಆಗ ನಿನ್ನನ್ನು ನಾನು ಜಾಸ್ತಿ ಪ್ರೀತಿಸಬಹುದೇನೋ...!" ಅಂತ ಬರೆದಿದ್ದಳು.

ಯುದ್ಧ ಮುಗಿಸಿ ಬಂದ ಹೆಮಿಂಗ್ವೆ, ತಕ್ಷಣ ಮಾಡಿದ ಕೆಲಸವೇನು ಗೊತ್ತೆ? ಪತ್ರಿಕೋದ್ಯಮ!

ಹಾಗೊಂದು ವೇಳೆ ನಾನು ಪತ್ರಿಕೋದ್ಯಮಿಯಾಗದೆ ಹೋಗಿದ್ದಿದ್ದರೆ, ಇವತ್ತು ನಾನೊಬ್ಬ ಲೇಖಕನಾಗುತ್ತಲೇ ಇರಲಿಲ್ಲ. ಅದು ನನ್ನ ಬದುಕಿನ ಬಹುದೊಡ್ಡ ಯಾತ್ರೆ. ರಾಜಕಾರಣ, ಪ್ರವಾಸೋದ್ಯಮ, ಹಾದರ, ಕ್ರೈಮು, ಭಯಂಕರ ಆಟಗಳು, ಪ್ರೀತಿ- ಇವೆಲ್ಲವುಗಳ ಬಗ್ಗೆ ನಾನು ತಿಳಿದುಕೊಂಡದ್ದೇ ಆವಾಗ. ಪ್ರತಿ ಜಾಗಕ್ಕೆ ಹೋದಾಗಲೂ ನಾನು ನೋಟ್ಸು ಮಾಡಿಕೊಳ್ಳುತ್ತಿದ್ದೆ. ಚಿತ್ರಣ ದಾಖಲಿಸಿಕೊಳ್ಳುತ್ತಿದ್ದೆ. ಹಿಂತಿರುಗಿ ಬಂದು ಪತ್ರಿಕೆಗೆ ಅಂತ ಬರೆಯಲು ಕುಳಿತಾಗ- ನಿಜಕ್ಕೂ ಬರವಣಿಗೆಯೆಂದರೆ ಏನು ಎಂಬುದರ ಬಗ್ಗೆ ಪತ್ರಿಕೋದ್ಯಮ ನನಗೆ ಪಾಠವನ್ನೇ

ಹೇಳಿಕೊಡಲು ಶುರುವಿಟ್ಟು ಬಿಟ್ಟಿತು. ಚಿಕ್ಕ ವಾಕ್ಯಗಳನ್ನು ಬರಿ. ಮೊದಲ ಪ್ಯಾರಾಗಳು ಚಿಕ್ಕವಾಗಿರಲಿ. ನಿನ್ನ ಇಂಗ್ಲಿಷು ಬಿರುಸಾಗಿರಲಿ. ಆದರೆ ಅದರ ಮೃದುತ್ವ ಸಾಯದಿರಲಿ. ಯಾವತ್ತೂ **positive** ಧ್ವನಿಯಿರಲಿ.

ಅದು ಹೇಳಿಕೊಟ್ಟ ಪಾಠಗಳನ್ನೆಲ್ಲ ನಾನು ಕಲಿಯುತ್ತ ಬಂದೆ. ಆದರೆ, ಯಾವ ವಯಸ್ಸಿನಲ್ಲಿ ನಾನು ಪತ್ರಿಕೋದ್ಯಮ ಬಿಟ್ಟುಬಿಡಬೇಕೆಂದು ನಿರ್ಧಾರ ತೆಗೆದು ಕೊಂಡೆನೋ; ಅದು ನಿಜಕ್ಕೂ ಅದ್ಭುತವಾದ ನಿರ್ಧಾರವಾಗಿತ್ತು. ಬಿಡದೆ ಹೋಗಿದ್ದಿದ್ದರೆ, ಖಂಡಿತ ನಾನು ಬರಹಗಾರನಾಗುತ್ತಿರಲಿಲ್ಲ ಅನ್ನುತ್ತಾನೆ ಹೆಮಿಂಗ್ವೆ!

ಆತನ ಮಟ್ಟಿಗದು ನಿಜವೂ ಇರಬಹುದು. ಪತ್ರಿಕೋದ್ಯಮದ ತಾಕತ್ತೇ ಅಂತಹುದು. ಅದು ಎಂಥವರನ್ನೂ ಮನುಷ್ಯನನ್ನಾಗಿ ಮಾಡುತ್ತದೆ. ಮತ್ತು ಮನುಷ್ಯನೊಳಗಿನ ಕತೆಯನ್ನು ತನ್ನ ಸಮೃದ್ಧಿಗಾಗಿ ಬಸಿದುಕೊಂಡು ತಿಂದು ಹಾಕಿಬಿಡುತ್ತದೆ.

ಹೀಗಾಗಿ ನನ್ನೊಳಗಿನ ಕತೆಗಳು ಕಳೆದುಹೋಗಿವೆ.

ಏನು ಮಾಡಲಿ, ಹೇಳು ದೊರೆಯೇ?

ಭಾರತವನ್ನು ಪ್ರೀತಿಸದಿದ್ದರೆ

"ರವಿ ಅಂಕಲ್,

ಈ ಪತ್ರದೊಂದಿಗಿರುವ ಹಣವನ್ನು ಕಾರ್ಗಿಲ್ ಯುದ್ಧದಲ್ಲಿ ಮಡಿದ ವೀರ ಯೋಧರ ಕುಟುಂಬದವರಿಗೆ ತಲುಪಿಸಿ ಬಿಡಿ.

ಜೈಹಿಂದ್!"

ಎಂದಷ್ಟೆ ಬರೆದು, ಆ ಪತ್ರದೊಂದಿಗೆ ಒಂದು ರುಪಾಯಿ, ಎರಡು, ಐದು, ಹತ್ತು, ಇಪ್ಪತ್ತು ಮತ್ತು ಐವತ್ತು ರುಪಾಯಿಗಳ ಸವೆದ ನೋಟು, ಹರಿದ ನೋಟು, ಕೊಳೆಯಾದ ನೋಟು, ಟೇಪು ಹಚ್ಚಿದ ನೋಟು-ಇತ್ಯಾದಿಗಳನ್ನೆಲ್ಲ ಕವರಿನಲ್ಲಿಟ್ಟು ಕಳಿಸಿದವರು ಹುಬ್ಬಳ್ಳಿಯ ಶಾಲೆಯೊಂದರ ಆರನೇ ಕ್ಲಾಸು ಓದುವ ಮಕ್ಕಳು! ಅವರ ದೇಶಪ್ರೇಮಕ್ಕೆ ನನ್ನದೊಂದು ಸೆಲ್ಯೂಟ್. ಆ ಪುಟ್ಟ ಜೀವಿಗಳ ದೊಡ್ಡತನಕ್ಕೆ ನನ್ನದೊಂದು ನಮಸ್ಕಾರ.

ಈ ತನಕ (ಎರಡು ವಾರಗಳಲ್ಲಿ) ನಾವು ರಿಸೀವ್ ಮಾಡಿರುವ ಮೊತ್ತ ಮೂರು ಲಕ್ಷದ ಹನ್ನೆರಡು ಸಾವಿರದ ನೂರ ಐವತ್ತೇಳು ರುಪಾಯಿ, ಅರವತ್ತು ಪೈಸೆ! ಇಷ್ಟಾಗಿ, ಪತ್ರಿಕೆ ಅಚ್ಚಿಗೆ ಹೋಗುತ್ತಿರುವ ಈ ಬುಧವಾರದ ಮಧ್ಯಾಹ್ನದಂದೂ ಆಫೀಸಿಗೆ ಎಂ.ಓ.ಗಳು ಬರುತ್ತಲೇ ಇವೆ.

ಬೆಂಗಳೂರಿನ ಕೆಲವು ಸಂಘಟನೆಗಳು ನಮ್ಮನ್ನು ಕರೆಸಿ ಹಣ ಕೊಡತೊಡಗಿದ್ದಾರೆ. ಕೇಂದ್ರ ಸರ್ಕಾರದ ಕಾರ್ಗಿಲ್ ಫಂಡ್‌ಗೆ ಕೊಡುವುದಕ್ಕಿಂತ, ನಮ್ಮ ನಾಡಿನ ಮಡಿದ ಯೋಧರ ಕುಟುಂಬಗಳಿಗೆ ನೇರವಾಗಿ ಹಣ ತಲುಪಿಸುವುದು ಹೆಚ್ಚು ಸಾರ್ಥಕ್ಯದ ಕೆಲಸ ಅಂತ ಅನೇಕರಿಗೆ ಮನವರಿಕೆಯಾಗಿದೆ. 'ಸಂಯುಕ್ತ ಕರ್ನಾಟಕ'ದ ಸಾರಥಿ ಶಾಮರಾಯರು ಕೂಡ ತಮ್ಮ ಪತ್ರಿಕೆ ಸಂಗ್ರಹಿಸಿರುವ ಹಣದಲ್ಲಿ ಒಂದು ಭಾಗವನ್ನು ತಮ್ಮ ಪತ್ರಿಕೆಯ ಮೂಲಕ ಈ ಕನ್ನಡದ ಕುಟುಂಬಗಳಿಗೆ ತಲುಪಿಸುವ ನಿರ್ಧಾರ ಕೈಗೊಂಡಿದ್ದಾರೆ. ಒಟ್ಟಿನಲ್ಲಿ, ಭಾರತವೆಂಬ ಈ ಅನೆಸ್ಥೆಟಿಕ್ ದೇಶಕ್ಕೆ ಶತಮಾನದ ಕೊನೆಯಲ್ಲಿ ಮನವರಿಕೆಯಾಗಿರುವ ಅತಿದೊಡ್ಡ ಸತ್ಯವೆಂದರೆ-

ಭಾರತವನ್ನು ಪ್ರೀತಿಸದಿದ್ದರೆ ನಮಗ್ಯಾರಿಗೂ ಉಳಿಗಾಲವಿಲ್ಲ!

ಇಂಥದೊಂದು ಸತ್ಯವನ್ನು ನಮಗಿಂತ ಮುಂಚೆಯೇ ಪಾಕಿಸ್ತಾನಿಗಳು ಮನವರಿಕೆ ಮಾಡಿಕೊಂಡು ಬಿಟ್ಟಿದ್ದಾರಾ ಎಂಬುದು ನನ್ನ ಅನುಮಾನ. ನಿಮಗೆಲ್ಲ ಗೊತ್ತಿರುವಂತೆ ಪಾಕಿಸ್ತಾನವೆಂಬುದು ತೃತೀಯ ಜಗತ್ತು ಕಾಣುತ್ತಿರುವ ಪರಮ ದರಿದ್ರ, ಜಗಳಗಂಟ ಮತ್ತು ವಂಚಕ ರಾಷ್ಟ್ರ. ಅದರ ಬುನಾದಿಯಲ್ಲೇ ಹಾಲಾಹಲವಿದೆ. ಭಾರತವನ್ನು ಮಹಾತ್ಮ ಗಾಂಧಿ ಪ್ರೇಮದ ಅಡಿಪಾಯದ ಮೇಲೆ ಕಟ್ಟಬಯಸಿದರೆ, ಜಿನ್ನಾನಂತಹ ಮನುಷ್ಯ ಅದನ್ನು ದ್ವೇಷದ ಬುನಾದಿಯೆಬ್ಬಿಸಿದ ನಂತರವೇ ಮೇಲಕ್ಕೆ ಒಯ್ಯುತ್ತೇನೆಂದಿದ್ದ. ಆಮೇಲೂ ಪಾಕಿಸ್ತಾನಕ್ಕೆ ಮನುಷ್ಯತ್ವವುಳ್ಳ ಒಬ್ಬೇ ಒಬ್ಬ ನಾಯಕ ದೊರೆಯಲಿಲ್ಲ. ಅಲ್ಲಿನ ಅಪಾರ ಬಡತನ, ನಿರುದ್ಯೋಗ, ಖಾಯಿಲೆಗಳು ಮುಂತಾದವನ್ನೆಲ್ಲ ಇದ್ದಲ್ಲೇ ಉಳಿಸಿ-ಕೈಚಾಚಿದ ಪಾಕ್ ಜನತೆಗೆ ಮತಾಂಧತೆಯ ಹಾಲಾಹಲವನ್ನೇ ಪಾಕಿ ನಾಯಕರು ಕುಡಿಸಿದರು. ಅಲ್ಲಿನ ಪ್ರಜೆ 'ಹಸಿವು' ಅಂತ ಕಿರುಲಿದಾಗಲೆಲ್ಲಾ ಅದರ ನಾಯಕರು "ಇಸ್ಲಾಂ ಆಪತ್ತಿನಲ್ಲಿದೆ. ಖಡ್ಗ ಕೈಗೆತ್ತಿಕೊಳ್ಳಿ" ಎಂದರು. 'ಭಾರತ ನಿಮ್ಮನ್ನು ನುಂಗಿ ಹಾಕುತ್ತದೆ' ಎಂದು ಹೆದರಿಸುತ್ತಲೇ ತಮ್ಮ ಪ್ರಜೆಗಳ ಕೈಗೆ ಗ್ರೆನೇಡು ಕೊಟ್ಟರು. ಇದೆಲ್ಲ ದುರಾಡಳಿತದ ನಡುವೆಯೇ ಪಾಕ್ ಇಬ್ಭಾಗವಾಯಿತು. ಬಾಂಗ್ಲಾದೇಶ ಅಸ್ತಿತ್ವಕ್ಕೆ ಬಂತು. ದುರಂತವೆಂದರೆ, ಪಾಕಿಸ್ತಾನ್ ಇಬ್ಭಾಗವಾಗುವುದಕ್ಕೆ ಭಾರತವೇ ಕಾರಣ ಎಂಬುದೊಂದು ಅನಿಸಿಕೆಯನ್ನು ಪಾಕಿ ನಾಯಕರು ಆ ದೇಶದ ಪ್ರತಿ ಮನಸ್ಸಿಗೂ ಪದೇ ಪದೇ ಮನವರಿಕೆ ಮಾಡಿಕೊಟ್ಟು ಬಿಟ್ಟರು.

ನೀವೆಂದಾದರೂ ಪಾಕಿಸ್ತಾನ್ ಟೆಲಿವಿಷನ್ (PTV) ನೋಡಿದ್ದೇ ಆದರೆ ಅಲ್ಲಿನ ಒಂದೊಂದು ಮಗುವಿನ ಮನಸ್ಸಿನಲ್ಲೂ ಭಾರತದ ವಿರುದ್ಧ ಸಿಡಿಯುವ ಆಕ್ರೋಶವೆಂತಹುದು ಎಂಬುದು ಗೊತ್ತಾದೀತು. ದಿಲ್ಲಿಯಿಂದ ಪ್ಯಾಲಿ ನಗೆ ಹೊತ್ತು ಲಾಹೋರಕ್ಕೆ ಬಸ್ಸಿನಲ್ಲಿ ಹೋಗಿ ನವಾಜ್ ಷರೀಫರ ಮುಂದೆ ಸ್ನೇಹ ಹಸ್ತ ಚಾಚಿದ ಅಟಲ ಬಿಹಾರಿ ವಾಜಪೇಯಿಯನ್ನು ಆ ದೇಶದ ಒಬ್ಬ ಅತಿ ಸಾಮಾನ್ಯ ಆಟೋ ಡ್ರೈವರ್ ಏನಂದ ಗೊತ್ತೆ?

"ನಮ್ಮದಾಗಬೇಕಿದ್ದ ಕಾಶ್ಮೀರವನ್ನು ಒತ್ತಾಯದಿಂದ ಅಪಹರಿಸಿದ ಭಾರತಕ್ಕೆ ಧಿಕ್ಕಾರವಿರಲಿ. ಕಾಶ್ಮೀರ ನಮ್ಮದಾಗುವ ತನಕ ನಾವು ವಾಜಪೇಯಿಯನ್ನು ಸ್ವಾಗತಿಸಲಾರೆವು!"

ಇದು ಪಾಕಿ ಮನಸ್ಸು.

ಕಳೆದ ಐವತ್ತು ವರ್ಷಗಳಲ್ಲಿ ನಾವು ಯಾವತ್ತಾದರೂ "ಭಾರತದ ಭೂಪಟದ ಅವಿಚ್ಛಿನ್ನ ಭಾಗವಾಗಿದ್ದ ಅದರ ಕಿರೀಟ ಭೂಮಿಯನ್ನು ಇಬ್ಭಾಗ ಮಾಡಿ, ಅದಕ್ಕೆ ಪಾಕ್ ಆಕ್ರಮಿತ ಕಾಶ್ಮೀರ(POK) ಎಂದು ಹೆಸರಿಟ್ಟ ಪಾಕಿಸ್ತಾನಿ ನಾಯಕರು ಭಾರತಕ್ಕೆ ಬಂದರೆ ಅವರ ಕಾಲು ಮುರೀತೇವೆ ಅಂದಿದ್ದೇವಾ?" ನೆನಪು ಮಾಡಿಕೊಳ್ಳಿ. ನಾವು ಯಾವ ಮಟ್ಟದ ನಿರ್ಜೀವ, ನಿರ್ವೀರ್ಯ ಮನುಷ್ಯರೆಂದರೆ ಕಳೆದ ಐವತ್ತು ವರ್ಷಗಳಿಂದ ಭಾರತದ ಮ್ಯಾಪು ತುಂಡಾಗಿ ಹೋಗಿರುವುದನ್ನೇ ಗಮನಿಸಿಲ್ಲ. ನಮ್ಮ ಮಕ್ಕಳಿಗೆ ಅದೇ ಹಳೆಯ ಭೂಪಟ ತೋರಿಸುತ್ತಿದ್ದೇವೆ. ಅದರ ಕಿರೀಟ ಶಿಖರವೇ ತುಂಡಾಗಿ ಹೋಗಿ ಪಾಕಿಸ್ತಾನದ ಹುಲಿ ತೆಕ್ಕೆ ಸೇರಿಕೊಂಡಿದೆಯೆಂಬ ಸಂಗತಿ ವಿದ್ಯಾರ್ಥಿಗಳಿಗಿರಲಿ; ಭೂಗೋಳ ಬೋಧಿಸುವ ಮೇಷ್ಟ್ರುಗಳಿಗೇ ಗೊತ್ತಾಗಿಲ್ಲ. ಈಗ್ಗೆ ಒಂದು ತಿಂಗಳ ಹಿಂದೆ ಕಳ್ಳಂಬೆಳ್ಳದ ಶಾಸಕ ಜಯಚಂದ್ರ ನಮ್ಮ ಕಚೇರಿಗೆ ಬಂದಿದ್ದರು. ಅವರಿಗೆ ಅದನ್ನೇ ವಿವರಿಸಿದೆ. ನಾವು ನೋಡುತ್ತಿರುವ, ತೋರಿಸುತ್ತಿರುವ ಮತ್ತು ಪ್ರಿಂಟು ಮಾಡುತ್ತಿರುವ ಭೂಪಟವೇ ಬೇರೆ. ನಮಗೆ ಸದ್ಯಕ್ಕೆ ದಕ್ಕಿರುವ ಭಾರತವೇ ಬೇರೆ. ಈ ಭೂಪಟದಲ್ಲಿ ಕಾರ್ಗಿಲ್ ಎಲ್ಲಿದೆಯೋ ನೋಡಿ? ಹಳೆಯ ಭೂಪಟದ ಪ್ರಕಾರ ಅದು ಭಾರತದ ಹಣೆಯ ಮಧ್ಯದಲ್ಲಿದೆ. ಆದರೆ ಪಾಕಿಗಳು ಅಲ್ಲಿಯ ತನಕ ಬಂದು ತಲುಪಿದ್ದು ಹೇಗೆ?

ಅನೇಕರಿಗೆ ಗೊತ್ತಿಲ್ಲ. ಹಣೆಯ ಮೇಲಿನ ಕುಂಕುಮದಂತಹ ಕಾರ್ಗಿಲ್ಲೇ ಕೊನೆ. ಅದರಾಚೆಗಿನ ಭೂಮಿ ಯಾವುದೂ ಭಾರತದ ತೆಕ್ಕೆಯಲ್ಲಿ ಉಳಿದಿಲ್ಲ. ಭಾರತದ ಹಣೆ ತುಂಡಾಗಿದೆ. ಶಿರಸ್ಸು ಕಡಿದು ಒಯ್ದಿದ್ದಾರೆ. ಉಹುಂ; ನಾವು ಐವತ್ತು ವರ್ಷದಿಂದ ಈ ವಿಷಯವನ್ನು ನಮ್ಮ ಮಕ್ಕಳಿಗೆ ತಿಳಿಸಿಯೇ ಇಲ್ಲ. ಏಕೆಂದರೆ, ನಮಗೆ ನಮ್ಮ ತಂದೆ ತಾಯಿ ವಿವರಿಸಲಿಲ್ಲ. ಏಕೆಂದರೆ;

ಅಷ್ಟು ಹೊತ್ತಿಗಾಗಲೇ ದೇಶಾಭಿಮಾನ ಆರಿ ಕುಸಿದ ಆರತಿಯಂತಾಗಿತ್ತು. ದೇಶಾಭಿಮಾನವನ್ನು ಅದರ ನಿಚ್ಚಳ ಸ್ಥಿತಿಯಲ್ಲೇ ಬೆಳೆಸಿಕೊಂಡು ಬರುವ ಬದಲು, ನಾವು ಪಾಕಿಗಳಂತೆಯೇ ಧರ್ಮಾಂಧತೆ ಬೆಳೆಸಿಕೊಳ್ಳುವ ಯೋಚನೆ ಮಾಡಿದೆವು. ಪಾಕಿಗಳು ಭಾರತವನ್ನು ದ್ವೇಷಿಸುತ್ತಾರೆ ಎಂಬುದನ್ನಷ್ಟೆ ನೆನಪಿಟ್ಟುಕೊಂಡಿದ್ದರೆ ಸಾಕಿತ್ತು. ಅದನ್ನು ಬಿಟ್ಟು, ಪಾಕಿಗಳಿಗೆ ಸೂತ್ರ ಸಂಬಂಧವಿಲ್ಲದ ಭಾರತೀಯ ಮುಸಲ್ಮಾನರನ್ನು ದ್ವೇಷಿಸತೊಡಗಿದೆವು. ಆ ದ್ವೇಷದ ಭರದಲ್ಲಿ ಭಾರತದ ಮೇಲಿನ ಪ್ರೀತಿ ಮರೆತೆವು. ಕ್ರಿಕೆಟ್ಟಿನಲ್ಲಿ ಸೋತಾಗ, ಪಟಾಕಿ ಹೊಡೆದ ಎಂಬ ಕಾರಣಕ್ಕೆ ಪಕ್ಕದ ಮನೆಯ ಮುಸಲ್ಮಾನನನ್ನು ಹಿಡಿದು ಬಡಿದೆವೇ ಹೊರತು, ಪಕ್ಕದ ಕಾಶ್ಮೀರ ಹೊತ್ತಿ ಉರಿಯುತ್ತಿದ್ದಾಗ ತೆಪ್ಪಗೆ ಕುಳಿತಿದ್ದೆವು.

ಇವತ್ತು, ಐವತ್ತು ವರ್ಷಗಳ ನಂತರ ಮೊತ್ತ ಮೊದಲ ಬಾರಿಗೆ ಆ ತುದಿಯಿಂದ ಈ ತುದಿಯ ತನಕ ಒಂದು ನಿಜವಾದ ದೇಶಭಿಮಾನದ ಫಸಲು ತಲೆಯೆತ್ತಿದೆ. ಭಾರತದ ಯೋಧ ಪ್ರಾಣ ಬಿಟ್ಟು ನೆಲಕ್ಕೆ ಬಿದ್ದಾಗ, ನಮ್ಮಂತೆಯೇ ಭಾವುಕಗೊಂಡ ಪಕ್ಕದ ಮನೆಯ ಮುಸಲ್ಮಾನ ಕಣ್ಣು ತೋಯಿಸಿಕೊಂಡ ಎಂಬ ಸಂಗತಿ ಮುಂಚೆಗಿಂತ ಹೆಚ್ಚು ಸಮರ್ಪಕವಾಗಿ ನಮ್ಮನ್ನು

ಆರ್ದ್ರಗೊಳಿಸುತ್ತಿದೆ. ಕಾರ್ಗಿಲ್ ಯುದ್ಧ ಭೂಮಿಯಲ್ಲಿ ಅಹುಜಾ ಸತ್ತಂತೆಯೇ ಹನೀಫುದ್ದೀನ್ ಕೂಡ ಬಡಿದಾಡಿ ದೇಶಕ್ಕಾಗಿ ಪ್ರಾಣ ಬಿಟ್ಟಿದ್ದಾನೆ. ಈ ಯುದ್ಧದಲ್ಲಿ ಕಾಶ್ಮೀರಿ ಮುಸಲ್ಮಾನನೊಬ್ಬನನ್ನು ಬಿಟ್ಟರೆ ಮತ್ಯಾವ ಭಾರತೀಯನೂ ಪಾಕಿಸ್ತಾನಗೆಲ್ಲಲಿ ಅಂತ ಪ್ರಾರ್ಥನೆ ಸಲ್ಲಿಸಲಿಲ್ಲ. ದೇಶ ಪ್ರೇಮದ ಮಾತು ಬಂದಾಗ ಧರ್ಮ-ಜಾತಿಗಳೆಲ್ಲ ನೇಪಥ್ಯಕ್ಕೆ ಸರಿದುಹೋಗುತ್ತವೆ.

ಆದರೆ ದೇಶಪ್ರೇಮದ ಮಾತು ಕೇವಲ ಬಂದು-ಹೋಗುವ ಸಂಗತಿಯಾಗಬಾರದಲ್ಲ? ಕೇವಲ ಹದಿನೈದು ಕೋಟಿಯಷ್ಟಿರುವ ಪಾಕಿಸ್ತಾನಿಗಳನ್ನು ನೋಡಿ? ಅವರು ದೇಶದ ಸಂಗತಿ ಬಂದಾಗಲೆಲ್ಲ ಧರ್ಮದ ಖಡ್ಗ ಸಾಣೆಯಿಟ್ಟುಕೊಂಡೇ ಎದ್ದು ನಿಲ್ಲುತ್ತಾರೆ. ಕಳೆದ ಐವತ್ತು ವರ್ಷದಿಂದ ಕಾಶ್ಮೀರದಾಚೆಗಿನ ಆ ಬಂಜರು ಬೆಟ್ಟಗಳಿಗಾಗಿ ತಮ್ಮೆಲ್ಲ ದಾರಿದ್ರ್ಯದ ನಡುವೆಯೇ ಬಡಿದಾಡುತ್ತಿದ್ದಾರೆ. ಅವರ ಮತಾಂಧ ಮನಸ್ಸುಗಳಲ್ಲಿನ ಆ ನೆಗೆಟಿವಿಸಮ್ಮೇ ಅವರ ಪಾಲಿನ ವರದಾನವಾಗಿಬಿಟ್ಟಿದೆ. ಅವರು ಕ್ರಿಕೆಟ್ಟನ್ನು ಕೂಡ ಧರ್ಮಯುದ್ಧವೆಂದುಕೊಂಡೇ ಮಾಡುತ್ತಾರೆ. ಅವರ ಆವೇಶಕ್ಕೆ, ಹುಚ್ಚುತನಕ್ಕೆ, ಅವರ ಕ್ರೌರ್ಯಕ್ಕೆ ಈ ಐವತ್ತು ವರ್ಷಗಳಲ್ಲಿ ಸರಿಯಾದ ಶಾಸ್ತಿಗಳೇ ಆಗಿವೆ.

ಸಂಗತಿ ಅದಲ್ಲ! ಅವೇ ಐವತ್ತು ವರ್ಷಗಳಲ್ಲಿ ನಾವು ಕಲಿತ ಪಾಠವೇನು? ನಮ್ಮ 'ಹಿಂದುತ್ವ'ವನ್ನ ಯಾವತ್ತಾದರೂ ತೀವ್ರ ಭಾರತೀಯತೆಯನ್ನಾಗಿ ಮಾರ್ಪಾಟು ಮಾಡಿಕೊಂಡಿದ್ದೇವಾ? ದೇಶ ಯುದ್ಧಕ್ಕೆ ಬಿದ್ದಿರುವಾಗ ಈ ತಿಂಗಳಲ್ಲಿ ರಜೆ ತೆಗೆದುಕೊಳ್ಳದೆ ಕೆಲಸ ಮಾಡುತ್ತೇವೆ ಅಂತ ಪ್ರತಿಜ್ಞೆ ಮಾಡಿದ್ದೇವಾ? ಪಕ್ಕದ ಮನೆಯ ಯೋಧ ಮಡಿದಿರುವಾಗ, ಈ ವರ್ಷ ಯಾವುದೇ ಹಬ್ಬ ಆಚರಿಸುವುದಿಲ್ಲ ಅಂತ ನಿರ್ಧಾರ ಕೈಗೊಂಡಿದ್ದೀವಾ?

ಈಗಾಗಲೇ ನೋಡಿ; ಯುದ್ಧ ಮುಗಿದೇ ಹೋಯಿತೆಂಬ ಧಾಟಿಯಲ್ಲಿ ಮಾತನಾಡತೊಡಗಿದ್ದಾರೆ. ಚುನಾವಣೆಗಳು ಪತ್ರಿಕೆಗಳ ಹೆಡ್‌ಲೈನುಗಳಾಗತೊಡಗಿವೆ. ಕಾರ್ಗಿಲ್ಲು ಕ್ರಮೇಣ ಚುನಾವಣಾ ಪ್ರಚಾರದ ಸಂಗತಿಯಾಗತೊಡಗಿದೆ. ಸೈನಿಕರ ಸಾವುಗಳು ಸೈಡ್‌ಲೈನ್ ಆಗತೊಡಗಿವೆ. ಮೊನ್ನೆ ಮೊನ್ನೆ ಪ್ರಾಣ ತ್ಯಾಗ ಮಾಡಿದ ಕೊಡಗಿನ ಯೋಧ ಮೇದಪ್ಪ, ಇವತ್ತಾಗಲೇ ನಮಗೆ ಹಳೇ ಮಾತು.

ಹೀಗಾಗಿ ಬಿಟ್ಟರೆ ಗತಿಯೇನು? ಇದು ಟೀವಿ ನೋಡುತ್ತ ಕುಳಿತಿದ್ದು ನಿಟ್ಟುಸಿರು ಕೆಡವಿ ಎದ್ದುಹೋಗಲು ಕ್ರಿಕೆಟ್ಟಲ್ಲ. ಈ ದೇಶಕ್ಕೆ, ಅದರ ಸೈನಿಕರಿಗೆ, ಅವರ ಸಂತ್ರಸ್ತ ಕುಟುಂಬಗಳೆಡೆಗೆ ನಮ್ಮದೊಂದು ಕಮಿಟ್‌ಮೆಂಟಿದೆ. ಕರ್ತವ್ಯವಿದೆ. ಸೈನಿಕರು ಈಗಾಗಲೇ ವಿಜಯ ಕಹಳೆ ಊದಿ ಮುಗಿಸಿದ್ದಾರೆ. ಆದರೆ ದ್ರಾಸ್, ಕಾರ್ಗಿಲ್, ಬಟಾಲಿಕ್, ಮುಷ್ಕೋ ಕಣಿವೆಗಳಲ್ಲಿ ಆಗಿರುವ ಸಾವು ನೋವುಗಳ ಆಕ್ರಂದನ, ಕೇವಲ ವಿಜಯ ಕಹಳೆಯ ಅನುರಣನದಲ್ಲಿ ಮರೆಯಾಗುವಂತಹುದಲ್ಲ. ಅವು ಮಾಯುವ ಗಾಯಗಳಲ್ಲವೇ ಅಲ್ಲ.

ನಾನು ಮತ್ತೊಮ್ಮೆ ನಿಮ್ಮ ಗಮನವನ್ನು ಮಡಿದ ಯೋಧರ ಕುಟುಂಬಗಳೆಡೆಗೆ, ಅವರಿಗೆ ನಾವು ಮಾಡಬಹುದಾದ ಅತಿಚಿಕ್ಕ ಸಹಾಯದ ಕಡೆಗೆ ಸೆಳೆಯಬಯಸುತ್ತೇನೆ. ಇದೊಂದು ಸಲ ಕೈಬಿಚ್ಚಿ, ಪ್ರೀತಿಯಿಂದ ಕಾಣಿಕೆ ಕೊಡಿ. ಆ ಕುಟುಂಬಗಳವರನ್ನು ಇಷ್ಟರಲ್ಲೇ ಬೆಂಗಳೂರಿಗೆ ಕರೆಸುವವನಿದ್ದೇನೆ. ನಿಮ್ಮೆಲ್ಲರ ಸಮ್ಮುಖದಲ್ಲಿ ಆ ನೊಂದ ಹೆಣ್ಣುಮಕ್ಕಳ ಕೈಗೊಂದಿಷ್ಟು ಕಾಣಿಕೆ, ಒಂದು ಸಾಂತ್ವನ ಮತ್ತು ಕಡೆತನಕ ನಿಮ್ಮೊಂದಿಗಿದ್ದೇವೆಂಬ ಒಂದು ವಾಗ್ದಾನ ಕೊಟ್ಟು ಕಳಿಸೋಣ. ಒಂದಿಷ್ಟು ಹಣವನ್ನು ಸರ್ಕಾರವೂ ಕೊಡಬಹುದು. ಅದು ದೊಡ್ಡ ಸಂಗತಿಯಲ್ಲ. ಆದರೆ ನಾವು ಕೊಡುವ ಋಣ ಸಂದಾಯದ ಕಾಣಿಕೆಯಿದೆಯಲ್ಲ ?ಅದರಲ್ಲಿ ನಮ್ಮ ಪ್ರೀತಿಯಿರುತ್ತೆ, ಹಾರೈಕೆಯಿರುತ್ತೆ, ನೊಂದ ತಂಗಿಗೆ ಒಬ್ಬ ಅಣ್ಣ ಹೇಳಿದಂಥ ಸಮಾಧಾನವಿರುತ್ತೆ.

ಈ ತಕ್ಷಣಕ್ಕೆ ಅವರು ಬೇಡುತ್ತಿರುವುದೇ ಅದು.

ನಾವು ಕೊಡಬಹುದಾದದ್ದು ಕೂಡ!

ಪಾಯಿಂಟ್ 4700

ಅಲ್ಲಿಗೆ ಹೋಗಿ ನಿಲ್ಲಲೇ ಬೇಕಿತ್ತು.

ಹೋಗಿ ನಿಂತೆ!

ಅದರ ಹೆಸರು ಮುಷ್ಕೋ ಕಣಿವೆ. ಕಣಿವೆಯ ಮೈತುಂಬ ಅನಾಮಧೇಯ ಪರ್ವತಗಳು. ಕೆಲವಕ್ಕೆ ನಂಬರುಗಳಿವೆ. ನಂಬರುಗಳಿರುವ ಪರ್ವತಗಳ ತುದಿಯಲ್ಲಿ ಬಂಕರುಗಳಿವೆ. ಬಂಕರುಗಳಲ್ಲಿ ದುಷ್ಮನ್ ಕೆಲವೆಡೆ ಸತ್ತು ಮಲಗಿದ್ದಾನೆ. ಮತ್ತೆ ಕೆಲವೆಡೆ ಕೈಲಿದ್ದ ಬಂದೂಕು ಬಿಟ್ಟು ಪರಾರಿಯಾಗಿದ್ದಾನೆ. ಮತ್ಯಾವುದೋ ಮರಾಮೋಸದ ಮೂಲೆಯಲ್ಲಿ ನಿಂತು ಆಗೊಂದು ಈಗೊಂದು ಮರಣಾಂತಿಕ ದಾಳಿ ಮಾಡುತ್ತಲೇ ಇದ್ದಾನೆ.

ಅವನಾದರೂ ಏನು ಮಾಡಬಲ್ಲ? ಅದು ಯುದ್ಧ ನಿಯಮ. "ನೀನಿದ್ದ ಜಾಗಕ್ಕೆ ಶತ್ರು ಪಡೆ ನುಗ್ಗಿ ಬಂದು ಆಕ್ರಮಿಸಿಕೊಂಡರೆ, ಉಸಿರಿದ್ದಷ್ಟು ಹೊತ್ತು ಬಡಿದಾಡು. ತೀರ ಕೈ ಸೋತರೆ ಬೆಟ್ಟವಿಳಿದು ಓಡಿ ಬಿಡು. ಹಾಗಂತ, ಸೋತು ಹಿಂತಿರುಗಬೇಡ. ಮತ್ತೊಂದು ತುದಿಯಿಂದ ಯುದ್ಧ ಪ್ರಾರಂಭಿಸು. ಮತ್ತೆ ದಾಳಿ ಮಾಡು. ಅದು ನಿನ್ನ ಕೊನೆಯ ಪ್ರಯತ್ನವಾಗಿರಲಿ. ಯುದ್ಧ ಗೆದ್ದರೆ ವಾಪಸು ಬಾ. ಅಲ್ಲೇ ಸತ್ತರೆ ವೀರ ಸ್ವರ್ಗ. ಅಲ್ಲಾ ಹೋ ಅಕ್ಬರ್!"

ಇದು ಪಾಕ್ ದೊರೆಗಳ ಆದೇಶ.

ಸರಾಸರಿ ಹದಿಮೂರು ಕಿಲೋ ಮೀಟರುಗಳ ಭಯಾನಕ ದೂರವನ್ನು ನಡೆಯುತ್ತಲೇ ಮುಗಿಸಿ, ಮುಷ್ಕೋ ಕಣಿವೆಯ ಪಾಯಿಂಟ್ 4700 ಪರ್ವತದ ತಪ್ಪಲಿಗೆ ಬರುವ ಹೊತ್ತಿಗೆ

ಪರ್ವತದ ತಪ್ಪಲಲ್ಲಿ ಮೇಜರ್ ಜೋಷಿ

ಆಗಲೇ ಸಾಯಂಕಾಲವಾಗುತ್ತಿತ್ತು. ಅವತ್ತು ಗುರುವಾರ. ನಿನ್ನೆ ನಾನೆಲ್ಲಿ? ಶ್ರೀನಗರ್‌ನಲ್ಲಿದ್ದೆ. ಬೆಚ್ಚನೆಯ ಕೋಣೆ. ಹೊದೆಯಲು ರಜಾಯಿ. ಕೈ ಚಾಚಿದರೆ ಟೆಲಿಫೋನು. ಫೋನ್‌ನ ತಂತಿಯ ಆ ತುದಿಯಲ್ಲಿ ಹೆಂಡತಿ, ಮಕ್ಕಳು, ಅವರ ಕಲರವ.

ಇವತ್ತು?

ಆಕಾಶವೆಂಬುದು ಕಡುಗಪ್ಪು ಛತ್ತರಿಕೆ. ಗೆಳತಿಯ ಕಣ್ಣುಗಳಂತಹ ಪ್ರಜ್ವಲ ನಕ್ಷತ್ರಗಳು. ಕಣ್ಣ ಮುಂದೆ ಮುಗಿಲೆತ್ತರದ ಬೆಟ್ಟ. ಬೆಟ್ಟದ ತುದಿಯಲ್ಲಿ ಯುದ್ಧ. ಬೆಟ್ಟದ ಬುಡದಲ್ಲಿ ನಾನು. ನಾನಿರುವ ಜಾಗವನ್ನು ನಾವು ಮ್ಯಾಪಿನಲ್ಲಿ ಹುಡುಕಿ ಬೆರಳ ತುದಿಯಲ್ಲಿ ಮುಟ್ಟಬೇಕು. ಈ ಜಾಗವನ್ನು ಮುಷ್ಕೋ ಕಣಿವೆ ಎನ್ನುತ್ತಾರೆ. ಕಳೆದ ಬಾರಿ ಬಂದಾಗ, ಈ ಬೆಟ್ಟವನ್ನು ಹದಿಮೂರು ಕಿಲೋಮೀಟರುಗಳ ದೂರದಿಂದಲೇ ನೋಡಿ ಹೋಗಿದ್ದೆ. ಇವತ್ತು ಇದರ ಸಮ್ಮುಖದ ತನಕ ನಡೆದುಬಂದಿದ್ದೇನೆ. ಉಸಿರೆಂಬುದು ತೇಕು ತೇಕು. ಕಣ್ಣು ಕತ್ತಲೆ ಬರುವಂತಹ ಹಸಿವು. ತಲೆಯೆತ್ತಿ ನೋಡಿದರೆ, ಆಕಾಶದಲ್ಲಿ ಪಾಕಿ ಷೆಲ್ಲುಗಳ ಕ್ಷುದ್ರ ದೀಪಾವಳಿ. ಬೆಟ್ಟದ ಬುಡದಲ್ಲಿರುವವನು ನಾನೊಬ್ಬನೇ ಅಲ್ಲ. ಇಲ್ಲಿ ನಾಲ್ಕು ನೂರ ಐವತ್ತಕ್ಕಿಂತ ಹೆಚ್ಚು ಜನ ಯೋಧರಿದ್ದಾರೆ. ಅವರೆಲ್ಲರ ಮುಖದಲ್ಲಿ ಈಗಾಗಲೇ ಗೆಲುವಿನ ಮಂದಹಾಸವಿದೆ. ಆದರೆ ಯಾರೂ ತುಟಿ ಬಿಚ್ಚಿ ನಗುತ್ತಿಲ್ಲ.

ಏಕೆಂದರೆ, ಬೆಟ್ಟದ ತುದಿಯಿಂದ ಹೆಣಗಳಿನ್ನೂ ಇಳಿಯುತ್ತಲೇ ಇವೆ.

ಅವು ನಮ್ಮವರವು.

ನಾವು ಗೆದ್ದ ಅತಿ ದೊಡ್ಡ ಮತ್ತು ಅತಿ ಕ್ಲಿಷ್ಟ ಪರ್ವತವೆಂದರೆ ಟೈಗರ್ ಹಿಲ್ಸ್! ಹಾಗಂತ

ನಾನೂ ಸೇರಿದಂತೆ ಸಮಸ್ತ ಪತ್ರಕರ್ತರೂ ಬರೆದರು. ಆದರೆ, ಮುಷ್ಕೋ ಕಣಿವೆಗೆ ಬಂದು ನೋಡಿದರೆ ಇಲ್ಲಿನ ಪರಿಸ್ಥಿತಿ -ಬೇರೆಯೇ ಇದೆ. ಟೈಗರ್ ಹಿಲ್ಸ್ ಪರ್ವತವನ್ನು ಪಳಗಿಸಿದ ಎಯ್ಟೀನ್ ಗ್ರೆನೇಡಿಯರ್ಸ್‌ನ 'ಘಾತಕ್' ತಂಡ ಒಂದೇ ರಾತ್ರಿಯಲ್ಲಿ ಅಂಥ ಅಬ್ಬರದ ಹುಲಿಯನ್ನು ಅಡ್ಡಡ್ಡ ಮಲಗಿಸಿಬಿಟ್ಟಿತ್ತು. ಭಾರತದ ಸೇನೆಯಲ್ಲೇ 18 ಗ್ರೆನೇಡಿಯರ್ಸ್‌ಗೆ ದೊಡ್ಡ ಹೆಸರಿದೆ. ಅದು ಅಸ್ತಿತ್ವಕ್ಕೆ ಬಂದೇ ಇಪ್ಪತ್ಮೂರು ವರ್ಷಗಳಾಗಿವೆ. ಯುದ್ಧವೆಂಬುದು ಅದಕ್ಕೆ ಹೊಸ ಸಂಗತಿಯೇನಲ್ಲ. ಅಲ್ಲದೆ, 18 ಗ್ರೆನೇಡಿಯರ್ಸ್‌ನ 'ಘಾತಕ್' ಪಡೆಯ ಸೈನಿಕರು ಮೇಜರ್ ಸಚಿನ್ ನಿಂಬಾಳ್ಕರ್‌ರ ನೇತೃತ್ವದಲ್ಲಿ ಟೈಗರ್ ಹಿಲ್ಸ್‌ನ ಈಶಾನ್ಯದ ತುದಿ ಹತ್ತಿ ನಿಂತು 'ಜೈಹಿಂದ್' ಎಂದು ದನಿ ತೆಗೆಯುವ ಹೊತ್ತಿಗೆ ಪಾಕಿ ದುಷ್ಮನ್ ಕೈಲಿದ್ದ ಬಂದೂಕು ಅಲ್ಲೇ ಚೆಲ್ಲಿ ಕೊಟ್ಟು ಬೆಟ್ಟವಿಳಿದು ಪರಾರಿಯಾಗಿಬಿಟ್ಟಿದ್ದ. ಬೆಟ್ಟದ ತುದಿ ತಲುಪಿದ ನಿಂಬಾಳ್ಕರ್ ಅಲ್ಲೇ ಭಾರತದ ಬಾವುಟ ನೆಟ್ಟು ರೇಡಿಯೋ ಮೆಸೇಜ್ ಕೊಟ್ಟುಬಿಟ್ಟಿದ್ದರು-**Sir, I am riding the tiger!**

ಆದರೆ ನಾನು ಕುಳಿತಿದ್ದೆನಲ್ಲ? ನನ್ನ ಬೆನ್ನ ಹಿಂದಿನ ಪಾಯಿಂಟ್ 4700 ಎಂಬ ಅನಾಹುತಕಾರಿ ಪರ್ವತದ ಗೆಲುವು, ಅಂದುಕೊಂಡಷ್ಟು ಸುಲಭವಾಗಿರಲಿಲ್ಲ. ಪರ್ವತದ ತುದಿಯಿಂದ ಇಳಿದು ಬಂದ ಆ ವೀರಯೋಧರು ತಾವಾಗೇ ಎದುರಿಗೆ ಕುಳಿತು ಮನಬಿಚ್ಚಿ ಮಾತನಾಡುವ ತನಕ ಪಾಯಿಂಟ್ 4700 ಎಂಬ ದೈತ್ಯ ಪರ್ವತದ ಗೆಲುವು ಎಂಥ ಪ್ರಯಾಸದ್ದಾಗಿತ್ತು ಎಂಬುದು ನನಗೆ ಗೊತ್ತೇ ಆಗಿರಲಿಲ್ಲ.

ಬೆಟ್ಟವಿಳಿದು ಬಂದ ಎಸ್.ಕೆ.ಜೋಶಿ ಪ್ಲಾಸ್ಟಿಕ್ ಬಕೇಟೊಂದರಲ್ಲಿ ಉಗುರು ಬೆಚ್ಚಗಿನ ನೀರು ಮಾಡಿಕೊಂಡು, ಅದರೊಳಕ್ಕೆ ಕಾಲದ್ದಿ ಕುಳಿತು ದಣಿವಾರಿಸಿಕೊಳ್ಳುತ್ತಿದ್ದರು. ವಯಸ್ಸು ನಲವತ್ತೈದಿರಬಹುದು. ತೆಳ್ಳಗೆ, ಆರಡಿಯಿದ್ದಾರೆ. ಸೀಳು ನಾಯಿಗಿರುವಂತಹ ಚುರುಕು ದೇಹ. ಸರಸರನೆ ಕದಲುವ ಕಣ್ಣುಗಳು. ಕಂಚಿಗೆ ಕಬ್ಬಿಣ ಬೆರೆಸಿದಂತಹ ದನಿ. "ನೀವೆಲ್ಲ ಯಾಕ್ರೀ ಇಲ್ಲಿಗೆ ಬರ್ತೀರಿ. ಇದು **war field** ಗೊತ್ತಾ? ಪತ್ರಿಕೇಲಿ ಸುದ್ದಿ ಬರೆಯೋಕೆ ಬೇಕು ಅಂತ ಪಾರ್ಲಿಮೆಂಟಿಗೆ ಹೋದ ಹಾಗೆ ಬೆಟ್ಟದ ಬುಡಕ್ಕೆ ಬರ್ತೀರಾ? **No photographs.** ಇಲ್ಲಿ ತುಂಬ ಹೊತ್ತು ಇರಬೇಡಿ. ಇವತ್ತು ರಾತ್ರಿ ಇಲ್ಲಿ ವಿಪರೀತ ಷೆಲ್ಲಿಂಗ್ ಆಗುತ್ತೆ. ಅದೇನು ಕೇಳ್ತೀರೋ ಕೇಳಿ. ಬೇಗ ಬೇಗ ಬರ್ಕೊಂಡು ಇಲ್ಲಿಂದ ತೊಲಗಿ!" ಸಿಡುಕುತ್ತಲೇ ಮಾತು ಶುರುವಿಟ್ಟರು. ಸುರೇಶ್ ಕುಮಾರ್ ಜೋಶಿ.

ಚಟುವಟಿಕೆಯ ಸೈನಿಕ ಪಾಂಡೆ ಶುಭ್ರವಾದ ಗಾಜಿನ ಬಟ್ಟಲೊಂದರಲ್ಲಿ ಘಮ್ಮೆನ್ನುವ ರಮ್ಮು ತಂದು ಎದುರಿಗಿಟ್ಟ. ಜೋಶಿ ತಾವೇ ನಾಲ್ಕು ಹನಿ ನೀರು ಬೆರೆಸಿಕೊಂಡರು. ಗಂಟಲ ನಾಳದೊಳಕ್ಕೆ ದ್ರವ ಹರಿಯುತ್ತಿದ್ದಂತೆಯೇ ದಣಿದ ಸೈನಿಕ ದೇಹ ನಿರಾಳವಾಗತೊಡಗಿತು. ಸರಿಯಾದೊಂದು ಲೋಟದಷ್ಟು ನೀರು ಕುಡಿದು ಅವೆಷ್ಟು ದಿನಗಳಾಗಿದ್ದವೋ?

ನಿಮಗೆ ಗೊತ್ತಿರಲಿಕ್ಕಿಲ್ಲ.

ಯುದ್ಧ ಭೂಮಿಯಲ್ಲಿ ಕಸುಬು ಪೂರ್ತಿ ಮುಗಿಯುವತನಕ ವಿಸ್ಕಿಯತ್ತ ಕೈ

ಚಾಚುವಂತಿಲ್ಲ. "ಆದ್ರೆ ನಂಗೆ ಇದೇನು ಹೊಸ ಅನುಭವ ಅಲ್ಲ ರವೀ. ನಮ್ಮ ಗರ್‌ವಾಲ್ ರೈಫಲ್ಸ್ ಪಡೆಯುದ್ಧಗಳಲ್ಲಿ ಪಳಗಿಬಿಟ್ಟಿದೆ. **It is battle hardened.** ಹಿಂದೆ ಪಂಜಾಬದಲ್ಲಿ ಬ್ಲೂಸ್ಟಾರ್ ಆಪರೇಷನ್ ಆಯಿತಲ್ಲ ? ಅದಾದ ಮೇಲೆ **1985**ರಲ್ಲಿ ನಮ್ಮ ಪಡೆ ಕಟ್ಟಲಾಯಿತು. ಮಹಾ ಶಿಸ್ತಿನ ಸಿಪಾಯಿಗಳು! ನಮ್ಮಲ್ಲಿ ಶೇಕಡಾ **25**ರಷ್ಟು ಗೂರ್ಖಾಗಳಿದ್ದಾರೆ. ಅಷ್ಟೇ ಗಾತ್ರದ ಡೋಗ್ರಾಗಳಿದ್ದಾರೆ. ಮತ್ತು ಮರಾಠರಿದ್ದಾರೆ. ಯುದ್ಧಕ್ಕೆ ನಿಂತರೆ ಯಾವ ಮೃಗಕ್ಕೂ ಕಡಿಮೆಯಿಲ್ಲ. ಈ ಹಿಂದೆ ಶ್ರೀಲಂಕೆಗೆ ಹೋದ ಪಡೆಗಳ ಪೈಕಿ ನಮ್ಮದು ಪ್ರಮುಖ ಪಡೆಯಾಗಿತ್ತು. ಯುದ್ಧದ ಮೊದಲ ಸಾಲಿನಲ್ಲಿ ನಾನೇ ಇರುತ್ತಿದ್ದೆ. ಬಟ್ಟಿಕಲೋವಾದಲ್ಲಿ ಶುರುವಾದ ಹಣಾಹಣಿ ಜಾಫ್ನಾ ತಲುಪುವ ತನಕ ಒಂದೇ ಅಬ್ಬರ. ಅದಾದ ಮೇಲೆ ದೊರೆತ ಅತ್ಯಂತ ಛಾಲೆಂಜಿಂಗ್ ಯುದ್ಧಭೂಮಿಯೆಂದರೆ ಇದೋ; ನಿನ್ನ ಮುಂದಿದೆಯಲ್ಲ ? ಈ ಪರ್ವತದ ಮೇಲೆ ನಡೆದದ್ದು !" ಮತ್ತೆ ಕೊಂಚ ದ್ರವ ಸುರಿದುಕೊಂಡು ಗಂಟಲು ತೋಯಿಸಿಕೊಂಡರು ಸುರೇಶ್‌ಕುಮಾರ್ ಜೋಶಿ.

"ಮೇಲೆ ಏನೇನಾಯಿತು? ನಿಧಾನವಾಗಿ ಹೇಳ್ತೀರಾ?" ವಿನಂತಿಯ ದನಿಯಲ್ಲಿ ಕೇಳಿದೆ.

"ಮ್....ಹೇಳ್ತಿನಿ ಹೇಳ್ತಿನಿ. **Photo** ತೆಗೀ ಬೇಡ. ನಂಗೆ ಅಲರ್ಜಿ. ನನ್ನನ್ನು ನಮ್ಮ ಬೆಟಾಲಿಯನ್‌ನ ಅಧಿಕಾರಿಗಳು 'ಜೋ' ಅಂತಾರೆ. ನಾನು 'ಓ' ಅಂತೀನಿ. ಅವತ್ತು ಅದೇ ಆಯ್ತು. ಜೂನ್ **24**ನೇ ತಾರೀಕು ಬೆಳಿಗ್ಗೆ ನನ್ನನ್ನು ಕರೆದು ಪಾಯಿಂಟ್ **4700,** ಸ್ಯಾಡ್ಲ್, ಟೋಮಿ ಮತ್ತು ರಾಶಿ ಎಂಬ ಪುಂಡು ಬೆಟ್ಟಗಳನ್ನ ಪುನರಾಕ್ರಮಣ ಮಾಡಿಕೊಂಡು ಬರುವಂತೆ ಸೂಚಿಸಲಾಯಿತು. ನಾವಿದ್ದ ಜಾಗದಿಂದ ಸಾಕಷ್ಟು ದೂರದಲ್ಲಿದ್ದ ಬೆಟ್ಟಗಳವು. ಅಲ್ಲಿ ನಿಂತು ನೋಡಿದರೆ ಬೆಟ್ಟಗಳೇನೋ ಕಾಣಿಸ್ತವೆ. ಆದರೆ ಅವುಗಳ ಯಾವ ತೆಕ್ಕೆಯಲ್ಲಿ, ಯಾವ ಪೊಟರೆಯಲ್ಲಿ ದುಷ್ಮನ್ ಅಡಗಿ ನಿಂತಿದ್ದಾನೋ? ಯಾರಿಗೆ ಗೊತ್ತು. ರಾತ್ರಿ ಹೊತ್ತಾದರೂ ಅವನು ಒಲೆ ಹತ್ತಿಸಿ ಅಡಿಗೆಗೆ ಕೂಡುವುದು ಕಾಣಿಸುತ್ತದೇನೋ ಅಂತ ಕಾದೆವು. ಬೆಟ್ಟದ ಸನಿಹಕ್ಕೆ ಬಂದರೂ ದುಷ್ಮನ್‌ನ ಸುಳಿವಿಲ್ಲ. ನಾಲ್ಕು ದಿನ ನಡೆದು ಬಂದು ಇದನ್ನೆಲ್ಲ ಅಭ್ಯಾಸ ಮಾಡಿದ ಮೇಲೆ ಜೂನ್ **28-29**ರ ನಡುವಿನ ರಾತ್ರಿಯ ಹೊತ್ತಿಗೆ ನನ್ನ ನೇತೃತ್ವದ ಬೆಟಾಲಿಯನ್ ಈ ಪಾಯಿಂಟ್ **4700** ಎಂಬ ಪರ್ವತಕ್ಕೆ ಮುತ್ತಿಗೆ ಹಾಕಬೇಕು ಎಂದು ನಿರ್ಧರಿಸಲಾಯಿತು. ಇದರ ಜೊತೆಗೆ ಸ್ಯಾಡ್ಲ್ ಮತ್ತು ಟೋಮಿ ಪರ್ವತಗಳನ್ನು ನಾನೇ ಗೆಲ್ಲಬೇಕು. ನಮ್ಮ **18** ಗರ್‌ವಾಲ್ ರೈಫಲ್ಸ್‌ನ ಇನ್ನೊಂದು ತಂಡಕ್ಕೆ ಮೇಜರ್ ರಾಜೇಶ್ ಷಾ ನಾಯಕರಾಗಿದ್ದರು. ಅವರದು ಕೇವಲ ಟೋಮಿ ಪರ್ವತಕ್ಕೆ ಮುತ್ತಿಗೆ ಹಾಕುವ ಕೆಲಸ.

"ರಾತ್ರಿ ಎಂಟೂವರೆಯಾಗಿತ್ತು ನೋಡು ರವೀ. ದೊಡ್ಡ ದನಿಯ ಕಮ್ಯಾಂಡೇನಲ್ಲ; ಆದರೆ ನನ್ನ ಹುಡುಗರಿಗೆ **'move'** ಅಂತ ಆದೇಶ ನೀಡಿದೆ. ನೆತ್ತಿಯ ಮೇಲೆ ಸ್ಪಷ್ಟವಾದ ಚಂದ್ರನ ಬೆಳಕು. ಬೆಟ್ಟ ಮಾತ್ರ **80** ಡಿಗ್ರಿಗಳಲ್ಲಿ ನಿಂತಿದೆ; ಗೋಡೆಯ ಹಾಗೆ. ನಮ್ಮ ಹುಡುಗರು ಸಾಮಾನು ಸರಂಜಾಮು, ಮದ್ದು ಗುಂಡುಗಳನ್ನೆಲ್ಲ ಎತ್ತಿಕೊಂಡು ಒಂದೊಂದೇ ಬಂಡೆಗೆ ಉಡ ಗಂಟು ಬಿದ್ದ ಹಾಗೇ ಗಂಟುಬಿದ್ದು ಹತ್ತತೊಡಗಿದರು. ಹೆಚ್ಚೇನಲ್ಲ. ಒಂಬತ್ತೂವರೆಯಾಗಿರಬಹುದು.

ಇದ್ದಕ್ಕಿದ್ದಂತೆ ಮೇಲಿನಿಂದ ಫೈರಿಂಗ್ ಶುರುವಾಗೇ ಬಿಟ್ಟಿತು. ನಾನು ನೋಡನೋಡುತ್ತಿದ್ದಂತೆಯೇ ಹವಲ್ದಾರ್ ಪದಮ್‌ರಾಮ್ ರಪ್ಪನೆ ನೆಲಕ್ಕೆ ಬಿದ್ದ. ಕೊರಕಲಿನೊಳಕ್ಕೆ ಅವನ ದೇಹ ಜರಜರನೆ ಜಾರಿ ಹೋಗುವುದು ಅತ್ಯಂತ ಸ್ಪಷ್ಟವಾಗಿ ಕಾಣಿಸಿತು. ಬಚಾವಾಗುವ ಸಾಧ್ಯತೆಗಳೇ ಇಲ್ಲ. ಅರ್ಧ ಹತ್ತಿದ ಬೆಟ್ಟ ಇಳಿಯುವಂತಿಲ್ಲ. ಇಳಿದರೆ ನರಕದಲ್ಲೂ ಜಾಗ ಸಿಗಲಾರದು. ತಲೆಯೆತ್ತಿ ನೋಡಿದರೆ ಪಾಯಿಂಟ್ 4700ದ ಮೂರು ಬೇರೆ ಬೇರೆ ಎತ್ತರಗಳಲ್ಲಿ ಮೂರು ಮಜಬೂತಾದ ಬಂಕರುಗಳನ್ನು ಕಟ್ಟಿಕೊಂಡಿರುವ ಪಾಕಿಸ್ತಾನಿ ದುಷ್ಮನ್ ಆ ಮೂರು ಬಂಕರ್‌ಗಳಿಂದಲೂ ಗುಂಡಿನ ಸುರಿಮಳೆ ಸುರಿಯುತ್ತಿದ್ದಾನೆ.

"ಅಮ್ಮಾ....." ಎಂಬ ಕೂಗು ಕೇಳಿಸಿತು.

ಅನುಮಾನವೇ ಇಲ್ಲ. ರೈಫಲ್ ಮ್ಯಾನ್‌ಅನಸೂಯಾ ಪ್ರಸಾದ್ ಸತ್ತುಬಿದ್ದಿದ್ದ. ಅಲ್ಲಿಗೆ, ನಾವು ಗಪಗಪನೆ ಮೇಲಕ್ಕೆ ಹತ್ತಿ ಬರುತ್ತಿರುವುದು ಬಂಕರುಗಳಲ್ಲಿರುವ ಶತ್ರುವಿಗೆ ಖಚಿತವಾಗಿ ಹೋಗಿದೆ. ಅವನಿನ್ನು ಸುಮ್ಮನಿರುವುದಿಲ್ಲ. ಇಲ್ಲಿದ್ದರೂ ಕೊಲ್ಲುತ್ತಾನೆ. ಹತ್ತಿರಕ್ಕೆ ಹೋದರೂ ಕೊಲ್ಲುತ್ತಾನೆ. ಕೊಲ್ಲಲಾಗದಷ್ಟು ಹತ್ತಿರಕ್ಕೆ ಹೋದರೆ ಮಾತ್ರ ಅವನಿಂದ ಏನೂ ಮಾಡಲಾಗದು. ಅವನು ಬಂಕರ್ ಕಟ್ಟಿಕೊಂಡಿರುವ ಬಂಡೆಯ ಬುಡದ ತನಕ ಶತಾಯಗತಾಯ ತೆವಳಲೇ ಬೇಕು. ಒಂದು ಘೋಷಣೆ. ಭಾರತ್ ಮಾತಾಕೀ... ಅಂತ ಕೂಗಿದರೆ ಸಾಕು. ಹರಹರ ಮಹಾದೇವ್.... ಅಂದರೂ ಆಯಿತು. ಗೂರ್ಖಾಗಳೂ, ಮರಾಠರು, ಡೋಗ್ರಾಗಳು-ಎಲ್ಲರೂ charge ಆಗಿಬಿಡುತ್ತಾರೆ. ಸತ್ತವರು ಸಾಯುತ್ತೇವೆ. ಬದುಕಿದವರ ಪಾಲಿಗೆ ವಿಜಯ ಪತಾಕೆ. ಆ ಕತ್ತಲಲ್ಲೇ ಕಲ್ಲೊಂದರ ಮೇಲೆ ಕಾಲಿಟ್ಟು ಗಂಟಲು ಸಿಡಿದು ಹೋಗುವಂತೆ ಕೂಗಿದೆ:

"Charge"! ನಮ್ಮ ಸೈನಿಕರು ಗುಂಡಿನ ಸುರಿಮಳೆಯನ್ನೂ ಲೆಕ್ಕಿಸದೆ ಬಂಡೆಗಳನ್ನು ತಬ್ಬಿಕೊಂಡು ಒಂದರಿಂದ ಒಂದಕ್ಕೆ ತೆವಳತೊಡಗಿದರು. ಕೆಳಗಿನಿಂದ ನಾವು ಫೈರ್ ಮಾಡುವ ಛಾನ್ಸ್ ಇಲ್ಲ. ಮಾಡಿದರೂ ಉಪಯೋಗವಿಲ್ಲ. ಅವನು ಕೂತಿರುವ ಮೊದಲ ಬಂಕರ್‌ನ ಬುಡಕ್ಕೆ ಹೋದ ಮೇಲೆಯೇ ಮಾತು, ಅಲ್ಲಿಗೆ ತಲುಪಿದ ಮೇಲೆ ಅವನ ಆಟ ನಡೆಯಲಾರದು. ಹಾಗೆ ಹುಡುಗರನ್ನು ಹುರಿದುಂಬಿಸುತ್ತ ನಾನೂ ಬೆನ್ನತ್ತಿ ಬೆಟ್ಟವೇರತೊಡಗಿದೆ. ನನ್ನ ಕಣ್ಣೆದುರಿನಲ್ಲೇ ನಾಯಕ್ ಮಂಗತ್ ಸಿಂಗ್‌ನ ಹಣೆಯನ್ನು ಶತ್ರುವಿನ ಕಾಡತೂಸೊಂದು ಭೇದಿಸಿಹಾಕಿತು. ಮಂಗತ್ ಸಿಂಗ್ ದನಿಯೆತ್ತಿ ಕೂಗಲೂ ಇಲ್ಲ. ಬೆಟ್ಟದ ಮೇಲಿನ ತಣ್ಣನೆಯ ಬೆಳದಿಂಗಳ ರಾತ್ರಿಯಲ್ಲಿ ಅವನ ನೆತ್ತಿಯಿಂದ ಪುಟಿದ ರಕ್ತ ಅನಾಮತ್ತಾಗಿ ನನ್ನೆರಡೂ ತೊಡೆಗಳ ಮೇಲೆ ಬೆಚ್ಚಗೆ ಬಿದ್ದು ಬಟ್ಟೆಯನ್ನಷ್ಟೂ ತೋಯಿಸಿ ಹಾಕಿತು. ನನ್ನ ಕೈಗಳಲ್ಲೇ ತಯಾರಾದ ಸೈನಿಕ. ಜೊತೆಯಲ್ಲೇ ಇದ್ದವನು. ಕಣ್ಣೀರು ಕೆಡವಲು ಸಮಯವೆಲ್ಲಿಯದು. ತೋಳ ಅಡಿಗೆ ಕೈ ಹಾಕಿ ಜರಜರನೆ ಎಳೆದು ಪಕ್ಕಕ್ಕೆ ಮಲಗಿಸಿದೆ. ನನ್ನ ಹುಡುಗರಾಗಲೇ ಮೇಲಕ್ಕೆ ತೆವಳಿ ಹೋಗಿದ್ದರು. ಸರಸರನೆ ನಾನು ಬೆಟ್ಟವೇರತೊಡಗಿದೆ. ಇದ್ದಕ್ಕಿದ್ದಂತೆ ಮೇಲಿನಿಂದ ಗುಂಡಿನ ಸುರಿಮಳೆಯಾಗುವುದು ನಿಂತುಹೋಯಿತು. ಶತ್ರುವಿನ ಬಂಕರ್ ಇನ್ನು ಇಪ್ಪತ್ತೇ ಇಪ್ಪತ್ತು ಮೀಟರುಗಳ ದೂರದಲ್ಲಿದೆ.

ನಡುರಾತ್ರಿ ಒಂದು ಗಂಟೆಯ ಸಮಯ. ಇನ್ನೊಂದೇ ಒಂದು ನಿಮಿಷ ತಡ ಮಾಡಿದರೂ ಅನಾಹುತ. ಅವನ ಕೈಯಲ್ಲಿ ಏನೇನು ಶಸ್ತ್ರಗಳಿವೆಯೋ ಗೊತ್ತಿಲ್ಲ. ಅಥವಾ ಕೈ ಖಾಲಿಯೇ ಆಗಿ ಹೋಗಿದೆಯೋ? ಹೆಚ್ಚು ಯೋಚಿಸಲು ಸಮಯವಿರಲಿಲ್ಲ. ಮುಂದಿದ್ದ ಸೈನಿಕನೊಬ್ಬನಿಗೆ ಸಂಜ್ಞೆ ಮಾಡಿದೆ. ಮರುಕ್ಷಣದಲ್ಲೇ ಆಯಿತಲ್ಲ ಭಯಾನಕ ಸ್ಫೋಟ?

ನಾವು ಎಸೆದ ಲಾಂಚರ್ ಕರೆಕ್ಟಾಗಿ ಶತ್ರುವಿನ ಬಂಕರಿನೊಳಕ್ಕೆ ಹೋಗಿ ಬಿದ್ದಿತ್ತು. ಒಂದೇ ಸ್ಫೋಟ. ಆಮೇಲೆ ದಿವ್ಯ ಮೌನ. ಕೊಂಚ ಹೊತ್ತು ಸುಮ್ಮನಿದ್ದವರೇ, ಆಮೇಲೆ ಶರವೇಗದಲ್ಲಿ ಆ ಇಪ್ಪತ್ತು ಮೀಟರಿನ ಎತ್ತರವನ್ನು ಹತ್ತಿ ಕೈಗಳಲ್ಲಿನ ಬಂದೂಕುಗಳನ್ನು ಢಮಢಮಿಸುತ್ತಲೇ ಬಂಕರಿನೊಳಕ್ಕೆ ಹೋದೆವು. ಒಳಗಿನಿಂದ ನಿಶ್ಶಬ್ದವೇ ಉತ್ತರ. ಹವಲ್ದಾರ್ ಜಗತ್ ಸಿಂಗ್ ಛಕ್ಕನೆ ಟಾರ್ಚು ತೆಗೆದು ಬೆಳಕು ಹರವಿದ.

ಅಲ್ಲಿ ಮಲಗಿದ್ದವು ಐದು ಹೆಣ!

ಬಂಕರಿನ ತುಂಬ ಆಯುಧಗಳಿದ್ದವು. ಕಾಡತೂಸುಗಳದಂತೂ ದೊಡ್ಡ ರಾಶಿ. ಕಡೆಯ ತನಕ ಕಾದಾಡಿದವರೆಲ್ಲ ಓಡಿಹೋಗಿದ್ದಾರೆ. ಉಳಿದವರಿಗೆ ಮರಣದ ಮಹಾನವಮಿ. ಅದರ ಬಗ್ಗೆ ನನಗೆ ಆಶ್ಚರ್ಯವಾಗಲಿಲ್ಲ. ಆದರೆ ಬಂಕರು ಬಿಟ್ಟು ಓಡಿ ಹೋಗುವ ಮುನ್ನ ಪಾಕಿ ಯೋಧರಾಗಲೀ, ಅವರೊಂದಿಗೆ ಇರಬಹುದಾದ ಮುಜಾಹಿದೀನ್‌ಗಳಾಗಲೀ ಕಡೆಯ ಪಕ್ಷ ತಾವು ಬಳಸುವ ಒಂದು ಆಯುಧವನ್ನೂ ಹೊತ್ತುಕೊಂಡು ಹೋಗಿರಲಿಲ್ಲ. "ಸಾಲೇ ಭಾಗ್ ಗಯೇ!" ಎಂದು ನಮ್ಮ ಹುಡುಗರು ಆನಂದಿಸುತ್ತಿದ್ದರು. ಶ್! ಸುಮ್ನಿರಿ ಅಂದೆ. ಕೈಲಿದ್ದ ಬಂದೂಕೂ ಬಿಟ್ಟು ಓಡಿ ಹೋಗಿದ್ದಾನೆಂದರೆ, ಅವನು ಸುಮ್ಮನೆ ಓಡಿ ಹೋಗಿಲ್ಲ. ಕೆಳಗಿನ ಈ ಬಂಕರಿನಿಂದ ಮೇಲಿನ ಬಂಕರಿನೆಡೆಗೆ ಹೋಗಬೇಕೆಂದರೆ, ಅವನು ನಮ್ಮಷ್ಟೇ ಕಷ್ಟ ಪಡಬೇಕು. ಮದ್ದು ಗುಂಡು ಹೊತ್ತು ಬೆಟ್ಟವೇರುವ ಅನಿವಾರ್ಯತೆ ನಮಗಿದೆ. ಅವನಿಗೇನಿದೆ? ಬರಿಗೈಲಿ ಸಲೀಸಾಗಿ ಹತ್ತಿಹೋಗಿದ್ದಾನೆ. ಅದರರ್ಥ? ಮೇಲಿನ ಬಂಕರಿನಲ್ಲಿ ಇಲ್ಲಿರುವಷ್ಟೇ ಬಂದೂಕು, ಮದ್ದುಗುಂಡುಗಳ ಸರಂಜಾಮಿದೆ. ಅಸಲಿ ಸಮಸ್ಯೆಯಿರುವುದೇ ಅಲ್ಲಿ! ಹಾಗಂತ ಹುಡುಗರಿಗೆ ಎಚ್ಚರಿಸಿದೆ. ಪಾಯಿಂಟ್ 4700 ಪರ್ವತವನ್ನು ನೀನೇ ನೋಡಿದ್ದೀಯಲ್ಲ ರವೀ? ಬೆಟ್ಟದ ಈ ಬುಡಭಾಗ ಬರೀ ಕಲ್ಲು ಬಂಡೆಗಳ ಬಂಜರು. ಇದನ್ನು ಹೇಗಾದರೂ ಕಷ್ಟಪಟ್ಟು ಹತ್ತಬಹುದು. ಆದರೆ ಮೇಲಕ್ಕೆ ಹೋದಂತೆಲ್ಲ ಮಂಜಿನವೇ ಬಂಡೆಗಳು. ಆ ಮಂಜು ಕರಗೋದಿಲ್ಲ. ಅದರ ಮೇಲೆ ತೆವಳಿ ಹತ್ತುವ ಹೊತ್ತಿಗೆ ಮೈಯೆಲ್ಲ ಮರಗಟ್ಟಿಹೋಗಿರುತ್ತದೆ. ಅದರಲ್ಲೂ ಮೂರನೇ ಜಾವದ ರಾತ್ರಿಯಲ್ಲಿ ಬೆಟ್ಟದ ಮೇಲೆ ರಾಕ್ಷಸ ಗಾಳಿ!

ಇದನ್ನೆಲ್ಲ ವಿವರಿಸಿಯೇ, ಮೊದಲ ಬಂಕರಿನ ರಕ್ಷಣೆಗೆ ಕೆಲವರನ್ನು ನಿಲ್ಲಿಸಿ, ಆಯ್ದ ಕೆಲವರನ್ನು ಕರೆದುಕೊಂಡು ನಾನು ಎಪ್ಪತ್ತೈದು ಮೀಟರುಗಳಷ್ಟು ಎತ್ತರದಲ್ಲಿದ್ದ ಎರಡನೇ ಬಂಕರಿನೆಡೆಗೆ ತೆವಳತೊಡಗಿದೆ. ಹವಲ್ದಾರ್ ಜಗತ್ ಸಿಂಗ್ ಇಂಥ ಯುದ್ಧಗಳಲ್ಲಿ ಪಳಗಿದ

ಹುಲಿ. ನನ್ನ ಅಕ್ಕಪಕ್ಕದಲ್ಲೇ, ನನ್ನನ್ನು ಕಾಯುತ್ತಲೇ ಹಿಮದ ಬಂಡೆಯ ಮೇಲೆ ಆಕಾಶಮುಖಿಯಾಗಿ ತೆವಳುತ್ತಿದ್ದ. ನಮ್ಮ ಹುಡುಗರಲ್ಲಿ ಕೆಲವರು ಗಾಯಗೊಳ್ಳುತ್ತಿದ್ದರು. ಮೊದಲ ಬಂಕರು ಕಳೆದುಕೊಂಡ ಗಾಬರಿಯಲ್ಲಿ ಶತ್ರು ಪಡೆ ಇನ್ನಿಲ್ಲದ ರಭಸದಿಂದ ನಮ್ಮ ಮೇಲೆ ಕಾಡ ತೂಸು ಭೋರ್ಗರೆಯುತ್ತಿತ್ತು. ತಲೆ ಎತ್ತಿದರೆ ಸಾವು ಖಚಿತ. ಕತ್ತಲಲ್ಲೇ ಕದಲಬೇಕು. ಇದ್ದಕ್ಕಿದ್ದಂತೆ ಒಂದು ಗುಂಡು ನನ್ನ ಕಿವಿಯ ಪಕ್ಕದಲ್ಲೇ ಸಾಗಿ ಹೋಯಿತು. ಎಲ್ಲಿಗೆ ಬಿತ್ತೆಂದು ನೋಡುವ ಪುರುಸೊತ್ತು ಯಾರಿಗೆ?"ಹಾ..."ಎಂಬುದೊಂದು ಆರ್ತನಾದ ಕೇಳಿಸಿತು. ತಿರುಗಿ ನೋಡುವ ಮೊದಲೇ ಪಕ್ಕದಲ್ಲಿದ್ದ ಜಗತ್‌ಸಿಂಗ್ ಪಿಸುಗುಟ್ಟಿದ್ದ.

"ನಾಯಕ್ ರಾಕೇಶ್ ಕುಮಾರ್ ತೀರಿಕೊಂಡ!"

ಮತ್ತೊಮ್ಮೆ ಭುಸುಗುಟ್ಟಿತು ಪಡೆ. ಎಪ್ಪತ್ತೈದು ಮೀಟರುಗಳ ಅಂತರವನ್ನು ಇನ್ನಿಲ್ಲದ ವೇಗದಿಂದ ಹತ್ತಿ ಮುಗಿಸಿತು. ಎರಡನೇ ಬಂಕರಿನ ಬುಡ ತಲುಪಿದಾಗಲೇ ನಮಗೆ ಗೊತ್ತಾದದ್ದು; ಇದು ಬಡಪೆಟ್ಟಿಗೆ ಮಣಿಯುವ ಬಂಕರ್ ಅಲ್ಲ. ಪಕ್ಕಾ ಸಿಮೆಂಟಿನ ಬಂಕರನ್ನೇ ಕಟ್ಟಿಕೊಂಡಿದ್ದಾನೆ ದುಷ್ಮನ್. ಇಲ್ಲಿ ಲಾಂಚರ್‌ಗಳು ಕೆಲಸ ಮಾಡುವುದಿಲ್ಲ. ಬಂಕರಿನ ಬಾಗಿಲಿಗೇ ಹೋಗಬೇಕು. ಬಾಗಿಲಲ್ಲಿ ನಿಂತೇ ಒಳಕ್ಕೆ ಗ್ರನೇಡು ಎಸೆಯಬೇಕು. ಹಾಗೆ ಎಸೆಯಲು ಹೋದಾಗ ಶತ್ರುವು ಸುಮ್ಮನಿರಲಾರ. ಬಂಕರಿನ ಅಂಗಳದಲ್ಲಿ ಇನ್ನೆಷ್ಟು ಸಾವುಗಳು ಬಾಕಿಯಿವೆಯೋ? ನಮ್ಮ ಹುಡುಗರು ಒಬ್ಬರಾದ ಮೇಲೊಬ್ಬರು ಗಾಯಗೊಳ್ಳುತ್ತಲೇ ಇದ್ದರು. ಕೆಳಗಿನಿಂದ ಬಂದ ಸಪೋರ್ಟಿವ್ ಪಡೆಯವರು ಸ್ಟ್ರೆಚರ್‌ಗಳಲ್ಲಿ ಗಾಯಗೊಂಡವರನ್ನು ಹೊತ್ತು ಸಾಗಿಸುತ್ತಲೇ ಇದ್ದರು. ಸತ್ತವರಿಗೆ ಮಾತ್ರ ಆ ಸೌಭಾಗ್ಯವಿಲ್ಲ. ಯುದ್ಧದಲ್ಲಿ ಜೀವವಿರುವ ತನಕ ಇರುವ ಪ್ರಾಮುಖ್ಯತೆ, ಸತ್ತ ಮೇಲಿರುವುದಿಲ್ಲ. ಸತ್ತವನನ್ನು ಯಾವತ್ತು ನೆಲಕ್ಕಿಳಿಸಿದರೂ ಆದೀತು. ಅಲ್ಲಿ ದೇಹ ಕೊಳೆಯುವುದು ನಿಧಾನ. ಆದರೆ ಗಾಯಗೊಂಡವರನ್ನು ತಕ್ಷಣ ನೆಲಕ್ಕೆ ಕರೆದೊಯ್ಯಬೇಕು. ಅಲ್ಲಿ ಸಿಗುವ ಪ್ರಾಥಮಿಕ ಚಿಕಿತ್ಸೆ ಅವನ ಪ್ರಾಣ ಉಳಿಸುತ್ತದೆ. ಬಸಿಯುವ ನೆತ್ತರಿಗೊಂದು ಬ್ಯಾಂಡೇಜು ಸಿಕ್ಕರೂ ಸಾಕು. ಏನೂ ಸಿಗದಿದ್ದರೆ, ಕಡೆಗೆ ಗೋಣಿಚೀಲವನ್ನಾದರೂ ಸುತ್ತುತ್ತೇವೆ. ಹಾಗೆ ಗಾಯಗೊಂಡವರನ್ನು ಹಿಂದಕ್ಕೆ ಹಾಕುತ್ತಲೇ ನಾವು ಎರಡನೇ ಬಂಕರಿನ ಬಳಿಗೆ ಹೋದೆವು. ಹೋಗೋ ಪ್ರಾಣವಾದರೆ ಇವತ್ತೇ ಹೋಗಲಿ ಎಂಬಂತೆ ಬಂಕರಿನ ಅಂಗಳಕ್ಕೆ ನುಗ್ಗಿದವನೇ ಒಂದು ಗ್ರನೇಡು ಒಳಕ್ಕೆಸೆದೆ. ಕಿವಿಯ ತಮ್ಮಟೆ ಸಿಡಿದು ಹೋದಂತಹ ಸದ್ದು. ತುಂಬ ಹೊತ್ತಿನ ನಂತರ ಯಾರೋ ಸಣ್ಣಗೆ ನರಳಿ ಸುಮ್ಮನಾದಂತಹ ಆಕ್ರಂದನ. ನಾನು ಬೇಡವೆಂದು ಬಾಯಿಬಿಟ್ಟು ಹೇಳುವುದರೊಳಗಾಗಿಯೇ, ನನ್ನ ಪಕ್ಕದಲ್ಲಿದ್ದ ಹವಲ್ದಾರ್ ಜಗತ್‌ಸಿಂಗ್ ಕೈಯಲ್ಲಿ ರೈಫಲ್ ಹಿಡಿದುಕೊಂಡು ಬಂಕರಿನೊಳಕ್ಕೆ ನುಗ್ಗಿ ಬಿಟ್ಟ. ಬಾಗಿಲಲ್ಲೇ ಪಾಕಿ ಸೈನಿಕನೊಬ್ಬ ಅಂಗಾತ ಬಿದ್ದಿದ್ದ. ಅಕಸ್ಮಾತ್ ಜೀವ ಉಳಿದಿದ್ದರೆ ಯುದ್ಧ ಖೈದಿ ಕೈಗೆ ಸಿಗುತ್ತಾನಲ್ಲಾ ಎಂಬ ಅವಸರದಿಂದ ಮುಂದಕ್ಕೆ ಹೆಜ್ಜೆಯಿಟ್ಟಿದ್ದಾನೆ ಜಗತ್‌ಸಿಂಗ್.

ಅಷ್ಟೇ!

ಪಾಕಿ ಸೈನಿಕನ ಕೈಲಿದ್ದ ಗ್ರೆನೇಡು ಸಿಡಿದಿದೆ. ಅದನ್ನು ಎಸೆದೇ ಅವನು ಪ್ರಾಣ ಬಿಟ್ಟಿದ್ದಾನೆ. ನನ್ನ ಕಣ್ಣೆದುರಿನಲ್ಲೇ ಜಗತ್ ಮತ್ತು ದುಷ್ಮನ್ ಇಬ್ಬರೂ ಸತ್ತು ಮಲಗಿದರು. ಒಂದು ಕಣ್ಣ ಹನಿ ಕೆನ್ನೆಗಿಳಿಯಿತು. ಬಂಕರಿನ ಗೋಡೆ ಹಿಡಿದುಕೊಂಡು ನಿಂತು ಸುಮ್ಮನೆ ಅತ್ತುಬಿಟ್ಟೆ. ಹಾಗೆ ಕಣ್ಣೀರಿಟ್ಟು ಎಷ್ಟು ವರ್ಷಗಳಾದವೋ?

ಆಗ ಮಧ್ಯರಾತ್ರಿಯ ಎರಡು ಗಂಟೆ.

ನಾವು ಮುಂದಿನ ಬಂಕರ್‌ಗೆ ತೆವಳತೊಡಗಿದೆವು. ಮೊದಲು ನಾವಂದುಕೊಂಡದ್ದು ಮೂರೇ ಬಂಕರುಗಳಿವೆ ಅಂತ. ಮೇಲಕ್ಕೆ ಹೋಗುತ್ತ ಹೋಗುತ್ತ ಒಟ್ಟು ಎಂಟು ಬಂಕರುಗಳಿರುವುದು ಗೊತ್ತಾಯಿತು. ಎಂಟನೆಯ ಬಂಕರಿನಲ್ಲಿ ಮಾತ್ರ ಊಹಿಸಲಸಾಧ್ಯವಾದ ಪ್ರತಿರೋಧ ಇದಿರಾಯಿತು. ನಾನೇ ಕೈಯ್ಯಾರೆ ಮೂವರು ಪಾಕಿಗಳನ್ನು ಕೊಂದೆ. ನಮ್ಮ ಹುಡುಗರೂ ಸತ್ತರು. ಆದರೆ ಬೆಳಕು ಹರಿಯುವ ಹೊತ್ತಿಗಾಗಲೇ ಪಾಯಿಂಟ್ **4700** ಎಂಬ ಪರ್ವತ ಸಂಪೂರ್ಣವಾಗಿ ನಮ್ಮ ಕೈವಶವಾಗಿತ್ತು! ಕೈಲಿದ್ದ ಗಾಜಿನ ಬಟ್ಟಲು ಕೆಳಗಿಟ್ಟರು ಜೋಶಿ. ಅವರ ಮುಖದಲ್ಲೊಂದು ದಣಿವು ಬೆರೆತ ನೆಮ್ಮದಿಯಿತ್ತು.

ಬೆಟ್ಟದ ಬುಡದಲ್ಲಿ ಎಂಥದೋ ಅಹಿತಕರ ಮೌನ.

ಅಂಥ ಖಡಕ್ಕು ಮಾತಿನ ಜೋಶಿಯವರನ್ನು ಮತ್ತೆ ಮನವೊಲಿಸಿ, ಅವರ ಮತ್ತು ಅವರ ಸಂಗಡಿಗರ **photo**ಗಳನ್ನ, ಅವರು ವಶಪಡಿಸಿಕೊಂಡ ಮದ್ದುಗುಂಡು ಹಾಗೂ ಶಸ್ತ್ರಾಸ್ತ್ರಗಳ ಸಮೇತ ತೆಗೆಯಲು ಸಾಧ್ಯವಾಗಿದ್ದು ನಲವತ್ತೆಂಟು ಗಂಟೆಗಳ ನಂತರವೇ. ಹಾಗೆ ಫೋಟೋಗಳನ್ನು ತೆಗೆದ ಜಾಗದ ಹೆಸರು ಮೊಘಲ್‌ಪುರಾ.

ಯುದ್ಧಭೂಮಿಯಲ್ಲಿ ಒಬ್ಬಳೇ ಹುಡುಗಿ

"ಈತನಿಗೆ ಗುಂಡು ತಾಕಿಲ್ಲ. ಈತನ ಮೇಲೆ ಷೆಲ್ ಬಿದ್ದಿಲ್ಲ. ಆದರೆ ಬೆಟ್ಟದ ಮೇಲೆ ಬಿದ್ದ ಪಾಕಿಸ್ತಾನಿ ಷೆಲ್ ಬಂಡೆಯೊಂದನ್ನು ಒಡೆದು ಹಾಕಿತು. ಆ ಬಂಡೆಯ ಒಂದು ಭಾಗ ಈತನ ನೆತ್ತಿಯ ಮೇಲಕ್ಕೆ ಬಿದ್ದಿದೆ. ಅಷ್ಟೇ! ಆವಾಗಿನಿಂದ ಎಚ್ಚರವಿಲ್ಲ. ಇಲ್ಲಿ ಲಭ್ಯವಿರುವ ಎಲ್ಲ ಚಿಕಿತ್ಸೆ ಕೊಟ್ಟಿದ್ದೇವೆ. ಈಗ ಸೈನ್ಯದ ಹೆಲಿಕಾಪ್ಟರಿನಲ್ಲಿ ಶ್ರೀನಗರ್‌ಗೆ ಕಳಿಸ್ತಿದೀವಿ. ಹೆಲಿಪ್ಯಾಡ್ ತನಕ ತಲುಪಿಸುವ ಜವಾಬ್ದಾರಿ ನಮ್ಮ ಫೀಲ್ಡ್ ಮೆಡಿಕಲ್ ಯೂನಿಟ್‌ನ ಮಹಿಳಾ ವೈದ್ಯಾಧಿಕಾರಿಯದು. ಆಕೆಯ ಹೆಸರು ಕ್ಯಾಪ್ಟನ್ ಮಂಗಳಾ!"

ಹಾಗಂತ ಕಾರ್ಗಿಲ್‌ನ ಫೀಲ್ಡ್ ಮೆಡಿಕಲ್ ಆಸ್ಪತ್ರೆಯ ಮುಖ್ಯಸ್ಥ ಲೆಫ್ಟಿನೆಂಟ್ ಕರ್ನಲ್ ಆರ್.ಎಸ್. ಯಾದವ್ ವಿವರಿಸುತ್ತಿದ್ದರೆ, ನಾನು ನಿಂತಿದ್ದ ಜಾಗಕ್ಕೆ ಅನತಿ ದೂರದಿಂದಲೇ ಹುಡುಗಿಯೊಬ್ಬಳು ಬೂಟು ಕಟಕಟಿಸುತ್ತ ಹೋದದ್ದು ಕಾಣಿಸಿತು. ಎರಡು ಬಾರಿ ಯುದ್ಧ ಭೂಮಿಗೆ ಕಾಲಿಟ್ಟವನು ನಾನು. ಶ್ರೀನಗರದಲ್ಲಿ ಹೆಣ್ಣು ಮಕ್ಕಳನ್ನು ನೋಡಿದ್ದೇ ಕೊನೆ. ದ್ರಾಸ್, ಕಾರ್ಗಿಲ್, ಕಕ್ಸಾರ್, ಬಟಾಲಿಕ್-ಉಹುಂ! ಎಲ್ಲೂ ಹೆಣ್ಣು ಜೀವದ ನೆರಳೇ ಇಲ್ಲ. ಅದರಲ್ಲೂ ಆರ್ಮಿ ಯೂನಿಫಾರ್ಮ್‌ನಲ್ಲಿ.

ಅಂಥದರಲ್ಲಿ ಇದ್ಯಾರು ಕ್ಯಾಪ್ಟನ್ ಮಂಗಳಾ? ಅಂತ ಯೋಚಿಸುತ್ತಿರುವಾಗಲೇ ಪತ್ರಕರ್ತರ ಪುಟ್ಟ ಹಿಂಡೊಂದು ಆಕೆಯನ್ನು ಸುತ್ತುವರೆಯಿತು. ಅವರೆಲ್ಲರ ಗದ್ದಲದಲ್ಲೂ ಆ ಹುಡುಗಿ, '**I am from Karnataka**' (ನಾನು ಕರ್ನಾಟಕದವಳು) ಅಂದದ್ದು ಕೇಳಿಸಿತು. ಮನಸ್ಸಿನ ಮರ್ಕ್ಯುರಿ ತಾರಕಕ್ಕೇರುವುದೇ ಆವಾಗ. ಇಲ್ಲಿಂದ ಸಾವಿರಾರು ಕಿಲೋ ಮೀಟರುಗಳ ದೂರದಲ್ಲಿ ಒಂದು ಕನ್ನಡದ ಮಾತು, ಕರ್ನಾಟಕವೆಂಬ ಹೆಸರು-ಅದೆಂಥ ರೋಮಾಂಚನ ಮೂಡಿಸುತ್ತೆ ಗೊತ್ತೆ?

ಇಲ್ಲೇ ಇರಿ: ಬಂದೆ!

ಸರ್ರನೆ ಗುಂಪು ಬೇಧಿಸಿಕೊಂಡು ನುಗ್ಗಿ ಆಕೆಯ ಮುಂದೆ ನಿಂತು;

"ಯಾವ ಊರಮ್ಮಾ ನಿಮ್ದು?" ಅಂದೆ.

"ರವೀ ಸಾರ್...ನೀವು ರವಿಬೆಳಗೆರೆ ಅಲ್ವಾ?" ಎಂದು ಉದ್ಗರಿಸಿಯೇ ಬಿಟ್ಟಳು ಹುಡುಗಿ. ಆಕೆಯ ಕಣ್ಣುಗಳಲ್ಲಿ ಒಂದು ಸಲಕ್ಕೆ ದೀಪಾವಳಿ, ಸಂಕ್ರಾಂತಿ, ದಸರೆಗಳದೆಲ್ಲ ಸಾಲು ಸಾಲು. "ನನ್ನ ಹಸ್ಬೆಂಡ್ ಕೂಡ ಇಲ್ಲೇ ಇದಾರೆ. ಅವರಿಗೆ ನಿಮ್ಮ ಪತ್ರಿಕೆ ಕಂಡ್ರೆ ತುಂಬ ಇಷ್ಟ. ನೀವು ಬಂದಿದೀರಿ ಅಂತ ಗೊತ್ತಾದರೆ ಎಷ್ಟು ಸಂತೋಷಪಡ್ತಾರೆ ಗೊತ್ತ?"

ಕ್ಯಾಪ್ಟನ್ ಮಂಗಳಾ ಪಟಪಟನೆ ಮಾತನಾಡತೊಡಗಿದಳು. ಉಳಿದ ಪತ್ರಕರ್ತರಿಗೆಲ್ಲ ಐದು ಹತ್ತು ನಿಮಿಷದ ಉತ್ತರ. ಅದೆಲ್ಲ ಸರಸರನೆ ಮುಗಿಸಿ,

"ಬೆಳ್ಗೆರೆ ಸಾರ್, ನಂಗೆ ಅರ್ಜೆಂಟಾಗಿ ಒಬ್ಬ ಪೇಶಂಟ್‌ನ ಹೆಲಿಕಾಪ್ಟರಿಗೆ ಹತ್ತಿಸಿ ಬರೋದಿದೆ. ಹೋಗಿ ಬರೋಕೆ ಅರ್ಧಗಂಟೆಯಾಗಬಹುದು. ನೀವು ಇಲ್ಲೇ ಇದ್ದುಬಿಡಿ. ಬಂದು ಮಾತಾಡ್ತೇನೆ" ಅಂದಳು. ಹೀಗೆ ಎರಡೆರಡು ಸಲ ಕಾರ್ಗಿಲ್‌ಗೆ ಬಂದು ಅಂಡಲೆಯುತ್ತಿರುವುದು ನೋಡಿದರೆ, ಖಾಯಮ್ಮಾಗಿ ಇಲ್ಲೇ ಇದ್ದುಬಿಡ್ತೀನೇನೋ ಅಂತ ನನಗೇ ಅನ್ನಿಸತೊಡಗಿತ್ತು. ಅದಕ್ಕಿಂತ ಮಿಗಿಲಾಗಿ, ಒಬ್ಬ ಡಾಕ್ಟರು, ಒಬ್ಬ ಕ್ಯಾಪ್ಟನ್, ಒಬ್ಬ ಕ್ಯಾಪ್ಟನ್‌ನ ಮಡದಿ, ಅದರಲ್ಲೂ ನಮ್ಮ ದಾವಣಗೆರೆಯ ಹೆಣ್ಣುಮಗಳು 'ಅರ್ಧಗಂಟೆ ನನಗೋಸ್ಕರ ಇಲ್ಲಿ ಕಾದಿರಿ' ಅಂದರೆ ಇಲ್ಲ ಅನ್ನುತ್ತೀನಾ? ಅಷ್ಟರಲ್ಲಿ ಪ್ರಜ್ಞಾಹೀನ ಸ್ಥಿತಿಯಲ್ಲಿದ್ದ ಆ ಸೈನಿಕನನ್ನು ಒಯ್ದು ಮಿಲಿಟರಿ ಆ್ಯಂಬುಲೆನ್ಸ್‌ಗೆ ಹತ್ತಿಸುವ ಪ್ರಯತ್ನ ಶುರುವಾಯಿತು. ಕ್ಯಾಪ್ಟನ್ ಮಂಗಳಾ ಯಾರಿಗೋ ಫೋನ್ ಮಾಡಿ ಕೆಲವು ನಿರ್ದೇಶನಗಳನ್ನು ನೀಡತೊಡಗಿದ್ದರು. ಆಕೆಗೆ ಅದೇನನ್ನಿಸಿತೋ?

"ಬೆಳ್ಗೆರೆ ಸಾರ್, ನಂಜೊತೆ ನೀವೂ ಬಂದುಬಿಡಿ. ಹೆಲಿಪ್ಯಾಡ್‌ನಲ್ಲೇ ಮಾತಾಡಿಬಿಡಬಹುದು" ಅಂದವರೇ ಹೊರಡಿಸಿಯೇ ಬಿಟ್ಟರು.

ನಿಮಗೆ ಹೇಳ್ತೀನಿ:

ಈ ನಲವತ್ತು ಚಿಲ್ರೆ ವರ್ಷದ ಜೀವಮಾನದಲ್ಲಿ ಯಾರ್‍ಯಾರನ್ನೋ, ಎಂತೆಂಥವರನ್ನೋ ಸಂದರ್ಶಿಸಿ ಬರೆದಿದ್ದೇನೆ. ಲಟಾರಿ ಸೈಕಲ್ಲಿನಿಂದ ಹಿಡಿದು ವಿಮಾನ, ಹೆಲಿಕಾಪ್ಟರುಗಳ ತನಕ ಜಗತ್ತಿನ ಎಲ್ಲ ವಾಹನಗಳನ್ನೂ ಹತ್ತಿ ಓಡಾಡಿದ್ದೇನೆ. ಇವೇ ಮಿಲಿಟರಿ ಆ್ಯಂಬುಲೆನ್ಸ್‌ಗಳಲ್ಲೇ

ಅರುಣಾಚಲ ಪ್ರದೇಶದ ತುಂಬ ಅಲೆದಿದ್ದೇನೆ. ಆದರೆ ಅವತ್ತು, ಕ್ಯಾಪ್ಟನ್ ಮಂಗಳಾ ಜೊತೆಯಲ್ಲಿ ಆ ಡಬ್ಬಿಯಂಥ ಆ್ಯಂಬುಲೆನ್ಸ್‌ನಲ್ಲಿ ಕುಳಿತು ಹೆಲಿಪ್ಯಾಡ್‌ನ ತನಕ ಮಾತಾಡುತ್ತ ಹೋದ ಕ್ಷಣಗಳಿವೆಯಲ್ಲ? ಅವುಗಳನ್ನು ನಾನು ಯಾವತ್ತಿಗೂ ಮರೆಯಲಾರೆ. ಅಂಥದೊಂದು ಹೆಮ್ಮೆಯನ್ನು ಅನುಭವಿಸಲಿಕ್ಕೆ ಸಾಧ್ಯವಾಗದೆ ಹೋದರೆ, ನಾವು **war reporting**ನಂಥ ಹುತ್ತಕ್ಕೆ ಕೈ ಹಾಕಲೇ ಬಾರದು.

ಈಕೆ ದಾವಣಗೆರೆಯ ಹುಡುಗಿ. ಶುದ್ಧ ಸಾದಲಿಂಗಾಯತರ ಮನೆಯ ಮಗಳು. ದಾವಣಗೆರೆಯ ಜೆ.ಜೆ.ಎಂ. ಮೆಡಿಕಲ್ ಕಾಲೇಜಿನಲ್ಲೇ ಓದಿದ್ದಾಳೆ. ಇಷ್ಟಪಟ್ಟಾತನನ್ನೇ ಮದುವೆಯಾಗಿದ್ದಾಳೆ. ಬಡತನ ಗೊತ್ತಿಲ್ಲದೆ ಬೆಳೆದ ಹುಡುಗಿ. ನೋಡಬಹುದಾಗಿದ್ದರೆ, ಅದೇ ದಾವಣಗೆರೆಯಲ್ಲೊಂದು ಎಂ.ಡಿ ಮಾಡಿ ಅಲ್ಲೇ ಒಂದು ನರ್ಸಿಂಗ್ ಹೋಂ ತೆರೆದು, ಗಂಡಹೆಂಡತಿ ಇಬ್ಬರೂ ಸರಹೊತ್ತಿನ ತನಕ ದುಡ್ಡು ಮಾಡಿ, ದುಡ್ಡೆಣಿಸುತ್ತ ಕೂಡಬಹುದಿತ್ತು.

ಉಹುಂ! ಹಾಗಾಗಲಿಲ್ಲ.

ಹಾಗಾಗಲಿಲ್ಲವೆಂಬ ಕಾರಣದಿಂದಾಗಿಯೇ ಇವತ್ತು ಕ್ಯಾಪ್ಟನ್ ಮಂಗಳಾ ಕಾರ್ಗಿಲ್‌ನಲ್ಲಿದ್ದಾಳೆ. ಇಡೀ ಕಾರ್ಗಿಲ್ ಸೆಕ್ಟರ್‌ನಲ್ಲಿ ಈಕೆಯೊಬ್ಬಳೇ ಹುಡುಗಿ. ಯುದ್ಧ ಶುರುವಾದಾಗಿನಿಂದ ಇವತ್ತಿನ ಈ ಕ್ಷಣದ ತನಕ ಇಲ್ಲೇ ಇದ್ದಾಳೆ. ಸುರಿಯುವ ಷೆಲ್‌ಗಳು, ಆಕಾಶದ ತುಂಬ ಆರ್ಭಟ, ಪರ್ವತಗಳಿಂದ ಇಳಿದು ಬರುವ ಗಾಯಾಳುಗಳು, ಉರುಳಿ ಬೀಳುವ ಹೆಣಗಳು, ಹರಿಯುವ ರಕ್ತದ ಕಾಲುವೆ, ಯೋಧರ ದೇಹಗಳಿಂದ ಹೊರಬೀಳುವ ಪಾಕಿಸ್ತಾನಿ ಕಾಡತೂಸುಗಳು, ದೇಹ ಹೊಕ್ಕು ಕೂತು ಬಿಡುವ **splinter**ಗಳು, ಆ ಗಂಧಕದ ವಾಸನೆ, ನಡುರಾತ್ರಿಯ ತಲ್ಲಣಗಳು-

ಇವೆಲ್ಲವುಗಳ ಮಧ್ಯೆಯೇ ಕ್ಯಾಪ್ಟನ್ ಮಂಗಳಾ ಎಂಬ ಈ ಚಿಕ್ಕ ಹುಡುಗಿ ಕಾರ್ಗಿಲ್‌ನಲ್ಲಿದ್ದಾಳೆ. ಇಡೀ ಯುದ್ಧ ಭೂಮಿಗೆ ಒಬ್ಬಳೇ ಹೆಣ್ಣು ಮಗಳು. ಮತ್ತು ಆಕೆ ಕನ್ನಡತಿ!

"ಅಲ್ಲಮ್ಮ, ಎಲ್ಲ ಬಿಟ್ಟು ಸೈನ್ಯಕ್ಕೆ ಯಾಕೆ ಸೇರಿಕೊಂಡೆ?" ಅಂತ ಕೇಳಿದ್ದಕ್ಕೆ,

"ಎಲ್ಲ ಬಿಟ್ಟು ಸೇರಿಕೊಂಡಿಲ್ಲ ಸಾರ್. ಎಲ್ಲಾದರ ಸಮೇತ ಸೇರ್ಕೊಂಡಿದೀನಿ. ನನ್ನ ಗಂಡ ಕ್ಯಾಪ್ಟನ್ ಕೆ.ಬಿ. ಸುನಿಲ್ ಕುಮಾರ್ ಕೂಡ ನನ್ನೊಂದಿಗೇ ಇದ್ದಾರೆ. ಇದೇ ಕಾರ್ಗಿಲ್‌ನಲ್ಲಿದ್ದಾರೆ. **I am not alone.** ಇಷ್ಟೊಂದು ಜನ ಸೈನಿಕರು, ಅವರ ಚಿಕಿತ್ಸೆಗೆ ನಿಂತ್ಕೊಂಡಿರೋ ಡಾಕ್ಟರುಗಳು, ದೂರ ದೂರದ ಊರುಗಳಿಂದ ಬರೋ ಹಾರೈಕೆಯ ಪತ್ರಗಳು, ದೇಶ ಪ್ರೇಮವಿರೋ ಜನ ಕಳಿಸೋ ಸ್ವೀಟುಗಳು, ಮೈತುಂಬ ಕೆಲಸ, ಮನಸ್ಸಿಗೊಂದು ಉಲ್ಲಾಸ-ಇದೆಲ್ಲ ಇರೋವಾಗ ಸಂತೋಷವಾಗಿರೋಕೆ ಏನು ಕೊರತೆ ಹೇಳಿ?" ನಕ್ಕಳು ಮಂಗಳಾ.

ಅಷ್ಟರಲ್ಲಿ ನಾವಿದ್ದ ಆ್ಯಂಬುಲೆನ್ಸ್ ಕಾರ್ಗಿಲ್‌ನ ಅತಿ ಮುಖ್ಯ ಹಾಗೂ ಅತ್ಯಂತ ಅಪಾಯಕಾರಿ ಹೆಲಿಪ್ಯಾಡ್‌ಗೆ ಬಂದು ತಲುಪಿತ್ತು. ಈ ಹೆಲಿಪ್ಯಾಡ್‌ನ ಮೇಲೆಯೇ ಪಾಕಿಗಳು ನಿರಂತರವಾಗಿ ಷೆಲ್‌ನ ದಾಳಿ ನಡೆಸಿದ್ದು. ಅಸಲಿಗೆ ಕಾರ್ಗಿಲ್‌ನಲ್ಲಿ ಅವರಿಗಿದ್ದ ಮುಖ್ಯ ಗುರಿಯೇ ಈ ಹೆಲಿಪ್ಯಾಡು.

ಸುತ್ತಲೂ ದೈತ್ಯ ಪರ್ವತಗಳಿಂದ cover ಆದ ಕಾರ್ಗಿಲ್‌ನ ಹೆಲಿಪ್ಯಾಡಿನಲ್ಲಿ ನಾಲ್ಕು 'ಚೀತಾ'ಗಳು ಗುರುಗುಟ್ಟುತ್ತ ನಿಂತಿದ್ದವು. ಒಂದು MI-17 ಹೆಲಿಕಾಪ್ಟರು ಹೊರಡಲು ಸಿದ್ಧವಾಗಿ ನಿಂತಿತ್ತು. ಅದರಲ್ಲಿ ಹೆಚ್ಚು ಜನ ಹಿಡಿಸುತ್ತಾರೆ. ಮುಖ್ಯವಾಗಿ ಗಾಯಾಳುಗಳನ್ನು ಮಲಗಿಸಿ ಕರೆದೊಯ್ಯಬಹುದು. 'ಚೀತಾ'ಗಳಲ್ಲಿ ಅಂಥ ಫೆಸಿಲಿಟಿಯಿರುವುದಿಲ್ಲ. ಅದೇನಿದ್ದರೂ, ನಾಲ್ವರನ್ನು ಹೊತ್ತೊಯ್ಯಬಲ್ಲ, ಕಣಿವೆಗಳಲ್ಲಿ ಕದನ ಮಾಡಿ ಬರಬಲ್ಲ ಪುಟ್ಟ ಚಿರತೆಯಂತಹ ಹೆಲಿಕಾಪ್ಟರು.

"ಈಗ ಬಂದೆ" ಅಂದವಳೇ ಆ್ಯಂಬುಲೆನ್ಸ್‌ನಿಂದ ಇಳಿದು ಹೆಲಿಕಾಪ್ಟರಿನೆಡೆಗೆ ನಡೆದಳು ಮಂಗಳಾ. ಆಕೆಯ ಪ್ರತಿ ಕೆಲಸ, ಪ್ರತಿ ಮಾತು, ಪ್ರತಿ ಚಲನೆಯಲ್ಲೂ ಒಂದು ಶ್ರದ್ಧೆಯ ಸೆಳಕು ಗೋಚರವಾಗುತ್ತಲೇ ಇತ್ತು.

ಈ ಹುಡುಗಿಯ ತಂದೆ ದಾವಣಗೆರೆಯ ಪ್ರಸಿದ್ಧ ವೈದ್ಯರೂ, ಅಲ್ಲಿನ ಜೆ.ಜೆ.ಎಂ. ಕಾಲೇಜಿನ ಪೆಥಾಲಜಿ ವಿಭಾಗದ ಪ್ರೊಫೆಸರರೂ ಆದ ಡಾ. ಚಂದ್ರಶೇಖರ್. ತಾಯಿಯ ಹೆಸರು ನಾಗರತ್ನ. ದಾವಣಗೆರೆಯ ವಿದ್ಯಾನಗರದಲ್ಲೇ ಮನೆ ಕಟ್ಟಿಕೊಂಡಿದ್ದಾರೆ. ಮನೆಯ ಹೆಸರು 'ಮನಶ್ರೀ' ಅದಕ್ಕೂ ಒಂದು ಅರ್ಥವಿದೆ. 'ಮ' ಅಂದರೆ ಮಂಗಳಾ. 'ನ' ಅಂದರೆ ನವೀನ್. ಕೊನೆಯ ಮಗಳ ಹೆಸರು ಶ್ರೇಯ! ಮಂಗಳಾರ ತಮ್ಮ ನವೀನ್ ಅದೇ ಮೆಡಿಕಲ್ ಕಾಲೇಜಿನಲ್ಲಿ ಕೊನೆಯ ಎಂ.ಬಿ.ಬಿ.ಎಸ್ ಓದುತ್ತಿದ್ದಾನೆ. ತಂಗಿ ಶ್ರೇಯಾ ಈ ಸಲ ಪಿಯುಸಿ. ಇಂಥದೊಂದು ಬೆಚ್ಚನೆಯ ಕುಟುಂಬದಲ್ಲಿ ಬೆಳೆದ ಹುಡುಗಿಗೆ ಕಾರ್ಗಿಲ್‌ನ ಹೆಲಿಪ್ಯಾಡ್‌ನಲ್ಲಿ ನಿಂತು ಬಿಸಿಲು ನುಂಗುವ ಖಯಾಲಿ ಬಂದದ್ದಾದರೂ ಹೇಗೆ?

"ಅದು ಮೊದಲು ಬಂದದ್ದು ಸುನೀಲ್‌ಗೆ. He is a wonderful fellow. ನೀವು ನೋಡಿದ್ರೆ ತುಂಬ ಸಂತೋಷಪಡ್ತೀರಿ. ಸುನೀಲ್‌ಗೂ ಸಂತೋಷವಾಗುತ್ತೆ. ಅವರದು ಚೆನ್ನಗಿರಿ ಹತ್ರ ಸಂತೆಬೆನ್ನೂರು. ನಮ್ಮಿಬ್ಬರದೂ ಎಂಟು ವರ್ಷಗಳ ಸ್ನೇಹ-ಸಾಹಚರ್ಯ. ಇಬ್ರೂ ಒಟ್ಟಿಗೇ ಓದಿದ್ವಿ.

ದಾವಣಗೆರೆಯ ಅದೇ ಕಾಲೇಜಿನಲ್ಲಿ 1997ರಲ್ಲಿ ಎಂ.ಬಿ.ಬಿ.ಎಸ್. ಮುಗಿಸಿದ್ವಿ. ಆಮೇಲೆ ಸ್ವಲ್ಪ ದಿನ ನಾನು ಡಾ. ಶಾರದಾ ಶೆಟ್ಟಿ ಅವರ ಸಿಟಿ ಮೆಡಿಕಲ್ ಸೆಂಟರ್ ನರ್ಸಿಂಗ್ ಹೋಮ್‌ನಲ್ಲಿ ಕೆಲಸ ಮಾಡ್ದೆ; ಒಂದಿಷ್ಟು ಅನುಭವ ಇರಲಿ ಅನ್ನೋ ಕಾರಣಕ್ಕೆ.

ಆದರೆ ಸುನಿಲ್‌ಗೆ ಮಾತ್ರ ಆವಾಗಿನಿಂದಲೂ ಸೈನ್ಯಕ್ಕೆ ಸೇರಿಕೋಬೇಕು. ವೈದ್ಯಾಧಿಕಾರಿ ಕ್ಯಾಪ್ಟನ್ ಅನ್ನಿಸಿಕೊಳ್ಳಬೇಕು ಅನ್ನೋ ಆಸೆ. Student daysನಲ್ಲಿ ಸುನಿಲ್ ತುಂಬ ಒಳ್ಳೆ ಅಥ್ಲೀಟ್ ಆಗಿದ್ದೋನು. ವಿಶೇಷವಾದ sprinter. ಇಬ್ಬರೂ ಮಾತಾಡಿಕೊಂಡೇ ಸೈನ್ಯದ ಶಾರ್ಟ್ ಸರ್ವೀಸ್ ಕಮೀಶನ್‌ನ ನೌಕರಿಗೆ ಅರ್ಜಿ ಹಾಕಿದ್ವಿ. ಅಷ್ಟು ಹೊತ್ತಿಗೆ ನಮ್ಮ ಮದುವೆ ಆಗೋದು ಅಂತ ನಿರ್ಧಾರವಾಗಿತ್ತು...." ಸ್ವಲ್ಪ ನಾಚಿದಳು ಮಂಗಳಾ.

"ನಿರ್ಧಾರ ನೀವು ಮಾಡಿಕೊಂಡಿದ್ರೋ? ಅಪ್ಪ-ಅಮ್ಮ ಮಾಡಿದ್ರೋ?" ನಗುತ್ತ ಕೇಳಿದೆ.

"ಸ್ವಲ್ಪ ನಿರ್ಧಾರ ಅವರದೂ, ಇನ್‌ಸ್ವಲ್ಪ ನಿರ್ಧಾರ ನಮ್ದೂ ಆಗಿತ್ತು. 1998ರ ಡಿಸೆಂಬರ್‌ನಲ್ಲಿ ಮದುವೆಯ ನಿಶ್ಚಿತಾರ್ಥ ಆಯ್ತು. ಆ ಹೊತ್ತಿಗಾಗಲೇ ನಾವು ದಿಲ್ಲೀಲಿ **Short Service Commission**ನ ಪರೀಕ್ಷೆ ಬರೆದು ಬಂದಿದ್ವಿ. ಮೌಖಿಕ ಸಂದರ್ಶನ ಕೂಡ ಆಗಿತ್ತು. ನಮ್ಮ ಜೊತೆಗೆ ದಾವಣಗೆರೆ ಕಾಲೇಜಿನೋರೇ ಇನ್ನೂ ಕೆಲವರು ಬರೆದಿದ್ರು. ಆದರೆ ಫೆಬ್ರುವರಿ ಒಂದನೇ ತಾರೀಕು ಅಂತ ಮದುವೆ ಗೊತ್ತಾದಾಗ ಅದರದೇ ಸಂಭ್ರಮ. ಸೈನ್ಯದ ನೌಕರಿ ಮರೆತೇ ಹೋಗಿತ್ತು. ದಾವಣಗೆರೆ ಅಂದ್ರೆ, ಅದರಲ್ಲೂ ಸಾದ ಲಿಂಗಾಯತರ ಮನೆತನಾ ಅಂದ್ರೆ ಗೊತ್ತಲ್ಲಾ ಸಾರ್? ಗುಂಡಿ ಚೌಲ್ಟ್ರಿಯಲ್ಲೇ ಮದುವೆಯಾಗಬೇಕು. ಆದ್ರೆ, ವರದಕ್ಷಿಣೆಯ ಪ್ರಶ್ನೆಯೇ ಇರಲಿಲ್ಲ. ಫೆಬ್ರುವರಿ ಒಂದಕ್ಕೆ ಮದ್ವೆ ಆಯ್ತು. ನಾನು, ಸುನಿಲ್ ಮತ್ತು ಅವರ ಮನೆಯವರೆಲ್ಲ ಸೇರಿ ಧರ್ಮಸ್ಥಳಕ್ಕೂ, ಸುಬ್ರಹ್ಮಣ್ಯಕ್ಕೂ ಹೋಗಿ ಬಂದ್ವಿ. ಇನ್ನು ಹನೀಮೂನು, ಅದಕ್ಕೆಲ್ಲಿಗೆ ಹೋಗಬೇಕು ಅಂತ ನಿಶ್ಚಯ ಮಾಡೇ ಇರಲಿಲ್ಲ. ಅಷ್ಟರಲ್ಲಿ ಸುದ್ದಿ ಬಂದೇ ಬಿಡ್ತು.

"ಫೆಬ್ರುವರಿ 13ನೇ ತಾರೀಕು ಬೆಳಿಗ್ಗೆ ನಾವಿಬ್ರೂ ಮನೇಲಿದ್ದ ಹಾಗೇನೇ ನಮ್ಮಿಬ್ಬರಿಗೂ ಸೈನ್ಯದಲ್ಲಿ ಕ್ಯಾಪ್ಟನ್ ಹುದ್ದೆಗೆ ಸೆಲೆಕ್ಟ್ ಆಗಿರುವ ಬಗ್ಗೆ ಆರ್ಡರು ಬಂದೇ ಬಿಡ್ತು. ಅವತ್ತು ನೋಡಬೇಕಾಗಿತ್ತು ನಮ್ಮ ಸಂಭ್ರಮವನ್ನ. ನಮ್ಮನೇಲಿ ಅಪ್ಪಾಜಿ ಮಾತ್ರ ತಕ್ಷಣ ಒಪ್ಪಿಕೊಂಡರು. ಅಮ್ಮಂಗೆ ಸ್ವಲ್ಪ ಹೆದರಿಕೇನೇ. ಕಡೇಗೆ ಎಲ್ಲರ್ರೂ ಒಪ್ಪಿಸಿ ಹೊರಟೇಬಿಟ್ವಿ. ಆದರೆ ಇಬ್ರಿಗೂ ಬೇರೆ ಬೇರೆ ಕಡೆಗೆ **posting** ಸಿಕ್ಕಿತ್ತು. ಸುನಿಲ್ ಪಣಜಿಗೆ ಹೋದ. ನಾನು ಜಮ್ಮುಗೆ. ಅಲ್ಲಿ ಎರಡು ತಿಂಗಳು ಇರಲೇ ಬೇಕಾದ ಅನಿವಾರ್ಯತೆ. ಮಧ್ಯೆ ಹೇಗೋ ಇಪ್ಪತ್ತು ದಿನ ಬಿಡುವು ಮಾಡಿಕೊಂಡು ನಾನೇ ಪಣಜಿಗೆ ಹೋದೆ. ಮದ್ವೆ ಆದ ಮೇಲೆ ಒಟ್ಟಿಗಿದ್ದದ್ದು ಅಂದ್ರೆ ಅದೇ!

"ಆಮೇಲೆ ಇಬ್ಬರಿಗೂ ಏಪ್ರಿಲ್ 15ರಿಂದ ಎರಡು ತಿಂಗಳ ತನಕ ಲಖನೌದಲ್ಲಿ ಸೈನ್ಯದ ತರಬೇತಿ ಕೊಡೋಕೆ ಕರೆಸಿಕೊಂಡ್ರು. **That was the best period.** ನಾವಿಬ್ಬರೂ ಒಟ್ಟಿಗಿದ್ದದ್ದಷ್ಟೇ ಅಲ್ಲ; ವೈದ್ಯರಾಗಿ ಯುದ್ಧ ಭೂಮಿಯಲ್ಲಿ ಕೆಲಸ ಮಾಡೋರಿಗೆ ಯುದ್ಧಕ್ಕೆ ಸಂಬಂಧಿಸಿದಂಥ ಎಲ್ಲ ತರಬೇತೀನೂ ಅಲ್ಲಿ ಕೊಡಲಾಗುತ್ತೆ. ಎರಡು ತಿಂಗಳಲ್ಲಿ ಜೀವ ತೇಯ್ದು ಬಿಡ್ತಾರೆ. ಅದರಲ್ಲಿ ಸುನಿಲ್‌ಗೆ 'ಬೆಸ್ಟ್ ಷೂಟರ್' ಅಂತ ಟ್ರೋಫಿ ಬಂತು. ದಿನಕ್ಕೆ ಐದು ಕಿಲೋ ಮೀಟರು ಓಡೋದು ಅಭ್ಯಾಸವಾಯ್ತು. ಹತ್ತು ಕಿಲೋ ಮೀಟರು ನಡೆಯೋದು ರೂಢಿಯಾಯ್ತು. ಕಡೆಗೆ ಟ್ರೈನಿಂಗ್ ಮುಗಿಯೋ ಹೊತ್ತಿಗೆ ನಮ್ಮಿಬ್ಬರಿಗೂ 'ಬ್ರೇವೋ' ಗ್ರೇಡು ಸಿಕ್ಕಿತ್ತು. ನಾವಿನ್ನೂ ಲಖನೌದಲ್ಲೇ ಇದ್ವು. ಮೇ 11ನೇ ತಾರೀಕು ಅಂತ ನನಗೆ ಚೆನ್ನಾಗಿ ನೆನಪಿದೆ. ಅವತ್ತು ಬೆಳಿಗ್ಗೆ ಎದ್ದು ಪೇಪರ್ ನೋಡಿದರೆ, ಕಾರ್ಗಿಲ್‌ನಲ್ಲಿ ಯುದ್ಧದ ನೆರಳು ಅಂತ ಬರೆದಿತ್ತು. ಮಧ್ಯಾಹ್ನದ ಹೊತ್ತಿಗೆ ಪೋಸ್ಟಿಂಗ್ ಕೊಟ್ಟೇ ಬಿಟ್ಟರು.

"ನೀವಿಬ್ಬರೂ ಕಾರ್ಗಿಲ್‌ಗೇ ಹೋಗಬೇಕು ಅಂದರು. ನನ್ನ ಸುನಿಲ್ ಕುಣಿದಾಡಿಬಿಟ್ಟ. ಸಾಮಾನ್ಯವಾಗಿ ಟ್ರೈನಿಂಗ್ ಮುಗಿಸಿದ ನಂತರ ಅನೇಕರು ರಜೆ ಹಾಕ್ತಾರೆ. ಸುನಿಲ್ ನಮ್ಗೆ ರಜೆ

ಬೇಡ ಅಂದ. **War front**ನಲ್ಲಿ ಕೆಲಸ ಮಾಡೋಣ ಅಂದ. ಅವತ್ತೇ ಲಖನೌದಿಂದ ಗಂಟು ಮೂಟೆ ಕಟ್ಕೊಂಡು ನೇರವಾಗಿ ಲೇಹ್‌ಗೆ ಬಂದು ತಲುಪಿದ್ವಿ. ಕಾರ್ಗಿಲ್‌ಗೆ ನಾವು ಕಾಲಿಟ್ಟಿದ್ದು ಮೇ **15**ರಂದು. ಅವತ್ತಿಗೆ ಪೂರ್ಣ ಪ್ರಮಾಣದ ಯುದ್ಧ ಶುರುವಾಗೇ ಬಿಟ್ಟಿತ್ತು.

"ಮೊದಲ ದಿನ ಆ ಷೆಲ್ ಬೀಳೋ ಶಬ್ದ ಮತ್ತು ಅದು ಬೀಳೋ ಪರಿ ಕಂಡು ಹೆದರಿಕೆ ಆಗ್ತಿತ್ತೇನೋ ನಿಜ. ಆದರೆ ಕ್ರಮೇಣ ಎಲ್ಲ ಅಭ್ಯಾಸವಾಗಿ ಹೋಯ್ತು. ನಿಜವಾಗಿ ಯುದ್ಧದಲ್ಲಿ ಭಾಗಿಯಾಗಿ, ಅಲ್ಲಿಂದ ಗಾಯಗೊಂಡು ಬರೋ ಪೇಶಂಟ್ಸ್‌ನ ನೋಡಿದಾಗ, ಅವರ ನೋವಿನ ಮುಂದೆ ನಮ್ಮದ್ಯಾವ ದೊಡ್ಡ ಹೆದರಿಕೆ ಅನ್ನಿಸಿಬಿಡುತ್ತೆ. ನೀವೇನೇ ಹೇಳಿ ರವಿ ಸಾರ್; ದೇವರದೊಂದು ದಯೆ ಇದ್ರೆ ಎಂಥ ಯುದ್ಧ ಭೂಮಿಯಲ್ಲೂ ಏನೂ ಆಗಲ್ಲ ಅಂತ ನಂಬೋಳು ನಾನು. ಒಂದು ಸಲ ನಾವು ವಾಸಕ್ಕಿರೋ ಮೆಸ್‌ನ ಮುಂದೇನೇ ದೊಡ್ಡದೊಂದು ಷೆಲ್ ಬಿದ್ದಿತ್ತು. ಅವತ್ತು ನಾವಿಬ್ರೂ ಮೆಸ್‌ನಲ್ಲಿರಲಿಲ್ಲ. ದೇವರ ದಯೆ ಅಲ್ಲ ಅಂತೀರಾ? ನನ್ನ ದೃಷ್ಟೀಲಿ **Pray and play** ಅನ್ನೋದೇ ಬೆಸ್ಟ್ ಪಾಲಿಸಿ. ಹೀಗಾಗಿ ತುಂಬ ಆರಾಮಾಗಿದೀನಿ. ನನಗೆ ಕೊಟ್ಟಿರೋ ಕೆಲಸವನ್ನ ತುಂಬ ಶ್ರದ್ಧೆಯಿಂದ ಮಾಡ್ತೀನಿ.

"ನೀವು ಊಹಿಸೋಕೂ ಆಗದಂಥ ಸ್ಥಿತೀಲಿ ಸೈನಿಕರನ್ನ ಕರ್ಕೊಂಡು ಬರ್ತಾರೆ. ಅವರಿಗೆ ಕೆಲವು ಸಲ ಬೆಟ್ಟದ ಹತ್ರಾನೇ, ಪೋಸ್ಟ್‌ಗಳ ಬಳಿಯಲ್ಲಿ ತಕ್ಷಣದ ಚಿಕಿತ್ಸೆ ಕೊಟ್ಟು ಕಳಿಸಿರ್ತಾರೆ. ಆಮೇಲೆ ನಾವು ಕಾರ್ಗಿಲ್‌ನ ಫೀಲ್ಡ್ ಆಸ್ಪತ್ರೇಲಿ ಅವರಿಗೆ ಚಿಕಿತ್ಸೆ ಶುರು ಮಾಡ್ತೀವಿ. ತುಂಬ ಗಂಭೀರವಾಗಿ ಗಾಯಗೊಂಡಿದ್ರೆ ತಕ್ಷಣ ಹೀಗೆ ಹೆಲಿಕಾಪ್ಟರುಗಳಲ್ಲಿ ಶ್ರೀನಗರ್‌ಗೆ **shift** ಮಾಡಿಬಿಡ್ತೀವಿ. ದೇಶಕ್ಕೋಸ್ಕರ ಬಡಿದಾಡಿ ಗಾಯಗೊಂಡಿರೋ ಸೈನಿಕರಿಗೆ ಸೇವೆ ಮಾಡೋದು ಎಷ್ಟು ಸಂತೋಷದ ಕೆಲಸ ಅಲ್ವಾ? ತುಂಬ ಪ್ರೀತಿಯಿಂದ ಮಾಡ್ತೀನಿ ಸಾರ್. ಆದರೆ ಯುದ್ಧದಲ್ಲಿ ಸತ್ತು ಹೋದವರ ಶವಗಳು ಬರುತ್ತವಲ್ಲ. ಆಗ ಮಾತ್ರ ಮನಸ್ಸು ಮುದುಡಿ ಹೋಗುತ್ತೆ. ಉಳಿದ ಕೆಲಸ ಎಲ್ಲ ಬಿಟ್ಟು, ಗಾಯಗಳನ್ನೆಲ್ಲ ತೊಳೆದು, ಒಂದು ಶುಭ್ರವಾದ ಬಿಳೀ ಬಟ್ಟೆಯಲ್ಲಿ ಅದನ್ನ ಸುತ್ತಿ ತುಂಬ ಗೌರವದಿಂದ ಶ್ರೀನಗರದ ಬೇಸ್ ಹಾಸ್ಪಿಟಲ್‌ಗೆ ಕಳಿಸಿಕೊಡ್ತೀವಿ. ಅಲ್ಲಿ ಶವದ ಪೋಸ್ಟ್‌ಮಾರ್ಟಂ ಆಗುತ್ತೆ. ಮುಖ್ಯವಾಗಿ ಅದು ಕೊಳೆಯದ ಹಾಗೆ ಕೆಲವು ದ್ರಾವಣಗಳನ್ನು ಹಾಕಿ ಅವರ ಬಂಧುಗಳಿರೋ ಊರುಗಳಿಗೆ ಕಳಿಸಿಕೊಡ್ತಾರೆ. ಆ ಕೆಲಸ ಮಾಡೋವಾಗ ಮಾತ್ರ ತುಂಬ ವೇದನೆಯಾಗುತ್ತೆ. ಕೆಲವು ಸಲ ಕಾರ್ಗಿಲ್‌ನ ನಾಗರಿಕರು ಗಾಯಗೊಂಡು ಬಂದು ಬಿಡ್ತಾರೆ. ಅವರಿಗೂ ಚಿಕಿತ್ಸೆ ಕೊಡ್ತೀವಿ. ಒಮ್ಮೊಮ್ಮೆ ರಾತ್ರಿ ಮೂರು ಗಂಟೆ ತನಕ ಕೆಲಸ ನಡೀತಲೇ ಇರುತ್ತೆ. ಇಲ್ಲಿ ತಕ್ಷಣದ ಆಪರೇಷನ್‌ಗಳೂ ಆಗ್ತವೆ. ನಾನು-ಸುನಿಲ್ ಅಸಿಸ್ಟ್ ಮಾಡ್ತೀವಿ. ಎಂಥ ಅದ್ಭುತವಾದ ಸಮಾಧಾನ ಇರುತ್ತೆ ಗೊತ್ತಾ ಸಾರ್?" ಮಾತನಾಡುತ್ತಲೇ ಆಕೆ ವಾಸಕ್ಕಿರುವ **mess**ಗೆ ಬಂದೆವು.

"ಅಂದ್ಹಾಗೆ, ನಿನ್ನ ಸುನಿಲ್ ಎಲ್ಲಮ್ಮಾ?" ಅಂದೆ.

ಆ ಕ್ಷಣದಲ್ಲಿ ಆ ಹುಡುಗಿಯ ಕಣ್ಣುಗಳಲ್ಲಿ ಮತಾಪು ಬೆಳಗಿದುದನ್ನು ನೋಡಬೇಕಿತ್ತು.

"ಸುನಿಲ್ war front ನಲ್ಲಿರೋ postಗೆ ಹೋಗಿದಾರೆ ಸಾರ್. ಕೊಂಚ ದೂರದಲ್ಲೇ ಯುದ್ಧ ನಡೀತಿರುತ್ತೆ. ಗಾಯಗೊಂಡು ಬಂದವರಿಗೆ ಅಲ್ಲೇ ತಕ್ಷಣಕ್ಕೊಂದು ಚಿಕಿತ್ಸೆ ಕೊಡ್ತಾರೆ. ಸದ್ಯ, ರಕ್ತಸ್ರಾವ ನಿಂತರೆ ಸಾಕು ಅನ್ನೋ ಪರಿಸ್ಥಿತಿ ಇರುತ್ತೆ. ಎಷ್ಟೋ ಜೀವ ಆ ಚಿಕಿತ್ಸೆಯಿಂದಾಗೇ ಉಳ್ಕೋತವೆ. ಸುನಿಲ್‌ಗೆ ಅದು ತುಂಬ ಆಸಕ್ತಿಯ ಕೆಲಸ. ಯುದ್ಧದ ಜಾಗದಿಂದ ಕೊಂಚ ದೂರವೇ ಇರ್ತಾರೆ ಅಂತಿಟ್ಕೊಳ್ಳಿ. ಆದರೂ ಕೆಲವು ಡಾಕ್ಟರುಗಳು ಗಾಯಗೊಂಡಿದ್ದಾರೆ. ಕ್ಯಾಪ್ಟನ್ ಪವನ್ ಶರ್ಮಾ ಅನ್ನೋರಿಗೆ ಗಾಯ ಆಗಿದೆ. ಷೆಲ್ ಸಿಡಿದ ಶಬ್ದಕ್ಕೆ ಕೆಲವರ ಕಿವಿಯ ತಮ್ಮಟೆ ಒಡೆದು ಹೋಗಿದೆ. ಆದರೂ ದುಡೀಬೇಕು ಅನ್ನೋ ಉತ್ಸಾಹವಿರುತ್ತಲ್ಲ ಸಾರ್? ನನ್ ಸುನಿಲ್‌ಗೆ ಧೈರ್ಯನೂ ಜಾಸ್ತಿ. ಅವರಿಗೇನೂ ಆಗಲ್ಲ!" ಅಂದು ನಕ್ಕಳು.

"ಅಲ್ಲಮ್ಮಾ, ಮದುವೆಯಾದ ಕೂಡಲೆ ಮಿಲಿಟ್ರಿ, ಯುದ್ಧ ಅಂತ ಬಂದಿದೀರಲ್ಲಾ? ನಿಮ್ಮಿಬ್ಬರ ಮಧ್ಯದ ಸಂಬಂಧ ಹ್ಯಾಗಿದೆ?" ಕೇಳಿದೆ.

"ತುಂಬ ಚೆನ್ನಾಗಿದೆ. ನಿಜ ಹೇಳಬೇಕು ಅಂದ್ರೆ; ಯುದ್ಧ ಭೂಮಿಗೆ ಬಂದ ಮೇಲೆ ನಮ್ಮ ಬಾಂಧವ್ಯ ಇನ್ನೂ ಚೆನ್ನಾಗಿ ಆಗಿದೆ. We love each other!"

"ಮುಂದಿನ ಯೋಜನೆ ಏನು?" ಕೇಳಿದೆ.

ಕ್ಯಾಪ್ಟನ್ ಮಂಗಳಾ ನಕ್ಕಳು. ಕೆನ್ನೆ ತುಂಬ ನಾಚಿಕೆ.

"ಯುದ್ಧ ಮುಗೀಲಿ ಸಾರ್. ದೇಶಕ್ಕೆ ನೆಮ್ಮದಿ ಸಿಗಲಿ. ಆಮೇಲೆ ಮಗು ಬಗ್ಗೆ ಯೋಚನೆ ಮಾಡ್ತೀವಿ!" ಅಂದಳು.

ಹಾಗೆ ಆಕೆ ನನ್ನನ್ನು ಫೀಲ್ಡ್ ಆಸ್ಪತ್ರೆಯ ಬಾಗಿಲಲ್ಲಿ ಇಳಿಸಿ ತನ್ನ ಕರ್ತವ್ಯದ ಕಡೆಗೆ ನಡೆದು ಹೋಗುತ್ತಿದ್ದರೆ-

ಈಕೆ ನನ್ನ ಬೆನ್ನಲ್ಲೇಕೆ ತಂಗಿಯಾಗಿ ಹುಟ್ಟಲಿಲ್ಲವೋ-ಅಂತ ಸಾವಿರ ಸಲ ಅನ್ನಿಸಿತು.

ಸಂತೆಬೆನ್ನೂರಿನ ಹುಡುಗ

ಆತ ಸಂತೆಬೆನ್ನೂರಿನ ಹುಡುಗ!

ಒಂದು ಸಲ ಕಾರ್ಗಿಲ್‌ನಲ್ಲಿ ದರುಶನವಾಗಿದ್ದಿದ್ದರೆ ಸಂತೋಷ ಪಡುತ್ತಿದ್ದೆ.

ನಾನು ಕಾರ್ಗಿಲ್‌ನಲ್ಲಿದ್ದಾಗ ಆತ ಬಟಾಲಿಕ್‌ನಲ್ಲಿದ್ದ. ನಾನು ಬಟಾಲಿಕ್‌ಗೆ ಹೋದಾಗ ಹುಡುಕೋಣವೆಂದರೆ, ಅದೇನು ಬಸ್ ಸ್ಟ್ಯಾಂಡೇ? ಯಾವ ಯುದ್ಧ ಭೂಮಿಯೋ? ಯಾವ ವೈದ್ಯ ಶಿಬಿರವೋ?

ಕ್ಯಾಪ್ಟನ್ ಸುನಿಲ್ ಕುಮಾರ್ ಕೆ.ಬಿ. ಎಂಬ ಹುಡುಗ ಉಳಿದದ್ದೆಲ್ಲ ಬಿಟ್ಟು ಸೈನಿಕ ಬದುಕಿನ ಹುಚ್ಚು ಹತ್ತಿಸಿಕೊಂಡು, ಜೊತೆಗೆ ತನ್ನ ಪುಟ್ಟಗೌರಿಯಂತಹ ಮಡದಿಯನ್ನು ಕರೆತಂದು

ಬಿಟ್ಟಿದ್ದಾನಲ್ಲ? ಒಂದು ಸಲ ಆತನ ಕೈ ಬಿಗಿಯಾಗಿ ಕುಲುಕಿ ಅಭಿನಂದಿಸಬೇಕೆನಿಸಿತು.

ವೃತ್ತಿಯಿಂದ ಮೆಡಿಕಲ್ ಆಫೀಸರಾಗಿರುವ ಡಾ. ಈಶ್ವರಪ್ಪ ಮತ್ತು ಚಂದ್ರಮ್ಮನವರ ಮಗ ಸುನಿಲ್‌ಗೆ ಮನೆ ಕಡೆ ತೊಂದರೆಗಳೇನಿಲ್ಲ. ತೋಟ -ಆಸ್ತಿ ಚನ್ನಗಿರಿಯಲ್ಲಿದೆ. ಅಣ್ಣ ಅನಿಲ್ ತೋಟ ನೋಡುತ್ತಾರೆ. ತಂಗಿ ಸುನೀತಾಳಿಗೆ ಮದುವೆಯಾಗಿ ಬಳ್ಳಾರಿ ಜಿಲ್ಲೆಯ ಹೂವಿನ ಹಡಗಲಿಯಲ್ಲಿದ್ದಾಳೆ.

ಎಲ್ಲಕ್ಕಿಂತ ಹೆಚ್ಚಾಗಿ, ಈತ ಮನಸ್ಸು ಮಾಡಿದ್ದರೆ ಒಂದು ಪಿ.ಜಿ. ಡಿಗ್ರಿ ಮಾಡಿ, ಮನೆಯ ಮುಂದೆ ಬೋರ್ಡು ನೇತು ಹಾಕಿಕೊಂಡು ಥರೇವಾರಿ ಮಾರ್ಗಗಳಲ್ಲಿ ದುಡ್ಡು ಮಾಡಬಹುದಿತ್ತು. ಹಾಗಾಗಲಿಲ್ಲ. ಸೈನ್ಯದ ಸೊಗಸಿಗೆ ಮಾರು ಹೋದ. ಕೈ ಹಿಡಿದ ಹುಡುಗಿಗೂ ಅದೇ ಕನಸು ಹಂಚಿದ. ಕ್ಯಾಪ್ಟನ್ ಮಂಗಳ ಕೊರಳಲ್ಲಿ ಈತ ಕಟ್ಟಿದ ತಾಳಿಯಿದೆ. ಅಂತೆಯೇ ಭಾರತೀಯ ಸೇನೆ ಕೊಟ್ಟ ಗುರುತಿನ ಚೀಟಿಗೆ ಕಚ್ಚಿಕೊಂಡ ಪುಟ್ಟ ಸ್ಟೀಲಿನ ಸರವಿದೆ. ಪ್ರೇಮ ಮತ್ತು ದೇಶ ಪ್ರೇಮಗಳೆರಡೂ ಬೆರೆತರೆ ಎಂಥ ಹೆಣ್ಣು ಮಗಳ ಕತ್ತೂ ಸಮೃದ್ಧವೆ! ಈ ದಂಪತಿಗಳು ನೂರು ಕಾಲ ಹಾಯಾಗಿರಲಿ.

ಇದೆಲ್ಲದರ ಜೊತೆಗೆ ಇನ್ನೊಂದು ತಮಾಷೆಯ ಸಂಗತಿಯೆಂದರೆ; ಕ್ಯಾಪ್ಟನ್ ಮಂಗಳಾ ತನ್ನ ಹೈಸ್ಕೂಲ್ ಓದಿದ್ದು ದಾವಣಗೆರೆಯ ಸೇಂಟ್ ಪಾಲ್ಸ್ ಕಾನ್ವೆಂಟಿನಲ್ಲಿ. ಅಲ್ಲಿ ಮೂರು ವರ್ಷಕಾಲ ಆಕೆಗೆ ಫಿಜಿಕ್ಸು ಕಲಿಸಿದ ಶಿಕ್ಷಕಿಯ ಹೆಸರು ಶೀಲ.

ಮತ್ತು ಆಕೆ ನನ್ನ ಅಕ್ಕ!

ಆ ರಾತ್ರಿ ಅಷ್ಟೊಂದು ಘೋರ...

ಆ ಊರಿನ ಹೆಸರು ದ್ರಾಸ್.

ಸುಮ್ಮನೆ ನಿಂತರೆ ಸಾಕು: ನಿಮ್ಮ ಹಲ್ಲು ಮರಗಟ್ಟಿ ಮಂಜಿನ ತುಣುಕುಗಳಂತಾಗುತ್ತವೆ. ನಾಲಗೆ ಅಟ್ಟೆ ಅಟ್ಟೆ. ಪಾದದೊಳಗಿನ ರಕ್ತ ಹರಿಯುವುದು ಮರೆತಂತೆ. ಬೆನ್ನ ಮೂಳೆ ಮಾತ್ರ ರುದ್ರವೀಣೆಯ ತಂತಿ. ಅದು ಜಗತ್ತಿನ ಎರಡನೇ ಕೋಲ್ಡೆಸ್ಟ್ ಪ್ರದೇಶ.

ಅಂಥ ದ್ರಾಸ್‌ನ ಹೊರವಲಯದಲ್ಲಿ ಅವತ್ತು ಹಾಗೇಕಾಯಿತೋ; ಆಯಿತು. ಒಂದು ಹೆಣ್ಣು ಕುದುರೆಗೆ ವಾಂಛೆ ಶುರುವಾಯಿತು. ಮಲಗಿದರೆ ನಿದ್ರೆ ಬಾರದು. ದಿಕ್ಕು ತಪ್ಪಿಸುವ ಚಳಿಗೆ ಅಪ್ಪುಗೆಯೊಂದೇ ಔಷಧಿ. ಬೇರೆ ದಾರಿಯಿಲ್ಲ. ತಾನು ಪ್ರೀತಿಸಿದ ಗಂಡು ಕುದುರೆ, ಎಲ್ಲೋ ದೂರದಲ್ಲಿದೆ. ಹೆಣ್ಣು ಕುದುರೆ ಅವಸರಿಸಿತು. ಸುರಿಯುತ್ತಿದ್ದ ಮಂಜಿನಲ್ಲೇ ಮನೆಯಿಂದಾಚೆಗೆ ಹೋಗಿ ಬಂಡೆಯೊಂದರ ಬುಡದಲ್ಲಿ ಬೆಚ್ಚಗೆ ನಿಂತಿದ್ದ ಗಂಡು ಕತ್ತೆಯೊಂದರ ಕೊರಳಿಗೆ ಮುತ್ತಿಕ್ಕಿತು. ಸಣ್ಣಗೆ ಮೈತಡವಿತು. ನೆಲ ಕೆದರಿ ಮುಂದಕ್ಕೆ ಬಾಗಿ, ಹೆಣ್ತನವನ್ನೆಲ್ಲ ನೈವೇದ್ಯಕ್ಕಿಟ್ಟು, ತನ್ನ ಜಾತಿ ಮರೆತು, ಹಮ್ಮು ಬಿಟ್ಟು ಗಂಡು ಕತ್ತೆಯನ್ನು ಆ ರಾತ್ರಿಯ ಆತಿಥ್ಯಕ್ಕೆ ಆಹ್ವಾನಿಸಿತು. ಅದು ಹೆಣ್ಣು ಕುದುರೆ ಮತ್ತು ಗಂಡು ಕತ್ತೆಯ ಅಸಹ್ಯ ಸಮಾಗಮ. ದ್ರಾಸ್‌ನ ನೆತ್ತಿಯ ಮೇಲೆ ಮಂಜಿನ ಮಂತ್ರಾಕ್ಷತೆ.

ಅದರ ಫಲವಾಗಿ ಹುಟ್ಟಿದುದೇ ಹೇಸರಗತ್ತೆ! **The mule.** ನಾವು ಗೆಳೆಯರು, ಕಾರ್ಗಿಲ್‌ನ ಯುದ್ಧವನ್ನು ಸುದ್ದಿ ಮಾಡಲು ಹೋಗಿದ್ದವರು, ಈ ವಿಲಕ್ಷಣ ಪ್ರಾಣಿಗೆ **Ass of drass** ಅಂತ ತಮಾಷೆಯ ಹೆಸರೊಂದನ್ನು ಕೊಟ್ಟು ಕೊಂಡಿದ್ದೆವು. ಆದರೆ ಮ್ಯೂಲ್‌ನ ವಿವರಗಳ್ಯಾವೂ ತಮಾಷೆಯದಾಗಿರಲಿಲ್ಲ. ಅತ್ಯಂತ ಸ್ಫುರದ್ರೂಪಿ ಹೆಂಗಸಿಗೂ, ಅತ್ಯಂತ ಸಧೃಡ ಗಂಡಸಿಗೂ ಹುಟ್ಟಿದ ಅಪರೂಪದ ಸಂತಾನದಂತಿತ್ತು ಮ್ಯೂಲ್. ಅದಕ್ಕೆ ಕತ್ತೆಯಂತಹ ಉದ್ದನೆ ಕಿವಿಗಳಿದ್ದವು. ಕುದುರೆಗಿರುವಂತಹ ಸುಂದರ ದೇಹ. ಕಾಲು ಸಧೃಡ. ಪಾದ ಮಾತ್ರ ಪುಟ್ಟದು. ತುಂಡು ಬಾಲದ ತುದಿಯಲ್ಲಿ ಗುಚ್ಚು ಗುಚ್ಚು ಕೂದಲು. ಒಮ್ಮೆ ಹೆಜ್ಜೆ ಎತ್ತಿಟ್ಟರೆ ತಡವರಿಸುವ ಮಾತೇ ಇಲ್ಲ. ಆದರೆ ಕೂಗಿದರೆ ಮಾತ್ರ ಕತ್ತೆಯದೇ ನೆನಪು.

"ಉಸ್‌ಕೋ ಪ್ಯಾರ್ ಸೇ ಪಾಲ್‌ನಾ ಹೈ ಸಾಹಿಬ್. ಬಹುತ್ ಕಾಮ್ ಆಯೇಗಾ"

(ಅದನ್ನು ಪ್ರೀತಿಯಿಂದ ಸಾಕಬೇಕು ಸಾಹೆಬ್. ತುಂಬಾ ಉಪಯುಕ್ತ ಪ್ರಾಣಿ) ಅಂದಿದ್ದ ಗುಜ್ಜರ್ ಮುದುಕ. **Ofcourse**,ತನ್ನ ಮಗಳಿಗಿಂತ ಹೆಚ್ಚು ಪ್ರೀತಿಯಿಂದ ಆತ ಹೇಸರಗತ್ತೆಗಳನ್ನು ಸಾಕಿದ್ದ . ಮತ್ತು ಅವು ಆ ಮಗಳಿಗಿಂತ ಹೆಚ್ಚು ಉಪಯುಕ್ತವಾಗಿದ್ದವು.

ದ್ರಾಸ್‌ನ ಕಡಿದಾದ ಬೆಟ್ಟಗಳ ಮೇಲೆ ಆ ನಮೂನಿ, ಕಿವಿಯ ತಮ್ಮಟೆ ಹರಿದು ಹೋಗುವಂತಹ ಸ್ಫೋಟಗಳಾಗುತ್ತಿದ್ದರೆ, ಅಲ್ಲಿದ್ದ ಮನುಷ್ಯ ಜೀವಿಗಳೆಲ್ಲ ಶಬ್ದಕ್ಕೆ ಬೆದರಿ, ಸಾವಿಗೆ ಬೆದರಿ, ಬಾಂಬಿಗೆ ಬೆದರಿ ದಿಕ್ಕಾಪಾಲಾಗುತ್ತಿದ್ದರೆ ಈ ಹೇಸರಗತ್ತೆ ಮಾತ್ರ ಬಂಡೆಯೊಳಗಿನಿಂದ ಉದ್ಭವವಾದಂತೆ, ಕದಲದೆ ನಿಂತೇ ಇರುತ್ತಿತ್ತು. ಮನುಷ್ಯ ಮಾತ್ರದವರ್‍ಯಾರೂ ಸಲೀಸಾಗಿ ಹತ್ತಲಾಗದಂತಹ ದೈತ್ಯ ಪರ್ವತಗಳವು. ಅಲ್ಲಿ ಆಮ್ಲಜನಕವಿಲ್ಲ. ಬೆಟ್ಟ ಹತ್ತುತ್ತಾ ಹೋದಂತೆಲ್ಲ ಮಿದುಳಿಗೆ ರಕ್ತದ ಸರಬರಾಜು ಕಡಿಮೆಯಾಗಿ ವಿಲಿವಿಲಿಗುಟ್ಟುವಂತಾಗುತ್ತದೆ. ತೀರ ತುದಿಗೆ ಹೋದ ಮೇಲಂತೂ ಆಕ್ಸಿಜನ್ ಸಿಲಿಂಡರ್ ಬೇಕೇ ಬೇಕು. ಜೇಬಿನಲ್ಲೊಂದು ಸಿಗರೇಟ್ ಪ್ಯಾಕ್ ಇಟ್ಟುಕೊಂಡರೂ ಅದು ಭಾರವೇ. ಅಂಥ ಎತ್ತರಗಳಿಗೆ ಪೂರ್ತಿ ಎಂಬತ್ತು ಕೇಜಿ ತೂಕವನ್ನು ತನ್ನ ಹರವಾದ ಬೆನ್ನಮೇಲೆ ಹೊತ್ತುಕೊಂಡು, ದಾರಿಯಲ್ಲೆಲ್ಲೂ ಹನಿ ನೀರೂ ಬೇಡದೆ, ಸಾವಿರಾರು ಅಡಿ ಹತ್ತಿ ಹೋಗುವ ಹೇಸರಗತ್ತೆಯನ್ನು ಭಾರತದ ಸೈನಿಕ ಅಕ್ಕರೆಯಿಂದ ತಬ್ಬಿ ಮುದ್ದಿಸುತ್ತಾನೆ.

"ಆಗಯೀ ಮೇರಿ ಜಾನ್..........?"

(ಬಂದೆಯಾ ನನ್ನ ಜೀವವೇ) ಎಂದು ಉದ್ಗರಿಸುತ್ತಾನೆ. ಬೆನ್ನ ಮೇಲಿನ ಭಾರವಿಳಿಸಿ, ತಿನ್ನಲು ಒಂದಿಷ್ಟು ಹತ್ತಿ ಕಾಳು, ತೌಡು, ಹಿಮದ ಹಣ್ಣುಗಳನ್ನಿಟ್ಟು, ಇಷ್ಟಿಷ್ಟೇ ನೀರು ಕುಡಿಸಿ ಅಕ್ಕರೆಯಿಂದ ಮೈಯುಜ್ಜುತ್ತಾನೆ. ಅವನಿಗೆ ಗೊತ್ತು. ರಾತ್ರಿಯ ಹೊತ್ತಿಗೆ ಘನಘೋರವಾದ ಕದನವಿದೆ. ಷೆಲ್ಲಿಂಗ್ ಆಗಲಿದೆ. ಅಂಥ ಅಪಾಯಕಾರಿ ಕ್ಷಣಗಳಲ್ಲಿ ತಾನೊಬ್ಬನೇ ಇರಲು ಸಾಧ್ಯವಿಲ್ಲ. ತನ್ನೊಂದಿಗೆ ಈ ಹೇಸರಗತ್ತೆಯೂ ಇರಬೇಕು.

ಏಕೆಂದರೆ, ಅದು ತನ್ನ ಪ್ರಾಣ ಉಳಿಸುತ್ತದೆ! ಹೇಳಿದರೆ ನೀವು ನಂಬಲಿಕ್ಕಿಲ್ಲ. ದ್ರಾಸ್‌ನ ಬೆಟ್ಟಗಳ ಮೇಲೆ ಷೆಲ್ಲಿಂಗ್ ಆದಾಗ, ಅಡಗಿಕೊಳ್ಳಲು ಸಣ್ಣ ಪುಟ್ಟ ಬಂಡೆಗಳ ಹೊರತು ಮತ್ತೇನೂ ಸಿಗುವುದಿಲ್ಲ. ಆ ಬಂಡೆಗಳೂ ಸಿಗದೆ ಹೋದಾಗ ರಕ್ಷಣೆಗೆ ಬರುವ ಏಕೈಕ ಜೀವಿಯೆಂದರೆ_ಹೇಸರಗತ್ತೆ! ಅದರ ಬಲಿಷ್ಠ ದೇಹ, ಕಾಲೂರಿ ನಿಲ್ಲುವ ತಾಕತ್ತು, ನೀವು ಕೊಡುವ ಅರಪಾವಿನಷ್ಟು ಪ್ರೀತಿ, ನಿಮ್ಮೆಡೆಗಿನ ಸ್ವಾಮಿ ನಿಷ್ಠೆ-ಅವೆಲ್ಲವೂ ಸೇರಿಕೊಂಡು, ಎಂಥ ಗಡಚಿಕ್ಕುವ ಸದ್ದಿನ ಷೆಲ್ ಬಿದ್ದಾಗಲೂ ಓಡಿಹೋಗದ ಮ್ಯೂಲ್, ಧಣಿಯ ಜೀವ ಉಳಿಸಿ ಬಿಡುತ್ತದೆ. ದ್ರಾಸ್ ಮತ್ತು ಕಾರ್ಗಿಲ್ ಬೆಟ್ಟಗಳ ಮೇಲೆ ನೂರಾರು ಹೇಸರಗತ್ತೆ ಸತ್ತು ಬಿದ್ದಿರುವುದನ್ನು ನೋಡಿದೆವು. ಪ್ರತಿ ಬಾರಿ ಮ್ಯೂಲ್‌ನ ಹೆಣ ನೋಡಿದಾಗಲೂ, ನನ್ನ ಗೆಳೆಯ ಸಮೀರ್, "ದೇಖೋ, ಏಕ್ ಸಿಪಾಯಿ ಬಚ್‌ಗಯಾ" (ನೋಡು,ಒಬ್ಬ ಸೈನಿಕ ಬಚಾವಾದ) ಅನ್ನುತ್ತಿದ್ದ.

ಇಷ್ಟಾಗಿ, ಹೇಸರಗತ್ತೆಗೆ ಚಳಿಯಾಗುವುದಿಲ್ಲವೇ? ಅಂತ ಕೇಳಿ ನೋಡಿ. ಖಂಡಿತ ಆಗುತ್ತೆ. ಆದರೆ ಅದಕ್ಕೆ ವಾಂಛೆಗಳುಂಟಾಗುವುದಿಲ್ಲ. ಅದು ಹಾದರಗಿತ್ತಿಯಂತೆ ಚಳಿಯ ರಾತ್ರಿಯಲ್ಲಿ ಮನೆಯಿಂದೆದ್ದು ಈಚೆಗೆ ಬಂದು ಮತ್ತೊಂದು ಜೀವಿಯ ಕೊರಳು ನೆಕ್ಕಿ, ಮೈದಡವಿ, ತನ್ನ ಹೆಣ್ತನವನ್ನೆಲ್ಲ ನೈವೇದ್ಯಕ್ಕಿಟ್ಟು.......ಊಹುಂ! ಹೇಸರಗತ್ತೆಗೆ ಸೆಕ್ಸೇ ಇಲ್ಲ. ಅದು ಗಂಡಸಾದರೂ, ಅದಕ್ಕೆ ಗಂಡಸುತನವಿಲ್ಲ. ಹೆಂಗಸಾದರೂ, ಅದರ ಗರ್ಭ ಫಲಿಸುವುದಿಲ್ಲ. ಈ ಜಗತ್ತಿನಲ್ಲಿ ಮತ್ತೊಂದು **mule** ಹುಟ್ಟಬೇಕೆಂದರೆ - ಮತ್ತೆ ಚಳಿಯಾಗಲೇ ಬೇಕು. ದಿಕ್ಕೆಟ್ಟ ಹೆಣ್ಣು ಕುದುರೆಯೊಂದು ಗಂಡು ಕತ್ತೆಯ ಆಲಿಂಗನಕ್ಕೆ ಆಹ್ವಾನ ನೀಡಲೇಬೇಕು. ಏಕೆಂದರೆ, ಹೇಸರಗತ್ತೆ ಗಂಡೂ ಅಲ್ಲ; ಹೆಣ್ಣೂ ಅಲ್ಲ.

"ಆದರೆ ರವೀ, ಬಂದೂಕು ಹೊತ್ತು ಯುದ್ಧ ಮಾಡುವವರನ್ನು ಹೀರೋಗಳು ಅನ್ನುತ್ತೇವೆ. **Manly** ಅಂತ ಉದ್ಗರಿಸುತ್ತೇವೆ. ಯುದ್ಧ ಭೂಮಿಯಲ್ಲಿ ಹೆಣ್ಣು ಮಗಳು ಕಾಣಿಸಿದರೆ-ಆಕೆ ಸಾಕ್ಷಾತ್ ಭಾರತ ಮಾತೆ. ಆದರೆ ಈ ದ್ರಾಸ್‌ನ ಬೆಟ್ಟಗಳ ಮೇಲೆ ಗಂಡಿಗೂ-ಹೆಣ್ಣಿಗೂ ವ್ಯತ್ಯಾಸವಿಲ್ಲದೆ ಅಡ್ಡ ನಿಂತು ಜೀವ ಉಳಿಸುವ ಈ **mule**ಗಳೆಂಬ ಷಂಡ ಜೀವಿಗಳ ಬಗ್ಗೆ ನಾವ್ಯಾರೂ ಮಾತಾಡುವುದಿಲ್ಲವಲ್ಲ ರವೀ? ಜಗತ್ತೆಂಬುದು ಹ್ಯಾಗೆ ಗಂಡಸರ ಮತ್ತು ಹೆಂಗಸರ ಮಧ್ಯೆ ಹಂಚಿ ಹೋಗಿದೆ ನೋಡಿದೆಯಾ? ಇಲ್ಲಿ ಮೂರನೆಯ ಜೀವಿಗೆ ಜಾಗವೇ ಇಲ್ಲ...." ಅವತ್ತು ರಾತ್ರಿ ದ್ರಾಸ್‌ನ ಒಂದು ನೆಲಮಾಳಿಗೆಯಲ್ಲಿ ಕುಳಿತು ಮಾತನಾಡುತ್ತಿದ್ದ ಸಮೀರ್.

ಅವನನ್ನು ಗೆಳೆಯರು ಕೈ ಹಿಡಿದು ನಡೆಸಿಕೊಂಡು ಬಂದು ಕೆಲವೇ ಗಂಟೆಗಳಾಗಿದ್ದವು. **Shock**ನಿಂದ ಅವನಿನ್ನೂ ಪೂರ್ತಿಯಾಗಿ ಚೇತರಿಸಿಕೊಂಡಿರಲಿಲ್ಲ. ಹಾಗೆ ನೋಡಿದರೆ, ಸಮೀರ್ ಕೂಡ ನಮ್ಮೆಲ್ಲರಂತೆಯೇ ಕಾರ್ಗಿಲ್‌ನಲ್ಲಿ ಯುದ್ಧ ಸ್ಫೋಟವಾದ ಕೂಡಲೆ ಭುಜಕ್ಕೆ ರೆಕ್ಕೆ ಕಟ್ಟಿಕೊಂಡು ಕೆಮೆರಾ, ಕಣ್ಣು, ಪೆನ್ನು ಮತ್ತು ಒಂದು ಮುಷ್ಟಿ ಧೈರ್ಯ **pack** ಮಾಡಿಕೊಂಡು ಬಂದವನೇ. ಬಂದ ಹೊಸತರಲ್ಲಿ ಭಯಾನಕವಾಗಿ ಆಗುತ್ತಿದ್ದ ಷೆಲ್ಲಿಂಗ್ ಕಂಡು, ಆ ಗಡಚಿಕ್ಕುವ ಶಬ್ದ ಕೇಳಿ, ಗಂಧಕದ ವಾಸನೆ ಮೂಗೆಲ್ಲ ತುಂಬಿಕೊಂಡು, ಬಂಕರುಗಳಲ್ಲಿ ತಲೆ ಮರೆಸಿಕೊಂಡು ಕುಳಿತು ಕಂಗಾಲಾದವನೇ. ಸಾಮಾನ್ಯವಾಗಿ ಯುದ್ಧ ವರದಿ ಮಾಡಲು ಹೊರಡುವ ಮನುಷ್ಯ ಇಂಥ ಅಪಾಯಗಳಿಗೆ, ವೈಯಕ್ತಿಕವಾಗಿ ತಾನು ಅನುಭವಿಸಲಿರುವ ತಾಪ-ತೊಂದರೆಗಳಿಗೆ ಮಾನಸಿಕವಾಗಿ **prepare** ಆಗಿಯೇ ಹೋಗಿರುತ್ತಾನೆ. ಕಾರ್ಗಿಲ್ ತಲುಪಿದ ಮೂರು ದಿನಗಳ ನಂತರ ಮನಸ್ಸು ಸ್ಥಿಮಿತಕ್ಕೆ ಬರುತ್ತದೆ. ಸತ್ತರೆ ಸತ್ತೆ ಎನ್ನುವಂತಹ ನಿಷ್ಕಾಳಜಿ ಹುಟ್ಟಿಕೊಂಡು ಬಿಡುತ್ತದೆ. ಅಲ್ಲಿಗೆ **shock**ನ ಮೊದಲ ಅಧ್ಯಾಯ ಮುಗಿದಂತೆಯೇ.

ಆದರೆ ಕಾರ್ಗಿಲ್‌ನ ಹೊಟೇಲಿನಿಂದ, ಬಂಕರುಗಳಿಂದ ಮಿಲಿಟರಿ ಕ್ಯಾಂಪುಗಳಿಂದ ಹೊರಬಿದ್ದು ಕಣಿವೆಯೊಳಕ್ಕೆ ಕಿಲೋಮೀಟರುಗಟ್ಟಲೆ ನಡೆದು, **actual** ಯುದ್ಧ ನಡೆಯುತ್ತಿರುವ ಬೆಟ್ಟಗಳ ಬುಡಕ್ಕೆ ಬಂದು ತಲುಪಿಬಿಡುತ್ತೇವಲ್ಲ? ಅದು ಮಾತ್ರ ನಿಜಕ್ಕೂ

ಡೆಡ್ಲಿ. ಅಂಥ ಹುಚ್ಚಾಟವನ್ನು ಸಮೀರ್‌ನಂತಹ, ನನ್ನಂತಹ, ಅರುಣ್ ನಾಂಗ್ಲಾನಂತಹ ಕೆಲವರು ಮಾತ್ರ ಮಾಡಲು ಸಾಧ್ಯವಿತ್ತು. ನಾವು ಮಾಡಿದ್ದೆವು! ಅದು ನಮ್ಮೆಲ್ಲರ ಬದುಕುಗಳ ಅತ್ಯಂತ ರೋಚಕ ಅನುಭವವಾಗಿತ್ತು. ಮತ್ತು ಅಷ್ಟೇ ಭಯಾನಕವಾಗಿಯೂ ಇತ್ತು. ಹೊರಟಾಗ ಮಧ್ಯಾಹ್ನ ಮೂರು ಗಂಟೆ. ಬೆಳಗಿನಿಂದಲೂ ಹೆಚ್ಚು ತಿಂದಿರಲಿಲ್ಲ. ತುಂಬಿದ ಹೊಟ್ಟೆಯಲ್ಲಿ ನಡೆಯುವುದು ಕಷ್ಟ. ಜೇಬಿನ ತುಂಬಾ ಚಾಕೋಲೇಟಿನ ಬಾರ್‌ಗಳು. ಕೊರಳಿಗೆ ಕೆಮರಾ. ಕೈಯಲ್ಲಿ ನೀರಿನ ಬಾಟಲು. ರಸ್ತೆಯ ಮೇಲೆ ಉರಿಬಿಸಿಲಿತ್ತು. ತೀರ ಬಳ್ಳಾರಿಯಲ್ಲಿರುವಂತಹ ಧಗಧಗ ಬಿಸಿಲು. ದ್ರಾಸ್‌ನ ಬೀದಿಗಳು ಮಾತ್ರ ನಿರ್ಮಾನುಷ. ಪತ್ರಕರ್ತರ್‍ಯಾರೂ ದ್ರಾಸ್‌ನಗರದಿಂದ ಆಚೆಗೆ ಕಾಲಿಡುವಂತಿಲ್ಲ ಎಂಬ ಅಪ್ಪಣೆಯಿತ್ತು. ಅಪ್ಪಣೆಗಳನ್ನು ಯಾವತ್ತು ಒಪ್ಪಿಕೊಂಡಿದೆ ಪತ್ರಕರ್ತರ ಗುಂಪು? 'ಇವತ್ತು ಒದೆ ತಿಂದರೂ ಸರಿ; ಒಂದು ಬೆಟ್ಟದ ಬುಡಕ್ಕೆ ತಲುಪಿ ಯುದ್ಧವನ್ನು ಕಣ್ಣಾರೆ ನೋಡಿಯೇ ಬಿಡೋಣ' ಅಂದಿದ್ದ ಸಮೀರ್. ಅವನಿಗೆ ಮದುವೆಯಾಗಿದೆ. ಮಗು ಚಿಕ್ಕದು. ಅರುಣ್ ನಾಂಗ್ಲಾಗೆ ಮದುವೆಯಿಲ್ಲ. ಸತ್ತರೆ ಅಳುವವರಿದ್ದಾರೆ. ನಾವು ಸತ್ತರೆ ಯಾರ್‍ಯಾರು ಹೇಗ್ಹೇಗೆಲ್ಲ ಅಳಬಹುದು ಮತ್ತು ನಮ್ಮ ಬಗ್ಗೆ ಏನೇನೆಲ್ಲ ಬರೆಯಬಹುದು ಅಂತ ಒಬ್ಬೊಬ್ಬರನ್ನೊಬ್ಬರು ಗೇಲಿ ಮಾಡಿಕೊಂಡೇ ಉದ್ದಕ್ಕೂ, ಮಧ್ಯಾಹ್ನ ಮೂರರಿಂದ ರಾತ್ರಿ ಒಂಬತ್ತರ ತನಕ ನಡೆದೆವು. ದ್ರಾಸ್‌ನಿಂದ ಹದಿಮೂರು ಕಿಲೋಮೀಟರು ದೂರದ ಆ ಅನಾಮಧೇಯ ಪರ್ವತದ ಬುಡ ತಲುಪುವ ಹೊತ್ತಿಗೆ ರಾತ್ರಿ ಒಂಬತ್ತು ಗಂಟೆ. ಅಷ್ಟಾದರೂ ಸೂರ್ಯ ಮುಳುಗಿಲ್ಲ. ಬೆಂಗಳೂರಿನ ಇಳಿ ಸಂಜೆಯಂತಿತ್ತು. ಚಳಿ ಮಾತ್ರ ಬೆನ್ನ ಹುರಿಯಲ್ಲಿ ಸಣ್ಣಗೆ ಕದಲತೊಡಗಿತ್ತು.

"ಭಾಂಛೋದ್, ಎಲ್ಲ ಬಿಟ್ಟು ಇಲ್ಲಿಗ್ಯಾಕ್ರಯ್ಯಾ ಬಂದ್ರಿ?" ಎಂಬ ದೊಡ್ಡ ಅಬ್ಬರದೊಂದಿಗೆ, ಪರಮ ಕೊಳಕು ಬೈಗುಳದೊಂದಿಗೆ ನಮ್ಮನ್ನು ಸ್ವಾಗತಿಸುತ್ತಾರೆ ಅಧಿಕಾರಿಗಳು ಅಂದುಕೊಂಡಿದ್ದೆವು. ಅದಕ್ಕೆ ಕಾರಣವೂ ಇತ್ತು. ಮೊದಲ ಸಲ ನಾನು ಕಾರ್ಗಿಲ್‌ಗೆ ಹೋದಾಗ ಇಡೀ ಸೈನಿಕ ಸಮೂಹ ನಮ್ಮನ್ನು ಪ್ರೀತಿಯಿಂದ ಸ್ವಾಗತಿಸಿತ್ತು. ಮಾತನಾಡಿತ್ತು. ತನ್ನ ಕಷ್ಟ ಸುಖ ಹೇಳಿಕೊಂಡಿತ್ತು. ಆದರೆ ಎರಡನೆ ಬಾರಿಗೆ ಹೋಗುವ ಹೊತ್ತಿಗೆ; ಸೈನ್ಯಾಧಿಕಾರಿಗಳ ಬಾಯಿಗೆ ಬೀಗ. ಆರ್ಮಿ ಕ್ಯಾಂಪುಗಳಿಗೆ ಬೇಲಿ. ಸೈನಿಕರ ಮುಖದಲ್ಲಿ ಪತ್ರಕರ್ತರೆಡೆಗೆ ಅಸಹನೆ."ಭಾಂಛೋದ್, ನೀವು **photo** ತೆಗೀತೀರಿ. ವಿಡಿಯೋ ತೆಗೀತೀರಿ. ನಾಳೆ ಅವು ಪ್ರಕಟವಾಗ್ತಿದ್ದ ಹಾಗೇ ದುಷ್ಮನ್ ನಮ್ಮ ಮೇಲೆ ಬಾಂಬು ಹಾಕ್ತಾನೆ. ಸಾಯೋರು ನಾವು. ಹೀರೋಗಳಾಗೊರು ನೀವು! ನಡೀರಿ ಇಲ್ಲಿಂದ..." ಎಂದು ಗದರುವವರೇ. ನಮ್ಮ ಐಡೆಂಟಿಟಿ ಕಾರ್ಡುಗಳಿಗೆ ಅಲ್ಲಿ ನಯಾ ಪೈಸೆಯ ಕಿಮ್ಮತ್ತಿಲ್ಲ. ಒದೆ ತಿನ್ನದೆ ಈಚೆಗೆ ಬಂದರೆ ಅಷ್ಟೇ ಪುಣ್ಯ ಎಂಬಂತಹ ಪರಿಸ್ಥಿತಿ. ಮುಖ್ಯವಾಗಿ, ಪತ್ರಕರ್ತರೊಂದಿಗೆ ಯಾವ ಕಾರಣಕ್ಕೂ ಮಾತನಾಡಬಾರದು ಎಂಬುದಾಗಿ ಸರ್ಕಾರ ಅವರ ಮೇಲೆ ಕಟ್ಟಪ್ಪಣೆ ವಿಧಿಸಿತ್ತು.

"**Balls to all that!** ಕಟ್ಟಪ್ಪಣೆಗಳನ್ನು ಕೇರ್ ಮಾಡೋರು ಯಾರು?ನಿಮಗೇನು

ಬೇಕೋ ಕೇಳಿ. ಮಾತನಾಡ್ತೇನೆ. ಇನ್ನು ಎರಡು ತಾಸಿನ ನಂತರ ನಾನು ಪರ್ವತ ಹತ್ತಲು ಶುರುವಿಡಬೇಕು. ಯುದ್ಧ ಗೆದ್ದು, ಪರ್ವತದ ತುದಿ ಮುಟ್ಟಿ, ಭಾರತದ ಪತಾಕೆ ಹಾರಿಸಿದರೆ-ನನ್ನ **photo** ಪೇಪರಿನಲ್ಲಿ ಬಂದರೂ ಬರಬಹುದು. ಮಧ್ಯದಲ್ಲೇ ಸತ್ತರೆ? ಯಾರಿಗ್ಗೊತ್ತು? ಇದೇ ನನ್ನ ಕಡೆಯ ಸಂದರ್ಶನವಾಗಿರಲೂ ಬಹುದು. **Come on, let me talk.** ನಿಮಗೇನು ಬೇಕು, ಕೇಳಿ?"ಎಂದು ಮಾತಿಗೆ ನಿಂತೇ ಬಿಟ್ಟರು ಲೆಫ್ಟಿನೆಂಟ್ ಕರ್ನಲ್. ಅವರ ಕಣ್ಣುಗಳಲ್ಲಿ ಗೆಲ್ಲಲು ಹೊರಟ ಯೋಧನ ಕಸುವಿತ್ತು. ಸಾಯಲು ಸಿದ್ಧವಾದವನ ಹಠವಿತ್ತು. ನಮ್ಮೊಂದಿಗೆ ತುಂಬ ಹೊತ್ತು ಮಾತನಾಡಿದರು ಕರ್ನಲ್. ಸಿಗರೇಟು ಹಚ್ಚಿಕೊಂಡರು."ಈ ರಾತ್ರಿಯ ಮಟ್ಟಿಗೆ ಬೆಟ್ಟದ ಬುಡದಲ್ಲಿರುವ ಇದೇ ಕ್ಯಾಂಪಿನಲ್ಲಿರಿ. ವಿಪರೀತ ಷೆಲ್ಲಿಂಗ್ ಆಗುತ್ತಿದೆ. ಹುಷಾರು. ಬದುಕುಳಿದರೆ ಬೆಳಿಗ್ಗೆ ಇಲ್ಲಿಂದ ಹೊರಡಿ. ಪತ್ರಿಕೆಗಳಲ್ಲಿ ನನ್ನ ಹೆಸರು ಬರೆಯದಿದ್ದರೇನೇ ಒಳ್ಳೆಯದು. ಅಕಸ್ಮಾತ್ ನಾನು ಸತ್ತರೆ, ಬೇಕಾದ್ದು ಬರೆಯಿರಿ. ಅಕಸ್ಮಾತ್ ನೀವು ಸತ್ತರೆ, ತುಂಬ ದಿನ ನಿಮ್ಮನ್ನು ನೆನಪಿಟ್ಟುಕೊಂಡಿರುತ್ತೇನೆ. ಜೈ ಹಿಂದ್!" ಅಂದವರೆ ಮಾತು ಮುಗಿಸಿ ಬೆಟ್ಟದ ಕಡೆಗೆ ನಡೆದು ಹೋದರು. ನಾವು ಬೆಟ್ಟದ ಬುಡದ ಕ್ಯಾಂಪಿನಲ್ಲಿ ಅಲ್ಲಲ್ಲೇ **settle** ಆಗತೊಡಗಿದೆವು.

ಹೊರಗೆ ಪೂರ್ತಿ ಕತ್ತಲಾಗಿತ್ತು. ಡೇರೆಯೊಳಗೆ ದಿವ್ಯ ಚಳಿ. ಸೈನಿಕರ‍್ಯಾರೂ ಅಲ್ಲಿರಲಿಲ್ಲ. ಇದ್ದವರು ನಾವು ಮೂರೇ ಜನ. ಇಡಿಯಾಗಿ ಒಂದು ಸಿಗರೇಟು ಸೇದುವ ತಾಕತ್ತು ಯಾರಿಗೂ ಇರಲಿಲ್ಲ. ಸುಮ್ಮನೆ ಮುದುರಿಕೊಂಡು ಕುಳಿತಿದ್ದೆವು.

"ನೋ...ನೋ...ನೋ...ರವೀ...." ಇದ್ದಕ್ಕಿದ್ದಂತೆ ಕಿರುಚಲು ಶುರುವಿಟ್ಟುಬಿಟ್ಟ ಸಮೀರ್. ಒಂದು ಕ್ಷಣಕ್ಕೆ ಅವನ ಗಾಬರಿಗೆ ಕಾರಣವೇ ಗೊತ್ತಾಗಲಿಲ್ಲ. "ವಹಾಂ ದೇಖ್"(ಅಲ್ಲಿ ನೋಡು)ಎಂದು ಅರುಣ್‌ನಾಂಗ್ಲಾ ಮೊಳಕೈಯಲ್ಲಿ ತಿವಿಯುತ್ತಿದ್ದಂತೆಯೇ ಅತ್ತ ತಿರುಗಿದೆ.

"ನೋ"! ಎಂಬ ಉದ್ಗಾರ ನನ್ನ ಗಂಟಲಿನಿಂದಲೂ ಹೊರ ಬಿತ್ತು. ಅವರು ಆರು ಜನ ಇಳಿದು ಬರುತ್ತಿದ್ದರು. ಅವರ ಹೆಗಲುಗಳ ಮೇಲೆ ನಾಲ್ವರು ಮಲಗಿದ್ದರು! ಒಬ್ಬನಿಗೆ ಎರಡು ಕೈಗಳಿರಲಿಲ್ಲ. ಇನ್ನೊಬ್ಬನ ತಲೆಯೊಡೆದು, ಕಣ್ಣುಗುಡ್ಡೆ ಈಚೆಗೆ ಬಂದು ಬಿಟ್ಟಿತ್ತು. ಮೂರನೆಯವನ ಕಾಲು ಮೊಳ ಕಾಲಿನಿಂದ ಕೆಳಕ್ಕೆ ನೇತಾಡುತ್ತಿದ್ದವು. ನಾಲ್ಕನೆಯವನ ಮೈತುಂಬ ಗಾಯ. ಅವರನ್ನು ಹೊತ್ತು ತಂದವರ ಬಟ್ಟೆಗಳು ಸಂಪೂರ್ಣವಾಗಿ ನೆತ್ತರಿನಲ್ಲಿ ತೊಯ್ದು ಹೋಗಿದ್ದವು. ಉಸಿರು ತೇಕು ತೇಕು. ಮೈಯೆಲ್ಲ ಗಾಯವಾದವನ ಹೊಟ್ಟೆಗೆ ಒಂದು ಗೋಣೀ ಚೀಲವನ್ನು ಬಿಗಿಯಾಗಿ ಸುತ್ತಲಾಗಿತ್ತು. ಷೆಲ್ಲಿನ ಒಂದು **splinter** ಆತನ ಕರುಳು ಕತ್ತರಿಸಿ ಹಾಕಿದೆ. ಗೋಣೀಚೀಲದ ಬ್ಯಾಂಡೇಜು ಬಿಚ್ಚಿದರೆ ರಕ್ತ ನಲ್ಲಿ ನೀರಿಗಿಂತ ಭಯಂಕರವಾಗಿ ಹರಿದು ಹೋಗುತ್ತದೆ. ಬಿಚ್ಚುವ ಮೊದಲು ಡಾಕ್ಟರು ಬೇಕು. ಡಾಕ್ಟರ್ ಇರುವುದು ಹದಿಮೂರು ಕಿಲೋ ಮೀಟರುಗಳ ಆಚೆಗೆ. ಆತನನ್ನು ಕರೆತರಲು ಏನೇನು ತೊಂದರೆಗಳೋ?

ಅದ್ಯಾವ ತೊಂದರೆಗಳನ್ನೂ ಆ ಸೈನಿಕ ಕೊಡಲೇ ಇಲ್ಲ. ಒಮ್ಮೆ ಸುತ್ತಲೂ ನೋಡಿದ.

ಏನನ್ನೋ ಹೇಳಲು ಹವಣಿಸಿದ. ಗಾಳಿಯಲ್ಲಿ ಕೈಕದಲಿಸಿದ. ಆಮೇಲೆ ಒಂದಿಷ್ಟೂ ಒದ್ದಾಡದೆ ಸುಮ್ಮನೆ ಪ್ರಾಣ ಬಿಟ್ಟು ಬಿಟ್ಟ.

"ಬಂದಾ ಮರ್‌ಗಯಾ!" ಉದ್ಗರಿಸಿದವನು ಲೆಫ್ಟಿನೆಂಟ್ ಸುಮಿತ್ ರಾಯ್. ಅಚ್ಚ ಬಿಳುಪಿನ ಬಂಗಾಳಿ ಹುಡುಗ. ಬೆಟ್ಟದ ಪೊಟರೆಯಲ್ಲಿ ಗಾಯಗೊಂಡು ಬಿದ್ದಿದ್ದ ಆ ನಾಲ್ವರನ್ನು, ತಮ್ಮ ಜೀವಗಳನ್ನೂ ಲೆಕ್ಕಿಸದೆ ಬೆಟ್ಟವಿಳಿಸಿ ಕರೆದುಕೊಂಡು ಬಂದ ಆರು ಜನರ ತಂಡದ ಮುಖ್ಯಸ್ಥ. ಆತ ಬೆಟ್ಟದ ತುದಿಯಿಂದ ಬುಡಕ್ಕೆ ತಲುಪುವುದಕ್ಕಾಗಿ ಹತ್ತು ತಾಸು ನಡೆದು ಬಂದಿದ್ದ. ಹೊತ್ತು ತಂದ ನಾಲ್ವರ ಪೈಕಿ ಮೂರು ಜೀವ ಉಳಿದಿದ್ದವು. ನಾಲ್ಕನೆಯದು ಮರ್‌ಗಯಾ.

ಆ ಗಾಯಗಳನ್ನು, ನೆತ್ತರನ್ನ, ಆಕ್ರಂದನಗಳನ್ನ ಮತ್ತು ಕಣ್ಣೆದುರಿಗೇ ಸಂಭವಿಸಿದ ಆ ಸಾವನ್ನ ಕಂಡು ತತ್ತರಿಸಿ ಹೋದವನು ಸಮೀರ್. ಅದಾದ ಮೇಲೆ ಅವನು ನೋಟ್ಸು, ಪೆನ್ನು ಎತ್ತಿಟ್ಟು ಬಿಟ್ಟ. ಮಾತೇ ಮುಗಿದು ಹೋದವನಂತೆ ಸುಮ್ಮನಾಗಿಬಿಟ್ಟ. ಯುದ್ಧ ಭೂಮಿಯ ಡಿಪ್ರೆಶನ್ನು ಅವನನ್ನು ತೀವ್ರವಾಗಿ ಮುತ್ತಿಕೊಂಡು ಬಿಟ್ಟಿತು. ಮಧ್ಯ ರಾತ್ರಿಯ ಹೊತ್ತಿಗೆ ವಿಪರೀತ ತಲೆನೋವು ಅಂದ. ನಾನು ಒಯ್ದಿದ್ದ ಸಿನಾರೆಸ್ಟ್ ಎಂಬ ಮಾತ್ರೆ ಕೊಟ್ಟೆ. ಅರ್ಧ ಗಂಟೆಯೂ ಆಗಿರಲಿಕ್ಕಿಲ್ಲ. ಬಕಬಕನೆ ಎಲ್ಲ ಕಾರಿಕೊಂಡ.ಈ ತಕ್ಷಣ ಇಲ್ಲಿಂದ ಹೊರಡೋಣ. ದ್ರಾಸ್ ತಲುಪಿಬಿಟ್ಟರೆ ಸಾಕು. ಅಲ್ಲಿಂದ ಯಾವುದಾದರೂ ಆರ್ಮಿ ಬಸ್ಸು ಶ್ರೀನಗರಕ್ಕೆ ತಲುಪಿಸುತ್ತೆ. ಅಲ್ಲಿಂದ ದಿಲ್ಲಿ . ಮನೆಗೆ ಹೋಗ್ತೀನಿ. ನಂಗೆ ಯುದ್ಧ ಸಾಕು, **I am tired of the war"** ಕನವರಿಸತೊಡಗಿದ ಸಮೀರ್.

"ಏ ಸಬ್ ಹೋತಾ ಹೀ ಹೈ ಮೇರೆ ಯಾರ್"(ಇದೆಲ್ಲ ಆಗ್ತಲೇ ಇರುತ್ತೆ ಗೆಳೆಯಾ) ಅನ್ನುತ್ತಾ ನಮ್ಮ ಡೇರೆಯೊಳಕ್ಕೆ, ನಮ್ಮ ನೆರವಿಗೆ ಬಂದವನು ಲೆಫ್ಟಿನೆಂಟ್ ಸುಮಿತ್ ರಾಯ್. ಆತನ ಕಣ್ಣುಗಳಲ್ಲಿ ದಣಿವಿತ್ತು. ಆದರೆ ತತ್ತರಗೊಂಡ ಸಮೀರ್‌ನೆಡೆಗೆ ಏನೋ ಕರುಣೆ. ಎಂಥದ್ದೋ ಅಕ್ಕರೆ. ಪಕ್ಕದಲ್ಲಿ ಕುಳಿತು ನೆತ್ತಿ ನೇವರಿಸುತ್ತ ಸಮಾಧಾನದ ಮಾತುಗಳನ್ನಾಡಿದ ತುಂಬ ಹೊತ್ತು. ಗರ್‌ವಾಲ್ ರೈಫಲ್ಸ್ ಎಂಬ ಅನಾಹುತಕಾರಿ ಶೌರ್ಯ-ಸಾಹಸಿಗಳ ಯುನಿಟ್ಟಿನ ಅಧಿಕಾರಿ ಆತ. ಸರಹದ್ದಿನಲ್ಲಿ ರಗಳೆ ಶುರುವಾದಾಗಿನಿಂದ ಇಲ್ಲೇ ಇದ್ದಾನೆ. ಇವತ್ತು ರಾತ್ರಿಯದನ್ನೂ ಸೇರಿಸಿದರೆ, ಆತ ಗೆದ್ದಿರುವುದು ಮೂರನೆಯ ಯುದ್ಧ. "ಪ್ರತಿ ಯುದ್ಧವನ್ನೂ ಗೆಲ್ಲುತ್ತೇನೆಂದೇ ಹೋರಡುತ್ತೇನೆ. ನಸೀಬು ನೆಟ್ಟಗಿದೆ. ಪ್ರತಿ ಪರ್ವತವನ್ನೂ ಗೆದ್ದೇ ಇಳಿದಿದ್ದೇನೆ. ತೀರ ಬೆಟ್ಟ ಹತ್ತುವಾಗೊಮ್ಮೆ ತಾಯಿ ನೆನಪಾಗುತ್ತಾಳೆ.ಯುದ್ಧ ಗೆದ್ದು ಬೆಟ್ಟವಿಳಿದಾಗ ಮತ್ತೊಮ್ಮೆ ನೆನಪಾಗುತ್ತಾಳೆ. ಅಷ್ಟು ಬಿಟ್ಟರೆ ಉಳಿದದ್ದೆಲ್ಲ **killing and dying!"**

ಬೆಳಕು ಹರಿಯುವ ಹೊತ್ತಿಗೆ ನಮ್ಮ ಮೂರು ಜನಕ್ಕೂ ಸುಮಿತ್ ರಾಯ್ ಯಾವುದೋ ಕಾಲದ ಪುರಾತನ ಗೆಳೆಯನಂತಾಗಿ ಬಿಟ್ಟಿದ್ದ. ಆತ ತನ್ನ ತಾಯಿಯ ಬಗ್ಗೆ ಮಾತನಾಡಿದಾಗಲೆಲ್ಲ ನಾನು ನನ್ನ ಕೊರಳು ಮುಟ್ಟಿ ನೋಡಿಕೊಳ್ಳುತ್ತಿದ್ದೆ.ಆ ಜಪಮಣಿಯ ಸರದಲ್ಲಿ ಅಮ್ಮ ಇದ್ದಾಳಾ?

ಗೊತ್ತಿಲ್ಲ. ಕಳೆದ ಹತ್ತು ವರ್ಷಗಳಿಂದ ಅದನ್ನು ಅಮ್ಮನ ನೆನಪಿಗೆಂಬಂತೆ ಕೊರಳಲ್ಲಿ ಹಾಕಿಕೊಂಡಿದ್ದೇನೆ. 1958ರಲ್ಲಿ ನಾನು ಹುಟ್ಟಿದಾಗ, ಆ ಜಪಸರವನ್ನು ನನ್ನ ಸೋದರ ಮಾವ ಹಿಮಾಲಯದಿಂದ ತಂದು ಕೊಟ್ಟಿದ್ದನಂತೆ- ನನ್ನ ತಾಯಿಗೆ. ತಾಮ್ರದ ತಂತಿ ಸುತ್ತಿದ ಹಚ್ಚ ಹಳೆಯ ಜಪಮಾಲೆ. ಅಮ್ಮನ ಕೈಲಿ ಸದಾ ತಿರುಗುತ್ತಿತ್ತು. ಕೊಂಚ ಸವೆದಿದೆ. ಕೊಂಚ ದುಡ್ಡು ಬಂತಲ್ಲ?ಆಗ ಬೆಳ್ಳಿ ಸುತ್ತಿಸಿದೆ. ಆಮೇಲೆ ಇನ್ನಷ್ಟು ದುಡ್ಡು ಬಂತು. ಬಂಗಾರ ಸುತ್ತಿಸಿದೆ. ಮುಂದೆ ಬಂಗಾರದ ಮೇಲೆ ವೈರಾಗ್ಯ ಬಂದಾಗ ಉಳಿದೆಲ್ಲ ಹಳದಿಲೋಹಗಳ ಜೊತೆಗೆ ಅಮ್ಮನ ಜಪಸರವನ್ನೂ ತೆಗೆದಿಟ್ಟು ಬಿಟ್ಟೆ. ಆದರೆ ಕಾರ್ಗಿಲ್‌ಗೆ ಹೊರಟು ನಿಂತಾಗ ಇದ್ದಕ್ಕಿದ್ದಂತೆ ಅದೇನೆನ್ನಿಸಿತೋ?

"ಅಮ್ಮನ ಸರ ಕೊಡ್ತಿಯಾ?ಅದೇನೋ ಸೆಂಟಿಮೆಂಟು... ಹಾಕ್ಕೊಂಡು ಹೋಗ್ತೀನಿ" ಅಂದೆ. ಲಲಿತ ದಡಬಡಿಸಿ ಹುಡುಕತೊಡಗಿದಳು. ವಿಮಾನ ಹೊರಡಲು ಹೆಚ್ಚು ವೇಳೆಯಿಲ್ಲ. ಸರ ಸಿಗುತ್ತಿಲ್ಲ. ಲಲಿತೆಯ ಮುಖ ಮಂಕಾಗತೊಡಗಿತು.

"ಅವಸರ ಮಾಡ್ಕೊಬೇಡ ನೆಮ್ಮದಿಯಾಗಿ ಹುಡುಕು. ಅದು ಕಳೆದು ಹೋಗುವಂಥದ್ದಲ್ಲ!" ಅಂದೆನಾದರೂ, ಮನೆಯಿಂದ ಹೊರಬೀಳುವ ಕ್ಷಣ ಹತ್ತಿರಾಗುತ್ತಿದ್ದಂತೆ ಏನೋ ಧಾವಂತ. ಲಲಿತೆಯ ಕೈಗಳು ಕಂಪಿಸತೊಡಗಿದವು. ಸರ ಸಿಗುತ್ತಿಲ್ಲ. ಸಿಕ್ಕರೆ, ಅದು ಅಮ್ಮನದು. ಕಾರ್ಗಿಲ್‌ನಲ್ಲಿ ಅಮ್ಮ ರಕ್ಷಿಸುತ್ತಾಳೆ. ಸಿಗದಿದ್ದರೆ? ರವಿ ಸಾಯುತ್ತಾನಾ?

"ಇಲ್ಲಿದೇ...." ಅನ್ನುತ್ತ ಓಡಿ ಬಂದಳು ಮಗಳು. ಜಪದ ಸರ ಕೊರಳಿಗೆ ನೇತು ಹಾಕಿಕೊಂಡೇ ಹೋಗಿದ್ದೆ. ಸುಮಿತ್ ರಾಯ್ ತನ್ನ ತಾಯಿಯ ಬಗ್ಗೆ ಮಾತನಾಡಿದಾಗಲೆಲ್ಲ ಕೊರಳು ಮುಟ್ಟಿ ನೋಡಿಕೊಳ್ಳುತ್ತಿದ್ದೆ. ಆ ರಾತ್ರಿಯಿಡೀ ಬೆಟ್ಟದ ಮೇಲೆ ಘನಘೋರ ಯುದ್ಧ ನಡೆಯುತ್ತಲೇ ಇತ್ತು. ಷೆಲ್ಲಿಂಗ್ ನಿಲ್ಲಲೇ ಇಲ್ಲ. ಸಮೀರ್ ಕನವರಿಸುತ್ತಲೇ ಇದ್ದ. ನಿಚ್ಚಳವಾಗಿ ಬೆಳಕು ಹರಿದು ಸೂರ್ಯ ತಾಂಡವ ಸ್ಪಷ್ಟವಾದ ಮೇಲೆ ನಾವು ಸೈನಿಕರು ತಂದು ಕೊಟ್ಟ ಚಾಯ್ ಪಾನಿ ಮುಗಿಸಿ ದ್ರಾಸ್‌ನ ಕಡೆಗೆ ನಮ್ಮ ನಡಿಗೆ ಪ್ರಾರಂಭಿಸಿದೆವು. ಅನತಿ ದೂರದ ತನಕ ಸುಮಿತ್ ರಾಯ್ ಬಂದು ಬಿಟ್ಟುಹೋದ. ನಮ್ಮ ಮನಸ್ಸುಗಳಿಗೆ ಎಂಥ ಮಂಕು ಕವಿದಿತ್ತೆಂದರೆ: ನಾವ್ಯಾರೂ ಸುಮಿತ್ ರಾಯ್‌ನ ಒಂದೇ ಒಂದು **photo** ಕೂಡ ತೆಗೆದುಕೊಳ್ಳಲಿಲ್ಲ. ತೀರ ವಿದಾಯದ ಘಳಿಗೆ ಬಂದಾಗ,

"ಸುಮಿತ್, ನಿನ್ನ ಮನೆಯ ವಿಳಾಸ ಕೊಡು. ಖುದ್ದಾಗಿ ಹೋಗಿ ನಿಮ್ಮ ತಾಯಿಗೆ ತಿಳಿಸಿ ಬರುತ್ತೇನೆ. ನಿಮ್ಮ ಮಗ ಕ್ಷೇಮವಾಗಿದ್ದಾನೆಂದು ಹೇಳಿಬರ್ತೇನೆ" ಅಂದೆ.

"ಕೋಯಿ ಬಾತ್ ನಹೀ. ಇವತ್ತು ರಾತ್ರಿ **phone** ಮಾಡ್ತೀನಿ" ಅಂದು ನಕ್ಕಿದ್ದ ಸುಮಿತ್ ರಾಯ್. ಅವತ್ತು ರಾತ್ರಿ ಅಷ್ಟೊಂದು ಘೋರವಾಗಿರುತ್ತದೆಂದು ಅವನಿಗೇನು ಗೊತ್ತು?

ಅವನು ನಮ್ಮಂತೆಯೇ ಹದಿಮೂರು ಕಿಲೋ ಮೀಟರು ನಡೆದು ಹೋಗಿ, ದ್ರಾಸ್‌ನ ಟೆಲಿಫೋನ್ ಬೂತಿನಲ್ಲಿ ಅಮ್ಮನೊಂದಿಗೆ ಹತ್ತು ನಿಮಿಷ ಮಾತನಾಡಿದ. ಎಲ್ಲ ಸೈನಿಕರಂತೇ "ಇಲ್ಲಿಲ್ಲ. ನಾನು ಕಾರ್ಗಿಲ್‌ನಲ್ಲಿಲ್ಲ. ನೀನೇನೂ ಚಿಂತೆ ಮಾಡಬೇಡ. ಯುದ್ಧದಿಂದ ದೂರ ಇದೀನಿ" ಅಂತ ಸುಳ್ಳು ಹೇಳಿದ. ಅಮ್ಮನಿಗೆ ಸಮಾಧಾನ ಹೇಳಿ, ಕಷ್ಟ ಸುಖ ವಿಚಾರಿಸಿ, ತನ್ನ ಪ್ರೀತಿಯನ್ನೆಲ್ಲ ಮಳೆ ಮಾಡಿ ಸುರಿದು, ಫೋನಿಟ್ಟು ಬೂತ್‌ನಿಂದ ಈಚೆಗೆ ಬಂದ.

ನೆತ್ತಿಯ ಮೇಲಕ್ಕೆ ಸರಿಯಾಗಿ ಬಿತ್ತು ಪಾಕಿಸ್ತಾನಿ ಷೆಲ್.

ಸುಮಿತ್ ರಾಯ್ ಸತ್ತು ಹೋಗಿದ್ದ.

ಆ ರಾತ್ರಿ ಸಮೀರ್‌ನನ್ನು ಹೇಗೆ ಸಂಭಾಳಿಸಿದೆನೋ? ನನಗೆ ಗೊತ್ತು. ಇವತ್ತಿನ ಈ ಕ್ಷಣದಲ್ಲಿ ನನ್ನನ್ನು ನಾನು ಹೇಗೆ ಸಂಭಾಳಿಸಿಕೊಳ್ಳುತ್ತಿದ್ದೇನೋ?

God knows.

ಸೈನ್ಯದೊಳಗಿನ ದೇಶ ದ್ರೋಹಿಗಳು!

ಇವತ್ತಿಗೆ ಸರಿಯಾಗಿ ನಲವತ್ತೊಂಬತ್ತು ದಿನ. ಎದೆಯಲ್ಲೊಂದು ಅಸಹನೆಯ ಜ್ವಾಲಾಮುಖಿಯಿಟ್ಟುಕೊಂಡು ಈ ನಲವತ್ತೊಂ ಬತ್ತು ದಿನಗಳನ್ನು ಕಳೆದದ್ದಾಯಿತು. ಇನ್ನು ಸಾಕು.

ಇವತ್ತು ಆಗಸ್ಟ್ 4ರ ಬುಧವಾರ.

ಪತ್ರಿಕೆ ಅಚ್ಚಿಗೆ ಹೋಗಲು ಇನ್ನು ಕೆಲವೇ ಗಂಟೆಗಳುಳಿದಿವೆ. "ಆ ವಿಷಯ ಬರೆದೇ ಬಿಡಲಾ?" ಎಂದು ಮತ್ತೊಮ್ಮೆ ನನ್ನನ್ನು ನಾನೇ ಕೇಳಿಕೊಂಡು, ಇದೊಂದು ಸವಿಸ್ತಾರ ಲೇಖನ ಬರೆದೇ ಬಿಡಲು ನಿಶ್ಚಯಿಸಿ ಕುಳಿತಿದ್ದೇನೆ.

ಇಷ್ಟು ದಿನ ಕಾರ್ಗಿಲ್‌ಗೆ ಸಂಬಂಧಿಸಿದಂತೆ, ಏನೇ ಬರೆಯಲು ಕುಳಿತರೂ, ಮಾತನಾಡಲು ಹೊರಟರೂ ಎದೆಯಲ್ಲಿನ ಅದೇ ಸಂಗತಿ ಎದ್ದು ಬಂದು ಗಂಟಲಿಗೆ ಬಿದ್ದಂತಾಗುತ್ತಿತ್ತು. ಮೊದಲ ಬಾರಿಗೆ ಕಾರ್ಗಿಲ್‌ನಿಂದ ಹಿಂತಿರುಗಿದ ದಿನವೇ ನಾನು ಜಯಂತ್ ಕಾಯ್ಕಿಣಿಯೊಂದಿಗೆ ಈ ವಿಷಯವನ್ನು ಚರ್ಚಿಸಿದ್ದೆ. ಎಲ್ಲ ವಿಷಯಗಳಲ್ಲೂ ಜಯಂತ್ ನನಗೊಂದು ರೀತಿಯ ಅಣ್ಣನಂತಹ ಮಿತ್ರ. ವಿವೇಕ ತಪ್ಪಿಸುವ ಮನುಷ್ಯನಲ್ಲ.

"ಇದೊಂದು ಸಂಗತಿ ಬರೆದೇ ಬಿಡಲಾ ಜಯಂತ್? ಅದನ್ನು ನೆನಪಿಸಿಕೊಂಡಾಗಲೆಲ್ಲ ಸಂಕಟವೊಂದು ನನ್ನಲ್ಲಿ ಹೊರಳುತ್ತದೆ. ಬರೆದೇ ಬಿಡಲಾ? ಚಿಕ್ಕದೊಂದು ಕನ್ನಡ ಪತ್ರಿಕೆಯಲ್ಲಿ ಬರೆದರೆ ಏನು ಮಹಾ ಸ್ಫೋಟಗೊಂಡೀತು. ಆಗೋ ಯುದ್ಧ ಆಗುತ್ತಲೇ ಇದೆ. ಇದೊಂದು ಸತ್ಯ ಈಚೆಗೆ ಬಂದರೆ ಆಗೋ ಅನಾಹುತವಾದರೂ ಏನು? ಬರೆದೇ ಬಿಡ್ತೇನೆ" ಅಂದಿದ್ದೆ.

"ಯೋಚನೆ ಮಾಡು ರವೀ. ನಿನ್ನ ಕನ್ನಡದ ಬರವಣಿಗೆ ನೇರವಾಗಿ ಕಾರ್ಗಿಲ್‌ನಲ್ಲಿರೋ ಸೈನಿಕರನ್ನು ಅಪ್ರತಿಭಗೊಳಿಸಲಾರದು. ಡಿಮಾರಲೈಸ್ ಮಾಡದೆ ಇರಬಹುದು. ಆದರೆ ಇವತ್ತು ಇಡೀ ದೇಶ ಕಾರ್ಗಿಲ್ ಕಡೆಗೆ ಮುಖ ಮಾಡಿ ಕುಳಿತಿದೆ. ಭಾರತ ಗೆಲ್ಲಲಿ ಎಂಬುದು ಎಲ್ಲ ಭಾರತೀಯರ ಬಯಕೆ. ಅದಕ್ಕೆ ಕನ್ನಡದ ಓದುಗ ಹೊರತಲ್ಲ. ಆತನೂ ಕಾರ್ಗಿಲ್ ಯುದ್ಧದಲ್ಲಿ **emotional** ಆಗಿ ಭಾಗವಹಿಸಬೇಕು. ಸೈನಿಕರನ್ನು ಹಾರೈಸಿ, ಬೆಂಬಲಿಸಬೇಕು. ಲಕ್ಷಾಂತರ

ರುಪಾಯಿ ಹಣ ಕೊಡಬೇಕು. ಮೃತ ಯೋಧರ ಕುಟುಂಬಗಳನ್ನು ಸಲುಹಬೇಕು. ಅವನಲ್ಲೀಗ ಆ ಉತ್ಸಾಹವಿದೆ. ಅಂಥದರಲ್ಲಿ ನೀನು ಇದ್ದಕ್ಕಿದ್ದಂತೆ ಓದುಗನ ಭ್ರಮೆಗೆ ಬಾಂಬಿಟ್ಟು ಬಿಡುವಂಥ ಕೆಲಸ ಮಾಡಬೇಡ. ಕಾರ್ಗಿಲ್‌ನಿಂದ ನೀನು ತಂದಿರುವ ಈ ಸ್ಫೋಟಕ ಸುದ್ದಿ ಪ್ರಕಟಿಸಲು ಇದು ಕಾಲವಲ್ಲ. **Go slow.** ಕೊಂಚ ದಿನ ಕಳೆಯಲಿ" ಅಂದಿದ್ದರು ಜಯಂತ್.

ಅವತ್ತಿನ ಮಟ್ಟಿಗೆ ನನಗೂ ಅದು ಸರಿಯೆನ್ನಿಸಿತು. ನನಗೊಬ್ಬನಿಗೇ ಅಲ್ಲ. ಕಾರ್ಗಿಲ್, ದ್ರಾಸ್, ಬಟಾಲಿಕ್‌ಗಳ ಕದನ ಭೂಮಿಗೆ ಕಾಲಿಟ್ಟ, ಓಡಾಡಿದ, ತನಿಖೆ ಮಾಡಿದ, ಯುದ್ಧದ ಬೆರಗಿನ ಜೊತೆಗೆ ನಮ್ಮ ಸೈನಿಕ ವ್ಯವಸ್ಥೆಯ ಇನ್ನೊಂದು ಮುಖದತ್ತಲೂ ಕಣ್ಣು ಹಾಯಿಸಿದ ಪ್ರತಿ ಪತ್ರಕರ್ತನಿಗೂ ಅವತ್ತು ಹಾಗೇ ಅನ್ನಿಸಿತ್ತು. ಇವತ್ತು ಬೇಡ. ಸೈನ್ಯದೊಳಗಿನ ದೇಶದ್ರೋಹಿಯನ್ನು ಬಯಲಿಗೆಳೆದರೆ, ಈ ಸಂದರ್ಭದಲ್ಲಿ ತೇಜೋವಧೆ ಮಾಡಿದರೆ ಎಲ್ಲ ಅಭಾಸವಾಗಿ ಹೋದೀತು. ಸದ್ಯಕ್ಕದು ಬೇಡ. ಹಾಗಂತಲೇ ಅಲ್ಲಿಗೆ ಬಂದ ಪ್ರತಿ ಪತ್ರಕರ್ತನೂ ಒಂದು ಅಲಿಖಿತ ಒಪ್ಪಂದಕ್ಕೆ ಒಳಗಾದಂತಿದ್ದ.

ಈಗ ಯುದ್ಧ ಮುಗಿದಿದೆ.

ಭಾರತೀಯ ಸೈನ್ಯದೊಳಗಿನ ನಿಜವಾದ ದ್ರೋಹಿಗಳು, ಖದೀಮರು, ತಪ್ಪಿತಸ್ಥರು ಇವತ್ತು ಈಚೆಗೆ ಬರಲೇ ಬೇಕು. ಹಾಗೆ ಸುಮಾರು ಒಂದು ಸಾವಿರ ಸೈನಿಕರನ್ನು ನುಂಗಿ ಹಾಕಿದ, ಅದರ ದುಪ್ಪಟ್ಟು ಸೈನಿಕರನ್ನು ಗಾಯಗೊಳಿಸಿದ, ಸಾವಿರಾರು ಕೋಟಿ ರುಪಾಯಿ ಬೆಟ್ಟಕ್ಕೆ ಸುರಿದ ಈ ಕಾರ್ಗಿಲ್ ಯುದ್ಧಕ್ಕೆ ಇಷ್ಟಕ್ಕೂ ಯಾರು ಹೊಣೆ? ಈ ತಪ್ಪು ಯಾರದು? ಎಂಬುದರ ಚರ್ಚೆಯಾಗಲೇ ಬೇಕು. ಈಗಾಗಲೇ ಟೈಮ್ಸ್ ಆಫ್ ಇಂಡಿಯಾ, ಇಂಡಿಯನ್ ಎಕ್ಸ್‌ಪ್ರೆಸ್ ತರಹದ ದಿನಪತ್ರಿಕೆಗಳೂ ಸೇರಿದಂತೆ ಅನೇಕ ನಿಯತಕಾಲಿಕೆಗಳು ಈ ಬಗ್ಗೆ ಸಣ್ಣ ದನಿಯಲ್ಲಿ ಮಾತಾಡತೊಡಗಿವೆ. ಸುಮ್ಮನಿರುವುದು ನನಗೂ ಸಾಕೆನ್ನಿಸಿದೆ.

ಈ ಎರಡು ಘಟನೆಗಳನ್ನು ವಿವರಿಸಿದರೆ, ನಿಮಗೆ ಕಾರ್ಗಿಲ್‌ನಲ್ಲಿ ನಮ್ಮ ಜನ ಮಾಡಿದ ಅನಾಹುತಗಳು ಎಂಥವು ಎಂಬುದು ಅರ್ಥವಾಗುತ್ತದೆ.

ಆತನ ಹೆಸರು ಭಗವಂತ ಸಿಂಗ್ ಘೋಸಿ. ಅವತ್ತು ರಾತ್ರಿ ಕಾರ್ಗಿಲ್‌ನ ಬೀದಿಯಲ್ಲಿ ಷೆಲ್ ದಾಳಿಗೆ ತತ್ತರಿಸಿ, ಹನ್ನೊಂದೂವರೆ ಗಂಟೆಯ ಕತ್ತಲಿನಲ್ಲಿ ನಡುರಸ್ತೆಯ ಮೇಲೆಯೇ ದಿಕ್ಕಿಲ್ಲದವರಂತೆ ಬೋರಲು ಬಿದ್ದು ಪತರಗುಟ್ಟುತ್ತಿದ್ದಾಗ; ನನ್ನನ್ನೂ ಸಮೀರ್‌ನನ್ನೂ ತನ್ನ ಬಂದೂಕಿನ ಹಿಂಬದಿಯಿಂದ ಸಣ್ಣಗೆ ತಿವಿದು "ಉಠೋ ಉಠೋ, ರಾತ್ ಸಾರೀ ಷೆಲ್ಲಿಂಗ್ ಹೋನೇ ವಾಲಾ ಹೈ" (ಏಳಿ ಏಳಿ, ರಾತ್ರಿಯಿಡೀ ಷೆಲ್ಲಿಂಗ್ ಆಗಲಿದೆ) ಎಂದು ಎಬ್ಬಿಸಿದ ಒರಟು ದನಿಯ ದೈತ್ಯನ ಹೆಸರು ಭಗವಂತ್ ಸಿಂಗ್ ಘೋಸಿ. ರಸ್ತೆಯ ಮೇಲೆ ಬೂಟು ಕಟಕಟಿಸುತ್ತ ನಿಂತ ಆ ದೈತ್ಯಾಕೃತಿಯನ್ನು ಕಂಡು ಆರಂಭದಲ್ಲಿ ನಾವು ಕೊಂಚ ಹೆದರಿದ್ದು ಹೌದು. ಆದರೆ ರಸ್ತೆಯಲ್ಲಿ ಬೋರಲು ಮಲಗಿ ಪ್ರಾಣ ಯಾವಾಗ ಹೋಗಬಹುದು ಎಂದು ಲೆಕ್ಕ ಹಾಕುತ್ತಿದ್ದ ನಮ್ಮನ್ನು ಭಗವಂತ್ ಸಿಂಗ್ ಘೋಸಿ; ಅಲ್ಲಿಂದ ಎದ್ದು ತೊಲಗುವಂತೆ ಗದರಲಿಲ್ಲ. ಬದಲಾಗಿ, ಪಕ್ಕದಲ್ಲೇ

ಹರಿಯುತ್ತಿದ್ದ ಸರೂ ನದಿಯ ಬಲವಾದ್ದೊಂದು ಬ್ರಿಡ್ಜಿನ ಮುಂದೆ ಕಟ್ಟಲಾಗಿದ್ದ ತನ್ನ ಬಂಕರಿನೊಳಕ್ಕೆ ಬರುವಂತೆ ಕರೆಯುತ್ತಿದ್ದ. ಅಷ್ಟು ಹೊತ್ತಿಗಾಗಲೇ ಭಾರತ ಸೇನೆಯ ಅನೇಕ ಅಧಿಕಾರಿಗಳಿಗೆ ಪತ್ರಕರ್ತರನ್ನು ದೂರವಿಡುವಂತೆ ಆದೇಶ ಜಾರಿಯಾಗಿತ್ತು. ನಾವು ಪ್ರಕಟಿಸುತ್ತಿದ್ದ **photo**ಗಳು ಹಾಗೂ ಟೀವಿ ದೃಶ್ಯಗಳಿಂದ ಸೈನಿಕರಿಗೆ ತೊಂದರೆಯೇ ಆಗಿತ್ತು. ಪತ್ರಕರ್ತರ ಮುಖ ಕಂಡರೆ ಸಿಡುಕುವವರಿದ್ದರು.

ಆದರೆ ಘೋಸಿ ಸಿಡುಕಲಿಲ್ಲ. "ಇತನೀ ರಾತ್ ಮೇ ಕಹಾಂ ಜಾಯೇಗಾ?" (ಇಷ್ಟು ರಾತ್ರಿಯಲ್ಲಿ ಎಲ್ಲಿಗೆ ಹೋಗ್ತೀರಿ) ಎಂದು ಪ್ರಾರಂಭಿಸಿದವನೇ ತನ್ನ ಪುಟ್ಟ ಬಂಕರಿನಲ್ಲಿ ಅವತ್ತಿನ ರಾತ್ರಿಯ ಮಟ್ಟಿಗೆ ಇರಲು ಅವಕಾಶ ಮಾಡಿಕೊಟ್ಟ. ಬಂಕರಿನ ಪಕ್ಕದಲ್ಲೇ ಇದ್ದ ಗಡದ್ದಾದ ಕಬ್ಬಿಣದ ಸೇತುವೆಯೊಂದನ್ನು ರಾತ್ರಿಯ ಮಟ್ಟಿಗೆ ರಕ್ಷಿಸುವುದು ಅವನ ಡ್ಯೂಟಿ. ಕೈಯಲ್ಲಿ ಇನ್ಸಾಸ್ ಬಂದೂಕು. ನೆತ್ತಿಗೆ ಕಬ್ಬಿಣದ ಟೋಪಿ. ನಮಗೆ ಮಲಗಲೆಂದು ತನ್ನದೊಂದು 'ದರಿ' (ಜಮಖಾನೆ) ಹಾಸಿಕೊಟ್ಟು ಸೇತುವೆ ಕಾಯಲು ಹೊರ ಬೀಳುತ್ತಿದ್ದ. ಅವತ್ತು ವಿಪರೀತವಾದ ಷೆಲ್ ದಾಳಿ ನಡೆಯುತ್ತಿತ್ತು. ಷೆಲ್ ಬಿದ್ದಾಗಲೆಲ್ಲ ಘೋಸಿ ಬಂಕರಿನೊಳಕ್ಕೆ ಓಡಿ ಬರುತ್ತಿದ್ದ. ಚಳಿಗೆ ಮುದುರಿಕೊಂಡಿದ್ದ ನಮಗೆ ತನ್ನ ಶಾಲು, ಕೋಟು ಹೊದೆಸುತ್ತಿದ್ದ.

"ಆಜ್ ರಾತ್ ಕೋ ಆಪ್ ಕೆ ಲಿಯೇ ರಮ್ ನಹೀ ಮಿಲೇಗಾ. ಸಾಲಾ ಸಬ್ ಆಫೀಸರ್ ಲೋಗ್ ಪೀಗಯೇ!" (ಇವತ್ತು ನಿಮಗೆ ಕುಡಿಯಲು ರಮ್ ಕೊಡಲಾರೆ. ಅಷ್ಟೂ ಅಧಿಕಾರಿಗಳೇ ಕುಡಿದು ಮುಗಿಸಿದ್ದಾರೆ) ಎಂಬ ಅಸಹನೆಯ ಮಾತೊಂದು ಭಗವಂತ್ ಸಿಂಗ್ ಘೋಸಿಯ ಬಾಯಿಂದ ಹೊರಬಿದ್ದ ಕ್ಷಣದಿಂದಲೇ ನನಗೆ ನಮ್ಮ ಸೈನ್ಯದ, ಅದರಲ್ಲೂ ದೊಡ್ಡ ಮಟ್ಟದ ಅಧಿಕಾರಿಗಳ ವರ್ತನೆಗಳ ಬಗ್ಗೆ ಗುಮಾನಿಗಳು ಆರಂಭವಾದವು. ಆ ನಂತರ ಕಾರ್ಗಿಲ್‌ನ ಉದ್ದಕ್ಕೂ ನನ್ನ ಅನುಮಾನಗಳು ಖಚಿತವಾಗುತ್ತ ಹೋದವು. ಸೈನಿಕರೆಡೆಗೆ ನಿರ್ಲಕ್ಷ್ಯ, ಅಧಿಕಾರಿಗಳೆಂಬ ಟೆಬರು, ಒಣ ವೀರಾವೇಶದ ಮಾತು, ಹೆಂಗಸರ ಬಲಹೀನತೆ, ಕುಡಿತದ ಮೋಜು, ಪಬ್ಲಿಸಿಟಿಯ ಹುಚ್ಚು, ಅಲ್ಲಿ ಯುದ್ಧ ನಡೆಯುತ್ತಿದ್ದರೆ -ಮುಂದೆ ಯಾವತ್ತೋ ತಾನು ಬರೆಯಬಹುದಾದ ಪಾಕ್-ಭಾರತ ಯುದ್ಧದ ಬಗ್ಗೆ ಟಿಪ್ಪಣಿ ಮಾಡುತ್ತ ಕೂಡುವಿಕೆ ಮುಂತಾದವುಗಳನ್ನೆಲ್ಲ ಗಮನಿಸಿದ್ದಾಯ್ತು. ಹಾಳುಬಿದ್ದು ಹೋಗಲಿ; ಇವರೆಲ್ಲ ಯುದ್ಧ ರಂಗದ ನೇಪಥ್ಯದಲ್ಲಿ ಗುಮಾಸ್ತಗಿರಿಯ ಕೆಲಸ ಮಾಡುವವರು ತಾನೆ? ಅಲ್ಲಿ ಪರ್ವತಗಳ ಮೇಲೆ ನಿಜಕ್ಕೂ ಯುದ್ಧ ಮಾಡುವ ಸೈನಿಕ ಮತ್ತು ಅವನ ಅಧಿಕಾರಿಗಳು ಪ್ರಾಮಾಣಿಕರಾಗಿದ್ದಾರಲ್ಲ? ಅಷ್ಟು ಸಾಕು. ಇವರೊಂದಿಗೇನು ಕೆಲಸ ಎಂದುಕೊಂಡು ನಾವು ಸುಮ್ಮನಾದೆವು.

ಆದರೆ ವಿಷಯ ಅಷ್ಟು ಸುಲಭವಾಗಿರಲಿಲ್ಲ. ಪಂಜಾಬ್ ಮತ್ತು ಕಾಶ್ಮೀರಗಳ ಗಡಿಯುದ್ದಕ್ಕೂ ಪಾಕಿಗಳ ನುಸುಳುವಿಕೆಗೆ, ಭಾರತದ ಅಮಾಯಕ ಯೋಧರ ಸಾವುಗಳಿಗೆ ನೇರವಾಗಿ ಕಾರಣರಾದದ್ದು ನಮ್ಮ ಬಾರ್ಡರ್ ಸೆಕ್ಯುರಿಟಿ ಫೋರ್ಸ್ (BSF)ನ ಅಧಿಕಾರಿಗಳು ಎಂಬುದು ಗೊತ್ತಾದಾಗ ನಿಜಕ್ಕೂ ಎದೆಯೊಡೆದು ಹೋದಂತಾಗಿತ್ತು.

"ಗಡಿಗಳನ್ನು ಕಾಯಬೇಕಾದವರೇ BSFನೋರು. ಕಾಶ್ಮೀರದುದ್ದಕ್ಕೂ ಮೈಲುಗಟ್ಟಲೆ ಗಡಿಗಳಿವೆ. ಹಿಂಡುಗಟ್ಟಲೆ ಅಧಿಕಾರಿಗಳಿದ್ದಾರೆ. BSF ಯೋಧರಿಗೇನು, ಪಾಪ? ಹಗಲೂ ರಾತ್ರಿ ಕಾಲೂರಿ ನಿಂತು ಗಡಿ ಕಾಯುತ್ತಾರೆ. ಆದರೆ ಆಫೀಸುಗಳಲ್ಲಿ, ಟೆಂಟು, ಬಂಕರುಗಳಲ್ಲಿ ರಮ್ ಕುಡಿದು ಕೂಡುವ ಅಧಿಕಾರಿಗಳು ನೇರವಾಗಿ ಪಾಕಿಸ್ತಾನಿ ಏಜೆಂಟರೊಂದಿಗೆ ವ್ಯವಹಾರ ಕುದುರಿಸುತ್ತಾರೆ. ಕೇವಲ ಹತ್ತು ಲಕ್ಷ ರುಪಾಯಿ ಕೊಟ್ಟರೆ ಸಾಕು; ಒಂದು ಇಡೀ ಟ್ರಕ್ ತುಂಬ ಆಯುಧಗಳು, ಮದ್ದುಗುಂಡು ಮತ್ತು ಉಗ್ರವಾದಿಗಳು ಸಲೀಸಾಗಿ ಲೈನ್ ಆಫ್ ಕಂಟ್ರೋಲ್ (ಸರಹದ್ದು) ದಾಟಿ ಒಳಕ್ಕೆ ಬಂದುಬಿಡಬಹುದು. ಎಷ್ಟು ಹೊತ್ತಿನ ಮಾತು?

ರಾತ್ರೋರಾತ್ರಿ ಟ್ರಕ್ಕುಗಳಲ್ಲಿ ಬಂದಿಳಿದ ಪಾಕಿ ಉಗ್ರವಾದಿಗಳು, ಅವರ ಸೈನಿಕರು ಬೆಳಕು ಹರಿಯುವ ಹೊತ್ತಿಗೆ ಕಾಶ್ಮೀರ್ ಕೊಳ್ಳದ ನಾನಾ ಮೂಲೆಗಳಲ್ಲಿ ಹುದುಗಿಕೊಂಡು ಬಿಡುತ್ತಾರೆ. ಆಮೇಲೆ ಶುರುವಾಗುತ್ತದೆ ಮಾರಣ ಹೋಮ. ಸದ್ದಿಲ್ಲದೆ ಬಂದು ಗಡಿ ಕಾಯಲು ನಿಂತ ಸೈನಿಕರನ್ನೇ ಕೊಲ್ಲುತ್ತಾರೆ. ಶ್ರೀನಗರದಲ್ಲಿ ಸೈನಿಕರ ತಂಡ ತಂಡಗಳನ್ನೇ ಬಾಂಬಿಟ್ಟು ಉಡಾಯಿಸಿ ಬಿಡುತ್ತಾರೆ. ಬರೀ ಹತ್ತು ಲಕ್ಷ ರುಪಾಯಿಗಾಗಿ ಸಾರ್! ನಮ್ಮ ಜೊತೆಯಲ್ಲಿನ ಎಂತೆಂಥ ಹುಡುಗರು ಕೂಗಿಕೊಳ್ಳೋಕೂ ಆಗದೆ ಬೋರಲು ಬಿದ್ದು ಸತ್ತು ಹೋದರು ಗೊತ್ತೇ? ಪಾಕಿ ಶತ್ರುಗಳನ್ನು ಹಾಗೆ ಹಿಂಡುಗಟ್ಟಲೆ ಒಳಕ್ಕೆ ಬಿಟ್ಟವರ್ಯಾರು? ನಮ್ಮ ಅಧಿಕಾರಿಗಳೇ ಅಲ್ವಾ ಸಾರ್? ಸಾಯಿತ್ತಿರೋದು ನೋಡಿ? ಗತಿಗೆಟ್ಟು ಬಂದು ಸೈನ್ಯಕ್ಕೆ ಸೇರಿದ ಬಡ ಸಿಪಾಯಿಗಳು!" ಅವತ್ತು ರಾತ್ರಿ ಕಾರ್ಗಿಲ್‌ನ ಬಂಕರಿನಲ್ಲಿ ಭಗವಂತ್ ಸಿಂಗ್ ಘೋಸಿ ಕುಕ್ಕರಗಾಲಲ್ಲಿ ಕುಳಿತು ಮಾತನಾಡುತ್ತಿದ್ದರೆ ನನ್ನ ಕಣ್ಣು ಪದೇ ಪದೇ ಮಂಜಾಗುತ್ತಿದ್ದವು. ಸೈನ್ಯಕ್ಕೂ ಅಂಟಿಬಿಟ್ಟಿತೇ ಲಂಚವೆಂಬ ಸರ್ವನಾಶದ ರೋಗ? ಯಾವ ಸೌಭಾಗ್ಯಕ್ಕಾಗಿ ಒಬ್ಬ ಮಾಮೂಲಿ ಸಿಪಾಯಿ ಗಡಿ ಕಾಯಲು ನಿಲ್ಲಬೇಕು?

ಪೂಂಛ್, ರಜೌರಿ, ಉಡಿ, ಚಕ್ಕೋತಿ, ಕುಪವಾಡಾದ ಸರಹದ್ದಿನ ಪೋಸ್ಟ್‌ಗಳಲ್ಲಿ ಹೀಗೆ ಲಕ್ಷಗಟ್ಟಲೆ ಪಾಕಿಸ್ತಾನಿ ಏಜೆಂಟರಿಂದ ಹಣ ಪಡೆದು ಸಿಕ್ಕಿಬಿದ್ದ ಸೈನ್ಯಾಧಿಕಾರಿಗಳಿದ್ದಾರೆ. ಪಾಕಿ ಉಗ್ರಗಾಮಿ ನಾಯಕನೊಬ್ಬ "ಕುಪವಾಡಾ ಮತ್ತು ಲೋಲಬ್ ಪ್ರಾಂತದಿಂದಲೇ ಕಾಶ್ಮೀರಿ ಯುವಕರನ್ನು ಕಳಿಸಿಕೊಡಿ. ಅವರನ್ನು ನಮ್ಮ 'ಗೈಡ್'ಗಳು safe ಆಗಿ ಸರಹದ್ದು ದಾಟಿಸುತ್ತಾರೆ. ಯುವಕರಿಗೆ ಭಯೋತ್ಪಾದಕತೆಯ ಟ್ರೈನಿಂಗ್ ದೊರೆತ ಮೇಲೆ ಅದೇ 'ಗೈಡ್'ಗಳು ಆಯುಧಗಳ ಸಮೇತ ಕಾಶ್ಮೀರದೊಳಕ್ಕೆ safe ಆಗಿ ತಂದು ಬಿಡುತ್ತಾರೆ. ಅವರಿಗೆಲ್ಲ ಅನುಕೂಲ ಮತ್ತು ಗಡಿಯಲ್ಲಿ ಅಧಿಕಾರಿಗಳ ಸಹಯೋಗಕ್ಕೆ ವ್ಯವಸ್ಥೆ ಮಾಡಲಾಗಿದೆ" ಎಂದು ಕಾಶ್ಮೀರದೊಳಗಿನ ಉಗ್ರಗಾಮಿ ಸಂಘಟನೆಗೆ ಬರೆದ ಸ್ಪಷ್ಟ ಪತ್ರಗಳು ಸಿಕ್ಕಿವೆ. ಗಡಿಯಲ್ಲಿನ ಅಧಿಕಾರಿಗೆ ಇಷ್ಟು ಲಕ್ಷದಷ್ಟು ಹಣ ತಲುಪಿಸಲಾಗಿದೆ ಎಂಬುದಾಗಿ ರೇಡಿಯೋ ಸೆಟ್‌ನಲ್ಲಿ ನೀಡಿದ ಪಾಕಿಗಳ ಸಂದೇಶವನ್ನು ಭಾರತದವರು ಇಂಟರ್ ಸೆಪ್ಟ್ ಮಾಡಿದುದುಂಟು. ಅದರಂತೆಯೇ ಗಡಿಯ ಅಧಿಕಾರಿಗಳ ಬಳಿ ಪಾಕಿಗಳು ಕೊಟ್ಟ ಹಣ ಜಪ್ತಿಯಾದದ್ದುಂಟು. ಕೆಲವೇ ತಿಂಗಳ ಹಿಂದೆ ಸದರಿ ಅಧಿಕಾರಿಗಳು ತಮ್ಮ ಮೇಲಿನವರಿಗೆ ಲಂಚ ಕೊಟ್ಟು, ಬೇಕಾಗಿಯೇ ಕಾಶ್ಮೀರದ ಗಡಿಗೆ ತಮ್ಮ ಪೋಸ್ಟಿಂಗ್

ಮಾಡಿಸಿಕೊಂಡದ್ದುಂಟು!

ಬೇಲಿ ಎದ್ದು ಹೊಲ ಮೇಯ್ದಾಗಿದೆ. ಅದರ ಪರಿಣಾಮ? ನಮ್ಮ ಅಮಾಯಕ ಯೋಧರು ಸಾವಿರಗಳ ಲೆಕ್ಕದಲ್ಲಿ ಕಾರ್ಗಿಲ್‌ನ ಪರ್ವತಗಳ ಮೇಲೆ, ಕಣಿವೆಗಳುದ್ದಕ್ಕೂ ಸತ್ತು ಮಲಗಿದ್ದಾರೆ. ಯಾವ ಪುರುಷಾರ್ಥಕ್ಕೆ?

ಅದಕ್ಕಿಂತ ದೊಡ್ಡ ದುರಂತವೆಂದರೆ, ಕಾರ್ಗಿಲ್ ಮೇಲೆ ಇಂಥದ್ದೊಂದು ಅಪಾಯ ಮುಗಿ ಬೀಳಲಿದೆ ಎಂಬುದು ನಮ್ಮ ಸೇನೆಗೆ, ಅಧಿಕಾರಿಗಳಿಗೆ, ಸರ್ವೋಚ್ಚ ಮಿಲಿಟರಿ ಪ್ರಭುಗಳಿಗೆ, ಮುಖ್ಯವಾಗಿ ಈ ದೇಶದ ರಕ್ಷಣಾ ಮಂತ್ರಿಗೆ 1998ರ ನವೆಂಬರ್ ತಿಂಗಳಲ್ಲೇ ಅಗತ್ಯಕ್ಕಿಂತ ಸ್ಪಷ್ಟವಾಗಿಗೊತ್ತಾಗಿತ್ತು!

"ನಮ್ಮ ಗೂಢಚರ್ಯ ವ್ಯವಸ್ಥೆ ವಿಫಲವಾಗಿದೆ" ಎಂದು ಕಿರುಚಿದರು. ಸರ್ಕಾರದಿಂದ ಹಿಡಿದು ಸೈನಿಕಾಧಿಕಾರಿಗಳ ತನಕ ಎಲ್ಲರೂ ಹೌದು ಹೌದೆಂಬಂತೆ ತಲೆ ಹಾಕಿದರು. ಆದರೆ ಭಾರತ ಸೈನ್ಯದ ಗೂಢಚರ್ಯ ವ್ಯವಸ್ಥೆ ಎಂದಿಗೂ ವಿಫಲಗೊಂಡಿರಲಿಲ್ಲ. ಇದೇ ಕಾರ್ಗಿಲ್‌ನಲ್ಲಿ ನೆಲೆಗೊಂಡಿರುವ ಪದಾತಿದಳದ ಮುಖ್ಯಸ್ಥ, ಗಡಿಯಾಚೆಗೆ ಪಾಕಿಸ್ತಾನಿಗಳು ದೊಡ್ಡ ಮಟ್ಟದ ಸಿದ್ಧತೆ ಮಾಡಿಕೊಳ್ಳುತ್ತಿದ್ದಾರೆ. ಅವರ ವಿರುದ್ಧ ಕಾರ್ಯಾಚರಣೆ ಮಾಡಲೇ ಬೇಕು, ನನಗೆ ಅಪ್ಪಣೆ ಕೊಡಿ" ಎಂದು ಪದೇ ಪದೇ ಶ್ರೀನಗರಕ್ಕೂ, ದಿಲ್ಲಿಗೂ ಪತ್ರ ಬರೆದ. ಅಧಿಕಾರಿಗಳು ಕಿವಿಗೆ ಹಾಕಿಕೊಳ್ಳಲೇ ಇಲ್ಲ. ಚಳಿಗಾಲ ಮುಗಿಯುತ್ತಿದ್ದಂತೆಯೇ ಕಾರ್ಗಿಲ್ ಮತ್ತು ಅಲ್ಲಿದ್ದ ಪದಾತಿದಳದ ನೂರಾರು ಸೈನಿಕರು ಸರ್ವನಾಶವಾಗಿ ಹೋದರು. ಆರು ತಿಂಗಳಿಗೆ ಮೊದಲೇ ಪತ್ರ ಬರೆದು ಎಚ್ಚರಿಸಿದ ಪದಾತಿದಳದ ಅಧಿಕಾರಿಯ ಕಣ್ಣಲ್ಲಿ ಉಳಿದದ್ದು ಕೇವಲ ಕಳವಳದ ನೀರು. ಆತನ ಹೆಸರು ಬ್ರಿಗೇಡಿಯರ್ ಸುರೀಂದರ್ ಸಿಂಗ್. ಆರ್ಟಿಲರಿ ದಳದ ಅಧಿಕಾರಿ ಮಾನ್ ಕೂಡ ಇಂತಹ ಎಚ್ಚರಿಕೆಯ ಪತ್ರಗಳನ್ನು ಬರೆದಿದ್ದರು. ಅವರಿಗೆ ಮೇಲಧಿಕಾರಿಗಳು ಕಳಿಸಿದ ಸಂದೇಶವೆಂದರೆ: 'ನೀವು ಬಟಾಲಿಕ್‌ನಲ್ಲಿ ಗಡಿ ಕಾಯಬೇಕಿಲ್ಲ. ವಾಪಸು ಬಂದುಬಿಡಿ!'

ಮೊಟ್ಟ ಮೊದಲಿಗೆ ಪಾಕಿಗಳು ನುಸುಳಿದ್ದೇ ಬಟಾಲಿಕ್ ಪ್ರದೇಶದೊಳಕ್ಕೆ!

ಖುದ್ದಾಗಿ ಕಾರ್ಗಿಲ್ ಸೆಕ್ಟರ್‌ನಲ್ಲಿ ದುಡಿಯುತ್ತಿದ್ದ ಬ್ರಿಗೇಡಿಯರ್ ಸುರೀಂದರ್ ಸಿಂಗ್ ಮತ್ತು ಅವರ ಸಹೋದ್ಯೋಗಿಗಳಿಗೆ ಗಡಿಯಾಚೆಗೆ, ಸರಹದ್ದಿನುದ್ದಕ್ಕೂ ಪಾಕಿ ಪಡೆಗಳು ಜಮಾವಣೆಯಾಗುತ್ತಿರುವ ವಿಷಯ ಗೊತ್ತಾಗುತ್ತಿತ್ತು. ನವೆಂಬರ್ ಕೊನೆಯಲ್ಲಿ ಹಿಮಪಾತ ಪ್ರಾರಂಭವಾಗುತ್ತಿದ್ದಂತೆಯೇ ಪಾಕಿಗಳು ಒಳಕ್ಕೆ ನುಸುಳುತ್ತಿದ್ದಾರೆಂಬ ವಾರ್ತೆಗಳು ಅವರನ್ನು ತಲುಪತೊಡಗಿದ್ದವು. ಮೇಲಿಂದ ಮೇಲೆ ಅವರು ಶ್ರೀನಗರಕ್ಕೆ (ಆರ್ಮಿ ಬೇಸ್) ಪತ್ರ ಬರೆದು, ಗಡಿ ಕಾಯಲು ಹೆಚ್ಚಿನ ಸೈನ್ಯ ಕಳಿಸುವಂತೆ ಕೋರಿದರು. ಅಲ್ಲಿಂದ ಉತ್ತರ ಬರಲೇ ಇಲ್ಲ. ಹೋಗಲಿ, ಕಾರ್ಗಿಲ್‌ನಲ್ಲಿ ಬ್ರಿಗೇಡಿಯರ್ ಸುರೀಂದರ್ ಸಿಂಗ್‌ರ ಹಿಡಿತದಲ್ಲಿದ್ದ ಸೈನಿಕರನ್ನೇ ಗಡಿ ಕಾಯಲು ಮತ್ತು ಪರ್ವತಗಳ ತುದಿಯಲ್ಲಿನ ಪಿಕೆಟ್‌ಗಳನ್ನು ಕಾಯಲು ಕಳಿಸೋಣವೆಂದರೆ, ಕಾರ್ಗಿಲ್ ಸೆಕ್ಟರ್‌ನ ಸೈನಿಕರಿಗೆ ಮಂಜಿನ ಮೇಲೆ ನಡೆದಾಡಲು ಬೇಕಾದ ಬೂಟುಗಳಿರಲಿಲ್ಲ.

ಬಟ್ಟೆಗಳಿರಲಿಲ್ಲ. (ಕಾರ್ಗಿಲ್‌ನ ಒಬ್ಬ ಮಧ್ಯಮ ಸ್ತರದ ಅಧಿಕಾರಿಯಂತೂ ತನ್ನ ಹರಿದ ಬೂಟುಗಳನ್ನೂ, ಪಿಸಿದ ಅಂಗಿಯನ್ನೂ ತೋರಿಸುತ್ತಿದ್ದ.)

ದುರಂತವೆಂದರೆ, ಕಾರ್ಗಿಲ್ ಮೇಲೆ ನಿಜವಾದ ಪಾಕ್ ದಾಳಿ ಪ್ರಾರಂಭವಾಗುತ್ತಿದ್ದಂತೆಯೇ, ಭಾರತದ ಸೇನೆ ಮಂಜು ಬೂಟುಗಳನ್ನು ಕೊಳ್ಳಲು ಅಂತಾರಾಷ್ಟ್ರೀಯ ಮಾರುಕಟ್ಟೆಯಲ್ಲಿ ಪರದಾಡಿತು. ಅಂತಹ ಬೂಟುಗಳನ್ನು ಪ್ರಪಂಚದಲ್ಲಿ ಕೇವಲ ಮೂರು ದೇಶಗಳಲ್ಲಿ ತಯಾರಿಸಲಾಗುತ್ತದೆ. ಅಲ್ಲಿ ವಿಚಾರಿಸಲು ಹೋದರೆ, ಪಾಕಿಸ್ತಾನವು ಆರು ತಿಂಗಳಿಗೆ ಮುಂಚೆಯೇ ಐವತ್ತು ಸಾವಿರ ಮಂಜಿನ ಬೂಟುಗಳನ್ನು ಖರೀದಿಸಿದ್ದು ಅರಿವಿಗೆ ಬಂತು. ದುರಂತವೇನು ಗೊತ್ತೇ? ಹೀಗೆ ಪಾಕಿಸ್ತಾನ್ ವಿಪರೀತ ಸಂಖ್ಯೆಯಲ್ಲಿ ಖರೀದಿಗಳನ್ನು ನಡೆಸುತ್ತಿದೆಯೆಂಬ ವರ್ತಮಾನ ಕೂಡ ಭಾರತದ ಹಿರಿಯ ಸೇನಾಧಿಕಾರಿಗಳಿಗೆ ತಲುಪಿತ್ತು. ಆದರೂ ಅವರು ಸುಮ್ಮನಿದ್ದರು.

ಏಕೆ ಗೊತ್ತೆ? ಲಾಹೋರಕ್ಕೆ ಬಸ್ಸಿನಲ್ಲಿ ಹೋಗಿ ನವಾಜ್ ಷರೀಫನೊಂದಿಗೆ ಸ್ನೇಹ ಹಸ್ತ ಕುಲುಕಿ ಬಂದಿದ್ದರು. ಅವರಿಗೆ ಪಾಕಿಸ್ತಾನಕ್ಕೆ ವಿರುದ್ಧವಾದಂತಹ ವರದಿ ಕೇಳಿಸಿಕೊಳ್ಳುವ ಉಮ್ಮೇದಿ ಇರಲಿಲ್ಲ. ಇವರು ಹೇಳಲಿಲ್ಲ!

ಪರಿಣಾಮವೇನಾಯಿತು? ನಮ್ಮ ಸೈನ್ಯದ ಅಮಾಯಕ ಕಿರಿಯ ಅಧಿಕಾರಿಗಳು, ಅವರಿಗಿಂತ ಅಮಾಯಕರಾದ ನೂರಾರು ಸೈನಿಕರು ಆ ಹೆಸರಿಲ್ಲದ ಪರ್ವತಗಳ ಮೇಲೆ ಸುಖಾ ಸುಮ್ಮನೆ ಸತ್ತು ಮಲಗಿದರು.

ಭಾರತದ ಪತಾಕೆ ಪಟಪಟಿಸುತ್ತಲೇ ಇತ್ತು.

ನಿಜಕ್ಕೂ ಅಲ್ಲಿ ಯುದ್ಧ ಮುಗಿದಿಲ್ಲ:

ಅಲ್ಲಿ ಮತ್ತೆ ಯುದ್ಧ ಆಕಳಿಸುತ್ತಿದೆ. ಪತ್ರಿಕೆ ಅಚ್ಚಿಗೆ ಹೋಗಲು ಕೇವಲ ಹನ್ನೆರಡು ತಾಸು ಬಾಕಿಯಿದೆ. ಭಾರತದ ಗಡಿಯಲ್ಲಿ ಪಾಕಿ ವಿಮಾನ ಹೊಡೆದುರುಳಿಸಿದ ವಾರ್ತೆ. ಕಾರ್ಗಿಲ್, ದ್ರಾಸ್, ಮುಷ್ಕೋ, ಬಟಾಲಿಕ್ ಮತ್ತು ಕಕ್ಸರ್ ಕದನ ಭೂಮಿಗಳನ್ನು ನೋಡಿ ಬಂದವರಿಗೆ ಮಾತ್ರ ಚೆನ್ನಾಗಿ ಗೊತ್ತು;

ಅಲ್ಲಿ ಯುದ್ಧ ಮುಗಿದಿಲ್ಲ.

ಅಸಲಿ ಸಾವುಗಳ ಅಧ್ಯಾಯ ಆರಂಭವಾಗುವುದು -ಬರಲಿರುವ ಸೆಪ್ಟಂಬರಿನ ಕೊನೆಯ ಹೊತ್ತಿಗೆ. ನೀವು ನಂಬಲಿಕ್ಕಿಲ್ಲ; ಭಾರತದ ಈ ಗಡಿಯಲ್ಲಿ, ಅನೂಹ್ಯ ಎತ್ತರಗಳ ಪರ್ವತಗಳ ಮೇಲೆ ನಾವು ಸದ್ಯಕ್ಕೆ ಇಳಿಸುತ್ತಿರುವ ಯೋಧರ ಸಂಖ್ಯೆ ಇಪ್ಪತ್ತು ಸಾವಿರ! ಕಾರ್ಗಿಲ್ ಸೆಕ್ಟರ್ ಒಂದರಲ್ಲೇ ಇಪ್ಪತ್ತು ಸಾವಿರ ಸೈನಿಕರು ಆಕಾಶದೆತ್ತರದ ಪರ್ವತಗಳ ಶಿಖರಗಳನ್ನು ಕಾವಲು ಕಾಯಬೇಕು. ಅದೂ-ಸೆಪ್ಟಂಬರಿನ ನಂತರದ ಚಳಿಯಲ್ಲಿ. ನಿಜವಾದ ಸಾವುಗಳಾಗುವುದೇ ಆವಾಗ. ನಮ್ಮ ಯೋಧರನ್ನು ಕೊಲ್ಲಲು ಆಗ ಪಾಕಿಸ್ತಾನಿ ಷೆಲ್‌ಗಳು ಬೇಕಾಗಿಲ್ಲ. ಉಗ್ರಗಾಮಿಗಳ ಬಂದೂಕು ಬೇಕಾಗಿಲ್ಲ.

ಬೀಳಲಿರುವ ಮಂಜು ಸಾಕು!

ದ್ರಾಸ್‌ನ ಎಡಬಲಕ್ಕಿರುವ ಟೋಲೋಲಿಂಗ್, ಹಂಪ್, ಥ್ರೀ ಪಿಂಪಲ್ಸ್ ಮತ್ತು ಟೈಗರ್ ಹಿಲ್ಸ್‌ಗಳ ನೆತ್ತಿಯ ಮೇಲೆ ಬೀಳುವ ಮಂಜು 30 ಅಡಿ ಎತ್ತರದ್ದಾಗಿರುತ್ತದೆ. ಅಲ್ಲಿ ಮಂಜು ತಕ್ಷಣ ಕರಗುವುದೂ ಇಲ್ಲ. ಸಿಯಾಚಿನ್‌ನಲ್ಲಾದಂತೆ ಸಾಂದ್ರಗೊಂಡು ಹಿಮದ ಬಂಡೆಯಾಗಿಯೂ ಪರಿವರ್ತಿತಗೊಳ್ಳುವುದಿಲ್ಲ. ಅಲ್ಲಿ ಮಂಜು ಅರಬಸ್ತಾನದ ಉಸುಕಿನಂತೆ ಮೆತ್ತಗೆ, ದಿನಗಟ್ಟಲೆ ಹರಡಿಕೊಂಡೇ ಇರುತ್ತದೆ. ಮತ್ತು ಆ ಮಂಜಿನ ಮೇಲೆ ನಮ್ಮ ಭಾರತದ ಯೋಧ ಪೂರ್ತಿ ಆರು ತಿಂಗಳು ಕಳೆಯಬೇಕು! ಒಬ್ಬ ಸೈನಿಕನಿಗೆ ಒಂದು ದಿನಕ್ಕೆ ಏನಿಲ್ಲವೆಂದರೂ

ಎರಡೂವರೆ ಲೀಟರು ಸೀಮೆಎಣ್ಣೆ ಬೇಕು. ಬೆಚ್ಚಗಿನ ಬುಖಾರಿ (ಕೋಣೆಯನ್ನು ಬೆಚ್ಚಗಿಡುವ ಒಲೆ)ಯಲ್ಲದಿದ್ದರೂ, ಬೆನ್ನು ಮೂಳೆ ಕದಲಿ ಹೋಗುವಂತಹ ಚಳಿಯಾದಾಗ ಕಡೆಯ ಪಕ್ಷ ಒಂದು ಕಪ್ ಚಹ ಕಾಯಿಸಿಕೊಳ್ಳುವುದಕ್ಕಾದರೂ ಅವನಿಗೆ ಇಂಧನ ಬೇಕು. ಹಾಗೆ ಒಂದು ಚಳಿಗಾಲ ಕಳೆಯಲು ಒಬ್ಬ ಭಾರತೀಯ ಯೋಧ ಒಂದು ಸಾವಿರ ಲೀಟರ್ ಸೀಮೆಎಣ್ಣೆ ಉರಿಸುತ್ತಾನೆ. ಕಾರ್ಗಿಲ್‌ನ ಪರ್ವತದ ತುದಿಗೆ ಒಂದು ಲೀಟರ್ ಸೀಮೆಎಣ್ಣೆ ತಲುಪುವ ಹೊತ್ತಿಗೆ, ಅದಕ್ಕೆ ತಗಲುವ ವೆಚ್ಚವೆಷ್ಟು ಗೊತ್ತೆ?

ನೂರು ರುಪಾಯಿ!

ದಿನಕ್ಕೆ ಇನ್ನೂರೈವತ್ತು ರುಪಾಯಿಗಳಷ್ಟು ಸೀಮೆಎಣ್ಣೆಯೇ ಖರ್ಚಾಗುತ್ತದೆಂದ ಮೇಲೆ, ಉಳಿದ ಖರ್ಚುಗಳ ಲೆಕ್ಕವೆಷ್ಟಿರಬಹುದು? ಒಬ್ಬ ಕಟ್ಟುಮಸ್ತಾದ ಸೈನಿಕ ದ್ರಾಸ್ ಸುತ್ತಲಿನ ಪರ್ವತದ ಮೇಲೆ ಮೈನಸ್ 55 ಡಿಗ್ರಿಯ ಚಳಿಯಲ್ಲಿ ಆರು ತಿಂಗಳ ಕಾಲ ಬದುಕಿ ಉಳಿಯಲೇ ಬೇಕು ಎಂಬುದು ನಮ್ಮ ಬಯಕೆಯಾದರೆ, ಒಬ್ಬ ಸಿಪಾಯಿಯ ಉಡುಪಿಗಾಗಿಯೇ ನಮ್ಮ ದೇಶ ಎರಡು ಲಕ್ಷ ರುಪಾಯಿ ಖರ್ಚು ಮಾಡಬೇಕು. ಅವನಿಗೆ ಕೊಡುವ ಎಕ್ಸ್ ಟ್ರೀಮ್ ಕೋಲ್ಡ್ ಕ್ಲೋತಿಂಗ್(ECC)- ವಿಪರೀತ ಚಳಿಗಾಗಿ ಉಡುಪು-ಪೈಕಿ ಒಂದು ಜಾಕೆಟ್‌ನ ಬೆಲೆಯೇ ಹದಿನಾರು ಸಾವಿರ ರುಪಾಯಿಯಾಗುತ್ತದೆ! Snow goggles ಎಂದು ಕರೆಯಲ್ಪಡುವ ಕನ್ನಡಕವಿಲ್ಲದಿದ್ದರೆ, ಪರ್ವತದ ತುದಿ ತಲುಪುವುದರೊಳಗಾಗಿ ಸೈನಿಕ ಕುರುಡಾಗಿ ಹೋಗುತ್ತಾನೆ. ಆ ಕನ್ನಡಕದ ಬೆಲೆ ಇಪ್ಪತ್ತೆರಡು ಸಾವಿರ. ಕೇವಲ ಇಷ್ಟೆಲ್ಲ ಬೆಚ್ಚನೆಯ ಬಟ್ಟೆ ಕೊಟ್ಟು ಅವನನ್ನು ಶಿಖರಗಳ ತುದಿಯಲ್ಲಿ ಕೂಡಿಸಿ ಬಂದರೆ ಸಾಲದು; ಅವನಿಗೆ ಮದ್ದು ಗುಂಡು ಒದಗಿಸಬೇಕು. ಬರೋಬ್ಬರಿ ನೂರು ಕೇಜಿ ತೂಕದ ಮದ್ದುಗುಂಡು ಒಯ್ದು ಪರ್ವತದ ತುದಿಗೆ ತಲುಪಿಸಿ ಬರಬೇಕೆಂದರೆ; ಒಂದು ಹೆಲಿಕಾಪ್ಟರಿಗೆ, ಒಂದು ಟ್ರಿಪ್ಪಿಗೆ ತಗುಲುವ ಖರ್ಚು 30 ಸಾವಿರ ರುಪಾಯಿ! ಅಂಥ ಹೆಲಿಕಾಪ್ಟರಿನ ಹೆಸರು 'ಚೀತಾ'. ಅದರಲ್ಲಿ ನಾಲ್ಕು ಜನಕ್ಕೆ ಮಾತ್ರ ಜಾಗ. ಜೊತೆಗೆ 100 ಕೇಜಿ ತೂಕದ ಮದ್ದುಗುಂಡು ಹೊರಬಲ್ಲ ತಾಕತ್ತು. ಅಂಥ ಒಂದು ದುಬಾರಿಯ 'ಚೀತಾ' ಬಳಸುವ ಬದಲು ಎರಡು ಮುದ್ದಾದ ಹೇಸರಗತ್ತೆ(mule)ಗಳನ್ನು ಬಳಸಿಬಿಟ್ಟರೆ- ಕೇವಲ ಮುನ್ನೂರು ರುಪಾಯಿಗಳಲ್ಲಿ ನೂರು ಕೇಜಿ ಮದ್ದು ಗುಂಡು ಹಿಮಶಿಖರದ ತುದಿ ತಲುಪಿ ಬಿಡುತ್ತವೆ. ಆದರೆ, ಭಾರತವು ತನ್ನ 147 ಕಿಲೋಮೀಟರುಗಳುದ್ದದ ಸರಹದ್ದು (Line of control) ಕಾಯಲು, ಸರಿಸುಮಾರು 200 ನಿಗಾ ಕೇಂದ್ರ(post)ಗಳನ್ನು ಈ ತಕ್ಷಣ ಸ್ಥಾಪಿಸಬೇಕು. ಒಂದೊಂದು postಗೆ ನೂರು ಕೇಜಿ ಮದ್ದುಗುಂಡು ತಲುಪಿಸಲು ಎರಡು ಹೇಸರಗತ್ತೆ ಬೇಕು. ಸೈನಿಕರಿಗೆ ಆಹಾರ, ಔಷಧಿ, ಬಟ್ಟೆ, ಅಂಚೆ ಇತ್ಯಾದಿಗಳನ್ನು ತಲುಪಿಸಲು ಇನ್ನೆರಡು ಹೇಸರಗತ್ತೆ. ಒಟ್ಟು ನಾಲ್ಕು. ಅಂದರೆ, ಇನ್ನೂರು postಗಳಿಗೆ ಎಂಟುನೂರು ಹೇಸರಗತ್ತೆ ಬೇಕು. ಆದರೆ ಸದ್ಯಕ್ಕೆ ಕಾರ್ಗಿಲ್ ಸೆಕ್ಟರಿನಲ್ಲಿ ಸಿಗಬಹುದಾದ ಹೇಸರ ಗತ್ತೆಗಳ ಸಂಖ್ಯೆ ಕೇವಲ ಇನ್ನೂರು! ಉಳಿದವುಗಳನ್ನು ಅವುಗಳ ಒಡೆಯರು ರಾತ್ರೋರಾತ್ರಿ ಶ್ರೀನಗರದ ಕಡೆಗೆ ಇಳಿಸಿಕೊಂಡು ಹೋಗಿಬಿಟ್ಟಿದ್ದಾರೆ. ಮತ್ತೆ ಕೆಲವು ಷೆಲ್ಲಿಂಗ್‌ಗೆ

ಸಿಕ್ಕು ಸತ್ತುಹೋಗಿವೆ.

ನಿಜ ಹೇಳಬೇಕೆಂದರೆ, ಆ ಒಡೆಯರು ಹಾಗೆ ರಾತ್ರೋರಾತ್ರಿ ಬೆಟ್ಟವಿಳಿದು ಓಡಿಹೋಗಲಿಕ್ಕೆ ಕಾರಣವಾದವರೇ ನಮ್ಮ ಸೈನಿಕರು. ಕಾರ್ಗಿಲ್‌ನಲ್ಲಿ ಯುದ್ಧ ಆರಂಭವಾದ ಕೂಡಲೆ ಕಾರ್ಗಿಲ್, ದ್ರಾಸ್, ಪಂದ್ರಾಸ್, ಕಕ್ಸರ್ ಮುಂತಾದ ಪುರ-ಪಟ್ಟಣಗಳಿಗೆ ನಮ್ಮ ಸೇನೆ ದೊಡ್ಡ ಸಂಖ್ಯೆಯಲ್ಲಿ ನುಗ್ಗಿತು. ಈ ಪಟ್ಟಣಗಳಲ್ಲಿರುವ ಪ್ರತಿ ಮನೆಯೂ ಒಂದು ಕೋಟೆಯಂಥದು. ಪ್ರತಿ ಮನೆಗೂ ಒಂದು ಬಂಕರ್. ಎಲ್ಲವೂ ಭದ್ರ. ಏಕೆಂದರೆ, ಇಲ್ಲಿ ಪ್ರತೀ ವರ್ಷ ಷೆಲ್ಲಿಂಗ್ ನಡೆಯುತ್ತದೆ. ಆದರೆ, ಈ ಭದ್ರಕೋಟೆಗಳಂತಹ ಮನೆಗಳಿಂದ ಆ ಪಟ್ಟಣವಾಸಿಗಳನ್ನು ನಮ್ಮ ಸೈನಿಕರು ಬಲವಂತವಾಗಿ ಒಕ್ಕಲೆಬ್ಬಿಸಿದರು. ಕೈ ಹಿಡಿದು ಹೊರಕ್ಕೆ ಹಾಕಿದರು. ಬೆಟ್ಟಗಳ ಮೇಲಿಂದ ಕೆಳಗಿನ ಪ್ರದೇಶಗಳಿಗೆ ಬಲವಂತವಾಗಿ ಕಳಿಸಿದರು. ಕಾರಣ ಸ್ಪಷ್ಟವಿತ್ತು;

ಆ ಮನೆಗಳು ನಮ್ಮ ಸೈನಿಕರಿಗೆ ಬೇಕು! ಅವುಗಳಲ್ಲಿ ಮದ್ದುಗುಂಡು ಇಡಬೇಕು. ಜೊತೆಗೆ ತಾವು ಅಡಗಿಕೊಳ್ಳಬೇಕು. ಅದೆಲ್ಲಕ್ಕಿಂತ ಮುಖ್ಯವಾಗಿ, ಆ ಮನೆಗಳಲ್ಲಿ ಜನರಿದ್ದರೆ ಅದೇ ದೊಡ್ಡ ಅಪಾಯ. ಏಕೆಂದರೆ, ಅಲ್ಲಿರುವ ಪ್ರತಿ ಮನುಷ್ಯನೂ ಮಾನಸಿಕವಾಗಿ ಪಾಕಿಸ್ತಾನಿ! ಅವನು ಊರಲ್ಲಿದ್ದುಕೊಂಡೇ ಕುತಂತ್ರ ಮಾಡಿಬಿಡಬಲ್ಲ. ಹೀಗಾಗಿ ಅವನನ್ನು ಪರ್ವತಗಳಿಂದ ಇಳಿಸಿ, ಕಣಿವೆಗಳಿಗೆ ಗದುಮಲಾಗಿದೆ. ಅವನ ಜೊತೆಗೆ ಹೇಸರಗತ್ತೆಗಳೂ ಇಳಿದು ಹೋಗಿವೆ. ಈಗ ಭಾರತದ ಸೈನ್ಯಕ್ಕಿರುವ ಮುಖ್ಯ ಕೆಲಸವೆಂದರೆ-ಕತ್ತೆ ಹುಡುಕುವುದು! ಇಂಥ ಭಯಾನಕವಾದ ಮತ್ತು ಪ್ರತಿಕೂಲಕಾರಕವಾದ ಪರಿಸ್ಥಿತಿಯಲ್ಲಿ ನಮ್ಮ ಭಾರತೀಯ ಯೋಧ ಕಾರ್ಗಿಲ್‌ನ ಗಡಿ ಕಾಯಬೇಕು. 147 ಕಿಲೋ ಮೀಟರುಗಳಷ್ಟು ಉದ್ದದ ಗಡಿ ಕಾಯುವುದೆಂದರೆ, ಸುಮ್ಮನೆ ಮಾತಲ್ಲ. ಜಗತ್ತಿನಲ್ಲೇ ಇಷ್ಟೊಂದು ದುರ್ಗಮವಾದ ಮತ್ತು ಪ್ರತಿಕೂಲ ಹವಾಮಾನದ ಇನ್ನೊಂದು ಯುದ್ಧ ಭೂಮಿ ನಿಮಗೆ ಸಿಗಲಾರದು. ಈ ಪರ್ವತಗಳ ಶಿಖರಗಳಲ್ಲಿ ಎಲ್ಲೆಲ್ಲೂ ಸಮತಟ್ಟಾದ ಒಂದು ಚಿಕ್ಕ ಜಾಗ ಸಿಕ್ಕುವುದಿಲ್ಲ. ಸುಮಾರು ಐದು ಜನ ಸೈನಿಕರು ಒಂದೇ ಕಡೆ ಮುದುರಿ ಮಲಗಬಹುದಾದಷ್ಟೂ ವಿಶಾಲವಾದ ಬಂಕರ್ ಕಟ್ಟಿಕೊಳ್ಳುವುದು ಕಷ್ಟ. ಇಲ್ಲಿನ ಬೆಟ್ಟಗಳ ತುದಿಗಳು ವಿಪರೀತ ಮೊನಚು. ಅವುಗಳ ಮೇಲೆ ಮಂಜಿನ ಕಿರೀಟ! ಸಿಯಾಚಿನ್ ಗ್ಲೇಷರ್ (ನೀರ್ಗಲ್ಲು) ಮೇಲೆ ವರ್ಷಗಟ್ಟಲೆ ಇದ್ದು ಬಂದ ಸೈನಿಕ ಕೂಡ ಕಾರ್ಗಿಲ್‌ನ ಶಿಖರಗಳ ಮೇಲಿರಲು ಹಿಂದೆಗೆಯುತ್ತಾನೆ. ಏಕೆಂದರೆ, ಸಿಯಾಚಿನ್‌ನಲ್ಲಿ ವಿಶಾಲವಾದ ಹೆಬ್ಬಂಡೆಗಳಿವೆ. ಇಲ್ಲಿರುವುದು ಕೇವಲ ಮೊನಚು ಶಿಖರ. ಹೀಗಾಗಿಯೇ, ಸಿಯಾಚಿನ್ ಗಡಿ ಕಾಯಲು ದಿನಕ್ಕೆ ಕೇವಲ ನಾಲ್ಕು ಕೋಟಿ ರುಪಾಯಿ ಖರ್ಚಾದರೆ, ಕಾರ್ಗಿಲ್ ಗಡಿ ಕಾಯಲು ತಗಲುವ ಖರ್ಚು-ದಿನಕ್ಕೆ 12 ಕೋಟಿ! ಈಗಾಗಲೇ ಕಾರ್ಗಿಲ್ ಕದನ ಭಾರತದ ಎರಡು ಸಾವಿರ ಕೋಟಿ ರುಪಾಯಿ ತಿಂದು ಹಾಕಿದೆ. ಆದರೆ ಬರಲಿರುವ ಚಳಿಗಾಲ ಎರಡೂವರೆ ಸಾವಿರ ಕೋಟಿ ರುಪಾಯಿಗಳನ್ನು ತಿಂದು ಹಾಕಲಿದೆ. ಹಾಳು ಬಿದ್ದು ಹೋಗಲಿ; ದೇಶಕ್ಕಾಗಿ ನಾವು ಇನ್ನಷ್ಟು ದುಡಿಯೋಣ. ಇನ್ನಷ್ಟು ಖರ್ಚು ಮಾಡೋಣ. ನಮ್ಮ ಸರಹದ್ದುಗಳು ಕ್ಷೇಮವಾಗಿರಲಿ.

ಆದರೆ ಪ್ರಾಣಗಳು?

ಅವುಗಳನ್ನೆಲ್ಲಿಂದ ಉದಾರವಾಗಿ ಖರ್ಚು ಮಾಡೋಣ?

ಇವತ್ತಿಗೆ ಅಧಿಕೃತವಾಗಿ ಪಾಕಿಸ್ತಾನ್ ಸರ್ಕಾರ ಯುದ್ಧ ನಿಲ್ಲಿಸಿ, ತಾನು ಕಳಿಸಿದ ಪಡೆಗಳನ್ನು ಹಿಂದಕ್ಕೆ ತೆಗೆದುಕೊಂಡು ನಾಲ್ಕು ವಾರಗಳಾದವು. ಆದರೂ ಕಾರ್ಗಿಲ್ ಮತ್ತು ದ್ರಾಸ್‌ನಲ್ಲಿ ಪ್ರತಿನಿತ್ಯದ ಷೆಲ್ ದಾಳಿ ತಪ್ಪಿಲ್ಲ. ಕತ್ತಲಾಗುತ್ತಿದ್ದಂತೆಯೇ ಷೆಲ್‌ಗಳ ಸುರಿಮಳೆ. ಎರಡು ಷೆಲ್ ಬಿದ್ದ ಸದ್ದು ಕೇಳುತ್ತಿದ್ದಂತೆಯೇ, ಭಾರತದ ಆರ್ಟಿಲರಿ ತೆರಪಿಲ್ಲದೆ ತನ್ನ ಬೊಫೋರ್ಸ್ ಬಂದೂಕುಗಳನ್ನು ಪಾಕಿ ಆಕಾಶದೆಡೆಗೆ ತಿರುಗಿಸಿ **bombardment** ಪ್ರಾರಂಭಿಸಿಬಿಡುತ್ತದೆ. ಬೆಳಕು ಹರಿಯುವ ಹೊತ್ತಿಗೆ, ಒಂದೇ ಸಮನೆ ಷೆಲ್ ಹಾರಿಸಿ, ಹಾರಿಸಿ ಬೊಫೋರ್ಸ್ ಫಿರಂಗಿಯ ಕೊಳವೆಗಳು ನಿಗಿ ನಿಗಿ ಕಾದು ಕೆಂಡವಾಗಿ, ಕಿತ್ತಳೆಯ ಬಣ್ಣಕ್ಕೆ ತಿರುಗಿಕೊಂಡಿರುತ್ತವೆ. ಒಂದು ರಾತ್ರಿಯ ಪಾಳಿ ಮುಗಿಸಿದ ನಮ್ಮ ಆರ್ಟಿಲರಿ ವಿಭಾಗದ ಸೈನಿಕರು ಫಿರಂಗಿಯ ಚಕ್ರಗಳ ನಡುವೆಯೇ ಉರುಳಿಕೊಂಡು ನಿದ್ರೆ ಮಾಡಿರುತ್ತಾರೆ. ನೂರು ದಿನಗಳ ನಿರಂತರ ಯುದ್ಧ ಅವರನ್ನು ಯಾವ ಪರಿ ಗಟ್ಟಿ ಮಾಡಿಬಿಟ್ಟಿದೆಯೆಂದರೆ; ಅವರೀಗ ಷೆಲ್ ಬಿದ್ದ ಕೂಡಲೆ ಬಂಕರುಗಳೊಳಕ್ಕೆ ನೆಗೆಯುವುದನ್ನೇ ಬಿಟ್ಟುಬಿಟ್ಟಿದ್ದಾರೆ. "ಹರ್ ಷೆಲ್ ಕಾ ಹರ್‌ಸ್ಪ್ಲಿಂಟರ್ ಪೆ ಕಿಸೀನಾ ಕಿಸೀಕಾ ನಾಮ್ ಲಿಖಾ ಹೋಗಾ!" (ಪ್ರತಿ ಷೆಲ್‌ನೊಳಗಿರುವ ಪ್ರತಿ ಸ್ಪ್ಲಿಂಟರ್‌ನ ಮೇಲೂ ಒಬ್ಬರಲ್ಲ ಒಬ್ಬರ ಹೆಸರು ಬರೆದೇ ಇರುತ್ತದೆ.) ಯಾರು ಸಾಯಬೇಕೆಂದು ನಿಶ್ಚಯವಾಗಿದೆಯೋ, ಅವರು ಸತ್ತೇ ಸಾಯುತ್ತಾರೆ. ತಲೆ ಕೆಡಿಸಿಕೊಳ್ಳುವುದೇಕೆ? ಹಾಗಂತ **56** ಬ್ರಿಗೇಡ್‌ನ ಡೆಪ್ಯುಟಿ ಕಮ್ಯಾಂಡರ್ ಕರ್ನಲ್ ಎಸ್.ವಿ.ಈ. ಡೇವಿಡ್ ಪತ್ರಿಕೆಗಳಿಗೆ ಹೇಳಿದ್ದಾರೆ.

ಕಾರ್ಗಿಲ್‌ನಿಂದ ಪ್ರತಿನಿತ್ಯ ಎದ್ದು ಬರುವ ಸುದ್ದಿಗಳಲ್ಲಿ ಆಗಾಗ ಕರ್ನಲ್ ಡೇವಿಡ್‌ರ ಹೆಸರು ಪ್ರಸ್ತಾಪವಾಗುತ್ತದೆ. ಇಡೀ ದ್ರಾಸ್ ಪಟ್ಟಣ ದೆವ್ವ ಹೊಕ್ಕ ಮನೆಯಂತಾಗಿದ್ದರೂ, ಅಲ್ಲಿನ ಸೈನಿಕ ಶಿಬಿರದಲ್ಲಿ ಈ ಕರ್ನಲ್ ಡೇವಿಡ್ ಎಂಬ ಮಧ್ಯವಯಸ್ಕ ಮನುಷ್ಯ, ತೆಳ್ಳಗೆ, ಎತ್ತರಕ್ಕೆ, ಚಿರತೆಯೊಂದರ ಚುರುಕುತನದೊಂದಿಗೆ ಓಡಾಡಿಕೊಂಡೇ ಇರುತ್ತಾರೆ. ಮೂಲತಃ ಮಹಾರಾಷ್ಟ್ರದ ಪುಣೆಯವರು. ಆದರೆ ಬಿಹಾರದ ರೆಜಿಮೆಂಟಿನವರಾದ್ದರಿಂದ ಬಿಹಾರದ ಬಗ್ಗೆಯೇ ಮಾತು. ಅದರೊಂದಿಗೇ ಒಲವು. ಆತನ ಅನೇಕ **photo**ಗಳು ನನ್ನಲ್ಲಿವೆ. ತೀರ ಯುದ್ಧಕ್ಕೆ ಹೊರಡುವ ಮುನ್ನ ಸೈನ್ಯದ ಹಿರಿಯ ಅಧಿಕಾರಿಗಳ ಅಪ್ಪಣೆಯನ್ನೂ ಧಿಕ್ಕರಿಸಿ, ಬೆಟ್ಟದ ಬುಡದಲ್ಲಿ ನಮ್ಮನ್ನು ನಿಲ್ಲಿಸಿಕೊಂಡು ಮಾತನಾಡಿದ ಅಧಿಕಾರಿಯೀತ. ದೊಡ್ಡ ಎದೆಗಾರ.

ನಿಜ ಹೇಳಬೇಕೆಂದರೆ, ನಾನು ಎರಡನೆಯ ಬಾರಿಗೆ ಕಾರ್ಗಿಲ್‌ಗೆ ಹೋಗುವ ಹೊತ್ತಿಗಾಗಲೇ ಷೆಲ್ಲಿಂಗ್‌ನ ತೀವ್ರತೆ ಕಡಿಮೆಯಾಗಿತ್ತು. ಇನ್ನೇನು ಯುದ್ಧ ಶಮನವಾದಂತೆಯೇ ಅಂದುಕೊಂಡೇ ಹಿಂತಿರುಗಿದ್ದೆ. ಆದರೆ, ಎರಡು ವಾರ ತೆಪ್ಪಗಿದ್ದ ಪಾಕಿ ಸೈತಾನ್ ಮತ್ತೆ ಇದ್ದಕ್ಕಿದ್ದ ಹಾಗೆ ದ್ರಾಸ್ ಹಾಗೂ ಕಾರ್ಗಿಲ್‌ಗಳ ಮೇಲೆ ಭಯಾನಕವಾದ ಷೆಲ್ ದಾಳಿ ಶುರುವಿಟ್ಟುಬಿಟ್ಟಿದ್ದಾನೆ. ಅಸಲಿಗೆ, ಸರ್ವನಾಶವಾಗಿ ಹೋಗಿರುವ ದ್ರಾಸ್‌ನ ಮೇಲೆ ಷೆಲ್ ದಾಳಿ ಮಾಡಿ ಆಗಬೇಕಾದುದೇನೂ ಇಲ್ಲ.

ಆದರೂ ಪಾಕಿ ದುಷ್ಮನ್ ಷೆಲ್ ಬೀಸುತ್ತಾನೆ. ಕಾರಣವೇನು ಗೊತ್ತೆ?

ಭಾರತೀಯ ಸೇನೆಗೆ ಇನ್ನು ಒಂದೂವರೆ ತಿಂಗಳ ಅವಧಿಯಲ್ಲಿ ತನ್ನ ಸರಹದ್ದಿ (Line Of Control)ನುದ್ದಕ್ಕೂ postಗಳ ನಿರ್ಮಾಣ ಮಾಡಿ ಮುಗಿಸಿಬಿಡಲು ಅವಕಾಶ ಮಾಡಿ ಕೊಡಬಾರದು. ಷೆಲ್ ದಾಳಿ ನಡೆಯುತ್ತಿದ್ದರೆ ಬಂಕರು ಕಟ್ಟಲು ಆಗುವುದಿಲ್ಲ. ಒಂದೆಡೆಯಿಂದ ಇನ್ನೊಂದೆಡೆಗೆ ಸೈನ್ಯ ಚಲಿಸಲಾರದು. ಈ ತರಹದ ಷೆಲ್ಲಿಂಗಿಗೆ ಯುದ್ಧದ ಭಾಷೆಯಲ್ಲಿ **harassing** ಅನ್ನುತ್ತಾರೆ. ವೈರಿಗೆ ಕಿರುಕುಳ ನೀಡೋದು ಅಂತ ಅರ್ಥ. ಆ ಕೆಲಸವನ್ನು ಪಾಕಿಸ್ತಾನಿ ಸೈನ್ಯದ 'ಆರ್ಟಿಲರಿ' ಯೂನಿಟ್(ಫಿರಂಗಿ ದಳ) ಮಾಡುತ್ತಿರುತ್ತದೆ.

ಆದರೆ ಸರಹದ್ದಿನ ಆಚೆಗೆ ಪಾಕಿಗಳು ಎಲ್ಲಿ ತಮ್ಮ ಫಿರಂಗಿಗಳನ್ನು ಇಟ್ಟುಕೊಂಡು ಹೀಗೆ ನಿರಂತರವಾಗಿ ಷೆಲ್ ಹಾರಿಸುತ್ತಾ ನಮ್ಮನ್ನು **harass** ಮಾಡುತ್ತಾರೆ ಎಂಬುದು ನಮ್ಮ ಸೈನ್ಯಕ್ಕೆ ಗೊತ್ತೇ ಆಗುತ್ತಿಲ್ಲ. ಗೊತ್ತಾಗಿದ್ದಿದ್ದರೆ, ಈ ಹೊತ್ತಿಗೆ ಕರೆಕ್ಟಾಗಿ, ಅವರ ಫಿರಂಗಿಗಳ ಮೇಲಕ್ಕೆ ಬೊಫೋರ್ಸ್ ದಾಳಿ ಮಾಡಿ ಸರ್ವನಾಶ ಮಾಡಿಬಿಡಬಹುದಾಗಿತ್ತು. ಪಾಕಿ ದುಷ್ಮನ್ ಸರಹದ್ದಿನುದ್ದಕ್ಕೂ ಇರುವ ಪರ್ವತಗಳ ಹಿಂದೆ ಮರೆಯಲ್ಲಿ ತನ್ನ ಆರ್ಟಿಲರಿ ನಿಲ್ಲಿಸಿಕೊಂಡಿದ್ದಾನೆ. ಖಚಿತವಾಗಿ ಎಲ್ಲಿ ನಿಲ್ಲಿಸಿಕೊಂಡಿದ್ದಾನೆ ಎಂಬುದು ಗೊತ್ತಾಗಬೇಕಾದರೆ, ಅವನು ಫಿರಂಗಿ ಹಾರಿಸಿದ ತಕ್ಷಣ ಅದನ್ನು ಗುರುತಿಸುವ, ಅದರಿಂದ ಹೊರಡುವ ಬೆಂಕಿಯನ್ನು ಗುರುತಿಸುವ ರಾಡಾರ್‌ನಂತಹ 'ಫೈರ್ ಫೈಂಡರ್' **(Fire finder)**ಎಂಬ ಉಪಕರಣವೊಂದು ನಮ್ಮಲ್ಲಿರಬೇಕಿತ್ತು. ಅದು ನಮ್ಮಲ್ಲಿಲ್ಲ. ಯಾಕೆ ಗೊತ್ತೆ?

ಕಾರ್ಗಿಲ್ ಯುದ್ಧ ಶುರುವಾಗುವ ಮೊದಲೇ ಅದನ್ನು ಕೊಳ್ಳಬೇಕಿತ್ತು. ನಮ್ಮ ಘನ ಸರ್ಕಾರ ಮತ್ತು ರಾಜಕಾರಣಿಗಳು ಹಣ ಬಿಡುಗಡೆ ಮಾಡಲಿಲ್ಲ. ಮಾಡಿದ್ದಿದ್ದರೆ ಇಷ್ಟೊಂದು ಜನ ಅಮಾಯಕ ಸೈನಿಕರು ಕಾರ್ಗಿಲ್‌ನಲ್ಲಿ ಸಾಯುತ್ತಿರಲಿಲ್ಲ. ಒಂದೇ ಸೌಭಾಗ್ಯವೆಂದರೆ; ಇಂಥದೊಂದು **Fire finder** ಉಪಕರಣ ಪಾಕಿಸ್ತಾನದ ಬಳಿಯಲ್ಲೂ ಇಲ್ಲ. ಇದ್ದಿದ್ದರೆ....

ಈ ಯುದ್ಧ ನಾವು ಗೆಲ್ಲುತ್ತಿರಲಿಲ್ಲ!

ಈಗ ಉದ್ಭವವಾಗಿರುವ ಅತಿ ದೊಡ್ಡ ಸಮಸ್ಯೆಯೆಂದರೆ, ನಿರಂತರವಾದ ಷೆಲ್ಲಿಂಗ್‌ನ ನಡುವೆಯೂ ನಾವು **147** ಕಿಲೋ ಮೀಟರುಗಳುದ್ದದ ಸರಹದ್ದಿನಲ್ಲಿ, ಅತಿಮಾನುಷ ಸಾಧ್ಯವಾದ ಪರ್ವತಗಳ ಮೊನಚು ತುದಿಗಳಲ್ಲಿ ನಮ್ಮ ಸೈನಿಕರಿಗಾಗಿ **post**ಗಳನ್ನು ನಿರ್ಮಿಸಿ, ಅವುಗಳಲ್ಲಿ ಅವರನ್ನು ಬೆಚ್ಚಗೆ ಕೂಡಿಸಿ ಬರಬೇಕು. ಸುಮ್ಮನೆ ಕೂಡಿಸಿ ಬಂದರೆ ಸಾಲದು; ಅವರ ಕೈಗೆ ಕರಾಳ ರಾತ್ರಿಯ ಕತ್ತಲಿನಲ್ಲೂ ಸ್ಪಷ್ಟವಾಗಿ ಕಾಣಬಲ್ಲಂತಹ ಬೈನಾಕ್ಯುಲರ್ ತರಹದ ರಾತ್ರಿ ವೀಕ್ಷಣೆಯ **(Night vision devices)** ಸಲಕರಣೆಗಳನ್ನು ಕೊಟ್ಟು ಕೂರಿಸಬೇಕು. ಈಗ ನಮ್ಮಲ್ಲಿರುವ ಸಲಕರಣೆಗಳು ಹೆಚ್ಚೆಂದರೆ, ಅರ್ಧ ಕಿಲೋ ಮೀಟರಿನ ಪರಿಧಿಯೊಳಕ್ಕೆ ಪಾಕಿ ದುಷ್ಮನ್ ಕಾಲಿಟ್ಟರೆ, ಅವನ ಕಡೆಯ ವಾಹನವೋ, ಹೇಸರಗತ್ತೆಯೋ ಚಲಿಸಿದರೆ ಕಂಡು ಹಿಡಿಯಬಲ್ಲಷ್ಟು ಮಾತ್ರದ ತಾಕತ್ತು ಹೊಂದಿವೆ. ಅರ್ಧ ಕಿಲೋ ಮೀಟರಿನಷ್ಟು ಹತ್ತಿರಕ್ಕೆ ಬಂದ ಪಾಕಿ, ನಮ್ಮ ಸೈನಿಕ

ದಡಬಡಿಸಿ ಎದ್ದು ಬಂದೂಕು ಕೈಗೆತ್ತಿ ಕೊಳ್ಳುವುದರೊಳಗಾಗಿ ಇವನ ಕೆಲಸ ಮುಗಿಸಿ ಹಾಕಿರುತ್ತಾನೆ. ಈ ಅಪಾಯದಿಂದ ಪಾರಾಗಬೇಕಾದರೆ, ಸರಹದ್ದಿನುದ್ದಕ್ಕೂ ನೆಲ ಅಗೆದು ಹಲವಾರು ಅಡಿ ಆಳದಲ್ಲಿ ಅಪಾಯದ ಕರೆಗಂಟೆಗಳನ್ನು ಹುದುಗಿಸಿಡಬೇಕು. ಈ ತರಹದ ಕರೆಗಂಟೆಗಳಿಗೆ **Burrying sensors** ಅನ್ನುತ್ತಾರೆ. ಇವುಗಳ ಮೇಲೆ ಪಾಕಿಸ್ತಾನಿಗಳು ಕಾಲಿಟ್ಟ ತಕ್ಷಣ ಒಂದು ಅಲಾರ್ಮ್ ಬಡಿದುಕೊಳ್ಳ ತೊಡಗುತ್ತದೆ. ಅದು ಕ್ಷೇಮ. ಆದರೂ ಸೈನ್ಯಾಧಿಕಾರಿಗಳು ಹೇಳುವುದೇನು ಗೊತ್ತೆ?

ಯಂತ್ರ, ಎಷ್ಟಾದರೂ ಯಂತ್ರವೇ. ಅಂಥವು ಸಾವಿರ ಯಂತ್ರಗಳಿದ್ದರೂ, ಅವುಗಳ ಎದಿರು **post(ಕಾಯುವ ತಾಣ)**ನಲ್ಲಿ ಒಬ್ಬ ಜೀವಂತ ಸೈನಿಕ ಕುಳಿತಿರಬೇಕು. ಅವನನ್ನು ಮುಂಬರುವ ಚಳಿಗಾಲದಲ್ಲಿ ಹಾಗೆ ಕದಲದಂತೆ ಕೂಡಿಸುವುದೇ ಬಹುದೊಡ್ಡ ಕಷ್ಟ.

-ಆದರೆ ಒಂದು ಪ್ರಶ್ನೆ.

ಇಂಥ ಬಹುದೊಡ್ಡ ಕಷ್ಟಗಳ ಮಧ್ಯೆಯೇ ಅಲ್ಲ ವೇ, ಕಳೆದ ಕಡು ಚಳಿಗಾಲದಲ್ಲಿ ಪಾಕಿಸ್ತಾನಿ ಸೈನಿಕ ನುಸುಳಿ ಬಂದದ್ದು? ಬಂದು ಕುಳಿತದ್ದು? ಮತ್ತು ನಮ್ಮ ಸಾವಿರಾರು ಯೋಧರನ್ನು ಮುಗಿಸಿ ಹಾಕಿದ್ದು?

ಅವನಿಗೆ ಮಾತ್ರ ಹೇಗೆ ಸಾಧ್ಯವಾಯಿತು?

ಅವನು ಒಳಬಂದದ್ದು ನಮ್ಮ ಸೇನೆಗೆ ಗೊತ್ತೇ ಆಗಲಿಲ್ಲ ವೇಕೆ?

ಈ ಪ್ರಶ್ನೆಗೆ ಉತ್ತರ ಹೇಳಬಲ್ಲ ಏಕೈಕ ಅಧಿಕಾರಿಯ ಹೆಸರು ಬ್ರಿಗೇಡ್ ಕಮ್ಯಾಂಡರ್ ಸುರೀಂದರ್ ಸಿಂಗ್! ಆದರೆ ಅವರನ್ನು ಸದ್ಯಕ್ಕೆ ಲೇ ಸೈನಿಕ ಶಿಬಿರದಲ್ಲಿ (ಅನಧಿಕೃತವಾಗಿ) ಬಂಧನದಲ್ಲಿ ಡಲಾಗಿದೆ. ಹಾಗೆ ಬಂಧನದಲ್ಲಿಟ್ಟಿರುವುದು ಪಾಕಿಗಳಲ್ಲ.

ಭಾರತ ಸರ್ಕಾರ!

ಬಾಲ್ಯದಿಂದ ನೋಡಿದ ಭಾರತದ ಮ್ಯಾಪೇ ಸುಳ್ಳು!

ಭಾರತವೆಂದ ಕೂಡಲೆ ಚಿಕ್ಕಂದಿನಿಂದ ಕಲ್ಪಿಸಿ ಕೊಂಡು ಬಂದ ಒಂದು ಚಿತ್ರ, ಒಂದು ಭೂಪಟ ಕಣ್ಣೆದುರಿಗೆ ಲಾಸ್ಯವಾಡುತ್ತದಲ್ಲವೆ? ನೆತ್ತಿಯ ಮೇಲೆ ಜಮ್ಮು-ಕಾಶ್ಮೀರದ ಒಂದು ಮುದ್ದಾದ ಹೆಡೆ. ಮೂರೂ ಕಡೆ ನೀಲಿ ನೀರಿನ ಸಮುದ್ರ. ಈ ಮಹಾನ್ ದೇಶದ ಕಾಲ ಬುಡದಲ್ಲಿ

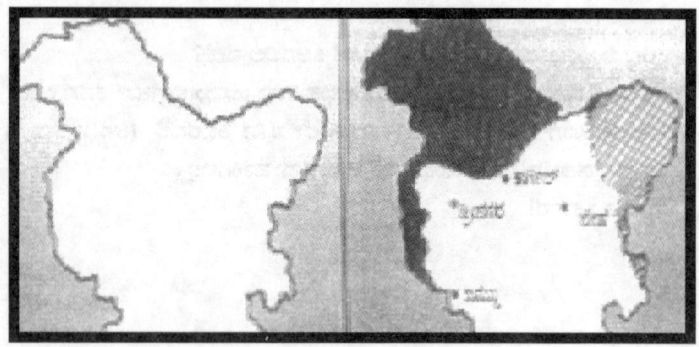

೧. ನಾವು ಈತನಕ ನಂಬಿಕೊಂಡಿರುವ ಮ್ಯಾಪಿನ ಭಾರತ

೨. ಇಲ್ಲಿ ಬಿಳಿಯ ವರ್ಣದಲ್ಲಿ ಮುದ್ರಿತಗೊಂಡ ಭಾಗವಷ್ಟೇ ನಮ್ಮದು.

ಪುಟಾಣಿ ಶ್ರೀಲಂಕೆ!

ನಿಮಗೂ ಇಂಥದೇ ಒಂದು ಚಿತ್ರ ಕಲ್ಪನೆಯಲ್ಲಿದೆಯಲ್ಲವೆ? ಯುದ್ಧದ ಮಾತು ಕಿವಿಗೆ ಬೀಳುವ ಮುನ್ನ ಅಸಲಿಗೆ ಕಾರ್ಗಿಲ್ ಎಂಬ ಒಂದು ಪಟ್ಟಣವಿದೆಯೆಂಬುದು ನನ್ನ ಗಮನಕ್ಕಂತೂ ಬಂದಿರಲಿಲ್ಲ. ಯುದ್ಧ ಶುರುವಾಗುತ್ತಿದ್ದಂತೆಯೇ ಮ್ಯಾಪು ತೆಗೆದು ನೋಡಿದೆ. ಭಾರತದ ಹೆಡೆಯ

ನಟ್ಟ ನಡುಮಧ್ಯೆ ಒಂದು ಕುಂಕುಮದ ಬೊಟ್ಟಿನಂತಿತ್ತು ಕಾರ್ಗಿಲ್.

ಅರೆ, ಪಾಕಿಸ್ತಾನಿಗಳು ತೀರ ಗಡಿ ನುಗ್ಗಿ ಇಷ್ಟು ಆಳಕ್ಕೆ-ಭಾರತದ ಹಣೆಯ ಮಧ್ಯದ ತನಕ-ನುಗ್ಗಿ ಬಂದುಬಿಟ್ಟರಾ? ಹಾಗಂತ ಕಸಿವಿಸಿಗೊಳ್ಳುತ್ತಲೇ ಶ್ರೀನಗರದ ವಿಮಾನ ಹತ್ತಿದ್ದೆ. ಅವತ್ತು ಮಧ್ಯಾಹ್ನದ ಹೊತ್ತಿಗೆ ನನ್ನ ಅನುಮಾನಗಳು ನಿಜವಾಗಿದ್ದವು.

ಅಸಲಿಗೆ, ನಾವು ಬಾಲ್ಯದಿಂದ ಮ್ಯಾಪಿನಲ್ಲಿ ನೋಡುತ್ತ ಬಂದಿರುವಂತೆ ಭಾರತಕ್ಕೆ ಅಂಥದೊಂದು (ಜಮ್ಮು-ಕಾಶ್ಮೀರದ) ಹೆಡೆಯೇ ಇಲ್ಲ! ಮತ್ತು ಕಾರ್ಗಿಲ್ ಎಂಬುದು ಆ ಹೆಡೆಯ ಮಧ್ಯಭಾಗದಲ್ಲಿ ಇಲ್ಲ. ಕಾರ್ಗಿಲ್ ಎಂಬುದು ಭಾರತದ ಕೊನೆಯ ಪಟ್ಟಣ. ಅದನ್ನು ದಾಟಿ ನಾಲ್ಕು ಹೆಜ್ಜೆ ಹಾಕಿದರೆ -ಅಲ್ಲಿಗೆ ಭಾರತದ ಗಡಿ ಮುಗಿದು ಹೋಗುತ್ತದೆ.

ಅದರಾಚೆಗಿನದು? ಅದು ಪಾಕ್ ಆಕ್ರಮಿತ ಕಾಶ್ಮೀರ! ಅದು ನಮ್ಮ ಕೈಬಿಟ್ಟು ಐದು ದಶಕಗಳೇ ಆಗಿವೆ. ನಾವು ಮುದ್ರಿಸಿ, ನಂಬಿಕೊಂಡು ಬರುತ್ತಿರುವ ಮ್ಯಾಪೇ ಸುಳ್ಳು. ಭಾರತದ ಒಂದು ತುದಿಯನ್ನು ಚೀನಾ ನುಂಗಿ ಹಾಕಿದೆ. ಇನ್ನೊಂದು ದೊಡ್ಡ ಭಾಗವನ್ನು ಪಾಕ್ ತಿಂದು ಕುಳಿತಿದೆ. ದುರಂತವೆಂದರೆ, ಕಳೆದ ಐವತ್ತೂ ಚಿಲ್ರೆ ವರ್ಷಗಳಿಂದ ನಮ್ಮದಲ್ಲದ ಭೂ ಭಾಗವನ್ನು ನಾವು ಹಠಕ್ಕೆ ಬಿದ್ದು ನಮ್ಮ ಮ್ಯಾಪಿನಲ್ಲಿ ಪ್ರಿಂಟು ಮಾಡಿಕೊಳ್ಳುತ್ತಿದ್ದೇವೆ. ಈ ವಿಷಯ ಯಾರಿಗೂ ಗೊತ್ತಿಲ್ಲವೆಂದಲ್ಲ. ಆದರೆ, ಅನೇಕರಿಗೆ ಗೊತ್ತಿಲ್ಲ. ತೀರ ಕಾರ್ಗಿಲ್‌ಗೆ ಹೊರಡುವ ಮುನ್ನ ಕಳ್ಳಂಬೆಳ್ಳದ ಶಾಸಕ ಜಯಚಂದ್ರ ಸಿಕ್ಕಿದ್ದರು. ಅವರಿಗೆ ಭಾರತದ ನಕಾಶೆ ಬರೆದು, ನಮ್ಮ ದೇಶದ ಹಣೆಯೇ ಈಗ ನಮ್ಮೊಂದಿಗಿಲ್ಲ ಅಂತ ವಿವರಿಸಿದೆ. "ಏನ್ಸಾರ್ ಹೀಗಂತೀರಿ?" ಎಂದು ಚಡಪಡಿಸಿದರೇ ಹೊರತು ನನ್ನ ವಾದ ಒಪ್ಪಲಿಲ್ಲ.

ನಿಮ್ಮಲ್ಲೂ ಅನೇಕರು ಒಪ್ಪಲಿಕ್ಕಿಲ್ಲ. ಆದರೆ ಕಾಶ್ಮೀರಿಗಳು ನಮ್ಮ ದೇಶಭಕ್ತಿಯನ್ನು "ಅರ್ಥಹೀನ ಮುಗ್ಧತೆ" ಅಂತ ಗೇಲಿ ಮಾಡಿ ನಗುತ್ತಾರೆ. ಮನಸ್ಸಿಗೆ ನೋವಾಗುತ್ತದೆ.

ಯಾವ ತಪ್ಪಿಗೆ ಈ ಮಹಾಯೋಧ ಜೈಲಿನಲ್ಲಿ ರಬೇಕು?

ಅವತ್ತು ಶ್ರೀನಗರದ 15 corps ಆವರಣದೊಳಕ್ಕೆ ನಾನು ಮತ್ತು ನನ್ನ ವರದಿಗಾರ ಆರ್.ಟಿ.ವಿಠ್ಠಲಮೂರ್ತಿ ಕಾಲಿಟ್ಟ ಸಂದರ್ಭದಲ್ಲಿ, ಕಾರ್ಗಿಲ್ ಎಂಬುದರ ದಿಕ್ಕು ಮತ್ತು ಆಕಾರಗಳೆರಡೂ ಹೇಗಿರುತ್ತವೆ ಎಂಬುದರ ಸಣ್ಣ ಪರಿಕಲ್ಪನೆಯೂ ನಮಗಿರಲಿಲ್ಲ. ಅಲ್ಲೊಂದು ಘನ ಘೋರ ಕದನವಾಗುತ್ತಿದೆ. ಮತ್ತು ಅಂಥ ಕದನಕ್ಕೆ ಕಾರಣವಾದದ್ದು - ನಮ್ಮ ಸೈನ್ಯಾಧಿಕಾರಿಗಳ, ಮುಖ್ಯವಾಗಿ ಬೇಹುಗಾರಿಕಾ ದಳದ ಅಧಿಕಾರಿಗಳ ನಿರ್ಲಕ್ಷ್ಯ. ಈ ಅಧಿಕಾರಿಗಳ ನಿರ್ಲಕ್ಷ್ಯದಿಂದಾಗಿಯೇ ಭಾರತೀಯ ಯೋಧರು ಸರಹದ್ದಿನಲ್ಲಿ ಹಕ್ಕಿಗಳಂತೆ ಗುಂಡೇಟು ತಿಂದು ಸಾಯುತ್ತಿದ್ದಾರೆ. ಒಂದು ಕಡೆ ಪಾಕಿಗಳು ಒಳಕ್ಕೆ ನುಸುಳುತ್ತಿದ್ದರೆ, ಮತ್ತೊಂದು ಕಡೆ ಕಾರ್ಗಿಲ್ ಸೆಕ್ಟರ್‌ನ ರಕ್ಷಣೆಗಿದ್ದ 121 ಬ್ರಿಗೇಡ್‌ನ ಅಧಿಕಾರಿಗಳು ವಿಸ್ಕಿ ಕುಡಿದು ಬಿದ್ದುಕೊಂಡಿದ್ದರು. ಹಾಗೆ ನಿರ್ಲಕ್ಷ್ಯ ಮಾಡಿದ ಆಪಾದನೆಯ ಮೇಲೆಯೇ, ಯುದ್ಧ ಭೂಮಿಯಿಂದ ಎತ್ತಿ ಈ ಮನುಷ್ಯನನ್ನು ಶ್ರೀನಗರದ 15 corps ಆವರಣಕ್ಕೆ ಮಾಮೂಲಿ ಗುಮಾಸ್ತನ ಮಟ್ಟಕ್ಕೆ ಎಳೆದು ಕೂಡಿಸಲಾಗಿದೆ.

ಈ ಮನುಷ್ಯನ ಹೆಸರು ಬ್ರಿಗೇಡಿಯರ್ ಸುರೀಂದರ್ ಸಿಂಗ್!

ಹಾಗಂತ ನಮಗೆ ಹೇಳಲಾಗುತ್ತಿತ್ತು. ಇಡೀ ಶ್ರೀನಗರದ ಸೈನಿಕ ಸಮೂಹದ ಕೇಂದ್ರ ಕಚೇರಿಯಲ್ಲಿ ಬ್ರಿಗೇಡಿಯರ್ ಸುರೀಂದರ್ ಸಿಂಗ್ ಬಗ್ಗೆ ಒಂದು ತಿರಸ್ಕಾರದ ನೋಟವಿತ್ತು. ಕೆಳಗಿನ ಅಧಿಕಾರಿಗಳು ಕಾಲಕಾಲಕ್ಕೆ ಸೆಲ್ಯೂಟ್ ಮಾಡಿ ಗೌರವ ಸಲ್ಲಿಸಿದರೂ, ಅದೊಂದು ತೆರನಾದ ಒಬ್ಬಂಟಿತನಕ್ಕೆ ಈ ಅಧಿಕಾರಿ ಒಳಗಾಗಿದ್ದರು. ಭಾರತದ ನಕಾಶೆಯ ಅಸಲಿಯತ್ತು ಕೂಡ ಗೊತ್ತಿರದಿದ್ದ ನಾವು, ಕಾರ್ಗಿಲ್‌ನಂತಹ ಮಧ್ಯ(?) ಭಾಗಕ್ಕೆ ಪಾಕಿ ಶತ್ರು ನುಸುಳಿ ಬಂದು ಕುಳಿತಿದ್ದಾನೆಂದರೆ, ಇದು ಕಾರ್ಗಿಲ್‌ನ ಕಾವಲಿಗಿದ್ದ 121 ಬ್ರಿಗೇಡ್‌ನ ಹಿರಿಯನದೇ ತಪ್ಪು: ಬೇಹುಗಾರಿಕಾ ದಳದ ವೈಫಲ್ಯವೇ ಕಾರಣ ಎಂಬ ತೀರ್ಮಾನಕ್ಕೆ ಬಂದುಬಿಟ್ಟಿದ್ದೆವು.

ಅಂದು ನಮ್ಮನ್ನು ಭೇಟಿ ಮಾಡಿದ, ನೆರವು ನೀಡಿದ, ಯುದ್ಧ ವಿವರಣೆ ಕೊಡ ಮಾಡಿದ ಮತ್ತು ನಮ್ಮನ್ನು ಯುದ್ಧ ರಂಗದ ನಾನಾ ಮೂಲೆಗಳಿಗೆ ಕರೆದೊಯ್ದು ಅಷ್ಟೂ ಅಧಿಕಾರಿಗಳ photoಗಳನ್ನು ನಮ್ಮ ನೆನಪಿಗಾಗಿಯೋ ಸುದ್ದಿಗಾಗಿಯೋ, ಕೇವಲ fancyಗಾಗಿಯೋ ತೆಗೆದಿಟ್ಟು ಕೊಳ್ಳುತ್ತಿದ್ದವರು ನಾವು. ಆದರೆ ಬ್ರಿಗೇಡ್ ಕಮ್ಯಾಂಡರ್ ಸುರೀಂದರ್ ಸಿಂಗ್ ಬಗ್ಗೆ ನಮಗೆ ಎಂಥ ಅಸಡ್ಡೆ ಮೂಡಿ ಬಿಟ್ಟಿತ್ತೆಂದರೆ, ಅವರದೊಂದು photo ಕೂಡ ಅವತ್ತು ನಾವು ತೆಗೆಯಲಿಲ್ಲ.

ಇವತ್ತು ಬ್ರಿಗ್. ಸುರೀಂದರ್ ಸಿಂಗ್ ಎಂಬ ಮಹಾ ಯೋಧ ಲೇಹ್‌ನಲ್ಲಿ ಹೆಚ್ಚು ಕಡಿಮೆ ಜೈಲಿನಲ್ಲಿ ಇರಿಸಲ್ಪಟ್ಟಿದ್ದಾರೆ. ಆತ ಬಾಯಿಬಿಟ್ಟರೆ ಭಾರತ ಸರ್ಕಾರದ, ರಕ್ಷಣಾ ಮಂತ್ರಿ ಜಾರ್ಜ್ ಫರ್ನಾಂಡಿಸ್‌ರ, ಪ್ರಧಾನಿ ವಾಜಪೇಯಿಯವರ ಮತ್ತು ಇಡೀ ಸೈನ್ಯದ ಕಿಮ್ಮತ್ತು ಮೂರು ಕಾಸಿಗೆ ಹರಾಜಾಗುತ್ತದೆ. ಯಾವ ಕಾರ್ಗಿಲ್ ಯುದ್ಧ ಗೆದ್ದು ಬಂದಿದ್ದೇವೆಂದು ಭುಜ ತಬ್ಬಿಕೊಂಡು ಭಾರತೀಯ ಜನತಾ ಪಕ್ಷದ ನಾಯಕರು ಚುನಾವಣೆಗಳಲ್ಲಿ ಮತ ಕೇಳಿ ಭಾಷಣ ಹೊಡೆಯುತ್ತಿದ್ದಾರೋ; ಅವರೆಲ್ಲರ ರಾಜಕೀಯ ಭವಿತವ್ಯ ಸರ್ವನಾಶವಾಗುತ್ತದೆ. ಏಕೆಂದರೆ, ಬ್ರಿಗ್. ಸುರೀಂದರ್ ಸಿಂಗ್ ಎಂಬ ಸರ್ದಾರ್‌ಜಿ ಅಂಥ ಸ್ಫೋಟಕ ಸತ್ಯಗಳನ್ನು ಹೊರಗಿಡುತ್ತಿದ್ದಾರೆ. ಆ ಸತ್ಯಗಳನ್ನು ಮೊದಲ ಬಾರಿಗೆ ಜಗತ್ತಿಗೆ ಅರುಹಿದ ಕೀರ್ತಿ ಮಾತ್ರ ಇಂಗ್ಲಿಷಿನ **'Out look'** ಪತ್ರಿಕೆಯ ವರದಿಗಾರ ನಿತಿನ್ ಗೋಖಲೆಗೆ ಸಲ್ಲಬೇಕು.

ಕಾರ್ಗಿಲ್ ಯುದ್ಧ ಆರಂಭವಾದ ಕೂಡಲೆ, "ಸೈನ್ಯದ ಬೇಹುಗಾರಿಕೆ ವಿಫಲವಾಯಿತು ಮತ್ತು ಸೈನ್ಯದ ಒಟ್ಟಾರೆ ಕಾರ್ಯಾಚರಣೆಯೇ ದೋಷಪೂರಿತವಾದುದಾಗಿದೆ" ಎಂಬ ಎರಡು ಕೂಗುಗಳೆದ್ದವು. ಎರಡೂ ಗಾಳಿಗೆ ಬಂದ ಆಪಾದನೆಗಳೇ. ಎರಡರಲ್ಲೂ ಖಚಿತವಾಗಿ ಇಂಥ ಮನುಷ್ಯನ ಅಥವಾ ಅಧಿಕಾರಿಯ ತಪ್ಪಿದೆ ಎಂದು ಹೇಳುವಂತಹ ತಾಕತ್ತಿರಲಿಲ್ಲ. ನೂರಾರು ಭಾರತೀಯರನ್ನು ನುಂಗಿದ ಕಾರ್ಗಿಲ್ ಯುದ್ಧಕ್ಕೆ ಯಾರೊಬ್ಬರನ್ನೂ ಹೊಣೆಗಾರರನ್ನಾಗಿ ಮಾಡುವ ಪ್ರಯತ್ನ ನಡೆಯಲಿಲ್ಲ. ಈ ಬಗ್ಗೆ ಯಾರು ಮಾತನಾಡಲು ಹೊರಟರೂ, "ಸದ್ಯಕ್ಕೆ ಸುಮ್ಮನಿರಿ! ಯುದ್ಧ ಮುಗಿಯುವ ತನಕ ಅಪಸ್ವರ ಬೇಡ" ಎಂಬ ಗದರಿಕೆ ಹುಟ್ಟುತ್ತಿತ್ತು.

ನಂತರ, ಕೆಲವೇ ದಿನಗಳಲ್ಲಿ ಕಾರ್ಗಿಲ್‌ನಲ್ಲಿದ್ದ 121 ಬ್ರಿಗೇಡ್‌ನ ಮುಖ್ಯಸ್ಥರಾದ ಬ್ರಿಗೇಡಿಯರ್ ಸುರೀಂದರ್ ಸಿಂಗ್‌ರನ್ನು ಜೂನ್ ತಿಂಗಳ ಮೊದಲ ವಾರದಲ್ಲಿ ಅನಾಮತ್ತಾಗಿ ಎತ್ತಿ ಶ್ರೀನಗರದ ಕಚೇರಿಗೆ ಕಳಿಸಿಬಿಟ್ಟಿದ್ದರು. ಅವರಿಗೊಂದು ಜಾಗ (posting) ಕೂಡ ಕೊಟ್ಟಿರಲಿಲ್ಲ. "ಚಳಿಗಾಲದುದ್ದಕ್ಕೂ ಕಾರ್ಗಿಲ್ ಗಡಿಯಲ್ಲಿದ್ದ ನನ್ನನ್ನು ಅಲ್ಲಿ ಯುದ್ಧ ಶುರುವಾದ ಕೂಡಲೆ ಎತ್ತಿ ಶ್ರೀನಗರಕ್ಕೆ ಹಾಕಿದ್ದೇಕೆ?" ಎಂದು ಬ್ರಿಗೇಡಿಯರ್ ಸಿಂಗ್ ಕೇಳಿದರೆ,

"ನಿಮ್ಮ ಆರೋಗ್ಯ ಸರಿಯಿಲ್ಲ. ಸುಮ್ಮನಿರಿ!" ಎಂದು ಗದರಿಸಿತು ಸೈನ್ಯಾಧಿಕಾರ. **Ofcourse**, ಚಿಕ್ಕದೊಂದು **splinter** ಬಡಿದು ಸಿಂಗ್‌ರ ಕಿವಿ ಗಾಯಗೊಂಡಿದ್ದು ನಿಜ. ಆದರೆ ಅವರನ್ನು ಕಾರ್ಗಿಲ್‌ನಿಂದ ಎತ್ತಂಗಡಿ ಮಾಡಲು ಇದ್ದ ಒಂದೇ ಕಾರಣವೆಂದರೆ-ಬ್ರಿಗ್. ಸಿಂಗ್ ಬಾಯಿಬಿಟ್ಟರೆ ಅನಾಹುತ ತಪ್ಪಿದ್ದಲ್ಲ!

ಬ್ರಿಗೇಡಿಯರ್ ಸುರೀಂದರ್ ಸಿಂಗ್

ಏಕೆಂದರೆ, ಸದ್ಯದಲ್ಲೇ ಭಾರತದೊಳಕ್ಕೆ ಪಾಕಿಗಳು ನುಸುಳಲಿದ್ದಾರೆ ಎಂಬ ವರದಿಯನ್ನು ಅತ್ಯಂತ ಸ್ಪಷ್ಟವಾಗಿ ಕಳೆದ ವರ್ಷ(ಆಗಸ್ಟ್ '98)ವೇ ಕಾರ್ಗಿಲ್‌ನಿಂದ ರವಾನೆ ಮಾಡಿದವರು ಇದೇ ಬ್ರಿಗೇಡಿಯರ್ ಸುರೀಂದರ್ ಸಿಂಗ್.

ಈ ಅಧಿಕಾರಿ, ಕಳೆದ ಆಗಸ್ಟ್-ಸೆಪ್ಟಂಬರಿನಲ್ಲಿ ಕಾರ್ಗಿಲ್ ಪರ್ವತಗಳ ಮೇಲೆ ಪ್ರತಿ ವರ್ಷದಂತೆ ದಟ್ಟವಾದ ಮಂಜು ಸುರಿಯುತ್ತಿಲ್ಲ ಎಂಬುದನ್ನು ಗಮನಿಸುತ್ತಿದ್ದಂತೆಯೇ ಕಸಿವಿಸಿಗೊಂಡಿದ್ದರು. ಅದಕ್ಕೆ ಪೂರಕವಾಗಿ ಆಗಸ್ಟ್ 1998ರಲ್ಲೇ ಪಾಕಿಗಳು ಕಾರ್ಗಿಲ್ ಮೇಲೆ ಷೆಲ್ ಬೀಸುವುದನ್ನು ತೀವ್ರಗೊಳಿಸಿದ್ದರು. ಅದು ಸ್ಪಷ್ಟ ಸೂಚನೆ. ಒಂದು ಕಡೆ ಕಾರ್ಗಿಲ್ ಮೇಲೆ ಷೆಲ್ ಬೀಳುತ್ತಿದ್ದರೆ-ಭಾರತೀಯ ಸೈನ್ಯ ಅದರತ್ತಲೇ ಗಮನ ಕೊಡುತ್ತದೆ: ಆ ಸಮಯದಲ್ಲಿ ಪಾಕಿಗಳು ಗಡಿಯೊಳಕ್ಕೆ ನುಸುಳಿ ಬಿಡುತ್ತಾರೆ. ಈ ಅಪಾಯವನ್ನು ಮೊದಲು ಗುರುತಿಸಿದವರೇ ಬ್ರಿಗ್. ಸುರೀಂದರ್ ಸಿಂಗ್. ತಕ್ಷಣ ಅವರು ತಮ್ಮ ಹಿರಿಯ ಅಧಿಕಾರಿ ಮೇಜರ್ ಜನರಲ್ ಬುಧವರ್‌ರವರಿಗೆ ಪತ್ರ ಬರೆದರು. ಮೇ.ಜ. ಬುಧವರ್ ಲೇಹ್‌ನಲ್ಲಿರು ತ್ತಾರೆ. ಅವರದು ಥರ್ಡ್ ಡಿವಿಷನ್‌ನ ನೇತೃತ್ವ. ಅವರ ಕೈಕೆಳಗೇ ಬ್ರಿಗ್. ಸುರೀಂದರ್ ಸಿಂಗ್ ಕೆಲಸ ಮಾಡಬೇಕು. ಸಿಂಗ್‌ರವರದು ಕಾರ್ಗಿಲ್ ಗಡಿಯ 147 ಕಿ.ಮೀ.ಗಳ ಗಡಿ ರಕ್ಷಣೆಯ ಉಸ್ತುವಾರಿ. "ಪಾಕಿಸ್ತಾನದ ಚಟುವಟಿಕೆ ನೋಡಿದರೆ, ಸದ್ಯದಲ್ಲೇ ಯುದ್ಧದ ಸಾಧ್ಯತೆಗಳಿವೆ. ಈ ಬಗ್ಗೆ ಏನು ಮಾಡಬೇಕೆಂಬ ಸೂಚನೆ ಕೊಡಿ" ಎಂದು ವಿನಂತಿಸಿದರು ಸಿಂಗ್. ಮೇ.ಜ. ಬುಧವರ್ ಉತ್ತರ ನೀಡಲಿಲ್ಲ.

ಆಗಸ್ಟ್ 25ರಂದು ಭಾರತ ಸೇನೆಯ ಮುಖ್ಯಸ್ಥ ಜನರಲ್ ವಿ.ಪಿ. ಮಲಿಕ್ ಕಾರ್ಗಿಲ್‌ಗೆ ಖುದ್ದಾಗಿ ಬಂದರು. ಅವರಿಗೂ ಬ್ರಿಗೇಡಿಯರ್ ಸುರೀಂದರ್ ಸಿಂಗ್ ಪರಿಸ್ಥಿತಿ ವಿವರಿಸಿದರು. ಲಿಖಿತ ವರದಿ ಕೊಟ್ಟರು. ಆದರೂ ಉಪಯೋಗವಾಗಲಿಲ್ಲ. ಹಿರಿಯ ಅಧಿಕಾರಿಗಳು ಸಿಂಗ್ ಅವರಿಗೆ ಏನೂ ಹೇಳಲಿಲ್ಲ.

ಮುಂದೆ ಅಕ್ಟೋಬರ್ 1998ರಲ್ಲಿ ಕಾರ್ಗಿಲ್ ಸರಹದ್ದು ಕಾಯಲು ತಮಗೆ ಹೆಚ್ಚಿನ ಸೈನ್ಯ ಬೇಕೆಂದು ಬರೆದರು ಸಿಂಗ್. ಆಗಲೂ ಬುಧವರ್ ಮಿಸುಗಲಿಲ್ಲ. 1998ರ ನವೆಂಬರಿನಲ್ಲಿ ಇನ್ನೊಂದು ಪತ್ರ ಜನರಲ್ ಮಲಿಕ್‌ರವರಿಗೇ ಬರೆಯಲಾಯಿತು. ಮಾರ್ಚ್ 1999ರ ತನಕ ಪತ್ರಗಳನ್ನು ಬರೆದದ್ದೇ ಆಯಿತು. ಹೆಚ್ಚಿನ ಸೈನ್ಯಕ್ಕಾಗಿ ವಿನಂತಿಸಿದ್ದೇ ಆಯಿತು. ಅದರ ಪರಿಣಾಮವೆಂದರೆ, "ಗಡಿ ಕಾವಲಿನ ರಗಳೆ ಬಿಡಿ. ಬಟಾಲಿಕ್‌ನಲ್ಲಿರುವ ನಿಮ್ಮ ಪಡೆಗಳನ್ನು ವಾಪಸು ಕರೆಸಿಕೊಳ್ಳಿ" ಎಂಬ ಆದೇಶ ಬಂತು. ದುರಂತ ಗೊತ್ತೆ? ಬ್ರಿಗ್. ಸುರೀಂದರ್ ಸಿಂಗ್ ಬಟಾಲಿಕ್‌ನಿಂದ ತಮ್ಮ ತುಕಡಿಗಳನ್ನು ಹಿಂದಕ್ಕೆ ಕರೆಸಿದರು. ಅದರ ಮರುದಿನವೇ ಪಾಕಿ ಸೈನ್ಯ ಬಟಾಲಿಕ್‌ಗೆ ನುಗ್ಗಿತು.

ಹೀಗೆ ಪದೇ ಪದೇ ಹಿರಿಯರನ್ನು ಎಚ್ಚರಿಸಿದ್ದರು ಬ್ರಿಗೇಡಿಯರ್ ಸುರೀಂದರ್ ಸಿಂಗ್. ಅವರ ಪತ್ರದ ಪ್ರತಿಗಳೆಲ್ಲ ರಕ್ಷಣಾ ಮಂತ್ರಿ ಜಾರ್ಜ್ ಫರ್ನಾಂಡಿಸ್ ಎಂಬ ಮೂರ್ಖನ ಟೇಬಲ್ಲಿಗೆ ತಲುಪುತ್ತಿದ್ದವು. ಯಾವುದಕ್ಕೂ ಉತ್ತರ ದೊರೆಯಲಿಲ್ಲ. ಇದಕ್ಕಿದ್ದ ಮುಖ್ಯ ಕಾರಣಗಳೆಂದರೆ: ಪಾಕಿಗಳು 1972ರ ಸೀಮ್ಲಾ ಒಪ್ಪಂದವನ್ನು ಗೌರವಿಸಿ ಸುಮ್ಮನಿರುತ್ತಾರೆ ಎಂಬ ಮೂರ್ಖ ನಂಬಿಕೆ. ವಾಜಪೇಯಿ ಲಾಹೋರ್ ಬಸ್ಸು ಹತ್ತಿದ್ದರಿಂದ ಪಾಕಿಸ್ತಾನ್ ಜೊತೆಗಿನ ಮೈತ್ರಿಗೆ ಭಂಗ ಬರಕೂಡದೆಂಬ ಜಾರ್ಜ್ ಫರ್ನಾಂಡಿಸ್‌ರ ಹುಚ್ಚು ಹಂಬಲ. ಇದ್ದ ಸೈನಿಕ ತಾಕತ್ತನ್ನೆಲ್ಲ ಒಂದು ತುದಿಯಲ್ಲಿ ಸಿಯಾಚಿನ್ ಹೆಬ್ಬಂಡೆಯ ಮೇಲೂ, ಇನ್ನೊಂದು ತುದಿಯಲ್ಲಿ ಕಾಶ್ಮೀರದ ಕಣಿವೆಯ ಮೇಲೂ ವ್ಯಯ ಮಾಡಿದುದರಿಂದ-ಕಾರ್ಗಿಲ್ ಮೇಲೇಕೆ ಮತ್ತೆ ಖರ್ಚು ಮಾಡಬೇಕು ಎಂಬ ಅಪದ್ಧ ಶಾಣ್ಯಾತನ!

ಹೀಗಾಗಿ ಬ್ರಿಗ್. ಸಿಂಗ್‌ರ ಯಾವ ಎಚ್ಚರಿಕೆಯನ್ನೂ ಸರಕಾರ ಮತ್ತು ಸೈನ್ಯ ಗಮನಿಸಲೇ ಇಲ್ಲ. ಕಾರ್ಗಿಲ್ ಯುದ್ಧ ಶುರುವೇ ಆಗಿಹೋಯಿತು. "ಇದನ್ನು ನಾನು ಮುಂಚೆಯೇ ಊಹಿಸಿದ್ದೆ" ಎಂದು ಬ್ರಿಗ್. ಸಿಂಗ್ ದನಿಯೆತ್ತುವ ಮೊದಲೇ ಜೂನ್ 1999ರಲ್ಲಿ ಅವರನ್ನು ಕಾರ್ಗಿಲ್‌ನಿಂದ ಶ್ರೀನಗರಕ್ಕೆ ಎತ್ತಂಗಡಿ ಮಾಡಲಾಯಿತು. ಬ್ರಿಗ್. ಸಿಂಗ್ ಪತ್ರಿಕೆಯೊಂದಿಗೆ ಮಾತಾಡತೊಡಗಿದರು. ಅವರನ್ನು ಶ್ರೀನಗರದಿಂದ ಎತ್ತಿ ಆಂಧ್ರದ ಸಿಕೆಂದರಾಬಾದಿಗೆ ಒಗೆದರು. ಅಲ್ಲೂ ಮಾತನಾಡಿದರು ಸಿಂಗ್. ಎರಡೇ ದಿನದಲ್ಲಿ ಅಲ್ಲಿಂದ ತೆಗೆದು ರಾಂಚಿಗೆ ಹಾಕಿದರು. ಉಪಯೋಗವಾಗಿರಲಿಲ್ಲ. ರಾಂಚಿಯಿಂದ ಎತ್ತಿ ರಾಜಸ್ತಾನಕ್ಕೆ ಒಗೆದರು. ಅಲ್ಲಿಗೆ ಆತ ತಲುಪುವ ಮೊದಲೇ, ಅಕ್ಷರಶಃ ಒತ್ತಾಯಪೂರ್ವಕವಾಗಿ ಲೇಹ್ ಆರ್ಮಿ ಬೇಸ್‌ಗೆ ಕರೆದೊಯ್ಯಲಾಗಿದೆ. ಅಲ್ಲಿ ಬ್ರಿಗೇಡಿಯರ್ ಸಿಂಗ್ ಅನಧಿಕೃತ-ಬಂಧಿ. ಆತ ಮಾಡಿದ ಎರಡೇ ಅಪರಾಧಗಳೆಂದರೆ, ಅಪಾಯದ ಮುನ್ಸೂಚನೆ ನೀಡಿದ್ದು ಮತ್ತು ಸತ್ಯ ಹೇಳತೊಡಗಿದ್ದು.

ನಿಜ ಹೇಳಬೇಕೆಂದರೆ, ಬ್ರಿಗೇಡ್ ಕಮ್ಯಾಂಡರ್ ಸುರೀಂದರ್ ಸಿಂಗ್ ಹಗುರ ತೂಕದ ಅಧಿಕಾರಿಯಲ್ಲ. ಇದೇ ಕಾರ್ಗಿಲ್‌ನಲ್ಲಿ 1980ರಲ್ಲಿ ದುಡಿದಿದ್ದಾರೆ. ಆಗ ಅವರು ವಶಪಡಿಸಿಕೊಂಡಿದ್ದ ಪಾಯಿಂಟ್ 5180 ಎಂಬ ಪರ್ವತ ಮೊನ್ನೆ ಕಾರ್ಗಿಲ್ ಯುದ್ಧ ಶುರುವಾಗುವ

ತನಕ ಭಾರತದ ಕೈವಶದಲ್ಲೇ ಇತ್ತು. ಅನೇಕ ಕಾರ್ಯಾಚರಣೆಗಳಲ್ಲಿ ಭಾಗಿಯಾದ ಸಿಂಗ್, ಮೂರು ಗ್ಯಾಲಂಟ್ರಿ ಪದಕ ಪಡೆದಿದ್ದಾರೆ. ಭಾರತದ ಮೂರು ಮುಖ್ಯ ಬ್ರಿಗೇಡ್‌ಗಳೆಂದರೆ- ಸಿಯಾಚಿನ್‌ನಲ್ಲಿರುವ 102 ಬ್ರಿಗೇಡ್, ಕಾರ್ಗಿಲ್‌ನ 121ಬ್ರಿಗೇಡ್ ಹಾಗೂ ಅರುಣಾಚಲ ಪ್ರದೇಶದ ತವಾಂಗ್‌ನ (ನಾನು 6ವರ್ಷಗಳ ಹಿಂದೆ ಅಲ್ಲಿದ್ದೆ!) 190 ಬ್ರಿಗೇಡ್. ಈ ಮೂರೂ ಬ್ರಿಗೇಡ್‌ಗಳಿಗೆ ಅತ್ಯಂತ ಸಾಹಸಿಗಳನ್ನೇ ಆಯ್ಕೆ ಮಾಡಿ ಬ್ರಿಗೇಡ್ ಕಮ್ಯಾಂಡರುಗಳನ್ನಾಗಿ ಹಾಕುತ್ತಾರೆ. ಅಂಥ ಕಾರ್ಗಿಲ್‌ನ 121 ಬ್ರಿಗೇಡ್‌ಗೆ ಅಧಿನಾಯಕರಾಗಿದ್ದ ಬ್ರಿಗ್. ಸುರೀಂದರ್ ಸಿಂಗ್ ಇವತ್ತು ನಮ್ಮದೇ ಸೈನ್ಯದ ಅನಧಿಕೃತ ಖೈದಿ. ಒಬ್ಬ ಮಹಾಯೋಧನಿಗೆ ಇದಕ್ಕಿಂತ ಅವಮಾನವಾಗಬೇಕೆ? ಇವತ್ತು ಬ್ರಿಗ್. ಸಿಂಗ್ ಬಾಯಿಬಿಟ್ಟರೆ ಜಾರ್ಜ್‌ರ ಜುಬ್ಬಾ ಧೂಳೀಪಟವಾಗುತ್ತದೆ. ವಾಜಪೇಯಿಯ ಬೆವರಿಳಿಯುತ್ತದೆ.

ಆದರೆ ಅವರ ಬಾಯಿ ಮುಚ್ಚಲಾಗಿದೆ!

ಸಾಲಾ
ಇಂಡಿಯಾ!

"**ಇ**ಸ್ ಕಂಬಖ್ತ್ ಮುಲ್ಕ್ ಮೆ ಎಕ್ ಚಮ್ಮಾರ್ ಕಭೀ ಪ್ರಧಾನ್‌ಮಂತ್ರಿ ನಹೀ ಬನ್
ಸಕ್ತಾ!"

(ಈ ದರಿದ್ರ ದೇಶದಲ್ಲಿ ಒಬ್ಬ ಚಮ್ಮಾರ ಯಾವತ್ತಿಗೂ ಪ್ರಧಾನ ಮಂತ್ರಿಯಾಗಲಾರ!)

ಹಾಗಂತ ದಶಕದ ಹಿಂದೆ ಗುರುಗುಟ್ಟಿದ ರಾಜಕಾರಣಿಯ ಹೆಸರು ಜಗಜ್ಜೀವನ ರಾಮ್.

"ಇಂಡಿಯನ್ ಆರ್ಮಿಯಲ್ಲಿ ಒಬ್ಬ ಸರದಾರ್ಜಿ ಯಾವತ್ತೂ ಸರ್ವೋಚ್ಚ ಪದವಿಗೆ
ಏರಲಾರ!" ಹಾಗಂತ ಇವತ್ತು ಚಡಪಡಿಸುತ್ತಿರುವುದು, ಭಾರತದ ಸಮಗ್ರ ಸಿಖ್ ಸೈನಿಕ ಸಮೂಹ.

ಸಿಖ್ ರೆಜಿಮೆಂಟಿನ ಧೀರಯೋಧರು

ಅವರ ಚಡಪಡಿಕೆ ನಿಜವೂ ಹೌದು. ಅದಕ್ಕೆ ಕಾರಣವೂ ಇದೆ. ಇಂದಿರಾಗಾಂಧಿ ಹತ್ಯೆಯ
ನಂತರ ಸಾಮಾನ್ಯವಾಗಿ ಸಿಖ್ ಅಧಿಕಾರಿಗಳನ್ನು ಸೈನ್ಯದ ಸರ್ವೋಚ್ಚ ಹುದ್ದೆಗಳಿಗೆ
ತೆಗೆದುಕೊಳ್ಳುತ್ತಿಲ್ಲ. ಯಾವ ಸಿಖ್ಖರು ಕಾಲಾಂತರದಿಂದಲೂ ಗಡಿಯ ರಕ್ಷಣೆಗಾಗಿ ತಲೆ ಒಪ್ಪಿಸುತ್ತ
ಬರುತ್ತಿದ್ದಾರೋ; ಅವರ ಮೇಲೆಯೇ ಭಾರತ ಸರ್ಕಾರಕ್ಕೆ ಅನುಮಾನ. ಇಂದಿರಾ ಗಾಂಧಿಯನ್ನು

ಒಬ್ಬ ಸಿಖ್ ಕೊಂದ ತಪ್ಪಿಗೆ ಇಡೀ ಸಿಖ್ ಸಮೂಹ ಅವಕಾಶಗಳಿಂದ ವಂಚಿತ. ಈ ಬಗ್ಗೆ ಭಾರತೀಯ ಸೇನೆಯಲ್ಲಿರುವ ಸಿಖ್ ಸಮೂಹಕ್ಕೆ ಒಳಗೇ ಒಂದು ಅಸಮಾಧಾನವಿದೆ. ನಾವು ಎಷ್ಟು ದುಡಿದರೂ, ಪ್ರಾಮಾಣಿಕವಾಗಿದ್ದರೂ, ಪ್ರಾಣವನ್ನೇ ಒಪ್ಪಿಸಿದರೂ ಮೇಲಧಿಕಾರಿಗಳು ನಮ್ಮನ್ನು ನಂಬುವುದಿಲ್ಲ ಎಂಬ ಅಸಹನೆಯಿದೆ. ಇಡೀ ಭಾರತದಲ್ಲೇ ಅತ್ಯಂತ ದೇಶಭಕ್ತ ಹಾಗೂ ಅಮಾಯಕ ಸಮೂಹವೆನಿಸಿಕೊಂಡಿದ್ದ ಸರದಾರ್ಜಿಗಳನ್ನು ತನ್ನ ರಾಜಕೀಯ ಆಕಾಂಕ್ಷೆಗಳಿಗಾಗಿ ನೋಯಿಸಿ, ಬಲಿಕೊಟ್ಟು, ಅದರ ಪರಿಣಾಮವಾಗಿಯೇ ಬಲಿಯಾಗಿ ಹೋದ ರಾಜಕಾರಣಿ ಇಂದಿರಾಗಾಂಧಿ.

ಇವತ್ತು ಆ ನೆಪದಲ್ಲೇ ಸಿಖ್ ಅಧಿಕಾರಿಗಳನ್ನು ಸೈನ್ಯದಲ್ಲಿ ಮೇಲಕ್ಕೆ ಬರಲು ಬಿಡುತ್ತಿಲ್ಲವೆಂಬ ಆಪಾದನೆಯಿದೆ. ಇದರ ಪರಿಣಾಮ ಗೊತ್ತೆ?

ತಲತಲಾಂತರದಿಂದಲೂ ಮುಸ್ಲಿಂ ಆಕ್ರಮಣಕಾರಿಗಳ ವಿರುದ್ಧ ಸೆಣೆಸುತ್ತ ಭಾರತದ ಗಡಿಗಳನ್ನು ಕಾಯುತ್ತಿದ್ದ ಸಿಖ್ಖರು, ಇವತ್ತು ಕಾಶ್ಮೀರದಲ್ಲಿ ಮುಸ್ಲಿಂ ಮತಾಂಧರೊಂದಿಗೆ ಕೈ ಮಿಲಾಯಿಸಿದ್ದಾರೆ. ಅವರ ಬಾಯಲ್ಲಿ ಮೊದಲ ಬಾರಿಗೆ ಭಾರತದ ವಿರುದ್ಧ ಬೈಗಳು ಕೇಳಿ ಬರುತ್ತಿವೆ-

"ಸಾಲಾ ಇಂಡಿಯಾ!"

ಇದು ಯಾರ ತಪ್ಪಿನ ಪ್ರಾಯಶ್ಚಿತ್ತ?